देर्दा

हकन गुंदे

हकन गुंदे यांचा जन्म ऱ्होड्स येथे २९ मे १९७६ साली झाला. शालेय शिक्षण पूर्ण झाल्यावर अंकारा विद्यापीठातून त्यांनी राज्यशास्त्र या विषयाचा अभ्यास केला. 'Kinyas Ve Kayra' ही त्यांची पहिली कादंबरी २००० साली प्रकाशित झाली. सतत नव्या क्षितिजाच्या शोधात असणारे हकन गुंदे यांची 'AZ' ही कादंबरी २०११ मध्ये प्रकाशित झाली. ही कादंबरी 'The Few' ह्या नावाने इंग्रजी भाषेत अनुवादित झाली आणि लोकप्रिय ठरली. ही कादंबरी जगातील वीस देशांमध्ये पोहोचली असून भारतात यापूर्वी हिंदी, मल्याळम या दोन भाषांत अनुवादित झाली आहे. मूळ कादंबरीला तुर्कस्थानातला २०११ सालचा सर्वोत्कृष्ट कादंबरीचा पुरस्कार मिळाला आहे. तुर्कस्थानातल्या बेस्ट सेलर्स पुस्तकांच्या यादीत सातत्याने अग्रक्रमी असणारी ही कादंबरी शर्मिला फडके यांनी 'देर्दा' ह्या नावाने मराठीत अनुवादित केली आहे.

आपण ज्या सामाजिक परिस्थितीत जगतो आहोत त्याला एकाच वेळी विरोध करण्याच्या आणि त्याचे प्रतिनिधित्व करण्याच्या आंतरिक झगड्याचे या कादंबरीतील चित्रण थक्क करणारे आहे. हकन गुंदे आधुनिक काळावर आणि त्यातही माणसांच्या जगण्यावर ह्या कादंबरीतून टीकात्मक भाष्य करतात. त्यांची भाषाशैली आणि कादंबरीचा एकूणच विषय एकाचवेळी आपल्याला आकर्षून घेतो आणि मनाचा थरकापही उडवितो.

तुर्की साहित्यातील महत्त्वपूर्ण लेखक आणि त्यांच्या अनुवादित कादंबऱ्या

अहमेत हमदी तानपिनार
मन:शांती (मूळ शीर्षक : 'हुजूर') - अनुवाद : सविता दामले
तास वाजे झणाणा (मूळ शीर्षक : सतलेरी आयर्लामा इन्स्टिट्युत्सू) - अनुवाद : जयश्री हरि जोशी

हकन गुंदे
देर्दा (मूळ शीर्षक : 'एझ्देड') - अनुवाद : शर्मिला फडके

गुल इरेपोलू
ट्युलिपच्या बागा : माझ्या छायेत (मूळ शीषर्क : इन टू द ट्युलिप गार्डन्स : माय शॅडो) - अनुवाद : ललिता कोल्हारकर

आयफर टंक
अझिझ बेची शोकान्तिका (मूळ शीर्षक : अझिझ बे इन्सिडंट) - अनुवाद : अरुणा श्री. दुभाषी

ओया बाय्दोर
नक्षी-दार (मूळ शीर्षक : द गेट ऑफ जुडास ट्री) - अनुवाद : जयश्री हरि जोशी

तहसीन युचेल
स्कायस्क्रेपर्स (मूळ शीर्षक : स्कायस्क्रेपर) - अनुवाद : शर्मिला फडके

देर्दा

हकन गुंदे

मराठी अनुवाद
शर्मिला फडके

पॉप्युलर प्रकाशन, मुंबई

देर्दा
(म - १२५१)
पॉप्युलर प्रकाशन
ISBN 978-81-7185-493-6

DERDA
(Marathi : Novel)
Hakan Gunday
Tr : Sharmila Phadke

पहिली आवृत्ती : २०१५/१९३७
पुनर्मुद्रण : २०१६/१९३८

मुखपृष्ठ
चंद्रमोहन कुलकर्णी

प्रकाशक
हर्ष भटकळ
पॉप्युलर प्रकाशन प्रा. लि.
३०१, महालक्ष्मी चेंबर्स
२२, भुलाभाई देसाई रोड
मुंबई ४०० ०२६

अक्षरजुळणी
प्रियांका आर्ट्स
४, अब्दुल सत्तार चाळ
फितवाला रोड
मुंबई ४०० ०१३

देर्दा

ती सहा वर्षांची होती आणि त्या वयातच मरणार होती. ती थरथर कापत होती पण त्या किड्याकडे लागलेली नजर तिला काढून घेता येईना, इतकी ती भेदरून गेली होती. सूर्यफुलांच्या शेतासारखं प्रचंड विस्तारलेलं तिच्या डोक्यावरचं ते छत, पण त्यावर तिला दिसत होता तो फक्त किडाच. सूर्यफुलाच्या बी इतका लहानसा किडा. त्याचे काटक, केसाळ पाय आणि पापणीच्या केसाइतक्या पातळ नांग्या. शरीर इतकं स्थिर की वाटावं, तो जिवंत किडा नसून किड्याचं छायाचित्र कोणी तरी तिथे चिकटवलं आहे. या मिट्ट अंधारात तर तो राखाडी सिमेंटच्या छतावरचा कुळकुळीत काळा डाग वाटत होता. काळा – त्या मुलीच्या डोळ्यांचा रंग, भीतीने अंधुक झालेल्या डोळ्यांचा रंग.

तिने अंगावरचं पांघरूण हनुवटीपर्यंत ओढून घेतलं आणि आपल्या घामेजलेल्या हातांच्या मुठीत घट्ट आवळून धरलं. कोणत्याही क्षणी तो किडा आता चेहऱ्यावर येऊन पडणार. शिडी नसलेल्या जोड–पलंगाच्या वरच्या फळीवर ती झोपलेली होती. डोक्यावरचं छत तिच्यापासून जेमतेम अर्ध्या मीटरच्या अंतरावर होतं. तिला आता जर झोप लागली तर तोंड झोपेत उघडं पडणार आणि मग तो किडा त्यात पडणार, दातांमधल्या फटीतून आत सरपटणार – किंवा तो आधी पांघरुणावर टपकेल आणि मग तिच्या चेहऱ्यावर रांगत चढेल, एका नाकपुडीतून वर सरकून जे मिळेल ते कुरतडायला सुरुवात करेल. झटकन् कुशीवर वळत तिने बिछान्यावरून वाकून खाली पाहिलं आणि आपण जमिनीपासून नेमक्या किती उंचीवर आहोत याचा अंदाज घेण्याचा प्रयत्न केला. आपण जमिनीपर्यंत पोचणं शक्य नाही ही गोष्ट ध्यानात यायला तिला फार वेळ लागला नाही. त्यामुळे ती पुन्हा पाठीवर उताणी झाली आणि किड्याकडे बघत राहिली.

किडा ती पहिल्यांदाच पाहत होती अशातला भाग नाही. आपल्या घराच्या भिंतीवर तिने किडे पाहिले होते, इतरांच्या घरांतल्या भिंतींवरही ते असायचे. आजवर ती गेलेल्या प्रत्येक घराच्या भिंतींवर निदान एक तरी किडा होताच. तिला तिचे वडील म्हणाले होते, की हे किडे झऱ्यामधून वाहत येतात. झऱ्यातून वाहत आलेले काही मोठे किडेही तिने पाहिले होते. ते छतावर सरपटत जायचे पण इतके लडदू असायचे की मधेच चुलीत पडायचे. काही लहान किडेही होते– उवा– त्यांच्यामुळे तिला तिचे केस कापायला लागले होते. तुरुतुरु पळत भिंतींमधल्या फटीत जाऊन नाहीसे होणारे ढेकूणही तिने पाहिले होते. बिटाच्या पोत्यांखाली काही दडून राहत, कोणीतरी पायांनी चिरडून आपल्याला मारेल याची ते वाट पाहत. तिने तर उंदीरही पाहिला होता. आणि एकदा, एक लांडगा. किड्यापेक्षा शंभर पटीने मोठा असणारा, काळ्या कुळकुळीत डोळ्यांचा लांडगा. पण त्या कशाचीही तिला आजवर इतकी भीती वाटली नव्हती. त्यांच्यामुळे कधी तिला थरथर कापायला झालं नव्हतं, की रडूही आलं नव्हतं. पण ती आजवर कधी एकटीही राहिलेली नव्हती. आताही ती एकटी नव्हती. वसतिगृहातल्या या झोपण्याच्या खोलीत इतर अजून पस्तीस मुलं होती. पण त्यांना जमेस धरण्यात अर्थ नव्हता. तिला त्यांच्यापैकी कुणाचंही नाव माहीत नव्हतं आणि आता ते माहीत करून घ्यायला उशीर झाला होता. सगळे गाढ झोपेत होते. तिला त्यांच्या झोपेचा आवाज ऐकू येत होता. त्यांच्या चोंदलेल्या नाकपुड्यांमधे अडकून राहिलेल्या श्वासाचा तो आवाज होता. मुलं झोपेत चुळबुळत होती, कुशीवर वळत होती. आणि त्यांची शेंबडाने भरलेली नाकं फुरफुरत होती, मुलं आपल्या डोक्याखालच्या उशीखाली हात खुपसत होती, चाचपडत होती, गारवा शोधत होती. आपल्या पावलांना दुसऱ्याच्या टाचेने खाजवत होती. त्या किड्याचा त्रास मात्र कोणालाही होत नव्हता.

तिला तिथून सरकायलाच हवं. तो किडा अंगावर पडायच्या आत तिला पलंगाच्या वरच्या फळीवरून खाली उतरायलाच हवं आहे. पण कसं? शिडी का नाही इथे? खालच्या बिछान्यावर झोपलेल्या मुलीने तिला रात्री वर चढवलं होतं, आणि पुढच्या वेळी तुझं तुलाच वर चढायला लागेल असंही त्याच वेळी बजावलं होतं. चिडखोर आवाजात.

तिने पांघरूण चेहऱ्यावरून ओढून घेतलं. पण अनेक वर्षांच्या वापराने त्या लोकरीच्या पांघरुणाची तुसं खरखरीत झाली होती, तिच्या गालांना ते काट्यांसारखं घासायला लागलं, आणि तसंही पांघरूण डोक्यावरून घेण्यात आपण चूक केली हे तिच्या लगेच लक्षात आलं. आता तिला तो किडा दिसत नव्हता. पण तो अजूनही तिथेच होता. जिथून शत्रू दिसू शकत नाही अशा जागी लपण्यात काय अर्थ? हे जास्तच धोकादायक आहे. किडा काहीही करू शकतो आणि कुणाला ते कळणारही नाही. किड्यावर आता कुणाचीच पाळत नव्हती.

तिचा चेहरा घामाने थबथबून निघाला. कपाळावर उमटलेल्या कांजिण्यांच्या पुरळाला कंड सुटली. हृदय धडधडायला लागलं आणि तिला श्वास घेणं अशक्य व्हायला लागलं. या किड्यापासून लांब जायलाच हवं. तिला विलक्षण एकाकी वाटत होतं. काहीतरी मार्ग शोधायलाच हवा, खाली उतरायचा मार्ग. काही तरी मार्ग असणार. कशाने तरी खाली जाता येईलच. आणि मग तिने निर्णय घेतला. सोप्पा मार्ग निवडला. झटपट उपाय, जे काही होईल ते होईल चालेल. तिने पांघरूण दूर फेकलं आणि खालच्या अंधारलेल्या पोकळीत उडी मारली.

तिचं कपाळ जमिनीवर आपटलं तेव्हा एक टाळी वाजल्यासारखा आवाज आला. तिची मान मोडल्याचा आवाज कुणालाच ऐकू आला नाही. जमिनीवरच्या कोब्यावर येऊन ती आदळली तेव्हा इतका वेळ पाकोळीच्या पंखासारखं फडफडणारं तिचं हृदय थंडगार पडलं. ती सहा वर्षांची होती. आणि छताला पडलेली भेग, त्या अंधारामधे, मनातल्या विलक्षण भीतीमुळे, तिला काळ्या किड्यासारखी वाटली. गेली सात वर्षं ती भेग प्रत्येक रात्री किड्यात रूपांतरित होत होती. बाहेरच्या मार्गिकेतला दिवा लागला आणि झोपण्याच्या खोलीचा दरवाजा उघडला गेला की तिथे बाकी काही नाही, फक्त छतातली एक भेग शिल्लक राहायची.

टाळीच्या आवाजाने देर्दाला जाग आली, आणि तिला जमिनीवर पडलेली मुलगी दिसली, तिची मान मागे मुडपली होती. आजूबाजूला अंधार होता, आणि तिला तिचा चेहरा दिसत नव्हता पण तिला कळलं ती कोण आहे. काही तासांपूर्वी तिने त्या मुलीच्या डोळ्यांमधे रोखून पाहत तिला बजावलं होतं की वरच्या फळीवरच झोपणं तिला भाग आहे. तिला वर चढायला तिने मदत केली होती, आणि धमकी दिली होती की जर तिने तक्रार केली तर तिची जीभ ती छाटून टाकेल. हे तिने सर्वांना ऐकू जाईल इतक्या मोठ्या आवाजात सांगितलं होतं. आणि आता ती मुलगी तिच्या समोर जमिनीवर पडली होती. ती नक्की खाली पडली असणार. की तिने उडी मारली?

तिने उशीखालून आपला हात बाहेर काढला आणि त्या मुलीच्या हाताला ढोसलं. काही प्रतिसाद नाही. तिने तिच्या खांद्याला हलवून पाहिलं. तिने वर पाहिलं, पूर्ण खोलीभर नजर फिरवली, जोड-पलंगांच्या लोखंडी गजांमधून डोकावून पाहिलं, कोणी जागं आहे का याचा अदमास घेतला. एकाचंही डोकं उशीवरून वर झालं नाही; सुटकेचा श्वास सोडत ती सावकाश आपल्या बिछान्यातून बाहेर आली आणि त्या मुलीच्या जवळ जाऊन ओणवी बसली. तिच्या खांद्यांना धरून तिला सरळ केलं; मांजरीइतकी हलकी होती ती. तिचा लहानसा चेहरा रक्ताने भरून गेला होता. देर्दाने डोकं वर उचलून आजूबाजूला पाहिलं. कोणी जागं नाही याची खात्री झाल्यावर ती रडायला लागली, खालचा ओठ दाबून धरत तिने हुंदका आवरला. नि:शब्द आवाजात ती स्फुंदत राहिली, कुणालाही जाग येऊ नये म्हणून.

ती लहानगी मुलगी यातिर्काहून आली होती. यातिर्का, सरकारने नेमलेल्या लष्करी सैन्याकरता आणि खबऱ्यांकरता कुप्रसिद्ध. यातिर्का, मुलं त्याला गुप्तहेरांचं गाव म्हणायची. यातिर्का, आणि तिथले हरामखोर. यातिर्कामधल्या कुणालाही मदत करायला बंदी होती. कोणी मेलं तरी मदत करायची नाही असा नियम होता. देर्दाने रात्रपाळीच्या शिक्षकांना काही सांगितलं नाही आणि काही केलं नाही. ती फक्त रडत राहिली. त्या मुलीच्या मृत शरीराजवळून ती हळूच उठली आणि आवाज न करता शांतपणे आपल्या बिछान्यात जाऊन पडली. ती स्वत:ही यातिर्कामधूनच आली होती आणि चार वर्षं लागली होती तिच्या बरोबर असलेल्या इतर मुलांना त्याचा विसर पाडायला.

वरच्या फळीवरून पांघरुण खाली लटकत होतं, एक मोठा त्रिकोण, त्याचं एक टोक जमिनीला टेकत होतं. अंधारात देर्दाला ते शिडासारखं वाटलं. तिने आपला पलंग म्हणजे जहाज असल्याची कल्पना केली. रात्रीच्या प्रवासाला निघालेलं शिडाचं जहाज. तिने तशा प्रकारचं चित्र एका पुस्तकात पाहिलं होतं. त्या पुस्तकात शुभ्र पांढऱ्या रंगाची शिडं असलेली रंगीबेरंगी जहाजं गडद निळ्या समुद्रावरून डौलात जात होती. क्षितिजाच्या पल्याड जाणाऱ्या त्या जहाजाच्या डेकवर पिवळ्या रंगांचे रेनकोट घातलेल्या गोड, लहान मुली हसत उभ्या होत्या. त्या पुस्तकातल्या सगळ्या मुली आनंदी होत्या. पण ते फक्त एक पुस्तक होतं, य:कश्चित फालतू पुस्तक. कदाचित जगातलं सर्वांत बिनडोक, फालतू पुस्तक, मूर्ख गोष्टींचा भरणा असलेलं पुस्तक. तशा मुली खरं तर अस्तित्वातच नसतात. जर असत्या तर त्या पुस्तकात सगळीकडे त्यांची आनंदी, खुशीत असणारी छायाचित्रं छापली असती, अशी खोटी जलरंगातली चित्रं नाही.

'देवा, मला स्वप्नात असतानाच मृत्यू येऊ दे.' ती अस्फुट आवाजात पुटपुटली.

ती स्वत:ला दुरुस्त करणार होती, आणि म्हणणार होती की 'झोपेत असताना,' पण तोवर तिच्या बिछान्याचं जहाज झोपेत बुडून गेलं. ती अकरा वर्षांची होती. दहा अधिक एक.

***

यातिर्केची ती घाणेरडी मुलगी मेली!

आपण झोपेत असतानाच मरून जायला हवं होतं अशी इच्छा करत देर्दा जागी झाली. ती ऐकत होती.

'ती खाली पडली आणि तिचं डोकं फुटलं! आणि ती बावळट देर्दा अजून झोपलेलीच आहे! उठ ग! जागी हो!'

तिला तो आवाज कोणाचा आहे माहीत होते. नाझनीन. तिचे वडील सहा वर्षांपूर्वी वारले होते. पोलिस स्टेशनवर झालेल्या हल्ल्यात त्यांना गोळी लागली होती. गावातल्या लोकांनी त्यांचं मृत शरीर ताब्यात मिळावं अशी मागणी केली होती, पण विशेष दलाचं सैन्य रणगाडे घेऊन गावात शिरलं आणि त्यांना आपल्या मागणीपासून माघार घावी लागली. म्हणून मग संघटनेच्या लोकांनी मृतदेह ताब्यात घेण्याचं काम स्वत:च्या हातात घेतलं. रात्र पडल्यावर त्यांनी रॉकेटचा स्फोट करायचं ठरवलं. पण दुर्दैव इतकं जोरदार की रॉकेट लक्ष्यावर जाऊन आदळलंच नाही– स्थानिक जेन्दार्मेचं मुख्य स्थानक उडण्याऐवजी ते बाजूच्या इमारतीवर, नाझनीनच्या घरावर जाऊन आदळलं. अंदाज बांधण्यात जराशी चूक झाली आणि त्यामुळे मृत व्यक्तीच्या घराच्या दोन भिंती ढासळल्या आणि एका निद्रिस्त अर्भकाच्या शरीराच्या चिंधड्या उडाल्या. शेवटी कुणालाही मृतदेह ताब्यात घेण्यात यश आलं नाही. नंतर तो मिळवण्याकरता शिल्लकच उरला नाही कारण पोलिस स्थानकाच्या शेजारीच एक खड्डा खणून त्यात पुरून टाकण्यात आलं आणि मग निसर्गाने तो परत द्यायला नकार दिला. संघटनेच्या स्थानिक प्रमुखांनी नाझनीनच्या कुटुंबीयांची मनापासून माफी मागितली, आणि शेवटी कबूल केलेल्या मृत्यूच्या भरपाईच्या रकमेतील जेमतेम अर्धेच पैसे दिले. गावातल्या लोकांनी आदर आणि सन्मानापोटी त्यांच्याकडच्या वापरून जीर्ण झालेल्या नोटा दिल्या आणि उरलेली अर्धी रक्कम भरली. झिरात बँकेकडून मिळालेल्या कर्जातून पडलेल्या

दोन भिंती उभ्या राहिल्या, आणि नंतर दहशतीच्या हल्ल्याचा बळी ठरलेल्या कुटुंबाला मिळणाऱ्या भरपाईच्या रकमेतून अजून दोन खोल्या घरात वाढवण्यात आल्या. नाझनीन, घरातली मोठी मुलगी म्हणून तिला मोठा वाटा मिळाला भरपाईचा, आणि तिथल्या स्थानिक शाळेच्या वसतिगृहात निवासी निरीक्षक म्हणून तिची नेमणूक झाली. बाकी सगळ्या गावाने सुटकेचा नि:श्वास सोडला की मृत बालक मुलगी होती, त्यामुळे पुढचा रक्तपात टळला.

नाझनीनने हलवल्यावर देर्दा जागी झाली.

'यातिर्केची मुलगी काल रात्री पलंगावरून खाली पडली. उठ लवकर, तुला मिस येसिम बोलावत आहे.'

काही बोलणं शक्य नव्हतं त्यामुळे तिने फक्त मान हलवली. उठून बसत तिने आपले पाय खाली जमिनीवर टेकवले आणि झटकन् पुन्हा वर उचलून घेतले. मान वर उचलत तिने तिच्या अंगावर वाकून उभ्या असलेल्या नाझनीनकडे पाहिलं, आणि मग अपेक्षित शब्द तिच्या कानावर पडले.

'साफ करून टाक ते!'

तिच्या पावलांपाशी रक्ताचे थारोळे होते.

'तुला मी सांगितलं होतं ना की त्या मुलीला तळातल्या बिछान्यावर झोपू दे?'

स्थानिक शाळेच्या वसतिगृहात येसिमची नेमणूक पाच महिन्यांपूर्वी झाली होती. पहिल्यांदा शाळेची ही अजस्र इमारत पाहिल्यावरच मनातल्या मनात ती भीतीने आक्रसून गेली होती. आणि मग तिला कळलं की इथल्या चारशे तीस मुलांवर लक्ष ठेवण्याकरता फक्त चार शिक्षक आहेत, त्या वेळी तर तिला पाऊलही उचलून पुढे टाकण्याकरता धीर गोळा करावा लागला. अर्थात ती तरी काय करणार? दुसऱ्या शाळेत बदली करून घ्यायलाही तिला अजून पुढची पाच वर्षं वाट पाहणं भाग होतं.

'मी तुझ्याशी बोलते आहे. ऐकू येतंय ना तुला?'

तिला वाटलं आपली अशा एखाद्या शाळेत नोकरी असायला हवी होती जिथे ती म्हणू शकली असती, 'या संदर्भात मी तुझ्या पालकांशी बोलेन!' पण इथे जर विद्यार्थ्यांच्या कायदेशीर पालकांना बोलावलं, तर ते हातात एके ४७ बंदुका घेऊन येतात आणि विचारतात, विद्यार्थ्यांचं संरक्षण करण्यात काही समस्या येत आहेत का हो शिक्षिकाबाई? त्यांच्या विचारण्यात उघडपणे अभिप्रेत असे की त्यांच्या मनात येईल तेव्हा ते तिची काळजी घेणं थांबवतील. शाळेत कोणताही विद्यार्थी आळशी, मस्तीखोर, वाईट नव्हता. पालकांच्या मते शिक्षक म्हणजे सरकारी दलाल – जे त्यांच्या मुलांचा बुद्धिभेद करतात. ते असाही आरोप करत की शिक्षक येऊन त्यांच्या मुलांना कुशीतून ओढून घेऊन जातात. ज्या मुलांचे वडील सरकारी सत्तेच्या विरोधात शस्त्र हातात घेऊन हुतात्मा झाले, त्यांच्या मुलांना अशा छळवणुकीला तोंड द्यावं लागतं. त्यांना समाजशास्त्र, गणित आणि तुर्की भाषा शिकायला लागते. घरचा अभ्यास आणि

लेखी परीक्षा हे अत्याचार आहेत. जी मुलगी चौदा वर्षांची आहे, जिचे लग्नाचे वय उलटून गेले आहे, अशा मुलीचा पुरुष शिक्षकांसोबत काही संबंध येण्याचीही आवश्यकताच काय? त्या वयाच्या पुरुषांशी लग्न करून त्या मुलींनी घरात राहायला हवे आहे. आणि या शाळा त्यांच्या धार्मिक श्रद्धा जाहीरपणे मिरवतात. पण तुम्ही त्याबद्दल काय करू शकणार? संघटनेला काही कायम तुमच्यावर लक्ष ठेवता येत नाही. जर तुम्हाला काढून टाकले तर सरकारकडे धाव घेण्यावाचून दुसरा पर्यायही नाही. शेणामातीच्या घरासमोर पिसाळलेल्या रोगट कुत्र्यांसोबत खेळणारी मुलं येसिमच्या हातांमधे सोपवली जात. आणि दोन्ही हात पसरून ती त्यांचा स्वीकार करी. आणि मग जराही शरम मनात न बाळगता ती तुमच्या खांद्याला खसकन् ओढते आणि गदागदा हलवते.

'देर्दा, उत्तर दे मला! तुला कल्पना आहे का तू काय केलं आहेस?'

पण देर्दा होती का तिथे उत्तर द्यायला? तिथे काही तरी शिल्लक राहिलं होतं का तिचं? तिच्यातला कोणता अवयव अकरा वर्षांचा होता? तिचे पाय, तिची नखं, तिचे खप्पड गाल? तिच्यात पोरपणाचा कोणता अंश अजून शिल्लक होता? तिच्या वेण्यांमधून विसविशीत वाफेसारख्या बाहेर निघालेल्या केसांच्या बटा, तिच्या भेगाळलेल्या टाचा – ज्यांच्या जखमा कधीही भरून निघणार नाहीत.

'ठीक आहे देर्दा. ठीक आहे. जेवणघरात जा आणि नाश्ता घे. आणि आधी हात, चेहरा धू स्वच्छ.'

देर्दातलं पोरपण जितकं शिल्लक होतं तितकीच सव्वीस वर्षांच्या येसिममधली शिक्षिका. तिने देर्दाच्या अशक्त खांद्यांवरून आपल्या हातांची पकड सैल केली. एक शेवटचा प्रयत्न म्हणून तिने तिची हनुवटी धरून चेहरा वर उचलला. तिच्या डोळ्यांमधे डोकावता येईल कदाचित्. घरातली पाळीव मांजर आणि रस्त्यावरची भटकी मांजर एकमेकींच्या नजरेला नजर भिडवून उभ्या होत्या, एकमेकींपासून जेमतेम हातभर अंतरावर. येसिमने हार मानली. देर्दाच्या घट्ट मिटलेल्या ओठांचा विजय झाला.

'आपण नंतर बोलू.'

दरवाजाबाहेर पडून नजरेआड होणाऱ्या त्या लहान पोरीकडे बघत येसिमने कपाटाचा वरचा खण उघडला आणि आतून सिगारेट्सचं पाकीट बाहेर काढलं. त्यातून एक सिगारेट आणि लायटर उचलला. सिगारेट पेटवून तिने एक खोल झुरका घेतला. तोंडातून बाहेर पडलेल्या धुरात तिचा चेहरा झाकला गेला. डोळ्यांत पाणी जमा झालं. पहिला झुरका घेत असताना तिच्या मनात तिथून पळून जाण्याचा विचार डोकावतो. आपण इमारतीच्या बाहेर पडत आहोत, बागेतून चालत, लोखंडी प्रवेशद्वारातून बाहेर पडून गावाच्या दिशेने पळत जात आहोत, मग शहरात येऊन एक मिनीबस पकडून आपण इथून लांब निघून जातो, कायमचे. अजून काही झुरके आणि मग ती परत येते. काचेच्या रक्षापात्रात सिगारेटचं थोटूक विझवते. पण ते पूर्ण विझत नाही. चुरगाळलेल्या

सिगारेटच्या त्या शिल्लक तुकड्यातून अजून धूर येतच राहतो. ती पुन्हा प्रयत्न करते. मग पुन्हा, तिच्या बोटांची टोकं काळी होतात. नखांमधे राख अडकते. पण तरीही सिगारेट जळतच राहते. आता ती तिथे बघतच नाही. डोळे मिटून नुसतीच बसून राहते, वाट पाहत. काहीही होऊ दे, आता काहीच पर्वा राहिली नाही, कशाचीही. भूकंप, आग, बर्फाचा कडा कोसळू दे, काहीही आपत्ती येऊ दे. एक लेखणी, जिच्या दैवी टोकाने या सगळ्याला पूर्णविराम देता येईल. ती वाट पाहत राहते. आणि मग ते घडून येतं.

ऑफिसच्या डगमगत्या दरवाजावर कोणतीही टकटक होत नाही, तो आत उघडला जातो. नेझीह असतो, उपाध्यक्ष. तो तिच्या खोलीमधे डोकं खुपसतो आणि आपल्या चष्म्यातून खुर्चीत मरगळून बसलेल्या तरुण शिक्षिकेकडे पाहतो. तिचे डोळे मिटलेले असतात, चक्क ऑफिसच्या वेळेत.

'मिस येसिम, झोप लागली आहे का तुम्हाला?'

डोळे झपकन् उघडतात.

'मुलीच्या कुटुंबीयांपैकी कोणीही येऊ शकत नाही. गावाचा रस्ता बंद झाला आहे. जोवर जेन्दार्मे येत नाहीत तोवर तात्पुरता उपाय म्हणून तिचं शरीर स्वयंपाकघरातल्या मांस साठवून ठेवायच्या रेफ्रिजरेटरमधे ठेवलं जाईल. आणि आता बास. खाली जेवणघरात जा. मुलांवर देखरेख करण्याची आवश्यकता आहे.'

हे तर इतर कोणत्याही दुर्घटनेपेक्षा जास्त आहे. मांस साठवण्याच्या रेफ्रिजरेटरमधे एक मृत बालक ठेवणं हे भयानक होतं. तिच्या छातीत जे काही होतं ते पिळवटून निघालं. तिचं पोट आणि आतडं दगडासारखं कठीण झालं. सगळं शरीर जड झालं, जणू एक दगडच गिळला आहे तिने. ती उठून उभी राहू शकली नाही पण नेझीह आपल्याला तसं करायला भाग पाडेल हे तिला माहीत होतं. त्याने तेच केलं.

'येसिम हनिम, तुझ्याकरता खोळंबून राहाण्याइतका वेळ नाही. चल पटकन्.'

रक्षापात्रातून अजून धुराच्या रेषा निघतच होत्या. धूर हवेत विरघळून नाहीसा होत जाताना ती पाहते. तिच्या मनात विचार येतो, 'माणसं अशीच नाहीशी होऊन जातात..' आणि मग ती विचार करायचंच थांबवते. काचेचं रक्षापात्र उचलून ती ते नेझीहच्या अंगावर भिरकावते. ते दरवाजावर आदळतं, नेझीह पटकन बाहेरच्या कॉरिडॉरमधे जाऊन लपतो. येसिम जड स्टॅपलर उचलून त्याच्या अंगावर फेकते. मग पेन ठेवण्याचा स्टॅन्ड, वही, पाचशे पानांचं पुस्तक. आणि त्यानंतर परीक्षेचे पेपर्स.. खोलीत जंगली चिमण्यांसारखे ते फडफडत राहतात, एकमेकांवर आदळून खाली पडतात. दरवाजाच्या आडून नेझीह तिला हाका मारत राहातो.

'येसिम हनिम! येसिम! ऐक!'

पण येसिम ऐकत नसते. तिची दृष्टी टेबलावर ठेवलेल्या नक्षीदार सेटवर स्थिरावते. तिच्या आईने तिला दिलेली भेट. एक शाईचं पेन, बॉलपेन, आणि पत्र उघडण्याची

सुरी. ती सुरी हातात धरून उंचावते आणि खाली आणून आपल्या पोटात खुपसते. ती जर मरून गेली तर काहीच अडचणी येणार नाहीत. पण दुर्दैवाने ती वाचते.

***

ज्या दिवशी ती विद्यार्थिनी मेली आणि शिक्षिकेने आत्महत्येचा प्रयत्न केला, त्या दिवशी सगळ्या शाळेने आलेल्या पाहुण्यांचं स्वागत चेहऱ्यावर खोटा मुखवटा लावून केलं. जेन्दार्मे विनोद सांगत होते पण एकाही विद्यार्थ्याला हसू आलं नाही. विद्यार्थ्यांचा प्रमुख आपण मुख्याध्यापकांचं बोलणं मन लावून ऐकत आहोत असं दाखवत होता. नेझीह वारंवार डोक्याला हात लावून कपाळ चोळत होता, ते दुखत नव्हतं तरीही. देर्दा अन्नाचे घास चावत होती पण तिला ते गिळणं जमत नव्हतं. येसिम रुग्णालयातल्या एका पलंगावर झोपून होती, आपण मरत का नाही आहोत याचा विचार करत. पण ती जिवंत होती.

निर्णय घेऊन झाला, आदेश दिले गेले. जेन्दार्मे त्या मुलीच्या शवाला आणि येसिमला घेऊन शहरात जातील, तिथे तिच्यावर योग्य ते उपचार होतील. परिस्थिती विचित्र झाली होती. शाळेची पूर्ण व्यवस्था ढासळली होती, मुलांवर लक्ष ठेवायला कोणालाही जमत नव्हतं. अचानक आलेल्या लाटेमुळे नावेला हादरा बसून ती कधी डावीकडे, कधी उजवीकडे डोलायला लागावी तशी परिस्थिती झाली होती, आणि यात एकटी देर्दाच अशी होती जिला त्यामुळे ढवळून आलं होतं. इतरांना त्यांचा तोल सांभाळणं जमलं. पण देर्दाला असं वाटत होतं जणू ती समुद्रात पडली आहे. ती बुडली नव्हती पण त्यांनी तिला अशा तऱ्हेने उताणं केलं की तिला आवंढाही गिळता येऊ नये. तीची बेशुद्ध नक्कीच झाली नव्हती, फक्त निश्चल पडून होती ती.

येसिमची चाहूल आल्यामुळे ती भानावर आली. डोकं वर उचलत तिने आपल्या शिक्षिकेची चाहूल घेतली. पण आजूबाजूला कोणी नव्हतं. येसिम ज्या पलंगावर झोपली होती तिथेच अजून होती. डोकं जास्त वेळ उंचावणं तिला जमेना, उशीवर टेकवत तिने ते दोन्ही बाजूंना घासलं. आपले केस उशीवर खसाखसा रगडले, पण जराही आवाज आला नाही. आला असता तरी तिच्या हुंदक्यांमधून तिला तो ऐकू आला नसता.

एकाच दिवसात ती एका मृत्यूला आणि एका आत्महत्येला कारणीभूत झाली होती. तिने आपले डोळे घट्ट मिटून घेतले पण तरी येसिमची आणि यातिर्काच्या मुलीची छबी तिच्या नजरेसमोरून नाहीशी होईना. कदाचित देर्दाकडे एक जादा किडनी नव्हती, पण तिच्या अंतर्मनातील जाणीव आणि संवेदनशीलता, त्यामुळे तिला जाणवू शकणारी वेदना इतरांपेक्षा दुपटीने अधिक होती. वैद्यकीय इतिहासात अंतर्मनाची संवेदनशीलता दुपटीहून अधिक असणारी ती एकमेव नसेलही, पण तिच्या स्वत:च्या चिमुकल्या शरीराला तो ताण झेपत नव्हता. आपल्याला आता कधीच बिछान्यातून उठता येणार

नाही असं तिला वाटत होतं. 'ते मला तुरुंगात टाकणार,' हळू आवाजात ती म्हणाली.

'जेन्दार्मे याचा छडा लावल्याशिवाय राहाणार नाहीत, आणि मग मला ते तुरुंगात डांबतील!'

पण जेन्दार्मेपेक्षाही आता तिला एका वेगळ्याच संस्थेची जास्त भीती वाटत होती. जगातली सर्वांत प्राचीन संस्था. कुटुंब. तिच्या बाबतीत अर्धं कुटुंब. तिची आई. तिला वडील नव्हते. आईला गरोदर करून झाल्यावर चारच दिवसांनी ते इस्तंबूलला निघून गेले आणि कधीच परत आले नाहीत. ही घटना बारा वर्षांपूर्वीची. निदान आईला गरोदर करून जावं म्हणजे ती पुढे एकटी पडणार नाही हा विचार करण्याइतके ते शहाणे होते असं म्हणायचं. अल्लाला साक्षी ठेवून त्यांचं लग्न झालं होतं. त्या वेळी एक इमाम, दोन साक्षीदारही हजर होते, पण शेवटी सगळेच निघून गेले आणि तिच्यासोबत फक्त अल्ला राहिला. पण त्याची मदत तर फक्त तिच्या आयुष्याच्या अखेरीलाच होणार होती. ती फक्त एकच प्रार्थना करायची, 'मालिक, माझा जीव घे आणि मला वाचव!' अल्लाने तिची प्रार्थना कधीतरी ऐकली असतीच– मृत्यूचा चमत्कार तो प्रत्येकाच्याच आयुष्यात घडवून आणतो. पण तिला तितका धीर नव्हता. तिने देर्दाचं, ती वयात येण्याच्या आतच लग्न लावून टाकलं, तिच्या स्तनांनी धड आकारही घेतला नव्हता तेव्हा. कारण तिची सगळी सहनशक्ती संपुष्टात आली होती. तिने अकरा वर्षं वाट पाहिली होती. पहिली दोन वर्षं तिने आपल्या नवऱ्याच्या कुटुंबीयांसोबत काढली. आणि मुलाला जन्म दिला नाही म्हणून त्यांच्या भरपूर शिव्या खाल्ल्या. बाकीची वर्षं तिने शहरात शिक्षकांच्या घरची भांडी घासण्यात घालवली. त्यांच्या घरी ती मुलीला घेऊन पळून आली होती. पण भांडी घासताना तिला घाण वाटायची. आपला वेळ वाया जातो आहे असंही वाटायचं. आपल्या कृश, वाकड्या झालेल्या देहाने शिक्षकांच्या तिसऱ्या मजल्यावरच्या घरी पाण्याच्या बादल्या वाहून नेताना, आपल्या दुखऱ्या गुडघ्यांना अधिकच दुखावताना, वाकून जमीन पुसताना, आम्लामुळे हाताला चरे पडत असताना प्रत्येक वेळी तिला स्वतःची घृणा येत होती. तिला या आयुष्याचा विलक्षण कंटाळा आला होता. तिला स्वतःच्या गावी जावंसं वाटे. घर बांधून, गुरं पाळून राहायचं होतं तिला. तिच्या मुलीलाही शाळेत राहायची इच्छा नव्हतीच नाहीतरी. असती तर ती अशी शाळेच्या आवारात कशाला चक्कर येऊन पडली असती? शाळेच्या उपाध्यक्षांनी तिला शाळेत येऊन मुलीला भेटण्याची विनंती केलीच नसती नाहीतर. हरामखोर उपाध्यक्ष, त्याला कुठे कल्पना होती बसच्या भाड्याचे किती पैसे खर्च होतात असं येण्याकरता? त्याला शिक्षकांच्या घरातले संडास साफ करायला लागत नाहीत ना? हायड्रोक्लोरिक आम्लाच्या वाफा घशात गेल्यामुळे त्याला फुफ्फुसं फाटेपर्यंत खोकावं लागत नाही ना? ठरलं तर. तिच्या मुलीला ती शाळेतून काढून घेऊन जाणार आहे. जर त्यांनी तिला तसं करू दिलं नाही तर ती मुलीला पळवून घेऊन जाईल. हे कसं करायचं ते ती बघेल. मग त्या दोघी पुन्हा त्यांच्या

खेड्यात जाऊन राहातील. तिच्या माणसांमधे. शेवटी, ती सुद्धा त्यांच्यापैकीच एक नव्हती का? तिच्याकडे आता पैसे नाहीयेत, म्हणून काय झालं? देर्दा तर होती. नातेवाईक नक्की काहीतरी मार्ग सुचवतील. अकरा वर्षांच्या निष्पाप मुलीला कोण नकार देईल? त्यांनी फक्त एखादं घर, काही गुरं तिला द्यायला हवीत, मग ती देर्दाला लगेच देऊन टाकेल. तिचं लग्न झालं की आराम मिळेल. शेवटी मुलांचं कर्तव्यच नाही का? आईला सुखी करण्याचं?

'सिस्टर सानिये!'

बसच्या खिडकीला चिकटवलेलं आपलं डोकं तिने उचललं, मनातले विचार झटकले आणि ड्रायव्हरला भाड्याचे पैसे दिले. शाळेच्या प्रवेशद्वारातून आत जात असताना तिने मनाशी पक्क ठरवलं की परतीच्या प्रवासात देर्दाला आपल्या मांडीवरच बसवायचं म्हणजे तिचे बसभाड्याचे वेगळे पैसे द्यावे लागणार नाहीत.

'सिस्टर, तुमच्या मुलीची तब्येत ठीक नाही. पण काळजी करू नका, फार काही गंभीर झालेलं नाही. तुम्हाला इतक्या लांब यावं लागलं त्याबद्दल क्षमस्व. पण तुम्हाला पाहून तुमच्या मुलीला खरंच खूप बरं वाटेल.'

नेझीहचं सांगून झालं. आता सानियेची पाळी होती बोलण्याची.

'मला माझ्या मुलीला घेऊन जाऊ द्या. मी तिला आठवडाभर आमच्या खेड्यात घेऊन जाते. तिथे तिला विश्रांती मिळेल. तिला बरं वाटायला लागलं की मी तिला पुन्हा इथे घेऊन येईन.'

नेझीहच्या मनात येसिमचा विचार आला. काही लोक असे असतात त्यांना कोणत्याही नव्या गोष्टीची कधीच सवय होऊ शकत नाही. देशाच्या या भागात राहाण्याची सवय अनेकांना अजूनही झालेली नाही हे खरं, पण ती आली तेव्हापासूनच काहीतरी विचित्र आहे तिचं वागणं. डोकं नक्कीच ठिकाणावर नव्हतं तिचं. नाहीतर कोणी असं स्वत:ला संपवण्याचा प्रयत्न का करेल? – त्याच्या मनात आलं.

'तुमचं काय म्हणणं आहे साहेब?'

'कशाबद्दल?'

'मुलीबद्दल, मला तिला घेऊन आठवडाभर खेड्यात जाऊ दे.'

'खेड्यात? यातिर्काला? पण रस्ते बंद आहेत तिथे जाण्याचे.'

'नाही, मी तिला कुरुदेराला घेऊन जाईन.'

नेझीहला हे संभाषण जास्त लांबवण्यात काहीच रस नव्हता. त्याच्या मनात येसिमचाच विचार होता. खरं तर तिच्या स्तनांचा. त्या रात्री त्याने तिच्या स्तनांना स्पर्श केला होता, अजूनही तो विसरला नव्हता. त्या रात्री येसिमच्या खोलीत, तिच्या बिछान्याशेजारच्या खुर्चीत तो बसला होता. त्याने एका हाताने तिचे तोंड दाबले होते आणि दुसऱ्या हाताने तिची छाती. त्या रात्री येसिमच्या डोळ्यांमधे पाहत तो हळू आवाजात म्हणाला होता, 'मी तुला गोळ्या घालू शकतो, तुझं प्रेतही त्यांना सापडणार

नाही!' त्या रात्री भीतीने बर्फगार झालेली येसिम थरथर कापत होती.

त्याच्या मनात त्या अंधाऱ्या खोलीचा विचार होता जेव्हा तो तिच्या तोंडावर झुकत म्हणाला होता, घाबरू नकोस. आत्ता बलात्कार करण्याचा माझा विचार नाहीये. पण येसिम आता गेली होती. आता तो कुणाला स्पर्श करणार? आता कोण शहाण्या मुलीसारखं जाऊन तोंड स्वच्छ धुऊन येणार आणि काहीच झालं नाही असं वागणार? येसिमपेक्षा कोण जास्त घाबरट भेटू शकेल आता? शेवटच्या वर्षात असलेल्या मुली? की त्यांच्यापेक्षा अजून लहान मुली? जवळून नाझनीन गेली. सोनेरी केसांची नाझनीन. का नाही? त्याच्या मनात विचार तरळला. त्याला आता जरा बरं वाटायला लागलं.

'ठीक आहे, जा मुलीला घेऊन. पण ती आठवड्याच्या आत नक्की परत येईल असं बघ.'

'देव तुमचं भलं करो साहेब.'

नेझीहला त्याच्या कपाळाचं कोणी चुंबन घेतलेलं अजिबात आवडत नसे. त्याने सानियेचे खांदे धरून तिला मागे केलं. बाई चांगली आहे दिसायला, त्याच्या मनात आलं, फक्त तिच्या अंगाला येणारा ब्लीचचा वास त्याला आवडला नाही.

***

देर्दाला काहीच कळेना. तिने पुन्हा विचारलं –

'एक पूर्ण आठवडा?'

सानिये खोलीतल्या कपाटातून मुलीच्या वस्तू बाहेर काढून दोन बॅगांमधे भरत होती. तिने देर्दाकडे पाहिलं.

'उपमुख्याध्यापकांनी तशी परवानगी दिली आहे.'

'पण मला शाळेचा अभ्यास आहे.'

सानियेने देर्दाच्या नजरेला नजर भिडवली.

'परत आल्यावर भरून काढता येईल अभ्यास.'

'पण म्हणजे मी आजपासून बरोबर एका आठवड्याने परत येईन ना?'

सानियेने खोलवर देर्दाच्या डोळ्यांमधे पाहिलं.

'हो, मुली, आपण त्या खेड्यात काय करणार याहून जास्त वेळ? मी सुद्धा एकाच आठवड्याची सुट्टी घेतली आहे.'

तुरुंगात जाण्यापेक्षा हे बरं. देर्दाच्या मनात आलं. जेन्दार्मेनी पकडून घेऊन जाण्यापेक्षा हे कितीतरी बरं. तिला शाळेच्या पुस्तकांची आठवण झाली. तिला काही गणितं सोडवायला कठीण जात होती. आता गावाला गेल्यावर खूप वेळ मिळेल त्यांच्यावर विचार करायला.

'थांब, मला वर्गात जाऊन माझी पुस्तकं घेऊन येऊ देत.'

या वेळी सानिये गप्प राहिली. ती जात असताना तिने तिच्याकडे पाहिलं, तिची लांबसडक वेणी पावलागणिक उडत होती, झुलत होती. त्यांना ती नक्की पसंत पडेल. स्वत:शीच बोलत ती हसली.

वर्ग रिकामा होता. देर्दाने तिच्या खणातून वह्या-पुस्तकं बाहेर काढली. काळजीपूर्वक पिशवीत भरली. पुस्तकांच्या पानांचे कोपरे दुमडलेले तिला अजिबात आवडत नसत. गणिताचं पुस्तक ती आत ठेवणार इतक्यात नाझनीन वर्गात आली.

'कुठे चाललीस तू?'

'माझी आई आली आहे, आम्ही आमच्या खेडेगावात चाललो आहोत.' देर्दा म्हणाली. ती नाझनीनसोबत एकटी असली की तिच्या मनात कसलीशी अनामिक भीती दाटून येई आणि कपाळात घण घातल्यासारखं वाटे. मनातली भीती बाहेर दिसू नये म्हणून ती पटापट पिशवी भरायला लागली. आपण त्या नादात पुस्तकांची पानं चुरगाळत आहोत हेही तिच्या लक्षात आलं नाही.

'कधी परत येणार तू?'

'आजपासून एका आठवड्याने.'

नाझनीन विचित्रच वागत होती. नेहमी तिच्या आवाजात असलेल्या दहशतीचा आता मागमूसही नव्हता. एरवी तिच्याशी साधं बोलणंही नाकावर ठोसा मारून घेतल्यासारखं असतं. तिला त्याकरता हाताच्या मुठीचा वापर करायची कधी गरज पडली नव्हती. पण आता ती फक्त पाहत होती. मुकाटपणे. आपल्या ठासून भरलेल्या पिशवीचे बंद आवळण्याचा देर्दा प्रयत्न करत होती, आणि ती ते पाहत होती. नाझनीन पंधरा वर्षांची होती. काही भागांमधे ते वय पंचवीसचं मानलं जातं.

'तू परत येणार आहेस. हो ना?' तिने विचारलं.

तिच्या अशा अचानक आपुलकीला नक्की काय प्रतिसाद द्यावा देर्दाला समजेना. तिच्यासमोर आत्मविश्वासाने बोलण्याचा धीरही अजून तिला कधी झाला नव्हता.

'अर्थातच मी परत येणार आहे. माझी आई म्हणाली आहे तसं. मी पुढच्या आठवड्यात परत येईन.'

देर्दाने पिशवी खांद्याला अडकवली आणि ती जायला लागली. इतक्यात नाझनीनने तिचा जायचा रस्ता अडवला, सहज थप्पड मारू शकेल इतक्या कमी अंतरावर ती उभी राहिली. नाझनीन देर्दाहून उंच होती. आपली मान उंचावत देर्दा तिच्यासमोर उभी राहिली, उंचीची कमी भरून काढण्याकरता. हृदयाचे काही ठोके चुकले. देर्दा नाझनीनकडे पाहात होती आणि नाझनीनला देर्दासारख्या इथून निघून गेलेल्या अनेक मुली दिसत होत्या, ज्यांना कोणालाच माहीत नव्हतं की त्या कधीच परत येणार नाहीत. जेव्हा तिचीही वेळ येईल ती सुद्धा अशीच निघून जाईल, तिच्या काकांच्या मागोमाग चालत, आणि पुन्हा कधीच या शाळेत परतणार नाही. ती निघून जाईल. जाईल आणि कधीही माघारी येणार नाही. नाझनीन मार्गातून बाजूला झाली.

देर्दा निघून गेली. जाताना एकदा तिच्या मनात आलं की मागे वळून निरोपादाखल हात हलवावा. पण त्या विचारानेच तिला भीती वाटली, आपण तसं करू शकणार नाही हे तिला माहीत होतं.

'ए, यातिर्केची पोर!'

देर्दा गोठली. तिने मागे वळून पाहिलं. तिला एक हात दिसला. हवेत हलणारा हात. नाझनीनचा पंजा. निरोपादाखल हलणारा. आणि देर्दा त्या दिवशी पहिल्यांदा हसली, कदाचित त्या आठवड्यात पहिल्यांदा.

साचलेल्या बर्फावरून पाय घसरू नये म्हणून देर्दा लहान पावलं टाकत चालत होती. तिचे पाय खूप दुखत होते, थंडीमुळे कानाच्या पाळ्या लालभडक झाल्या होत्या. आई काहीतरी सांगत होती, तिने ते ऐकण्याचा प्रयत्न केला.

'काय गरज होती ही इतकी पुस्तकं आणायची? बघ, तुला चालताही येत नाही धड.'

'आपण कुरुदेरेला जातो आहोत का?'

'तुझ्या मावशीकडे जातो आहोत आपण. मुबारक खाला आठवते आहे का तुला? तिच्याच घरी जातो आहोत आपण.'

त्यांना मुख्य रस्त्यावर येऊन मग मिनीबस पकडायची होती, डोक्यात गारठा जायच्या आत बस मिळायला हवी होती. अंगात ऊब आणायचा प्रयत्न करण्याकरता सानिये बडबडत होती.

'आज शाळेमधे काय झालं? ते सगळे कशाबद्दल तरी बोलत होते, पण काय ते मला कळलं नाही.'

देर्दा नाकासमोर बघत राहिली. खरं तर तिला आईच्या कुशीत तोंड लपवावंसं वाटत होतं. शरमेने आणि थंडीमुळे.

'आपल्या खेड्यातून आलेली एक मुलगी होती. ती पलंगावरून खाली पडून मेली. जेन्दार्मे आले होते त्याकरता, आणि येसिम टीचर..'

पण जे फक्त अंगात ऊब आणण्याकरता गप्पांचे विषय काढत असतात त्यांना दुसऱ्यांचं ऐकण्यात रस नसतो. सानियेने तोवर आपला एक हात वर उंचावला होता, आणि भिरभिरणाऱ्या पक्ष्याच्या पंखासारखा तो ती हलवत होती, तिथून जाणाऱ्या बसला थांबवण्याचा प्रयत्न करत.

पांढरा दरवाजा उघडला आणि आत बसलेल्यांच्या शरीरांची उब त्यांच्या चेहऱ्याला स्पर्श करून गेली. एक पायरी वर चढून त्या दोघी आतल्या सीटवर बसल्या. ड्रायव्हरने देर्दाचे पैसे मागितले नाहीत त्यामुळे तिला आपल्या आईच्या मांडीवर बसायला लागलं नाही. तो सानियेच्या लांबच्या नात्यातला निघाला. दूरच्या, शेंडा-बुडखा नसलेल्या, एरवी काहीच उपयोग नसलेल्या नातेवाईकांपैकी एक.

त्यांच्या पोषाखाच्या गळ्यावर साचलेला बर्फ वितळून मानेवरून घसरत पाठीवर उतरला. त्या लहानशा बसमधे पंधरा माणसांची गर्दी झाली होती, त्यांच्या एकत्रित गरम श्वासांमुळे निर्माण झालेल्या उबेत त्या दोघी पेंगुळल्या.

त्यांचे डोळे जडावले, पापण्यांच्या केसांवर थिजलेले हिमकण वितळले आणि त्या मऊ झाल्या. देर्दा अगदी पाठीमागे तिच्या आईच्या आणि एका वयस्कर माणसाच्या मधोमध बसली होती. त्यांच्या खांद्याची उशी करून ती लहान मुलगी झोपून गेली. झोपेत ती अजूनच लहान झाली. आणि लहान झाल्यावर तिला भयंकर स्वप्नं पडली. यातिर्केच्या मृत मुलीचं शरीर तिच्या हातांवर होतं, भेदरून रडत असताना तिला जाग आली. जाग आल्यावर तिला काहीच आठवत नव्हतं.

'सिस्टर सानिये!'

ते कुरुदेरेला पोचले होते.

***

कुरुदेरेला गाव म्हणण्याऐवजी एक ओबडधोबड, खाचखळग्यांचा जमिनीचा तुकडा म्हणणे जास्त योग्य ठरेल. उंचवट्यावर असलेल्या लहानशा घरांच्या खिडकीतून धूर बाहेर पडत होता आणि पांढऱ्याशुभ्र आकाशाला मळकट बनवत होता. कुरुदेरेत रस्ते नव्हते, घरांना पत्ते नव्हते. घरं म्हणजे हातांनी उभारलेले झोपडीसारखे निवारे होते. थंडीपासून संरक्षण व्हावे म्हणून एकमेकांना खेटून उभारलेले होते. त्यात कशीबशी का होईना, पण माणसं राहात. अशी एकंदरीत त्रेचाळीस घरं, सगळी एकमेकांच्या जवळ दाटीने उभी. अलिझाम जमातीची ही केन्देर शाखा. तुटून बाजूला पडलेली. निरुपयोगी आणि बिनकामाची. मृत मुंग्यांच्या कलेवरांनी भरलेली वारुळं फक्त तिथे विस्तीर्ण पसरली होती, बाकी काहीही नाही. शेख गाझीने तिथे कधी येण्याचेही कष्ट घेतले नव्हते. एक कोरडा ठणठणीत झरा दिसत होता. इतका कोरडा होता की तिथून तो कधी वाहत असेल असंही वाटत नव्हतं. कदाचित नसेलच वाहत किंवा तिथे आल्यावर झऱ्यानेही आपला प्रवाह बदलून टाकला असावा.

कुरुदेरेमधली लोकं काहीच बोलत नसत. राग आला की गुरगुरणं आणि प्रार्थना करताना पुटपुटणं इतकंच त्यांच्या तोंडातून निघे, बाकी मौन. या व्यतिरिक्त कावळ्यांची अधाशी कावकाव ऐकू येई, आणि कधीतरी मशिदीवरचा कर्णा. 'कुरुदेरेमधे राहाणाऱ्या लोकांनो ऐका, श्रीमंत शेख गाझी होका एफेन्दी गिरिन्ती गावाला भेट देणार आहेत. आपण तिथे जाऊन त्यांचे स्वागत करायचे आहे. उद्या सकाळी नऊ वाजता लहान बसेस त्याकरता रवाना होतील.' मग स्पीकरमधून खरखर आवाज, मधेच इमामाच्या घशातली घुरघुर आणि खोकला. मग पुन्हा शांतता. तिथे जणू काही बाकी कशाचं अस्तित्वच नव्हतं. जणू काही सगळ्यांनी आपले श्वासही रोखून धरले होते. त्रेचाळीस

घरं. प्रत्येक घर तडा गेलेल्या बरणीसारखं. बरणीच्या आत काहीतरी गूढ रसायन भरलेलं आहे.

'दीदी, आम्ही आलो आहोत.'

मुबारकने सानियेकडे पाहिलं आणि देर्दाने मुबारककडे पाहिलं. मुबारक इतकी लठ्ठ होती की तिच्या शरीरामागचा दरवाजाही दिसू शकत नव्हता, त्यात कुरुदेरेच्या घरांचे दरवाजेही इतके कमी उंचीचे की त्यांतून वाकूनच आत जाता यावं. मुबारकच्या मागून कोणीतरी डोकावलं. देर्दाच्या वयाचीच एक मुलगी, उंचीला ती मुबारकच्या छातीपर्यंत येत होती, ती बाहेर आली.

'काय प्रकार आहे हा सानिये?' मुबारकने विचारलं, किंवा खरं तर ती गुरगुरलीच.

'आम्हांला आत नाही का बोलावणार तू? आत येऊ दे आम्हांला म्हणजे बसून बोलता येईल.'

दरवाजा सरकावा तशी मुबारक बाजूला झाली आणि मग त्या चौघी शाकारलेल्या घराच्या उंचवट्यात शिरल्या. जिवंतपणी स्वत:ला पुरून घ्यावं तसं.

'ही खूपच मोठी झाली की!' सानियेने फाहिमाच्या डोक्यावर थोपटलं. ती मुबारकची सर्वांत लहान मुलगी.

'अकरा वर्षांची आहे ती,' मुबारक म्हणाली.

'देर्दाही अकराची आहे.'

मुबारक थेट मुद्द्यावर आली.

'इकडे कशाकरता आली आहेस तू सानिये?'

सानिये तयारच होती. बसमधे बसल्या बसल्याच तिने काय बोलायचं यावर विचार करून ठेवला होता.

'शिक्षकांच्या त्या घरातून त्यांनी मला बाहेर हाकललं. आणि ही आजारी आहे. मी दुसरीकडे कुठे जाणार अजून, कोण आहे माझं तुझ्याशिवाय?'

मुबारकचंही उत्तर तयारच होतं. पण गेली अनेक वर्षं तेच तेच बोलल्यामुळे त्यातली धार आता कमी झाली होती.

'याचा विचार तू आधीच करायला हवा होतास, त्या यातिर्केच्या माणसाशी लग्न करण्याच्या आधी. आहे कुठे तो कुत्रा आता, काही खबर?'

'नाही दीदी, काही खबर नाही, काहीच नाही. मेला असेल तर बरं.'

'इन्शाल्ला!'

दोघी थोडा वेळ गप्प बसून राहिल्या. एकमेकींकडे पाहत. फाहिमा बारकाईने निरीक्षण करत होती. तिने आधी सानियेकडे आणि मग देर्दाकडे पाहिलं. दोन जनावरं एकमेकांना निरखून पाहातात, तसं त्या एकमेकींकडे पाहत होत्या, इतक्यात चहा तयार झाला.

फाहिमा चहा ओतत असताना मुबारकने पायांची घडी बदलली, एकाच पायावर

भार देऊन बसल्याने त्याला मुंग्या आल्या होत्या. ती म्हणाली,

'एब्केत घरी येईपर्यंत आपण थांबू या. कदाचित् शिक्षकघरामधल्या कोणाला तो ओळखतही असेल.'

सानियेने चहाच्या कपाभोवती हात शेकत बसलेल्या फाहिमाकडे बघितलं.

'फाहिमा, देर्दाला घेऊन जा गाव दाखवायला.'

फाहिमाने आईकडे बघितलं. तिने होकारार्थी मान हलवल्यावर ती दरवाजा उघडायला गेली. तिच्या मागोमाग देर्दा गेली. त्यांच्यामागे दरवाजा बंद झाल्यावर सानियेने बोलायला सुरुवात केली.

'मला तिचं लग्न लावून द्यायचं आहे. तुझ्या ओळखीत कोणी आहे का? त्याकरताच मी तिला इथे घेऊन आले आहे.'

मुबारकला एवढ्या मोठ्याने हसू फुटलं की तिचा जबडा उघडा पडला. आता ती पाणघोड्यासारखी दिसत होती. मग तोंड बंद करून ती म्हणाली – 'म्हणजे? आधी तू मुलीला शाळेत पाठवलंस, आणि आता तुला तिच्याकरता नवरा शोधायचा आहे! शाळेत गेलेल्या मुलीला कोण स्वीकारणार? बिचारी पोर, काय उपयोग आता तिचा?'

सानियेने यावर आधीच विचार केला होता ती काय करू शकणार त्या बाबतीत? त्यांच्याजवळ काहीच नव्हतं. सरकारी शाळेत मुलीला पाठवण्यावाचून दुसरा मार्गच शिल्लक नव्हता. राहण्या-जेवण्याची सोय असलेली निवासी शाळा होती ती. तिला स्वत:ला मुलीचं पालनपोषण करता आलं असतं तर कशाला सरकारच्या स्वाधीन केलं असतं तिने तिला?

'मी काय करणार दीदी? तिला तिकडे पाठवण्यावाचून दुसरा काही मार्गच नव्हता माझ्याकडे. पण आता संपलं ते. तिला मी परत आणलं आहे. आता पुन्हा ती शाळेत जाणार नाही. इकडे काय परिस्थिती आहे? कोणी आहे का योग्य, जवळ पैसाअडका असलेला?'

मुबारक सतरंज्यांनी झाकलेल्या भिंतीला रेलून टेकून बसली. छताकडे नजर लावून तिने विचार केला. एब्केतला सानिये हवीशी वाटली तर काय होईल, जर सानिये इथेच कायम राहिली तर काय होईल, या सगळ्यावर तिने विचार केला. दुसरीकडे कुठे जाण्याकरता सानियेकडे पैसेच नसतील तर काय करणार ती तरी, तिच्या मनात आलं. देर्दाकरता कोणी प्रतिष्ठित नवरा बघून देता आला तर सानियेला तिची चांगली किंमत मिळेल आणि मग ती इथून निघून जाऊ शकेल. विचार करून झाल्यावर मग मुबारकने तोंड उघडलं आणि छताकडे बघताना तिला सुचलेला प्रत्येक मुद्दा तिने बोलून टाकला.

देर्दाच्या कोटाखालून तिच्या शाळेच्या गणवेशाची कडा बाहेर लोंबत असलेली फाहिमाला दिसली. तो रंग तिच्या चांगलाच ओळखीचा होता. शाळेचा रंग.

'तुला वाचता येतं का?'

देर्दाने थोडासा बर्फ आपल्या हातात उचलून घेतला. दाबून त्याचा चेंडू बनवला आणि दोन घरांच्या उंचवट्याच्या मधोमध फेकला.

'अर्थातच मला वाचता येतं. मी पाचव्या वर्षात शिकते आहे. तू नाही का जात शाळेत?'

फाहिमा आपल्या रबरी बुटांच्या तळव्याला चिकटलेला बर्फ झाडाच्या तुटक्या फांदीने खरवडून काढण्याचा प्रयत्न करत होती.

'नाही.'

दोघी गप्प झाल्या. त्यानंतर दोघींमधे बोलण्यासारखे काहीच शिल्लक नव्हते.

'तुला काय वाटतं, हे शक्य होईल?'

सानिये उत्तेजित झाली होती. तिला आता खरोखरीचं एक घर, काही गुरं नजरेसमोर दिसायला लागली होती.

'नक्कीच शक्य होईल. थोड्याच आठवड्यांत वसंत ऋतू येईल. ते सगळेच येतील इथे. शेख गाझीच्या हाताचं चुंबन घेण्याकरता ते येतात.'

सानिये अजूनच उत्तेजित झाली.

'म्हणजे ते खरंच इतक्या लांबवरून येतात?'

'अर्थातच येतात. तू फक्त धीर धर थोडा. ते खेड्यांमधून मुली मिळवतात आणि मग निघून जातात. खूप पैसा देतात ते. पण मला एक सांग, समजा तुला पैसा मिळाला, तर तू काय करशील त्याचं?'

'मला माफ कर दीदी, पण मी इथे काही राहणार नाही.'

बहीण आल्यापासून मुबारकला पहिल्यांदाच इतका आनंद झाला. तिला इतका आनंद झाला की तिने जागेवरून उठून स्वत: सानियेचा रिकामा झालेला कप चहाने भरला.

'मी तोमुर्कूकला जाईन.. गुरं.. घर.. छान जागा आहे ती..'

मुबारकला काही ऐकू येत नव्हतं. बाकी कशामधेच तिला रस नव्हता.

***

एब्केतने सिगारेटचा पहिला झुरका खोलवर ओढून घेत आलेल्या पाहुण्यांचं काळजीपूर्वक निरीक्षण केलं. खोलीच्या एका अंधारलेल्या कोपऱ्यात मुबारक आणि सानिये झुरळांसारख्या बसल्या होत्या, एकमेकींशी कुजबुजत. देर्दा फाहिमाला तिचं नाव कसं लिहायचं ते शिकवत होती. आता कशाला आली आहे ह्यांची पीडा, एब्केतच्या मनात विचार येत होता. खाणारी दोन तोंडं अजून वाढली. स्वत:चं पोट

भरण्याइतकं जेमतेम कमावत होता तो. आता या दोघी काय खाणार, ही बाई आणि तिची ती बिनाबापाची औलाद? त्यांना जर घराबाहेर हाकलून दिलं तर खेड्यातल्या लोकांसमोर त्याची इज्जत कमी होईल. शेख गाझी काय म्हणाला होता? ज्यांच्या डोक्यावर बापाचं छत्र नाही त्यांचा तू बाप बन. पण कसं? खाण्याच्या वस्तू विकण्याचं त्याचं दुकान धड चालत नव्हतं. जेन्दार्मेनी चोरट्या आयातीच्या सिगारेटवर जप्ती आणायला सुरुवात केल्यापासून दुकानाची विक्री खालावली होती. खेड्यात कुणाचाच धंदा नीट चालत नव्हता. हैराण होत तो जागेवरून उठून उभा राहिला. सगळे गप्प झाले – मुबारक सोडून.

'काही पाहिजे का तुम्हाला?'

'चल माझ्याबरोबर.'

मुबारक तिच्या नवऱ्याच्या मागोमाग गेली. घरातून बाहेर पडत ते बाहेरच्या थंडीत जाऊन उभे राहिले. एब्केतने ओठातल्या सिगारेटवरच दुसरी पेटवली.

'कधी जाणार आहेत त्या?'

'मला त्यांच्याबद्दलच तुमच्याशी बोलायचंय,' मुबारक म्हणाली. 'सानियेला देर्दाचं लग्न करायचं आहे. जर तुम्ही शेख गाझीच्या मुलाच्या कानावर ही गोष्ट घातली तर? काहीतरी नक्कीच होऊ शकेल.'

एब्केतने घशामधे धूर कोंडून धरला आणि अंधारात मुबारकच्या चेहऱ्याकडे पाहिलं. अल्लाचं त्याच्याकडे लक्ष होतं! तोंडातून बाहेर पडणाऱ्या धुरासोबत त्याने मनातली सगळी चिंताही बाहेर ढकलून दिली.

'ठीक आहे, मी बोलतो त्याच्याशी. किती वर्षांची आहे ती?'

'अकरा.' मुबारक म्हणाली.

'माशाल्ला.' एब्केत उद्गारला.

गिरिन्ती गावात जायचा रस्ता गाड्यांनी फुलून गेला होता. शेख गाझीला पाहायला सगळीकडून लोकांच्या झुंडी लोटल्या होत्या. गावातल्या चौकात जमून लोक वयाने ज्येष्ठ असलेल्यांच्या हातांचे चुंबन घेत, एकमेकांमधे सिगारेटची देवाणघेवाण करत उभे होते. जेमतेम गप्पा मारून झाल्या आणि इतक्यात एक सहा वर्षांचा मुलगा ओरडलाच –

'आले ते इथे!'

नेहमीच्या कारपेक्षा दुप्पट लांबी असलेल्या चार गाड्यांचा जत्था गावात येऊन थांबला. लोकांनी गाड्यांभोवती गर्दी केली. गावकऱ्यांनी आधीच आपापसात बोलून ठरवले होते की कोणी पहिल्यांदा गाझीच्या पावलांचे चुंबन घ्यायचे. निवड झालेले लोक दरवाजा उघडायची वाट पाहत उभे होते. कोणत्या गाडीमधे शेख गाझी बसला आहे? कोण तो भाग्यवान असेल, ज्याला त्याच्या पावलांचे चुंबन घेण्याचा पहिला

मान मिळेल? कोणता दरवाजा उघडून तो बाहेर पडेल? काळ्या काचांच्या आतलं कोणालाही काही ढिम्म दिसत नव्हतं!

आणि एब्केतच्या तोंडून चीत्कार उमटला, 'अल्लाह!' गाझीच्या पायाचं चुंबन घेण्याकरता खोळंबून उभ्या असलेल्या बाकी सगळ्यांनी मत्सराने आंधळं होऊन त्याच्याकडे त्वेषपूर्ण नजरेनं पाहिलं. त्या क्षणी ते उघडलेल्या दरवाजाच्या आतून बाहेर पाऊल ठेवणाऱ्या व्यक्तीबद्दलही साफ विसरून गेले. शेख गाझी गाडीतून सावकाश बाहेर उतरला. नाही म्हटलं तरी एक्याऐंशी वर्षांचा होता तो. त्याची पावलं आधी बाहेर आली, आणि त्यांचा जमिनीला स्पर्श व्हायच्या आतच एब्केतने त्यांना वरच्यावर झेललं, त्यांचं चुंबन घेतलं. खरं तर त्याला धड दिसतही नव्हतं तो कशाचं नेमकं चुंबन घेतो आहे, शेखच्या झग्याच्या किनारीचं की त्याच्या पादत्राणांच्या चामड्याचं. मग त्याला डोक्यावर हाताचा स्पर्श जाणवला. शेख गाझीचा हात. एब्केत अजूनही झुकलेलाच होता. तो वृद्ध शेख त्याच्या डोक्याचा काठीसारखा आधार घेऊन गाडीतून बाहेर पडला. एब्केतचं कर्तव्य अजून संपलं नव्हतं. त्याने उभं राहत शेख गाझीचे हात आपल्या हातात घेतले, आपल्या कपाळावर ते टेकवण्याआधी त्याने त्या हातांवर आपले ओठ टेकवले. दोन्ही हातांवर. त्याच्या डोळ्यांमधून अश्रू वाहत होते. पुन्हा एकदा अल्लाहने त्याच्या या गरीब बंद्यावर मेहेरबानी केली होती! त्याला माहीत होतं की सगळेजण त्याच्याकडेच बघताहेत. आपण त्याच्या जागी असायला हवे होतो ही इच्छा प्रत्येकाच्या मनात होती. सगळी अलीझाम जमात, हिकमत तारिकत जमात, सगळे मनात ही एकच इच्छा बाळगून होते. दोन कृश हात पुढे आले, त्याच्या गालांना स्पर्श करून त्यांनी त्याचं डोकं वर उचललं. आणि मग त्याची नजर शेख गाझीच्या दृष्टीला भिडली. काही क्षण काळही थांबला. मग त्या हातांनी एब्केतचं डोकं खाली वाकवलं आणि शेख गाझीच्या ओठांचा स्पर्श त्याच्या कपाळाला झाला. एब्केतच्या भुवयांवर गुलाबाच्या पाकळ्या उमलल्या.

गिदो आगा, एकसष्ट वर्षांचा होता, अलीझाम जमातीचा प्रमुख. इराणच्या हद्दीतून त्याच्या जमातीने चोरट्या आयातीद्वारे आणलेल्या डिझेल तेलाचा मोठा हिस्सा त्याच्या ताब्यात होता. त्याचा शेख गाझीवर विश्वास नव्हता, तरीही त्याला त्या खडूस म्हाताऱ्याला सहन करावे लागणारच होते. अलीझाम जमात म्हणजे सरकारी खर्चावर पोसलेल्या सैन्यातल्या माणसांचा जमाव. पाच वर्षं त्यांनी त्यात काम केलं आणि मग मोर्चा बदलून ते सरकारविरोधी कारवाई करणाऱ्या दहशतवादी पथकात सामील झाले. बदलत्या राजकीय रंगानुसार त्यांनी आपली बाजू बदलली. गिदो आगा त्यांचा म्होरक्या. दहा घरांइतक्या प्रशस्त हवेलीत तो राहत होता. त्या प्रदेशातल्या रीतीनुसार त्याच्याही हवेलीत एक खोली महत्त्वाच्या पाहुण्यांकरता राखून ठेवलेली होती. शेख गाझी त्या खोलीत कधीच निद्राधीन झाला होता. अंगावरचा पांढराशुभ्र पायघोळ झगा आणि डोक्यावरचं शिरस्त्राण तसंच होतं. खूप वृद्ध झाला होता तो.

क्वचितच काही बोले, त्याला ऐकूही कमी येई. त्याचं अस्तित्व आता झेंड्यासारखं होतं. अशा गावांच्या भेटींदरम्यान त्याला महत्त्वपूर्ण जागी स्थान असे, जमलेल्या सर्व लोकांना दिसेल असा मध्यवर्ती केंद्रबिंदू पाहून त्याला मिरवले जाई. शेख गाझी जेव्हा असा गर्दीमधे झुलत असे, त्या वेळी त्याचा मुलगा हिदिर अरिफ तारिकतचं कामकाज पार पाडे.

खोलीत तय्यार एकटाच उभा होता. ज्यूडोमधे प्राविण्य मिळवलेला तय्यार. त्याच्या शरीरात हाडं आणि मांस नव्हतंच, फक्त पिळदार स्नायू होते. शेख गाझीच्या मागे तो उभा होता, त्याच्या डोळ्यांच्या जागी जणू दोन कॅमेरे बसवलेले होते आणि ते प्रत्येक बारीकसारीक हालचाल टिपून घेत होते. त्याची नजर इतकी तीक्ष्ण आणि एकाग्र झाली होती की हवेतले धूलिकणही त्या नजरेतून सुटत नव्हते. सहा फूट चार इंच उंची आणि वजन दोनशे पौंडांपेक्षाही जास्त. अंगावरच्या पायघोळ झग्यातून त्याचे बलिष्ठ दंड बाहेर डोकावत होते. त्याचं कपाळ चेहऱ्याच्या मानाने फारच चिंचोळं होतं. नाक पसरट, रुंदावलेलं आणि बोटं जाडजूड, जणू बंदुकीच्या नळ्या. आपले हात झग्याच्या बंदाखाली तो दुमडून घेई. शेख गाझीचा हा दत्तक मुलगा. वयाच्या सातव्या वर्षापासून त्याच्यासोबत राहत होता. जन्माने पॅलेस्टिनी होता. त्याची आई, वडील आणि चार बहिणी इस्त्रायली बॉम्बच्या वर्षावात ठार झाले होते. त्या सहा दिवसांच्या युद्धादरम्यान परागंदा झालेल्या तीन दशलक्ष पॅलेस्टिनींसोबत जेव्हा तोही निसटून जात होता तेव्हा हिकमत तारिकतच्या सदस्यांनी त्याला सरहद्द पार करून तुर्कस्तानात घुसायला मदत केली आणि त्याची शेख गाझीसोबत भेट घालून दिली. शेख त्या मुलाच्या गडद झाकोळलेल्या सहा वर्षं वयाच्या डोळ्यांकडे पाहून व्याकुळ झाला आणि म्हणाला,' जितकं रडायचं आहे तितकं आत्ताच रडून घे मुला, पुन्हा कधीही तुझ्या डोळ्यांमधे मी अश्रू येऊ देणार नाही.'

त्या दिवसानंतर तो शेख गाझीच्या छत्रछायेखाली वाढू लागला. त्याच्या मानलेल्या पित्याचे डोळे, तोंड, हात सगळं तोच बनला. त्याच्यासोबत तो देशातलं प्रत्येक गाव, शहर फिरत होता, शेख गाझीने उच्चारलेले शब्द तो हिकमत तारिकतच्या सदस्यांच्या कानावर घालत होता, त्याचे आदेश पोचवत होता, त्याला काय हवं आहे हे समजावून सांगत होता. वर्षं उलटत गेली तसा शेख गाझी जास्तीत जास्त अंतर्मुख बनत गेला, आणि आता तय्यारच त्या वृद्धाचा संदेशदूत बनला. जगभर प्रवास करत, पुन्हा कधीही डोळ्यातून अश्रू न काढता तो सोबत करत होता.

त्या भागातल्या इतर धार्मिक जमातींपेक्षा हिकमत तारिकत वेगळी होती कारण त्यांच्या शेखला स्वत:चं घर नव्हतं. तो बेघर होता. हिकमत तारिकतच्या सदस्यांना स्वत:चा खास मदरसा नव्हता किंवा कुठल्याही फकिराची धर्मशाळा त्यांनी वहिवाटीने आपल्या मालकीची बनवली नव्हती. त्यांचा बेघर शेख जगात एक निर्वासित म्हणून जन्माला आला होता आणि मरतानाही तो तसाच असणार होता. त्याचे स्वत:च्या

मालकीचे एकही घर नव्हते आणि तो कुठल्याही ठिकाणचा अधिकृत रहिवासी नव्हता. आपल्या एका अनुयायाच्या घरातून तो दर तीन महिन्यांनी दुसऱ्या अनुयायाच्या घरी राहायला जात असे, ते देतील त्यावर गुजराण करत असे. हिकमत तारिकत संघटनेचं आधारभूत तत्त्वच मुळी बेघर, निर्वासितपणा हे होतं. त्यांच्या दृष्टीने राज्यांच्या मधे असणाऱ्या सरहद्दी म्हणजे केवळ काल्पनिक रेषा. राष्ट्र–राज्य संकल्पनेवर त्यांचा विश्वास नव्हता. जगात श्रद्धाळू आणि अश्रद्धाळू अशा दोनच जमाती असतात असं ते मानत. त्यांच्या संघटनेचे सदस्य जगभर होते. तेही बेघर होते. अर्थात बेघर असणे म्हणजे स्वत:च्या नावावर कोणताही जमीनजुमला नसणे असा होत नसतोच हिदिर अरिफच्या नावाने काही कमी करारपत्रे झाली नव्हती. हिदिर अरिफ इस्तंबूलमधे राहत होता, पण काही काळ लंडनमधेही काढत होता, आपल्या वडिलांच्या मृत्यूची वाट पाहत. वर्षातला बहुतेक काळ जेव्हा तो इस्तंबूलमधे असे तेव्हा शेजारच्या खेमेन्दागमधे राही. शेजारच्या गावातल्या दोनशे सव्वीस इमारतींपैकी दोनशे एकवीस त्याच्या मालकीच्या होत्या. उरलेल्या पाच इमारतींचे बांधकाम नगरपालिकेच्या परवानगीवाचून बेकायदेशीररीत्या झाले होते. त्याची योजना होती की नगरपालिकेवर दबाव आणून त्या पाच इमारती लवकरात लवकर जमीनदोस्त करायच्या. खेमेन्दागमधे एक मशीदही होती. हिदिर अरिफने आटोकाट प्रयत्न करून ती मशीद हिकमत तारिकतच्या सदस्यांपर्यंत पोचणार नाही याची खात्री करून घेतली होती. एक नक्की की बाकी कशाहीपेक्षा हिदिर अरिफ आधी एक उत्तम व्यावसायिक होता. असा एक व्यावसायिक ज्याच्या मालकीची लंडनमधे मोठी सुपरमार्केट साखळी होती, आणि हॅमबुर्गमधे त्याच्या मालकीचं मोठं पशुधन होतं. इस्तंबूलमधले बांधकाम प्रकल्प त्याच्या हाताखाली चालत होते. तो उद्योगांमधे खूपच गर्क होऊन गेला होता. त्यामुळे जेव्हा हातातले महत्त्वाचे काम तसेच टाकून त्याला ऐन वेळी आपल्या वडिलांना सोबत करत खेड्यापाड्यांमधून सर्कशीतल्या प्राण्याप्रमाणे फिरायला लागे तेव्हा त्याचा संतापाने तीळपापड होई. पण त्या सगळ्या श्रद्धावंतांना त्यांचा झेंडा जोवर त्यांच्या मधोमध फडकताना दिसत नसे, तोवर त्यांच्या जिवाला स्वस्थता नसे. ते असे अस्वस्थ झाले की हिदिर अरिफकडे येऊन तक्रारी करत. 'आम्ही शेवटचा हप्ताही भरला आहे, पण आमची घरं अजून बांधून पूर्ण झालेली नाहीत.' ते सतत तक्रारी सांगत राहत. न संपणाऱ्या तक्रारी. एब्केतसारखा माणूस, जो आता त्याच्यासमोर झुकून उभा होता, तोही त्याला त्रास देण्यात मागे नव्हता. काय हवं होतं या मूर्खाला आता?

'माझ्याकडे एक मुलगी आहे, माझी भाची. ती अकरा वर्षांची आहे. योग्य वयाची..'

'तुझ्याकडे तिचं छायाचित्र आहे का?' हिदिर अरिफने विचारलं.

आपल्या मनातल्या काळजीमधे पूर्ण बुडून गेलेल्या एब्केतच्या कानांवर ते शब्द नीट पडले नाहीत, त्याला काही समजलं नाही.

'काय?'

हिदिर अरिफने सुस्कारा टाकला आणि पुन्हा तोच प्रश्न विचारला; व्यावसायिकाला सहनशक्ती सोडून चालत नाही.

'तिचा फोटो काढ आणि माझ्याकडे पाठवून दे. आम्ही बघू काय करता येईल.'

'अल्ला तुम्हाला दीर्घायू करो, तुमच्यावर यशाची बरसात..'

'ठीक आहे, मग' हिदिरने त्याचा निरोप घेतला आणि खोलीतल्या सर्वांवरून नजर फिरवली. गिदो आगाच्या चेहऱ्यावरील सुरकुत्या त्याला दिसल्या, सुरीच्या घावासारख्या खोल. आपल्या वडिलांच्या ओठांवरून गळत असलेली लाळही त्याला दिसली. आपल्या समोर माना झुकवून उभ्या राहिलेल्या लोकांवरून त्याने नजर फिरवली. एकमेकांच्या कानांमधे ते कुजबुजत होते. हिदिर चव्वेचाळीस वर्षांचा होता. त्याला तीन बायका आणि आठ मुलं होती. प्रिन्स्टन विद्यापीठातून त्याने अर्थशास्त्राची पदवी मिळवली होती. सोळा वर्षांपूर्वी तो अमेरिकेत जाण्याकरता निघाला होता, तुर्कस्तानात पुन्हा कधीही पाऊल ठेवायचे नाही असा निश्चय करून. कशाला यायचं परत? गिरिन्तीसारख्या घाणीने भरलेल्या खेड्यात या नालायक, निकम्म्या गिदो आगाच्या शेजारी बसण्याकरता? हे त्याच्यासारख्याकरता नाही– खेडं, खेडवळ माणसं. मी सगळा पैसाअडका लंडनला हलवीन आणि इथे पुन्हा कधीही परतणार नाही, त्याने मनाशी विचार केला. त्याच्या नजरेसमोर लंडनला थेम्सच्या काठावर असलेल्या त्याच्या ऑफिसमधून दिसणारं दृश्य तरळलं आणि त्याच्या चेहऱ्यावर हसू उमटलं. गिदोच्या ते लक्षात आलं आणि त्याने हिदिर अरिफच्या गुडघ्यांवर एक मैत्रीपूर्ण पण मजबूत थाप हाणली.

फाहिमा आपला चेहरा ओंजळीत धरून जमिनीवर गुडघ्यांमधे वाकून उभी राहिली होती. ओठ चावत ती देर्दाकडे पाहत होती, तिचा फोटो काढला जात असताना. मत्सर करून करून आता तिला थकवा आणि कंटाळा आला होता. बघत राहण्यावाचून तिच्याकडे दुसरा पर्याय नव्हता आणि आयुष्यभर तेच करत राहण्याची सवय करून घेणे तिला भाग होते. तेच तिच्या नशिबात होते. स्वतःचं डोकं फिरवून घेईपर्यंत ती बघत राहणार, वेड लागून मृत्यू येईपर्यंत ती बघत राहणार. इतर सगळ्या खेड्यांतल्या मुलींप्रमाणे फाहिमाकडेही फक्त दोन डोळे होते, जन्मल्यावर उघडलेले आणि मेल्यावर मिटणारे. तिचं तोंड, तिचा आवाज या कशाला काहीच अर्थ नव्हता, त्यांचा काहीही उपयोग नव्हता.

आजूबाजूला कोणीच नाही याची खात्री करून घेतल्यावर एब्केत म्हणाला, 'तुझ्या डोक्यावर काहीच ठेवू नकोस.' देर्दाने डोक्यावरचा काळा दुपट्टा सोडवला आणि आपल्या गळ्याभोवती गुंडाळी करून ठेवला. काळ्याभोर केसांची लांबलचक वेणी देखण्या सर्पाप्रमाणे तिच्या पाठीवर सळसळली. एब्केतने परदेशी वस्तू मिळणाऱ्या

गावातल्या एकमेव दुकानातून हा कॅमेरा विकत आणला होता आणि त्यांनी बजावले होते – 'पुरेसा प्रकाश असायलाच हवा– प्रकाशाशिवाय हा कॅमेरा चालणार नाही.' आता या ढगाळ हवेत एब्केतने त्याच्या परीने पुष्कळ प्रयत्न करून देर्दाचा चेहरा उजेडाच्या दिशेने धरून पुरेसा प्रकाश मिळवला होता. तसं करताना त्याच्या मनात विचार होता, हिच्या खरेदीदाराकडून या कॅमेऱ्याची किंमत कशी वसूल करता येईल? त्याच्याकडून फक्त कॅमेऱ्याच्या किमतीचेच पैसे घ्यायचे नाहीत, तर एका अकरा वर्षांच्या मुलीचे डोके निर्वस्त्र केल्याच्या पापात सहभागी होण्याची किंमतही त्यालाच चुकवावी लागेल. याचाच अर्थ अजून जास्त पैसे.

आपला फोटो काढून घेण्याची देर्दाची ही पहिलीच वेळ, तिला समजत नव्हतं आपण हसायला हवं की नाही! मनातून आपण हसावं असं तिला खूप वाटत होतं त्यामुळे शेवटी तिच्या चेहऱ्यावर हसू आलंच. आणि एब्केतने ते सहन न होऊन तिच्या गालावर चापटी मारली.

'मला अजून पापी बनवते आहेस तू! आता नीघ. जा आतमधे!' फाहिमलाही न राहवून हसू फुटले, तेव्हा तो तिच्यावरही खेकसला, 'तू सुद्धा जा!'

मुली पटकन दरवाजामागे जाउन दिसेनाशा झाल्या. एब्केत कॅमेरा हातात उलटापालटा करत स्वत:शीच बडबडत होता –

'आता बंद कसा करायचा हा डबा?'

छायाचित्र घेणं म्हणजे पाप आहे असं समजण्याचा काळ मागे पडून खूप काळ लोटला होता.

***

'आता अजून रडू नकोस. तुला दिसत नाही का मी सुद्धा आजारी आहे. पण तुला काय म्हणा त्याची पर्वा. घे, हे सूप पी थोडं. शांत हो पाहू आता.'

सानियेने सुपाची बशी देर्दाजवळ ठेवली आणि ती खोलीतून बाहेर पडली. बाहेर मुबारक चुलीतल्या राखेमधे बटाटे पुरून ठेवत होती. तिला म्हणाली, 'मुलगी खूपच आजारी पडली आहे.'

'होईल तिला सवय हळू हळू.'

'इतकी बारीक झाली आहे, मरून जाईल ती अशाने. काहीही खात नाहीये.'

'खाईल ती, तिला खायलाच लागेल. आता फारसा वेळ नाही उरलेला तसाही. ते पुढच्या आठवड्यात इथे येतील. आणि मग तुला थोडी स्वस्थता मिळेल..' 'आणि मलाही..' हे पुढचे शब्द तिने मनातच गिळले.

छायाचित्र काढून आता महिना झाला. वसंत ऋतू आला होता. बर्फ वितळत

होता, गावाच्या आजूबाजूची जमीन उघडी दिसायला लागली होती. एका सकाळी देर्दाला जाग आली तेव्हा तिच्या लक्षात आलं की या वेळी आपण शाळेत असायला हवं होतं; तिथे परतायला हवं. पटकन उठून तिने आपल्या सगळ्या वस्तू गोळा केल्या, आवरलं आणि आईला जाग कधी येते याची वाट पाहत ती बसून राहिली. एक तासभर. त्या तासाभरात तिच्या मनात यातिर्काच्या मुलीचा विचार आला, तिच्या शिक्षिकेचा– येसिमचा आला, आणि तिला नाझनीन आठवली, तिने जाताना हलवलेला हात आठवला. या वेळी तिला घशाशी दाटून आलेला हुंदका आवरणं जमेना. पण तिला लगेचच आपल्यावर ताबा मिळवायला लागला कारण सानियेला जाग आली होती, आणि ती तिच्याकडे बघत होती. 'कुठे चालली आहेस तू नक्की?' तिने फटकन् विचारलं. 'आपल्याला शाळेत नाही का जायचं परत?' तिला आपण मरून गेलो आहोत असं क्षणभर वाटलं, कारण सानिये म्हणाली, 'तू पुन्हा शाळेत जाणार नाही आहेस.'

सानिये उठून उभी राहिली. 'मला बघू दे तिचं काय चाललं आहे ते.' ती देर्दाच्या खोलीत गेली. सुपाची बशी रिकामी झालेली पाहून ती खूश झाली. तिची बाळी आता उपाशी राहून मरणार नव्हती. पण इतक्यात तिला भिंतीवरचा डाग दिसला. ओला ओघळ. देर्दाने सूप भिंतीवर फेकून दिलं होतं. तिने आपल्या उलट्या हाताचा एक फटकारा देर्दाच्या चेहऱ्यावर मारला. आता देर्दाला डांबून ठेवलं गेलं. खोलीच्या एका कोपऱ्यात मान खाली खुपसून घेत ती बसून राहिली. तिच्या पायाच्या घोट्याभोवती लोखंडी कडं अडकवलं गेलं आणि एका लोखंडी साखळीला ते बांधून ठेवलं. ती साखळी भिंतीत मारलेल्या एका खिळ्याला ठोकून बसवली होती.

देर्दाने चार वेळा पळून जायचा प्रयत्न केला. पण प्रत्येक वेळी ती त्यांच्या हातात सापडली. सगळ्यांना तिच्या त्रास देण्याचा कंटाळा आला होता त्यामुळे त्यांनी आता तिला भिंतीला साखळदंडाने जखडून ठेवले. आपलं लग्न लावून देणार असल्याचं तिच्या कानावर आलं. त्यामुळे फातिहिमला तिचा मत्सर वाटायला आणखी एक कारण मिळालं. देर्दा लग्नानंतर कुठे राहायला जाणार ते कळल्यावर तिने तिचे ओठ आणखीनच जोरात चावले होते. अर्थात ती जागा नेमकी कुठे आहे हे जरी तिला ठाऊक नव्हतं तरी त्यामुळे काही फरक पडत नव्हता. ती जागा या जागेपासून दूर आहे एवढंच पुरेसं होतं.

देर्दावर हात उगारल्याचं सानियेला दुःख होत होतं. आपल्याजवळ जेमतेम एक आठवडा आहे तिची तयारी करून घेण्याकरता याची तिला जाणीव होती. नवऱ्यासमोर तिने असा काही तमाशा केला तर ते तिला परत पाठवून देतील याचीही तिला कल्पना होती. ती मुलीजवळ जाऊन बसली आणि तिने तिला मिठीत घेतलं.

'घाबरू नकोस पोरी, माझ्या मनात फक्त तुझ्या भल्याचेच विचार आहेत. तुझं

चांगलं व्हावं असं मला वाटतं. आपण कशा परिस्थितीत आहोत तुला माहीत आहे. मी कशी तुझ्याकडे लक्ष देऊ शकणार? माझंही लग्न मी तुझ्या वयाची होते तेव्हाच झालं होतं.'

अर्थात ती खोटं बोलत होती– तिचं लग्न तेराव्या वर्षी झालं होतं.

'अम्मी,' देर्दा म्हणाली, 'मला कधीच तुला पुन्हा भेटता येणार नाही.'

'खोटं आहे ते. मी तुला भेटायला येत राहीन. आधी तू जा, मग मी तुला भेटायला नंतर लगेच येईन.'

ती खरं बोलत होती. निदान तिला तसं वाटत होतं, कारण तिच्याकडे अल्पजीवी, पण ज्याची लगेच बाधा होते अशी मानवी संवेदना होती, जिला आशा असं म्हणतात.

दोघी गळ्यात गळे घालून रडल्या. त्या रडण्याचा उपयोग झाला. देर्दाने तिला दिलेली दुसरी सूपची बशी भिंतीवर फेकून दिली नाही. तिने थोडा पावही खाल्ला. मुबारक बरोबर म्हणत होती. मुलगी तडजोड करायला शिकत होती. जगातल्या प्रत्येक व्यक्तीप्रमाणेच, त्यांना माहीत असतं की ते मरणार आहेत, तरीही ते जगत राहतात, दैवाशी तडजोड करत.

दुसऱ्या दिवशी देर्दाच्या पायातली साखळी सोडवली गेली आणि तिच्या घोट्यांवर उमटलेले वळ त्यावर मलम लावून बरे केले गेले. दोन दिवसांनी मुबारकने तिचं माप घेतलं आणि तिच्याकरता एब्केतने विकत आणलेल्या गडद लाल रंगाच्या कापडाचा पोषाख शिवला. फाहिम गप्प झाली, नंतर कधीच काही बोलली नाही. तीन दिवसांनंतर देर्दाची वेणी सोडवून तिला न्हायला घातलं गेलं आणि मग केस स्वच्छ विंचरले गेले. चार दिवसांनंतर देर्दाने तिच्या वह्या आणि पुस्तकं चुलीत जाळून टाकली. पाच दिवसांनंतर जेन्दार्मेनी बंदी घातलेल्या सिगारेटी विकल्याबद्दल एब्केतला अटक केली. सहा दिवसांनंतर त्याला सोडून देण्यात आलं. सात दिवसांनंतर, एका दुपारी उशीरा, दरवाजावर थाप पडली.

***

एक तरुण पुरुष आणि एक धार्मिक पोषाख घातलेला वयस्कर माणूस घरात आले. वयस्क माणसाची दाढी त्याच्या छातीपर्यंत रुळत होती. त्या तरुणाची दाढी जेमतेम हनुवटीखाली थोडी वाढली होती. एब्केतने वयस्क माणसाच्या हाताचे चुंबन घेतले आणि दोघांनी एकमेकांची हालहवाल विचारली. तरुण पुरुष गप्प बसून होता. 'तो फार बोलत नाही,' वयस्क म्हणाला. ते सगळेजण एका बैठ्या लाकडी टेबलाभोवती बसले. मुबारक आणि सानियेने त्यांच्या पुढ्यात सूप ठेवले. बायका खोलीबाहेर जाईस्तोवर त्यांनी वाट पाहिली, मग ते बोलायला लागले.

वयस्कर माणसाचं नाव होतं उबेदुल्लाह आणि तरुण पुरुषाचं नाव होतं बेझिर. तो

त्याचा मुलगा होता. उबेदुल्लाह बोलत होता आणि एब्केत आणि बेझिर ऐकत होते.

'आम्हांला जास्त वेळ थांबता यायचं नाही, एब्केत. अल्लाच्या आज्ञेने आम्ही मुलीला इस्तंबूलला घेऊन जाऊ. निकाहनामा तिकडे गेल्यावर पार पडेल. आमचं कामकाज आटोपलं की आम्ही परत येऊ. आम्ही दूरदेशी असलो की आमच्या दुकानांकडे दुर्लक्ष होतं. कोणी काळजी घेत नाही. आम्हांला लवकरात लवकर तिकडे परतायला हवं.'

देर्दाला आता बाहेर बोलावून त्यांना दाखवायला हवंय का? ते किती पैसे देतील? एब्केतने मनामधे किंमत ठरवून काही आकडेमोड करत डोकं हलवलं. पण आधी इतर काही औपचारिक, सामाजिक विचारपूस करायला हवी.

'शेखसाहेब कसे आहेत? त्यांना भेटण्याची संधी मिळाली का तुम्हाला? तब्येत चांगली आहे ना त्यांची?'

'चांगली आहे तब्येत. तुझ्याजवळ मुलीचं ओळखपत्र आहे ना?'

हे कानावर पडताच एब्केतला समाधान वाटले. उबेदुल्लाहसुद्धा हे काम पार पाडायला त्याच्याइतकाच उत्सुक वाटत होता.

'होय, सगळं ठरल्यानुसारच आहे. मी बोलावू का तिला बाहेर?'

'नको,' उबेदुल्लाह म्हणाला. त्याने आपल्या पायघोळ झग्याखालून एक पाकीट बाहेर काढलं आणि एब्केतकडे सोपवलं. 'आधी हे घे.'

एब्केतने पाकीट स्वीकारलं. आता काय करायला हवं आपण? आतले पैसे लगेच मोजायला हवे आहेत का? मुलगी विकण्याची ही त्याची पहिलीच वेळ. त्याच्या स्वत:च्या दोन मुलींनी सात वर्षांपूर्वी आत्महत्या केली होती. एकाच दिवशी, एकाच सकाळी. शेजारी शेजारी. एकाच रायफलने. आधी एकीने, मग दुसरीने. आणि फाहिमाची वेळ अजून आली नव्हती. त्याची चलबिचल पाहून उबेदुल्लाह हसला.

'हरकत नाही. उघड ते, आणि आत किती नोटा आहेत ते बघ.'

अशा जग फिरून आलेल्या व्यक्तींसोबत धंदा करणं किती सोपं असतं! एब्केतने पाकीट उघडून आतल्या नोटा एकएक करून मोजल्या, एका हातातून मोजून झाल्यावर दुसऱ्या हातात ठेवल्या. नोटा मोजत असताना त्याचा श्वास जलद येत होता. त्याच्या हातात होतं आता सगळं. विकत घेतलेल्या कॅमेऱ्याची किंमत, केलेल्या पापाची भरपाई, सानियेचा हिस्सा, त्याचा स्वत:चा हिस्सा. त्याला काय बोलावं सुचत नव्हतं. तो उगीचच काहीतरी पुटपुटायला लागला.

'अल्ला करो आणि...'

उबेदुल्लाह जागेवरून उठला, त्याच्या मागोमाग बेझिरही उठला.

'आम्हाला आता निघायला हवं. खूप लांबचा प्रवास आहे.'

उबेदुल्लाहचं बोलणं पुरं व्हायच्या आतच एब्केत आतल्या खोलीकडे वळला आणि त्याने हाक दिली,

'मुबारक! तिला घेऊन ये.'

दरवाजा उघडला गेला, देर्दा बाहेर आली. मुबारकने तिच्या खांद्याला धरून आणलं आणि खोलीत ढकललं. देर्दाचे फक्त डोळेच दिसत होते. आधी तिने उबेदुल्लाहकडे पाहिलं. तिच्या मनात भीती दाटून आली. मग तिने बेझिरला पाहिलं. आणि तिची भीती दुप्पट झाली. तिने चेहरा वळवून शेजारी उभ्या असलेल्या आपल्या आईच्या दिशेने हात पुढे केला. सानियेने तो हातात घेतला आणि सोडून दिला. देर्दाच्या शाळेच्या पिशवीत तिने तिच्या काही वस्तू भरल्या होत्या. तिचा गडद लाल पोषाख, अंतर्वस्त्रे आणि पादत्राणांची जोडी. बेझिरने सानियेच्या हातातून पिशवी घेतली आणि उबेदुल्लाहच्या मागोमाग तो दरवाज्याकडे गेला. त्याने एकदाही देर्दाकडे पाहिलं नाही. मुबारकने देर्दाला पुढे ढकललं आणि वळून सानियेकडे पाहिलं. दोघी रडत होत्या, पण आता डोळ्यांतल्या अश्रूंमुळे काहीही बदलणार नव्हते.

बेझिरने गाडीचा मागचा दरवाजा उघडून धरला. उबेदुल्लाह एब्केतकडून तिचं ओळखपत्र घेत होता, त्याची वाट बघत उभा राहिला. देर्दा काही पावलं पुढे गेली, गाडीपासून हातभर अंतरावर पोचली, आणि खाली कोसळली. तिने काळी चादोर पांघरली होती, त्यामुळे कुणालाच डाग दिसले नाहीत.

अकरा वर्षांच्या देर्दाची पाळी पहिल्यांदाच सुरू होत होती. रक्तस्राव इतक्या मोठ्या प्रमाणावर होत होता की तिचा रक्तदाब एकदम कमी झाला आणि तिला घेरी आली. उबेदुल्लाह आणि बेझिर गिरिन्तीमधल्या त्यांच्या एका नातेवाईकाकडे राहायला गेले. ते दोन दिवसांनंतर परत येणार म्हणाले. सानियेने देर्दाला आंघोळ घालून झोपवले. एब्केत उबेदुल्लाहची माफी मागायची तयारी करत होता. या दुर्दैवी प्रकारामुळे म्हातारा नाराज होईल अशी त्याला भीती वाटली. कदाचित करार रद्दही करेल. पण म्हातारा म्हणाला, 'शुभशकुन झाला आहे हा'. एब्केतने त्यामुळे सुटकेचा श्वास सोडला, आणि पैशांनी भरलेलं पाकिट आपल्या उशीखाली ठेवून दिलं.

दुसरी भेट पहिल्यापेक्षाही कमी वेळाची होती. ते आले, देर्दाला घेतलं आणि निघून गेले. आता तिचा रक्तप्रवाह चालू होता. त्या व्यतिरिक्त अजून काहीही तिच्याजवळ शिल्लक नव्हतं, जे बाहेर पडेल. डोळ्यांतले अश्रूही नाहीत. तिच्या आईचा शेवटचा निरोप घेतला तिने तेव्हाही ते बाहेर पडले नाहीत.

***

इस्तंबूलला पोचायला त्यांना पंधरा तास लागले आणि मग खेमेन्दागला पोचायला अजून एक तास. ते वाटेत तीन ठिकाणी थांबले पण देर्दाने एकदाही काही खाल्लं नाही. रस्त्यावरच्या त्या सोळा तासांच्या प्रवासात त्यांच्यात सोळा शब्दही उच्चारले गेले नाहीत. देर्दा प्रवासात अजिबात झोपली नाही. खिडकीतून बाहेर पाहत ती हातातल्या

काळ्या मोज्यांसोबत अस्वस्थ हालचाल करत राहिली. तिने ते हातातून बाहेर काढले आणि पुन्हा घातले, पुन्हा काढले, पुन्हा घातले. समोर बसलेल्या पुरुषांच्या नजरेत येऊ न देता ती पुन्हा पुन्हा ते करत राहिली. हाताची मूठ वळून तिने त्यावरून मोजा चढवला आणि रिकामी बोटं त्यांच्यावरून गुंडाळली. शेवटी दरवाजा उघडला गेला आणि ती खाली उतरली.

प्रशस्त अपार्टमेन्ट्स असलेल्या एका इमारतीच्या चौथ्या मजल्यावर ते गेले. देर्दा पहिल्यांदाच एलेव्हेटरमधून जात होती. चौथ्या मजल्यावरचे दोन दरवाजे ते येताच करकरत उघडले. प्रत्येक दरवाजामागून अनेक डोकी बाहेर डोकावायला लागली. स्त्रियांनी उबेदुल्लाहच्या हातांचं चुंबन घेतलं आणि बेझिरच्या हातातलं सामान घेऊन त्या आतमधे दिसेनाशा झाल्या. स्त्री पुरुष वेगवेगळ्या अपार्टमेन्ट्मधे गेले. क्षणभर असं वाटलं की एलेव्हेटरजवळ उभ्या असलेल्या देर्दाला सगळे विसरूनच गेले आहेत, पण स्त्रियांनी तिला पाहिलं आणि आत ओढून नेलं. देर्दा स्त्रियांच्या कक्षात गेली.

स्त्रियांनी तिच्याभोवती कोंडाळं केलं आणि चादोर काढून तिची तपासणी सुरू केली. देर्दा पूर्ण बधीर झाली होती. त्यांच्यापैकी एकीने तिचं नाव विचारलं, त्यावर देर्दा म्हणाली, तुला काय करायचंय? त्यावर सगळ्या तिच्याकडे पाहून हसायला लागल्या. मग देर्दा जेव्हा स्वच्छतागृहात गेली तेव्हा त्या स्त्रीने तिचा सूड उगवला. तिच्यामागोमाग आत जाऊन तिने देर्दाच्या चेहऱ्यावर थप्पड ठेवून दिली. देर्दाने बाथरूमचा दरवाजा आतून बंद करून घेण्याचा प्रयत्न केला, पण आत कुलूप-किल्लीचं भोकच नसल्याचं तिच्या लक्षात आलं. हिकमत तारिकतमधे दरवाजे फक्त बाहेरून कुलूपबंद होतात. घराच्या मालकाच्या ताब्यात सगळ्या किल्ल्यांचा जुडगा असतो.

रात्रभर प्रवास केला असल्यामुळे उबेदुल्लाह आणि बेझिर दुपारच्या प्रार्थनेच्या वेळेपर्यंत झोपून राहिले. देर्दा थकलेली नव्हती पण स्त्रियांनी आग्रहच केला. त्यांनी तिला झोपायची खोली दाखवली आणि ती आत गेल्यावर तिच्यामागे दरवाजा लावून घेतला. देर्दाने डोळे मिटून घेतले. दरवाजात बाहेरून किल्ली फिरवल्याचा आवाज आला तेव्हा तिने ते पुन्हा उघडले. तिने छतावर नजर खिळवली. वर असलेल्या सिमेन्टच्या नक्षीदार आकारांना मोजत ती बेरजा-वजाबाक्या करून बघत होती. आईचा विचार मनात आला तेव्हा तिने पटकन् डोळे मिटून घेतले. त्या दिवशी त्या क्षणी देर्दाने आईचा हात आपल्या हातातून सोडवून घेतला.

उबेदुल्लाह आणि रेगैप खेमेन्दागच्या मुख्य रस्त्यावरून चालत प्रशस्त अपार्टमेन्ट्सच्या इमारतीत शिरले. चौथ्या मजल्यावर गेले आणि पुरुषांच्या कक्षात शिरले. बैठकीच्या खोलीत पुरुष गुडघ्यांवर बसून इमाम वाचून दाखवत असलेला कुराणाचा पाठ ऐकत होते. उबेदुल्लाहने रेगैपला बेझिरच्या शेजारी जाऊन बसायला सांगितले, पण बेझिरने त्याच्याकडे वळूनही पाहिले नाही. दरवाजावर टकटक झाली म्हणून कोणीतरी जाऊन दरवाजा उघडला.

देर्दाने बैठकीच्या खोलीत जेमतेम तिच्याच वयाच्या असलेल्या एका बाईचा हात धरून प्रवेश केला. तिने देर्दाला खाली बसायला सांगितले. इमामच्या आवाजाने ती शांत खोली भरून गेली. नंतर तोही बोलायचा थांबला. त्याने विवाहाची खातेवही उघडली, त्यातलं एक रिकामं पान शोधलं, आणि त्यावर काळजीपूर्वक देर्दाचं नाव लिहिलं. मग त्याने मान वर उचलून रेगैपकडे पाहिलं, तेव्हा उबेदुल्लाह म्हणाला, 'रेगैप'. इमामने त्याचंही नाव लिहिलं. मग त्याने साक्षीदारांची नावं लिहिली आणि शेवटी नवऱ्यामुलाचे नाव लिहिले, बेझिर. किती किंमत देण्याचं कबूल केलं आहे, त्याबद्दल त्याने विचारले, इस्लाम धर्मामधे त्याकरता जो शब्द वापरला आहे, मेहेर – तोच त्याने वापरला. उबेदुल्लाहने मुलीकरता त्याने जी किंमत मोजली होती ती सांगितली. इमामने रेगैपकडे पाहिलं, त्यानेही होकारार्थी मान हलवली. मग इमामने कुराणातली वचनं वाचायला सुरुवात केली. अचानक त्याने रेगैपकडे पाहिलं, आणि तारस्वरामधे शपथ उच्चारायला प्रारंभ केला ज्याची सुरुवात अशी होती– 'परमेश्वराच्या आज्ञेने, कायद्याने आणि प्रेषिताच्या हुकूमान्वये.. तिचा प्रतिनिधी म्हणून, तू देर्दाला तिच्या नियोजित वराकडे.. बेझिरकडे वधू म्हणून सोपवायला तयार आहेस का?' रेगैप त्यावर 'होय' असे म्हणाला. त्याने तोच प्रश्न आणखी दोन वेळा विचारला. दोन वेळा उत्तर होय आले. मग इमाम बेझिरकडे वळला आणि त्याने तशाच प्रकारचे एक लांबलचक वाक्य उच्चारले – ज्याचा शेवट होता, 'तू तिला स्वीकारत आहेस का?' आणि इतक्या दिवसांमधे पहिल्यांदाच बेझिर बोलला. तो जास्त बोलत नसे, आणि आत्ताही त्याने फक्त एकच शब्द तीन वेळा उच्चारला. 'होय'.

'आता मी तुम्हा दोघांना पति–पत्नी म्हणून जाहीर करत आहे,' इमामने घोषणा केली. त्याने घसा साफ केला आणि मग पुन्हा तो कुराणाची वचनं वाचून दाखवायला लागला.

जेव्हा हे सगळं घडत होतं तेव्हा देर्दा तिच्या गुडघ्यांवर पांघरलेल्या काळ्या कापडाकडे पाहत होती आणि गुडघ्यांच्या खाली जो गालिचा अंथरला होता त्यावर असलेल्या सिंहाच्या आकृतीकडे बारकाईने निरखून पाहत होती. सिंह तीन झाडांच्या मधोमध पहुडला होता आणि तिच्याकडे पाहत होता. देर्दा त्या सिंहाच्या डोळ्यांमधे रोखून पाहात असताना तिच्या मागे उभ्या असलेल्या स्त्रीने पुढे होत तिच्या खांद्याला स्पर्श केला. गालिचावरचा सिंह झेपावून सगळ्यांच्या अंगावर धावून जात त्यांना खाणार होता इतक्यात तिचं डोकं वर उचललं गेलं आणि एक हात पुढे होत तिच्या ओठांजवळ आला. तो रेगैपचा उजवा हात होता. उबेदुल्लाह म्हणाला,

'चल, तुझ्या वडिलांच्या हाताचं चुंबन घे.'

तिने तसं केलं आणि तो हात आपल्या कपाळाजवळ नेला. आता आपण जे ऐकलं आहे ते खरं का असा विचार तिच्या मनात आला. रेगैप खरंच तिचा बाप होता का? तिने त्याला आधी कधीच पाहिले नव्हते, आणि आता तिला पाहिल्यावाचून

राहावेना. पण तिच्या नजरेला प्रतिसाद मिळाला नाही. बेझिर उठल्यावर रेगैपही उठला आणि त्याच्या मागोमाग खोलीबाहेर पडला. ती रडत रडत ओरडणार होती, ' बाबा, मला तुमच्यासोबत घेऊन जा!' इतक्यात दुसरा हात तिच्या ओठांजवळ आला. उबेदुल्लाहच्या हाताचं चुंबन घेऊन होईपर्यंत तिचा बाप बाहेर निघूनही गेला होता. नंतर तिने पुष्कळ हातांना चुंबलं आणि कपाळावर टेकवलं. कुणाच्याही लक्षात आलं नाही की देर्दाच्या अंगात ताप आहे, शंभर डिग्रीहून जास्त. त्या लहान मुलीचं कपाळ रसरशीत तापलं होतं, चुलीतल्या निखाऱ्यासारखं.

दोन दिवस देर्दा वेगवेगळ्या सरकारी कचेऱ्यांमधून हेलपाटे घालत फिरत होती. तिचे खूप फोटो काढले गेले, पण या वेळी एकदाही तिच्या चेहऱ्यावर हसू आलं नाही. दोन रात्रभर तिचं शरीर तापाने पोळून निघालं. एका रात्री ती घामाने थबथबून निघाली तेव्हाच अंगातला ताप निघाला. तिथल्या स्त्रियांनी तिला उठवलं आणि तिला तिचा लांब गडद लाल रंगाचा पोषाख घालून डोक्यावर फक्त स्कार्फ गुंडाळून घ्यायला सांगितला. त्यांनी तिला एका गाडीजवळ नेलं. बेझिर गाडी चालवत होता आणि उबेदुल्लाह त्याच्या शेजारी बसला होता. चिंचोळ्या गल्ल्यांमधून आणि रस्त्यांवरून त्यांनी गाडी चालवत नेली आणि एक बसथांबा जवळ आल्यावर हळू केली. देर्दाला वाटलं की लगेच दरवाजा उघडावा आणि पळून जावं, पण इतक्यात दरवाजा सताड उघडला गेला आणि रेगैप आत येऊन तिच्याजवळ बसला. रेगैपला ती आज चौथ्यांदा बघत होती. देर्दाने आपल्या वडिलांना शांतपणे न्याहाळलं. तो समोर कुठेतरी नजर लावून बसला होता. देर्दाने आपले ओठ त्याच्या कानांजवळ नेले आणि ती हलक्या आवाजात म्हणाली, 'अब्बू.' रेगैपने त्याच्या हाताचं बोट त्याच्या ओठांवर टेकवलं. देर्दाने पुन्हा प्रयत्न केला. ती पुन्हा पुटपुटली,

'मला इथून घेऊन जा.'

उबेदुल्लाह मागे वळला आणि म्हणाला,

'यावर काय म्हणायचं तुला ठाउक आहे ना?'

रेगैपने आपल्या समोरच्या सीटला धरलं आणि तो सरळ बसला. मग म्हणाला,

'हो, हो, माहीत आहे.'

देर्दाला आपला प्रयत्न सोडून द्यायची अजिबात इच्छा नव्हती. ती पुन्हा कुजबुजली,

'अब्बू, तुम्ही कधीच का आला नाहीत परत?'

रेगैपने त्यांच्याजवळ थांबलेला कचऱ्याचा ट्रक पुढे जायची वाट बघितली. रहदारी खूपच जास्त होती, मग ट्रकचे गिअर पडले पुढे जाण्याकरता, तेव्हा तो खोकला आल्याचं नाटक करत तिच्या कानाशी लागून म्हणाला.

'मी तुझा बाप नाही.'

देर्दा पुन्हा कुजबुजली नाही. बेझिरच्या सीटच्या कातडी कव्हरकडे पाहत ती

नुसतीच बसून राहिली. दुभाजकाजवळ गाडी जेव्हा कधी थांबेल तेव्हा गाडीतून उडी मारण्याचा तिने निश्चय केला, पण लहान मुलं गाडीबाहेर पडू नयेत म्हणून गाडीला लॉक लावायची व्यवस्था आधीच केली होती.

उबेदुल्लाहने सांगितल्यावर देर्दाने तिच्या डोक्यावरचा स्कार्फ काढून टाकला. आता ते एका इमारतीच्या उंच छत असलेल्या प्रतीक्षालयात बसले होते. त्यांच्या नावाचा पुकारा झाल्यावर ते उठले आणि त्यांना सांगितलेल्या दरवाजातून आत गेले. सुरक्षा रक्षकाने त्यांना एका मार्गिकेतून पुढे नेले. एका दरवाजासमोर आल्यावर थांबवले. मग त्याने भिंतीतलं एक बटण दाबलं. दोन सेकंदांनंतर बटणाच्या खालचा हिरवा दिवा लागला. तिथल्या रक्षकाने त्यांना दरवाजा उघडून आत घेतले; तीन पुरुष आणि एक लहान मुलगी. एका भल्यामोठ्या टेबलाच्या मागे अंगात सूट घातलेला एक माणूस बसला होता. हसून तो जागेवरून उठला आणि त्याने उबेदुल्लाहसमोर आपला हात धरला. तो एरवी उगीच कोणाहीबरोबर हस्तांदोलन करत नसे. पुन्हा खाली बसल्यावर तो आपल्या मोडक्या तोडक्या तुर्की भाषेत म्हणाला, 'कागदपत्रं तयार आहेत का सगळी?' उबेदुल्लाहने सांगितलं की ते पूर्ण तयारीनिशी आले आहेत.

उबेदुल्लाहने मग इंग्लंडच्या राजनैतिक व्यापार अधिकाऱ्याची आणि रेगैपची ओळख करून दिली. रेगैप त्यांच्या फर्निचरच्या दुकानात नोकरी करणार आहे, आणि ही त्याची मुलगी देर्दा असे तो म्हणाला. अधिकाऱ्याने देर्दाकडे पाहिलं आणि तो तिला म्हणाला की त्याच्या देशात खूप चांगल्या शाळा आहेत. फॉर्म्स भरले गेले, काही प्रश्नोत्तरे झाली, आणि निर्णय झाला की वडिलांना आणि मुलीला पाच वर्षांचा व्हिसा देण्यात येईल. अधिकाऱ्याने त्यानुसार फोन उचलून आवश्यक त्या सूचना दिल्या. मग त्याने पाहुण्यांना चहापाणी विचारले. उबेदुल्लाहने नकार दिला पण तरी त्याने त्याच्या टेबलावरच्या बरणीतून एक चॉकोलेट काढून देर्दापुढे धरले. त्या लहान मुलीने ते लगेच घेतलं आणि उबेदुल्लाहकडे पाहिलं. म्हाताऱ्याने होकारार्थी मान हलवली तेव्हा तिने चॉकोलेटची चांदी काढून, ते तोंडात टाकले आणि चघळायला लागली. अचानक तिचा चेहरा कसनुसा झाला, तिने तोंडातले चॉकोलेट आणि त्यासोबत पोटातलं सगळंच त्या अधिकाऱ्यासमोरच्या कॉफीटेबलावर ओकून टाकलं. तिला इतका ताप येऊन गेला होता की आता तीन दिवसांनंतरही तिला अजून ढवळत होतं. उबेदुल्लाह आणि बेझिरच्या मधोमध असलेल्या कॉफीटेबला वर जी तीन मासिकं होती त्यांतल्या एकाच्या मुखपृष्ठावर ती ओकली. इंग्लंडच्या महाराणीचा चेहरा त्या मुखपृष्ठावर झळाळत होता.

उबेदुल्लाह कमालीचा संतापला. त्यात नवल नव्हते, कारण सव्वीस वर्षांपूर्वी तो जेव्हा ब्रिटिश नागरिक झाला तेव्हा त्याने उत्कटतेनं इंग्लंडच्या राणीच्या प्रती असलेली आपली निष्ठा शपथपूर्वक व्यक्त केली होती. दोघेही ब्रिटिश नागरिक असल्याने, बेझिर

आणि अधिकारी कोणालाच त्यात खूप काही वावगे वाटले नाही.

***

रेगैपने देर्दाला उचलून हातांवर घेतले आणि तो वकिलातीच्या इमारतीबाहेर गेला, तिच्या डोळ्यांवर आलेले ओले केस मागे सारत, भुवयांवरून हात फिरवत त्याने तिचे डोके आपल्या छातीजवळ घट्ट धरले. जणू तो तिचा बाप होता, आणि त्याने जन्म होण्याआधीच तिचा त्याग केला होता. कदाचित म्हणूनच देर्दाच्या मनातली आशा अजून जिवंत होती. आपले डोळे उघडून ती म्हणाली, 'अब्बू,'. या वेळी रेगैपने नाकारलं नाही. पण त्याने ओ ही दिली नाही. देर्दाला कुशीत उचलून गाडीजवळ धावत जात असताना त्याने एकही शब्द उच्चारला नाही.

खेमेन्दागला पोचल्यावर, ते शेख गाझीच्या दवाखान्याजवळ थांबले. तिथे त्यांनी देर्दाला स्त्री डॉक्टरच्या हातात सोपवले. मग दवाखान्याच्या बागेत असलेल्या लहानशा मशिदीत जाऊन त्यांनी दुपारची प्रार्थना म्हटली. प्रार्थना करून उठताना उबेदुल्लाह रेगैपला म्हणाला, 'तुझं आता काम झालं आहे. तू तुझ्या रस्त्याने जा, आणि आम्ही आमच्या जातो.' रेगैपची कुठेही निघून जायची तयारी नव्हती.

'मला तुमच्यासोबत येऊ द्या!'

उबेदुल्लाहने ही अपेक्षा केली नव्हती. आपण रेगैपला पुरेसे पैसे देऊन समाधानी केलं आहे असं त्याला वाटत होतं.

'कुठे?' त्याने आश्चर्याने विचारलं.

'तुम्ही जिथे जाता आहात तिथे.'

रेगैपचा स्वर ऐकून बेझिरने त्याच्या दिशेने दोन पावलं टाकली. एक फटका आणि रेगैपचा हात खांद्यापासून अलग झाला असता, पण तो जागीच थांबला. उबेदुल्लाहने त्याच्या छातीवर आपला हात रोवला होता. आपली नजर रेगैपवर रोखून म्हातारा उबेदुल्लाह हळू आवाजात शांतपणे म्हणाला,

'आपलं करारपत्र झालं आहे. आम्ही मुलीला घेऊन निघून जाणार आहोत. आणि तू इथेच राहणार आहेस.'

आपला एक डोळा बेझिरवर ठेवून – तो वाटच पाहात होता वडील आपल्याला कधी हुकूम सोडतात पुढे होण्याचा– रेगैपने विचारलं, 'आणि जर मी पोलिसांकडे गेलो तर?' त्यानेही त्याचे शब्द सावकाश उच्चारले, अगदी हळू आवाजात, पण त्यातून धमकी निश्चित ऐकू येत होती.

'तुला काय हवं आहे नक्की? सांग मला.' उबेदुल्लाह ओरडला, त्याला स्वत:वर ताबा ठेवणं कठीण झालं. इतका वेळ उभं राहून तो थकला होता. बेझिरच्या खांद्याचा

आधार घेत तो खाली झुकला. वाटाघाटी करण्यात त्याचा हात कोणी धरू शकत नव्हतं, पण आता त्याचा आवाज थरथरत होता. एरवी तो कोणाहीसोबत, कशावरही सौदा करू शकत असे – सैतानासोबत, परमेश्वरासोबत, कोणाहीसोबत.

'मी तुमच्यासोबत येईन आणि मग दुसरीकडे निघून जाईन. मग तर झालं? मला दुसरं काही नको. फक्त तुमच्यासोबत इंग्लंडला घेऊन जा, आणि मग मी माझ्या रस्त्याने निघून जाईन.'

'तू तुझ्या तिकिटाचे पैसे भर,' उबेदुल्लाहने मधेच त्याचं वाक्य तोडलं. त्याला गप्प करण्याचा अजून दुसरा कोणताही मार्ग त्याला या परिस्थितीत शोधणे शक्य नव्हते. तो दमला होता आणि आपल्या मुलाकरता विकत घेतलेल्या त्या लहान मुलीच्या तब्येतीची त्याला काळजी वाटत होती. त्याला त्याच्या कारखान्याचीही चिंता होती, ज्याला तो दुकान म्हणत असे. या हरामखोर माणसाच्या मागण्यांमुळे तो हैराण झाला होता आणि मुलाकरता आपण या थराला पोचल्याची वेदनाही त्याला सतावत होती. आता काय, त्याच्या मनात आलं. हा डुक्कर आपल्यासोबत येणार आणि आपल्याला त्याच्यामुळे भरपूर त्रास होणार. ती मुलगी वयात येईपर्यंत या माणसाची कटकट सहन करायला लागणार आहे का आपल्याला? त्याला नोकरी द्यावी का? कदाचित त्याला आसपास ठेवण्यातच शहाणपणा आहे, म्हणजे त्याच्यावर लक्ष ठेवता येईल. पण मी त्याचं तिकीट अजिबात काढणार नाही! त्याला भरू दे त्याचे पैसे. अल्ला तळपट करो त्याचं. लबाड, हलकट.

त्याने कसबसं स्वत:ला थांबवलं आणि म्हणाला,

'तू काही गडबड करणार नाहीस कशावरून? तुला जर काही नवा अडथळा निर्माण करायचा असेल तर येऊ नकोस. कायम माझ्या नजरेसमोर राहायला लागेल, आणि माझ्याकडेच नोकरी करशील. लक्षात आलं?'

'ते आपण बघू या.'

'काय काम करतोस तू?' उबेदुल्लाहने विचारलं.

'आता कोणतंच नाही. पण सरकारी सैन्यात रेंजरचं काम करत होतो मी.'

कसलेला सौदेबाज असूनही उबेदुल्लाहच्या सहनशक्तीने आता मर्यादा सोडली.

'मग तू इस्तंबूलमधे काय करत होतास?'

थंडगार हास्य करत रेगैपचे ओठ दुमडले गेले आणि त्याची जीभ दातातून धारदार वस्तऱ्यासारखी सटकन् बाहेर आली.

'मी माणसं मारतो. तुमच्या माणसांनी मला हेरलं तेव्हा मी नुकताच तुरुंगातून सुटून आलो होतो.'

उबेदुल्लाह मारेकऱ्यांना घाबरणारा नव्हता. प्रश्न केवळ हिंसाचाराचा असता तर त्याच्याकडेही अशी शेकडो माणसं होती, ज्यांनी रेगैपला सहज मागे सारलं असतं. उबेदुल्लाह घाबरत होता चोरांना. तो क्षणभरही अडखळला नाही.

'ठीक आहे मग,' तो म्हणाला, ' तू अंगरक्षकाचं काम कर.'

'ते बघू आपण,' रेगैप म्हणाला. तो त्यांना मुद्दामच जास्त चिडवत होता. 'आधी आपण जाऊ या तर खरं तिकडे, मग बघू काय करायचं ते.'

बेझिर सहा फुटांहूनही उंच होता आणि त्याचं वजन दोनशे पौंडांपेक्षाही जास्त होतं. लक्ष्यावर झेपावणाऱ्या सुऱ्याच्या वेगाने त्याने उजव्या हाताने रेगैपचा गळा पकडला, आणि त्याला हवेत उंच उचलले. रेगैपला श्वासही घेता येईना. कसाबसा चवड्यांवर धडपडत त्याने तोल सावरला. दवाखान्याच्या बागेतले लोक वळून त्यांच्याकडे पाहायला लागले. उबेदुल्लाह ओरडला, 'बेझिर!' तेव्हा त्याने ज्या झपाट्याने रेगैपची मान आवळली तितक्याच वेगाने सोडून दिली. खोकत, खोकत रेगैप आपल्या चेहऱ्यावर एक जबरदस्तीचं हसू आणत म्हणाला, 'मला ठार मारणार आहात तुम्ही? स्वत:च्या सासऱ्याला तू नक्कीच ठार मारणार नाहीस. हो ना?'

सगळ्यांनी एकत्रच प्रवास करावा असा रेगैपचा आग्रह होता. म्हणजे आपल्याला ते दगा देणार नाहीत असं त्याला वाटलं. पण त्याला त्यांच्या विमानात सीट मिळू शकली नाही. त्यामुळे उबेदुल्लाहला आपलं तिकीट रद्द करून दुसऱ्या दिवशीचं सगळ्यांच्या एकत्र प्रवासाचं तिकिट काढावं लागलं. पोलिसांची उबेदुल्लाहवर बारीक नजर होती. आता त्यांना एक दिवस जास्त मिळाला. त्यामुळे बेझिरला त्याने आपल्याला दफनभूमीकडे घेऊन जायला सांगितले. तिथे उबेदुल्लाहने शेख गाझीचा भाऊ, याकुप होद्जा एफेन्दीच्या थडग्याजवळ बसून कुराणातली वचनं म्हटली. याकुप त्याच्या भावासारखाच भटक्या वृत्तीचा होता. पूर्ण आयुष्य तो एका ठिकाणाहून दुसऱ्या ठिकाणी जात राहिला. जिथे त्याला मृत्यू आला तिथेच त्याचं दफन केलं गेलं. त्याच्या कबरीजवळ एक लाकडी कारंजं होतं, त्यामुळे ती सगळी जागा एखाद्या लहानशा समाधीप्रमाणे दिसत होती. निदान हेतू तरी तोच होता.

त्या थडग्यावर वाढलेलं गवत उपटायचं काम देर्दाला सांगितलं गेलं. त्यांची गाडी दफनभूमीत शिरत होती त्याच वेळी देर्दाच्या वयाच्या एका मुलाने दफनभूमीच्या रस्त्यातून ती गाडी आत येताना पाहिली होती. आपल्या हातात पाण्याच्या दोन बादल्या घेऊन तो त्यांच्याजवळ आला.

'पाणी ओतू का मी कबरीवर?'

उबेदुल्लाहने त्रासिकपणे त्या मुलाकडे पाहिले, मात्र कुराणाची वचने मोठ्याने म्हणण्यात त्याने खंड पाडला नाही, अर्थात थोडा वेळ गेल्यावर तो त्याच्या नेहमीच्याच लहान आवाजात पुटपुट करायला लागला. त्याच्या लक्षात आलं, तो पोरगा काही त्यांना शांतपणे एकटं बसू देणार नाही, तेव्हा त्याने डोकं वर उचलून डोळ्यानेच कबरीच्या दिशेने इशारा केला.

तो मुलगा कबरीच्या दिशेने चालत गेला आणि आपल्या हातातल्या बादलीतले पाणी त्याने काळजीपूर्वक थडग्यावर ओतायला सुरुवात केली. देर्दाने थडग्याचा पृष्ठभाग

आधीच स्वच्छ करुन ठेवला होता, पाणी खाली ओघळून मातीत ठिबकायला लागले. देर्दा ते पाहून चिडली होती. ती अजूनच जोरजोरात मातीतले तण उकरायला लागली. तो मुलगा तण उकरल्यामुळे मातीत पडलेल्या छिद्रांमधे पाणी ओतत राहिला. दोघेही काही न बोलता त्या थडग्याभोवती आपापली कामं करत फिरत राहिले. त्या दफनभूमीत अजूनही काही हिकमत तारिकतचे सदस्य आपापल्या नातेवाईकांच्या थडग्यांना भेट देण्याकरता आले होते. बेझिर त्यांच्याशी बोलत, त्यांच्या कहाण्या ऐकत गप्प उभा होता. ते जे काही त्याला सांगत होते ते फारसे मनोरंजक नसणार कारण तो फारसे लक्ष न देता सारखा त्यांच्या खांद्यांवरून पलीकडे पाहत होता.

मुलाने थडग्यावर पाणी ओतण्याचे काम संपवले आणि तो कबरीच्या तळाशी पक्ष्यांकरता असलेल्या संगमरवरी हौदात पाणी भरायला लागला. त्या हौदात फारसे पक्षी पाणी प्यायला आल्याचे त्याने कधी पाहिले नव्हते, पण आपण आपले काम काळजीपूर्वक करतो आहोत हे दाखवणे त्याला चांगली बक्षिसी मिळण्याच्या दृष्टीने आवश्यक वाटत होते. आता त्याने दुसऱ्या बादलीतले पाणीही हौदात ओतायला सुरुवात केली. इतक्यात कोणीतरी बादलीच्या तोटीवर आपले दोन्ही हात बंद कडीसारखे आवळून धरले आहेत असं त्याला दिसलं. त्या हातांना माती लागली होती. मुलाने डोके वर उचलले आणि त्याची देर्दाशी पहिल्यांदाच नजरानजर झाली. त्याने बादली बाजूला घेऊन तिच्या हातांवर पाणी ओतायला सुरुवात केली. देर्दाने आपले गोरेपान हात पाण्याच्या धारेखाली स्वच्छ धुतले. दोघेही एकमेकांच्या जवळ उभे होते. खरं तर खूपच जवळ. 'आभारी आहे.' देर्दा त्याला म्हणाली.

तो मुलगा त्यावर तिला काही म्हणणार तोच एक हात त्याच्या गळ्याशी आला. त्याची कॉलर धरून त्या हाताने त्याला बाजूला खेचत नेलं. बेझिरने क्षणार्धात त्याला हवेत उचलून मग जमिनीवर एखाद्या दगडासारखं आपटलं. उबेदुल्लाहने डोकं वर उचलून आपल्या मुलाकडे पाहिलं, आणि तो अजूनच मोठ्या आवाजात कुराण वाचायला लागला. बेझिरच्या लक्षात आलं. त्याने खिशातून काही नाणी काढून त्या मुलाला दिली. मुलाने उभं राहत अंगाला लागलेली धूळ झटकली आणि आपल्या बादल्या उचलून घेतल्या. आधी त्याने एक नजर बेझिरकडे टाकली आणि मग देर्दाकडे. मग तो वळून निघून गेला. उबेदुल्लहाने पुटपुटत कुराण मिटले आणि मग मोठ्याने स्पष्ट उच्चार करत 'आमेन' असं म्हटलं, सगळ्यांना ऐकू जाईल इतक्या मोठ्या आवाजात.

विमानतळावरच्या लोखंडी खुर्च्यांच्या रांगेतून वाट काढत जात असताना उबेदुल्लाह हातातल्या जपाच्या माळेवरून बोटं फिरवत होता. त्याला वाटत होतं, जणू आपण आपल्या लंडनच्या घरात बसून अल्लाची प्रार्थना करतो आहोत. बेझिर आणि रेगैपने सामानाच्या पेट्या हातात उचलून घेतल्या होत्या आणि त्यांच्या मागून देर्दा आपल्या शाळेची पिशवी अंगावरच्या तिला तिरस्कार वाटणाऱ्या काळ्या चादोरवरून टाकून खाली मान घालून चालली होती. त्या प्रचंड मोठ्या इमारतीकडे पाहून तिचं

तोंड आश्चर्याने उघडंच राहिलं. विमानतळ ती पहिल्यांदाच पाहत होती. पण तिच्या मनातलं आश्चर्य आणि कुतूहल लगेच ओसरलं. आपल्या लहानशा आयुष्यात आजवर भेटलेली प्रत्येक लहानमोठी व्यक्ती आपल्याला फक्त तिरस्कारयोग्यच वाटत आली आहे, हे तिला आठवलं. आता तिच्या आजूबाजूला लोकच लोक होते. ते सगळे लोक, तिच्या आजूबाजूने भराभर चालणारे लोक. तिला मागे टाकत, ती ज्या दिशेने जात होती तिथे जाणारे लोक – आपल्या सोबत एक काळा पोषाख घातलेली मुलगी चालते आहे याकडे लक्षही न देणारे, तिला न पाहणारे लोक. त्यांच्या हे लक्षात का येत नाही? देर्दाला वाटलं – की मी सुद्धा त्यांच्याच सोबत चालते आहे. मी इथेच आहे त्यांच्या जवळ. पण कुणालाच त्याची पर्वा नाही. त्यांना मी दिसतही नाही. आंधळे आहेत हे सर्व लोक. किंवा ही काळी चादोरच त्याला कारणीभूत असणार, मला अदृश्य करून टाकलं आहे या पोषाखाने.

तीन तासांनंतर विमानसेविकेने देर्दाच्या चेहऱ्याचा जितका भाग दिसू शकत होता त्याकडे हसून पाहिलं! तिच्या नजरेत दया होती. तिने तिला खुर्चीचा पट्टा बांधायची विनंती केली. अर्ध्या तासानंतर विमानाची चाकं पांढऱ्या पोटात अदृश्य झाली, देर्दाने खाली पसरलेल्या इस्तंबूलकडे पाहिलं, आणि त्या विमानाने स्थलांतरित पक्ष्यासारखी आकाशात झेप घेतली.

थोडा वेळ तिच्या मनात यातिर्केच्या मुलीचा विचार आला आणि तिच्या शिक्षिकेचा, येसिमचाही. तिला भास झाला त्या दोघी आत्ता तिच्या समोर आहेत. तिच्या डोळ्यांना त्या दिसत होत्या. एक जण रडत होती आणि दुसरी तिच्याशी बोलत होती. मग हळू हळू ते चेहरे दिसेनासे झाले. तिने नाझनीनकडून शिकलेला शब्द, तिच्याच स्वरात उच्चारला. आधी मनातल्या मनात, स्वत:शी उच्चारला, आणि एका तीव्र उच्छ्वासाद्वारे बाहेर टाकला: 'फक्!'. तिला खूप बरं वाटलं. म्हणून तिने तो पुन्हा उच्चारला, 'फक्, फक्, फक्!' आणि मग एक गूढ हास्य तिच्या चेहऱ्यावर तरळलं. कोणीच तिला ऐकू शकत नव्हतं. हे लोक, तिला वाटलं– त्यांना मी दिसत नाही, त्यांना मी बोललेलं ऐकू येत नाही. या प्रत्येकाला उद्देशून मी हजार वेळा हा शब्द उच्चारेन, 'फक्, फक्, फक्, फक्, फक्, फक्, फक्, फक्, फक्, फक्...' काही तर तिने मोठ्यांनेही उच्चारले. तिच्या अस्तित्वाला नाकारणाऱ्या, तिचा अनादर करणाऱ्या सर्व लोकांना खिजवण्याकरता. या वेळी तिने क जरा जास्तच मोठ्यांदा उच्चारला. उबेदुल्लाह तिच्या शेजारी बसला होता, त्याने तिचे हलणारे ओठ पाहिले. तो खूश झाला. त्याला वाटलं, भीती वाटते आहे म्हणून ती प्रार्थना करते आहे किंवा कुराणातली वचनं म्हणते आहे– एब्केतने त्याला सांगितलं होतं की देर्दा पाच वर्षांची असताना तिचं नाव कुराणपाठाच्या वर्गात घातलं होतं.

फक् शब्दाचा हजार वेळा जप करून झाल्यावर तिने तिची मान मागे टेकवली आणि आपल्या डोक्यावरची बटणं तिला दिसली. वरच्या दिव्याच्या प्रकाशात तिला

एक गोल ठिपका दिसला. तिने बारकाईने निरखून पाहिलं. ती माशी होती. अजून जिवंत होती. बहुधा ती वरच्या वेष्टनाच्या आत चुकून शिरली असावी आणि मग आतच अडकून पडली असावी. त्या पातळ प्लास्टिकच्या वेष्टनाच्या आत ती असहायपणे पंख फडफडवत होती, बाहेर निसटून जायचा निष्फळ प्रयत्न करत होती. देर्दाला तिची अजिबात दया आली नाही. तिने शांतपणे दिवा मालवून टाकला.

***

देर्दा प्रत्येक गोष्ट अतिशय कुतूहलाने निरखून पाहत होती. हीथ्रो विमानतळावर त्यांना नेण्याकरता एक मिनीव्हॅन आली, त्यात बसून ते रिंगरोडवर आले. देर्दा खिडकीजवळ बसली होती. कारमधे बसून तिला फार वेळ झाला नव्हता पण तिला खात्री पटली की ती बसली आहे तीच जागा सर्वांत उत्तम आहे. अर्थात त्याचं कारण तिच्या खिडकीतून बाहेरची सुंदर निसर्गदृश्यं दिसत होती हे नव्हतं, त्यामागचं कारण असं की खिडकीतल्या त्या जागेवर तिच्या शेजारी एक माणूस कमी बसला होता. देर्दा शिकत होती. जितकं कमी तितकं चांगलं. पण आता तिला बाहेरचं निसर्गदृश्य नेहमीपेक्षा नवीन दिसायला लागलं. हिरवीगार कुरणं, शेतं आणि त्यांतली घरं, हायवेच्या बाजूचं हे दृश्य पाहून ती हरखून गेली. ही सगळी दृश्यं एके काळी वाचलेल्या पुस्तकांमधे तिने पाहिली होती. ती प्रत्येक गोष्ट पाहत होती. नकाशे, खुणा, भरधाव जाणाऱ्या गाड्यांमधली माणसं, ढग आणि महाप्रचंड ऊर्जानिर्मिती केंद्र. इतकं सगळं बघून तिच्या डोळ्यांची आग व्हायला लागली, दृश्यांचा इतका सतत मारा होत होता की आता ते दुखायला लागले. ताशी नव्वद कि.मी. वेगाने ते जात होते आणि तरीही ती आपल्या नजरेतून एकही दृश्य किंवा आकृती सुटून मागे जाऊ नये म्हणून धडपडत होती. तिच्या घारीसारख्या तीक्ष्ण नजरेतून काहीही सुटत नव्हतं. काही वेळा वेगामुळे एखादी गोष्ट तिच्या नजरेसमोरून झपकन् निघून जाई– एखादी इमारत किंवा पूल– तिला एकदा तसं वाटलं आणि तिने झटकन् मागे वळून पाहिलं. पण ती खूपच झपाट्याने वळल्यामुळे तिच्या गळ्याभोवती घट्ट गुंडाळलेली चादोर सैल झाली आणि नजरेसमोर सगळाच काळोख झाला. तिला ते कापड हनुवटीखालची पिन पुन्हा नीट करून गालांभोवती घट्ट बांधून टाकावंसं वाटत होतं पण तिला तसं करता येईना. तिला भीती वाटत होती की तसं करताना नजरेसमोरून झपाझप जाणाऱ्या दृश्यांधलं एखादं मागे पडून तिला दिसणार नाही.

दिसणाऱ्या प्रत्येक गोष्टीमुळे ती थक्क होत होती. आनंदाने आणि आश्चर्याने तिचे डोळे ओलावत होते, त्यांची उघडझाप करायचंही ती टाळत होती. लंडन शहरात शिरल्यावर रस्त्यावरची रहदारी वाढली आणि रस्त्याच्या कडेला उभं राहून भीक मागणाऱ्या एका विचित्र कपडे घातलेल्या माणसाशी देर्दाची नजरानजर झाली,

त्याबरोबर बेझिरने तिच्या खिडकीच्या वर असलेली काळी पुंगळी ओढून एक रंगीत प्लास्टिकचा पडदा खाली ओढला, तिला इतका वेळ कल्पनाही नव्हती की आपल्या डोक्याच्या वर असं काही आहे. खिडकी आता अंधारून गेली. बाहेरचं जग अदृश्य झालं. देर्दाने मान झुकवून आपल्या गुडघ्यांवर नजर रोवली. आपले डोळे बंद करून ती विमानतळावरून इथे येईपर्यंतच्या रस्त्यात पाहिलेलं प्रत्येक दृश्य आठवून त्यावर विचार करत राहिली. मनावर उमटलेल्या त्या दृश्यांचा ठसा ती कल्पनेने पुन्हा जसाच्या तसा पाहत राहिली.

तिच्या दिवास्वप्नामधून त्यांनी तिला जागे केले तेव्हा ते फिन्सबरी पार्कला पोचले होते. हिकमत तारिकतची लंडनमधली मुख्य कचेरी. खेमेन्दागची इंग्रजी आवृत्ती. फिन्सबरी पार्क. मुस्लिम स्थलांतरित इथे यायला लागल्यापासून इथल्या जागांच्या किंमती झपाट्याने घसरल्या होत्या, इंग्लिश लोकांची इथली संख्या कमीकमी होत गेली आणि ते जास्तीतजास्त वंशद्वेषी बनत गेले. मुस्लिम जास्तीतजास्त श्रीमंत बनत गेले, शेजारपाजारच्या सगळ्या जागा विकत घ्यायला लागले.

रेगैप बसला होता ती मिनीव्हॅन तिथे येऊन थांबली. बाकीचे सगळे एका बारा मजली इमारतीमधे शिरले. त्यात अर्ध्याहून अधिक हिकमत तारिकतचे सदस्य राहत होते. अकराव्या मजल्यावरच्या उबेदुल्लाहच्या फ्लॅटपाशी ते पोचले तेव्हा अगणित लोक तिथे जमा झाले, त्याच्या हातांचे चुंबन घ्यायला. मग त्याने आपला हात बेझिरच्या खांद्यावर ठेवला.

'तू तुझ्या फ्लॅटवर जा. मुलीला तिथे पाठवलं जाईल.'

उबेदुल्लाहची पत्नी रहिमे आणि इतर बायकांनी मिळून देर्दाला बाथरूममधे नेलं. 'तुला पवित्र स्नान कसं करतात माहीत आहे ना?' त्यांनी विचारलं.

'होय.'

त्या बायकांचा तिच्यावर विश्वास बसला नाही. त्यांनी तिला प्रत्यक्ष कृती करून दाखवायला सांगितली. तिथेच, त्यांच्यासमोरच. देर्दाने अंगावरचे कपडे काढून मुबारकने तिला जसं शिकवलं होतं, अगदी तशाच पद्धतीने त्यांना तो स्नानविधी करून दाखवला. हिकमत तारिकत जमातीच्या पद्धतीने. बायकांचे समाधान झाले. एक हसून म्हणाली, 'हे बघ, माझं नाव रहिमे. मला रहिमे दीदी म्हणतात. मी इथे आले तेव्हा तुझ्याच वयाची होते, तेव्हा घाबरू नकोस.' तिने देर्दाचा हात धरून तिला बाराव्या मजल्यावर असलेल्या दोन अपार्टमेन्ट्सपैकी एकात नेलं. जिन्याजवळ, डाव्या बाजूला असलेल्या फ्लॅटच्या दरवाजाची घंटा तिने वाजवली आणि मग जिन्यावरून खाली उतरून गेली. जाताना दरवाजा उघडल्याचा आवाज आला तेव्हा तिने देर्दाकडे वळून पाहिलं, ती काहीही हालचाल न करता काही क्षण स्तब्ध उभी होती आणि मग दरवाजातून आत गेली.

बेझिरच्या अपार्टमेन्टमधे तीन खोल्या होत्या, जमिनीपासून छतापर्यंत प्रत्येक

भिंतीवर गालिचे होते. सिंहाची चित्रं असलेले गालिचे. बैठकीच्या खोलीत फक्त एक बसायचा कोच होता, हातांच्या दोन खुर्च्या आणि एक घडवंची होती, जी नक्कीच शेकडो वर्षं पुराणी होती. एका काळ्या चौकटीत बसवलेले पवित्र काबाचे चित्र होते. एक खोली पूर्ण रिकामी होती आणि एकीत कपड्यांचे मोठे कपाट होते. घरातला एकमेव आरसा बाथरूममधे होता. झोपण्याची खोली बाकी खोल्यांपेक्षा खूपच मोठी होती. त्यात एक मोठा दुहेरी पलंग भिंतीला टेकवून उभा ठेवला होता, त्याची एकच बाजू बाहेरून दिसत होती– गालिचांवर दिसणाऱ्या खुणांवरून लक्षात येत होते की तो नुकताच त्या खोलीमधे हलवण्यात आला आहे.

बेझिर काबाच्या चित्राजवळ गेला. तिथे जमिनीवर प्रार्थना करताना बसायच्या सतरंज्या अंथरल्या होत्या, शेजारी शेजारी – दोन. बेझिर एका सतरंजीवर उभा राहिला आणि त्याने देर्दाला बोलावले. लहानगी देर्दा दुसऱ्या सतरंजीवर जाऊन उभी राहिली, मग मक्केच्या दिशेने असणाऱ्या भिंतीवर टांगलेल्या काबाच्या चित्राकडे तोंड करून त्या दोघांनी एकत्र प्रार्थना म्हणायला सुरुवात केली. खिडक्यांवरून जाड पडदे ओढून घेतले होते. लंडनमधे मध्यरात्र झाली होती. देर्दाने डोळ्यांच्या कोपऱ्यातून बेझिरकडे पाहिले आणि मनातल्या मनात प्रार्थना केली की ती काबाच्या चित्राकडे पाहत असली तरी प्रार्थना म्हणत नव्हती हे त्याला कळू नये. बेझिरने सावकाश सतरंजी गुंडाळून ती कोचावर ठेवून दिली. मग त्याने देर्दाचा हात धरून तिला झोपण्याच्या खोलीत नेले. तिच्यावरची नजर न हलवता त्याने आपला पायघोळ पोषाख खांद्यावरून ओढून काढला आणि तिच्या चादोरकडे बोट दाखवून त्याने देर्दाला ती काढून टाकण्याकरता खुणावले. तिने तसे केले आणि मग त्याने तिला खाली झोपायला सांगितले. मग त्याने भिंतीकडे बोट दाखवले.

'इकडे ये.'

तो तसाच उभा राहिला, आता फक्त अंतर्वस्त्रात असलेल्या देर्दाकडे पाहत. ती थरथर कापत होती. ते दोघेही थरथरत होते. बेझिरने त्या रात्रीचं त्याचं शेवटचं वाक्य उच्चारलं.

'बिस्मिलाहिर्रहमनिर्ररहिम.'

आणि मग त्याने देर्दाशी संभोग केला. लंडनमधे सकाळ उजाडेपर्यंत करतच राहिला.

लंडनच्या इतिहासातली ती सर्वांत मोठी रात्र होती. सूर्यालाही उगवायला शरम वाटत होती. त्या दिवशी सकाळ खूप उशिरा उजाडली.

***

बेझिर आपल्या हातांवर उमटलेल्या दातांच्या खुणांना निरखून पाहत एलेव्हेटरमधे शिरला आणि निघून गेला. देर्दा आंघोळीच्या टबात रक्ताने माखलेल्या अवस्थेत पडून होती, तिला श्वासही घेता येत नव्हता. 'स्वच्छ कर स्वत:ला,' बेझिरने तिला सांगितले होते. त्याने तिला उचलून आंघोळीच्या टबात नेऊन बसवले होते आणि मग तिला तिथेच टाकून तो निघून गेला होता, ती जणू काही थडग्यात झोपल्यासारखी तिथे पडून राहिली. देर्दा विवस्त्र होती. इतकं रक्त कुठून येत आहे हे पाहायचाही तिला धीर होईना इतकी प्रचंड भेदरली होती. आणि तसंही तिला आपलं डोकंही हलवता येत नव्हतं. तिच्या अंगातली सगळी शक्ती निघून गेली होती. तिने रात्रभर खूप विरोध केला होता. ढकलून देत, ओढून घेत, तिच्या तोंडातून उमटणाऱ्या किंचाळ्यांना दाबून टाकण्याकरता तिच्या ओठांवर दाबलेल्या त्याच्या हातांना चावत, ओरबाडत होती. पण त्याचा काहीही उपयोग झाला नव्हता. तिच्या बोटांच्या नखांखालचं रक्त सुकलं होतं. तिचे खांदे, दंड आणि पाय ओरखड्यांनी, जखमांनी भरून गेले होते. हातापायांवरच्या ओरखड्यांमुळे ती जखमी झालेल्या मांजरासारखी दिसत होती– आणि हा फक्त एका रात्रीतला विध्वंस होता. ती उद्ध्वस्त झाली होती, आक्रसून गेली होती. तिला रडूही फुटत नव्हतं.

कोणीतरी बाहेरच्या दरवाजापाशी आल्याची तिला चाहूल लागली. कोणीतरी वेगवेगळ्या किल्ल्या वापरून दरवाजा उघडण्याचा प्रयत्न करत होतं. शेवटी एका किल्लीमुळे कुलूप उघडलं गेलं, दरवाजा उघडला गेला आणि एका बाईचा आवाज ऐकू आला, तिला हाक मारणारा.

'देर्दा! देर्दा!'

रहिमे बाथरूममधे शिरली आणि तिला ती मुलगी दिसली. चेहऱ्यावर काहीही आश्चर्याच्या खुणा न दाखवता तिने आधी नळ सुरू केला, पाण्याचे तापमान किती आहे हे तपासले. देर्दा आपल्या खोबणीत खोल गेलेल्या डोळ्यांनी तिच्याकडे बघत होती. तिची नजर अशी होती की जणू काही तिच्या शरीराच्या आत एक वेगळेच खोल जग होते आणि त्यातून ती बाहेरच्या जगाकडे बघत होती. ती काहीच बोलू शकत नव्हती, तिच्या जिभेच्या टोकापर्यंत येऊन शब्द थांबत होते पण आवाज बाहेर फुटत नव्हता. ती फक्त बघू शकत होती. पाण्याच्या वाहत्या धारेखाली असणाऱ्या रहिमेच्या हातांकडे बघत असताना तिला असं वाटत होतं की दुर्बिणीच्या उलट्या बाजूनेच ती चुकून पाहत आहे. पाणी पुरेसं गरम झालं आहे याची खात्री होताच रहिमेने आपला हात काढून घेतला आणि बोटांवरचे पाण्याचे थेंब झटकले. मग तिने शॉवर चालू केला आणि देर्दाला आपल्या पायांवर पडणाऱ्या पाण्याचा स्पर्श जाणवला. ती जोरात कण्हली. तिला तेवढंच करणं शक्य होतं. गरम पाणी तिच्या शरीरावरून पावसाच्या धारांसारखं वाहून जात होतं, तिच्या पावलांवरून, दंडावरून, हातांवरून आणि तिच्या मानेवरून.

'डोळे बंद करून घे तुझे' रहिमे तिला म्हणाली, हसून.

देर्दाने तिचा आवाज ऐकला नाही. तिला काहीच समजत नव्हते. तिच्या कानात गुणगुण सुरू होती. पाण्याचे तुषार तोंडावर पडताच तिने आपोआप डोळे मिटून घेतले. पाण्याचे सपकारे तिच्या चेहऱ्याला लागत होते, शॉवरच्या तोटीतल्या बारीक छिद्रांमधून वेगाने तिच्या चेहऱ्यावर येणारे पाण्याचे सपकारे खाली ओघळत होते. असं वाटत होतं की रडते आहे, पण ती नव्हती रडत.

पाण्यामुळे रक्त धुऊन निघाल्यावर जखमा अधिकच ठळक झाल्या. तिच्या अशक्त, बारकुड्या पायांच्या मधलं रक्तही वाहून गेलं, त्या पायांच्या मधलं काहीतरी विच्छिन्न झालं होतं, फाटलं होतं, मृत झालं होतं. पाण्याने रक्ताचे डाग जरी पुसले गेले तरी जांभळे, गोंदवल्यासारखे दिसणारे व्रण देर्दाच्या संपूर्ण देहावर उमटून राहिले. तिचे काही भाग उद्ध्वस्त झाले होते, काही मोडकळले होते पण काही गोष्टी नव्याने जन्मल्या होत्या. तिचे डोळे जांभळे दिसायला लागले होते. आता देर्दाच्या पाठीवरही एक डोळा निर्माण झाला होता, मात्र तिला तो अजून वापरता येणार नव्हता. काही काळ गेला की ती शिकेल त्याचा वापर कसा करायचा ते.

तिला तिच्या पुढ्यात ठेवलेले सूप प्यावेसे वाटत होते पण तिला ते शक्यच होत नव्हते. रहिमेने तिच्या हातातला चमचा आपल्या हातात घेतला, फुंकर मारून त्यातलं सूप जरासं गार केलं आणि देर्दाच्या ओठांमधून तिला पाजलं. काही चमचे पोटात गेल्यानंतर, एक अस्पष्ट अ..ह.. तिच्या ओठांमधून निसटला. मग त्याचा जरा मोठा आआ असा आवाज झाला.. मग अजून मोठा.

'आआआआआ!'

आणि मग हळू हळू फक्त मधे मधे घेतलेल्या श्वासामुळे कण्हण्याची, रडण्याची लय खंडित होत होती:

'आआआआआआआआ... आआआआआआआअ... आआआआआआआअ....'

तिचे रडणारे, विव्हळणारे ओठ बंदच होईनात. शेवटी चौथ्या मजल्यावरच्या उल्वियेने येऊन तिला डायझेपामचे इंजेक्शन दिले. तिला आपले ओठ मिटताच येत नव्हते. आपल्या ओठांमधून वेदनेचे चीत्कार उमटत आहेत याचेही तिला भान नव्हते. तिचे अकरा वर्षांचे आयुष्य त्या हुंदक्यांमधे साठवलेले होते. आणि मग तिला झोप लागली.

तिला जाग आली तेव्हा ती सोळा वर्षांची होती. कोचावर झोपून ती वरच्या छताकडे पाहत होती, तिच्या अवतीभवती ऊबदार दुपार शांतपणे पसरलेली होती. मागच्या दाराच्या आवाजाने ती एकदम दचकली. उभं राहत तिने आपल्या भोवती काळी चादोर गुंडाळून घेतली. दरवाजाच्या पीपहोलमधून तिला बाहेर बघता येत

नव्हतं कारण त्यातलं भिंग निखळून गेलं होतं, त्यामुळे तिने हळूच दार किलकिलं करत बाहेर डोकावलं.

आधी तिला एक पान दिसलं. एक मोठं पान, घरात वाढवायच्या एका मोठ्या कुंडीतल्या शोभेच्या झाडावरचं पान. मग तिला एक हाताची खुर्ची दिसली, काळ्या चामड्याची लांब हातांची खुर्ची. मग तिला स्टॅन्ले दिसला. उंच, सडपातळ असा स्टॅन्ले. तो काचेचं कॉफी टेबल कॉरिडॉरच्या एका बाजूला सरकवण्याच्या प्रयत्नात होता. हातात दोन खोकी घेतलेल्या निळ्या गणवेशातल्या माणसाला आपल्या नव्या अपार्टमेन्टमधे जाण्याकरता जरा जागा मिळावी म्हणून त्याची खटपट चालली होती. ते बुटकं टेबल बाजूला सरकवत तो उठला आणि त्याच्या भोवती असलेल्या सगळ्या फर्निचरवर त्याने एक कटाक्ष टाकला. आणि मग त्याला त्याच्या शेजारणीचे, देर्दाचे डोके आणि खांदे दिसले. ती दारामागून त्याच्याकडे हळूच डोकावून पाहत होती. तो हसला नाही की त्याने हॅलोही म्हटलं नाही. तो नजर खिळवून तिच्या काळ्याभोर डोळ्यांकडे आणि भोवतीच्या काळ्या कुळकुळीत रंगाच्या कापडाकडे फक्त पाहत राहिला. देर्दा वेगाने दरवाजा बंद करत त्याच्या दृष्टीआड झाली, जणू काही कोणीतरी तिला मागे खेचून घेतले होते. दरवाजाच्या आड तिने आसरा घेतला होता.

याचा अर्थ त्यांना समोरच्या अनेक वर्षं रिकाम्या असलेल्या फ्लॅटमधे राहाण्याकरता भाडेकरू मिळाला होता. याचा अर्थ आता यानंतर देर्दाला बाहेरचा पॅसेज झाडून घेताना किंवा सकाळी बेझिर जात असताना एलेव्हेटरपर्यंत येऊन त्याला निरोप देतानाही स्वत:ला पूर्णपणे झाकून घ्यावं लागणार. सर्वांत पहिल्यांदा हीच एक गोष्ट तिच्या मनात आली. पूर्णपणे स्वत:ला झाकून घेणे म्हणजे परक्या माणसाकरता स्वत:ला अदृश्य करणे. ती खाली वाकली आणि दरवाजाला कान चिकटवून बाहेरच्या जिवंत आयुष्याचे प्रतिध्वनी कानात साठवून घेऊ लागली. तिला आवाज ऐकू येत होते. काही हळू, काही मोठे, अचानक येणारे आवाज. ती हे आवाज वेगवेगळ्या प्रकारच्या फर्निचरशी ताडून अंदाज बांधत होती. जर आपला एकही अंदाज बरोबर नाही असं तिच्या लक्षात आलं तर कोणाला माहीत, ती तिथेच दरवाजाला चिकटून उभी राहील – जोवर बाहेरचा दरवाजा बंद होत नाही आणि कॉरिडॉरमधे शांतता पसरत नाही तोवर. कदाचित तिने या सगळ्याचा इतका विचार करणं बरोबर नाही. पण देर्दाकडे अजून काहीच करण्यासारखं नव्हतं. ती या बाराव्या मजल्यावरच्या फ्लॅटमधे गेली पाच वर्षं राहत होती. या अपार्टमेन्टमधे आणि तिच्या कुरुदेरातल्या खोलीत इतकाच फरक होता की इथे तिच्या पायाच्या घोट्याभोवती लोखंडी साखळी अडकवलेली नव्हती. आता तिचा संपूर्ण देह साखळदंडाने जखडलेला होता.

ती दर शुक्रवारी फक्त घराबाहेर पडत असे. बरोबर सोळा पायऱ्या उतरल्या की ती अकराव्या मजल्यावर पोहोचे. तिथे रहिमे दरवाजा उघडून उभी राहत असे. तिथल्या

सगळ्या बायका हिकमत तारिकतच्या सदस्या होत्या आणि त्या इथे सोब्बेत नावाचा एक धार्मिक संवाद ऐकायला जमत असत. सुरुवातीला देर्दाला कळायचं नाही की याला संवाद का म्हणायचं. तिला जेवढं माहीत होतं त्यानुसार संवाद हा दोन व्यक्तींमधे असतो, दोन्ही बाजूंनी असतो. पण काही दिवसांनंतर तिने या कशाचीच पर्वा करणं बंद केलं. म्हाताऱ्या वझिरच्या शेजारी चुकूनही न बसण्याची काळजी मात्र ती आवर्जून घेत असे. हदिथबद्दल तक्रारी करत असताना त्याच्या तोंडातून लाळेचे फवारे उडत राहत. जेव्हा कधी तो म्हातारा काही बोले तेव्हा त्याच्या तोंडातून किळसवाण्या आवाजांसोबत थुंकीही बाहेर पडे. तो तीन तासभर रटाळ बोलत राही, बोलतच राही, शेवटच्या तासात त्याचे डोळे बंद असत. बायका जमिनीवर एकमेकींना चिकटून कोंडाळं करून बसत म्हणजे सगळ्यांना जागा होईल. देर्दाला मोठ्या पिवळ्या रंगाच्या आरामखुर्ची आणि भिंतीच्या मधली जागा आवडे. सोब्बेत सुरू होण्याच्या आधी बरीच मिनिटं ती खाली येऊन बसे त्या जागेकरता. तिला तिथे बसल्यावर आपण लपून बसलो आहोत असं वाटे आणि ती लपण्याची भावना तिला खूप आवडत असे. गेली दोन वर्षं सोब्बेतकरता खाली जाताना ती तिची दोन तुकड्यांची काळी चादोर घालत असे (एरवी तिला कमरेला इलॅस्टिकचे बंद असलेली एकच सलग चादोर पांघरायला जास्त आवडे) आणि मग ती गुपचूप तिचा डावा हात तिच्या सैलसर सलवारमधे खुपसून ठेवी, मधलं बोट तिच्या आत घालून. खोलीतल्या बायका तेव्हा एकाग्रतेनं ऐकत असत, ऐकताना रडत असत आणि बरेचदा उन्मादाच्या भरात हसत असत. तीन तासांच्या सोब्बेतच्या दरम्यान ती कमीतकमी तीन वेळा सुखाच्या परमबिंदूला पोहोचे, आणि त्या प्रत्येक वेळी आनंदाने विव्हळे. गर्दीमधे ती इतरांसारखीच एक असे. तिचा आवाज त्यांच्या एकत्रित कोलाहलातलाच एक. आपल्या योनीतून बोट फिरवताना ती आपण खाली झोपून डझनभर वेगवेगळ्या अनामिक पुरुषांशी शृंगार करत असल्याची दिवास्वप्ने पाहत राही. पण ती आपलं दिवास्वप्न संपवायची घाई करत नसे, सुखाच्या उत्कट बिंदूपर्यंत पोचताना तिच्यासमोर कोणत्यातरी चमत्काराने काहीही हालचाल करू न शकणारा बेझिर खाली आडवा पडून असे आणि आपल्या पत्नीचा चेहरा सुखाने निथळत असताना पाहून तो संतापाने धुमसत असे, काहीही करू शकत नसे. प्रत्येक सोब्बेतच्या वेळी ती बेझिरला अशा काहीही हालचाल न करू शकणाऱ्या अवस्थेपर्यंत नेण्याकरता वेगवेगळ्या कल्पना लढवे. कधी कधी तो आजाराने पांगळा झालेला असे, कधी कधी त्याचे हात आणि पाय बांधून ठेवलेले असत, कधी कधी त्याला तीन पुरुषांनी जबरदस्तीने जखडून ठेवलेलं असे. जबरदस्तीने सहन करायला लागत असल्यामुळे बेझिरच्या चेहऱ्यावर उमटलेली वेदना पाहत असताना देर्दा सुखाने विव्हळे. त्यानंतर मग सोब्बेत समाप्त होई आणि मग सगळ्या बायका आपापल्या अपार्टमेन्टमधे परत जात. बेझिर दोन तासांनंतर घरी येई आणि मग तो आणि देर्दा एका बुटक्या लाकडी टेबलाच्या भोवती

जमिनीवर बसत. जेवताना तो घास न चावता गिळत असे भराभर. दातांचा वापर जणू देर्दाकरता राखून ठेवत असे.

तारुण्यात प्रवेश करणाऱ्या इतर मुली सोब्बेतच्या प्रसंगी भुवया कोरत, ओठांवरची शुष्क त्वचा निपटून काढत किंवा गालाच्या आतला भाग कुरतडत राहत. पण देर्दा तिचा वैयक्तिक निषेध अशा शरीराला वेदना देणाऱ्या कोणत्याही मार्गातून व्यक्त करत नसे. इतरांकडून तिला त्या पुष्कळ मिळाल्या होत्या आजवर. इथल्या अनेकींनी तिला कितीतरी वेळा दुखवायचाच प्रयत्न केला होता. तिला त्यांच्यापैकी एक बनायची अजिबात इच्छा नव्हती. त्यामुळे अशा गुपचूप विव्हळण्यात तिला आनंद मिळत होता. हा तिचा एकटीचा सूड होता. इतरांना वेदना सहन करताना बघणं हा तिच्या सुखाचा मार्ग बनला होता. हा एकच मार्ग असा होता जिथे ती स्वत:वर अन्याय होताना बघणं टाळू शकत होती. निदान स्वत:पुरतं.

बेझिर देर्दाला शारीरिक इजा पोचवतो, तिला मारतो ही गोष्ट उबेदुल्लाहला माहीत नव्हती. आपण आंघोळीच्या टबामधे त्या दिवशी काय पाहिलं हे रहिमेने कधीच त्याला सांगितलं नव्हतं. खरं तर उबेदुल्लाहला देर्दा आवडायला लागली होती. तिच्याबद्दल त्याच्या मनात अनुकंपा होती. जेव्हा क्वचित तो वरती येई त्या वेळी तो तिला आपली मुलगी म्हणून संबोधे. पण तिच्या चादोरच्या आत काय आहे हे त्याला दिसत नव्हते. त्याला तिच्या गुडघ्यांवरचे वळ दिसत नसत (कमरेच्या पट्ट्याच्या बकलामुळे पडलेले) किंवा तिच्या खांद्यांवरच्या जखमाही दिसत नसत (त्याच्या हातांच्या फटकाऱ्यामुळे झालेल्या).

बेझिर तिला मारत असे कारण संभाषण करणं ही खूप कठीण गोष्ट होती. तो तिला मारत होता कारण किक् बॉक्सिंग केल्यावरही त्याचा संताप शांत होत नसे. त्याच्या शाळेतल्या एका शिक्षकाने एकदा त्याला किक् बॉक्सिंगचा खेळ खेळायला सुचवले होते. पण सोळा वर्षं त्याचा सराव करूनही त्याच्यातला सैतान माणसाळला नव्हता. तो तिला मारत असे कारण इतकी वर्षं उलटली होती तरीही देर्दा गरोदर राहिली नव्हती.

देर्दाने हॉलच्या बाहेरून दरवाजा उघडल्याचा आवाज ऐकला आणि त्याबरोबर उडी मारत येत तिने आपला कान आपल्या दरवाजावर टेकवला, डोळे बंद करून घेतले. उंच, सडपातळ आणि डोक्यावरचे केस बारीक कापलेला एक पुरुष तिच्या मन:चक्षूंसमोर तरळला. त्याचे डोळे, तिने आठवून पाहिलं, निळे होते का? तिला सांगता येईना. पण पुढच्या सोब्बेतच्या वेळी तिच्या मनोराज्यातल्या पुरुषांपैकी एकाला तरी नक्कीच ओळखीचा चेहरा असणार, याबद्दल तिला पूर्ण खात्री होती.

***

बेझिरला चार दिवसांकरता इस्तंबूलला जायचे होते. काही दिवसांकरताच का होईना आपण एकटे असणार आता या विचाराने देर्दा हर्षभरित झाली. पण तिचा आनंद लगेचच संपुष्टात आला, जेव्हा तिला कळलं की आपण तो पूर्ण काळ रहिमेच्या सहवासात रहाणार.

रहिमे कायम हसत असायची. असं वाटे, तिच्यावर तो हसरा चेहरा डिंकाने चिकटवून ठेवला आहे. ती कायम हसत राही. ती जेवताना हसत असे, प्रार्थना करताना हसत असे. देर्दाकडे पाहातानाही ती हसत असे. तिच्या चेहऱ्यावरचे हास्य हा एकच कायमस्वरूपी भाव होता. तिला देर्दाला काहीतरी सांगायचं होतं.

'तुला माहीत आहे बेझिर इस्तंबूलला का गेला आहे?'

'त्याच्या कामाकरता.'

रहिमेच्या चेहऱ्यावरचं हास्य संकोचलं.

'त्याने तुला हेच सांगितलं आहे?'

'होय.' देर्दा उत्तरली.

रहिमेचं हसू रुंदावलं.

'अगं मुली, मग तुला काहीच माहीत नाही. तुला हे मी सांगितलं असं कुणालाही सांगू नकोस, पण तो त्याच्याकरता मुलगी आणायला गेला आहे.'

देर्दाचा प्रतिसाद अगदी त्वरित आला.

'म्हणजे आता तो मला सोडून देईल का?'

'तुला तेच हवं आहे का?'

तिला माहीत होतं की या प्रश्नाचं उत्तर तिच्या दृष्टीने कितीही महत्त्वाचं असलं तरी ते जर दिलं तर चार दिवसांनी तिला त्याबद्दल जबरदस्त मार खावा लागेल.

'नाही, अजिबात नाही.' देर्दा म्हणाली.

आता रहिमे जोरजोरात हसायला लागली, तिच्या चेहऱ्यावरचं हसू रुंदावत गेलं.

'वेडी मुलगी! तो कशाला दुसरी मुलगी बघायला जाईल, त्याच्याकडे तुझ्यासारखी बायको असताना. तू एक वेडपट मुलगी आहेस, आणि मूर्ख!'

देर्दाने आपला चेहरा तिच्याकडे वळवला आणि बारकाईने पाहिलं. रहिमे आपल्या तोंडावर हात धरून हसू दाबत होती तेव्हा तिने तिच्याकडे नीट पाहिलं. आणि तिच्या अचानक लक्षात आलं– काहीतरी गडबड होती रहिमेच्या वागण्यात. ती वेड्यासारखी वागत होती. बत्तीस वर्षांची रहिमे मनोरुग्ण होती आणि देर्दाला एकटीला ते पहिल्यांदा जाणवलं होतं. उबेदुल्लाहपासून तिला झालेली एकुलती एक मुलगी चौदा वर्षांची असताना तिचं लग्न लावून दिलं होतं अझमतशी, त्याची तिसरी बायको म्हणून. शेजारच्या अपार्टमेन्ट ब्लॉकमधे राहणाऱ्यांपैकी तो वयाने सर्वांत मोठा होता. रहिमेला माहीत होतं की ती तिच्या मुलीला पुन्हा कधीही बघू शकणार नाही

आणि जरी तिने पाहिलं असतं तरी ती तिला ओळखू शकली नसती. जगामधे जे काही चाललं होतं याचा अर्थ लावणं तिने सोडून दिलं होतं.

संध्याकाळच्या प्रार्थनेची वेळ होईपर्यंत देर्दा रहिमेची बडबड ऐकत राहिली. तिच्या परमेश्वरासोबतच्या खाजगी गप्पांचे तपशील ऐकत राहिली. चेहऱ्यावर नेहमीचं हसू खेळवत तिने देर्दाच्या कानात कुजबुजत सांगितलं, 'इतर कोणीही ते ऐकू शकत नाही. तो फक्त माझ्याशीच बोलतो. तो मला सांगतो की एक दिवस तो मला स्वर्गात घेऊन जाणार आहे.'

मधेच कधीतरी ती बोलायची थांबे, तिला काहीतरी आठवत असे. त्या वेळी तिच्या चेहऱ्यावरचं हास्य गोठत असे, मग पुष्कळ रिकामे क्षण निघून जात आणि त्यानंतर अचानक पुन्हा तिची बडबड सुरू होई.

'रहिमे, तो मला म्हणाला. तू माझी सर्वांत आवडती दासी आहेस. माझा फक्त तू प्रामाणिकपणे केलेल्या प्रार्थनेवरच विश्वास आहे. बाकी सगळे खोटारडे आहेत...'

तिने देर्दाला पुन्हा पुन्हा शपथ घ्यायला लावली की या त्यांच्या संभाषणाबद्दल ती कुणालाही काहीही सांगणार नाही. दर दोन तासांनी ती म्हणे–

'तू कुणालाही काही सांगणार नाहीस, नाही ना?'

तिने तिचं कुराण बाहेर आणलं.

'तू यावर हात ठेव, ती म्हणाली. 'आणि शपथ घे!'

त्यांनी जेवण केलं आणि मग देर्दा तिच्या अपार्टमेन्टमधे झोपण्याकरता परतली. ती हळू हळू जिना चढत होती, तिच्या तुरुंगाची किल्ली तिच्या गळ्याभोवती अडकवलेल्या दोरीमधे होती. ती कुलूप उघडत असताना चौदाव्या मजल्यावर एलेव्हेटर येऊन थांबली आणि देर्दा स्तब्ध झाली, कुलुपातली किल्ली अजून पूर्ण फिरली नव्हती. एलेव्हेटरचा दरवाजा उघडला आणि देर्दाला मागे वळून बघण्याचा मोह आवरला नाही. स्टॅन्ले एलेव्हेटरमधून बाहेर पडत होता. त्याच्या अंगात कातड्याचा लांब कोट होता, आणि डोळ्यांभोवती काजळ होतं. त्याने तिच्याकडे पाहिलं, त्याच्या भल्यामोठ्या, स्टीलची टोकं असलेल्या, गुडघ्यापर्यंत उंच असलेल्या डॉ. मार्टिन्सवरून वाकून. त्याचे निळे डोळे काळ्या ढगांमागच्या आकाशासारखे दिसत होते – काळ्या सैतानासारखे.

देर्दा सावकाश मागे वळली, कुलुपात किल्ली तशीच ठेवून ती स्टॅन्लेकडे बघण्याकरता वळली. छतावरचा पिवळा दिवा अचानक विझला आणि त्यांच्याभोवती गडद अंधार पसरला. ते दोघेही एकमेकांना दिसत नव्हते. देर्दाला वाटलं, त्याच्याजवळ धावत जावं आणि आपले हात त्याच्याभोवती वेढून घ्यावेत. स्टॅन्लेही तिला मिठीत घेईल आणि मग ते एलेव्हेटरमधे जातील आणि तिथून जगाच्या अंतापर्यंत प्रवास करतील. पण देर्दा एक गोष्ट विसरली होती – त्यांना अंधारामधे पळून जाता येणं शक्य

नव्हतं. जेव्हा स्टॅन्ले पुढे झाला तेव्हा अचानक हॉलमधला दिवा लागला. ते अजूनही एकमेकांकडे पाहत होते, दोघांमधलं अंतर सहा फूटांहूनही कमी होतं. दिवे पुन्हा गेले आणि या वेळी देर्दा पुढे झाली, इतक्या झपाट्याने की स्टॅन्लेला नक्कीच तिच्या चादोरची सळसळ जाणवली असणार. देर्दापेक्षा वयाने खूप मोठ्या असलेल्या स्टॅन्लेने तिच्याकडे पाहत मान हलकेच हलवली आणि तो त्याच्या दरवाजाकडे वळला. त्याने दारू प्यायली होती पण तरीही त्याने किल्ली आत सरकवली आणि एका झटक्यात दरवाजा उघडून तो आतमधे दिसेनासा झाला. कॉरिडॉरमधले दिवे पुन्हा गेले आणि जेव्हा ते आले तेव्हा त्याचा दरवाजा आधीच बंद झाला होता.

त्या रात्री देर्दा दरवाजाजवळच्या जमिनीवर झोपली, कॉरिडॉरमधून एखादा आवाज कदाचित तिला ऐकू येईल या आशेने. तिला जाग आली तेव्हा ती दरवाजा उघडून बाहेर डोकावली, स्टॅन्लेच्या दरवाजाकडे तिने दृष्टिक्षेप टाकला. तिला तो एखाद्या भिंतीसारखा वाटला – ज्याच्या मागे काहीही नाही. मान खाली झुकवून ती खालच्या मजल्यावर गेली. घंटीचा मंजुळ किणकिणाट बंद व्हायच्या आतच रहिमेने दरवाजा उघडला.

'तुला उल्विये ठाऊक आहे, हो ना?'

देर्दाने होकारार्थी मान हलवली.

'ती म्हणाली की ती सुद्धा देवाशी बोलते. माहीत आहे? तिने मला त्या दिवशी सांगितलं, खोटारडी कुत्री कुठची!'

देर्दा शिवी देण्याची संधी वाया घालवणं शक्य नव्हतं, आणि तिनेही ती शिवी उच्चारली, प्रत्येक शब्दावर पूर्ण जोर देत.

'कुत्तरडी!'

तिनेही तो शब्द उच्चारल्यामुळे रहिमेला खूप आनंद झाला आणि तिने इतकं रुंद हास्य केलं की तिचे ओठ गालाच्या हाडांना जाऊन भिडले.

देर्दाने बारा तास स्नान करणे, प्रार्थना, जेवण बनवणे, खाणे आणि रहिमेची बडबड ऐकण्याचे नाटक करण्यात घालवले आणि मग ती तिच्या अपार्टमेन्टमधे जाण्याकरता निघाली. जिन्याची प्रत्येक पायरी चढत असताना ती थांबत होती आणि एलेव्हेटरचा कानोसा घेत होती. सगळं शांत होतं. ती तीन पायऱ्या वर चढली आणि मग दोन खाली उतरली, मग पुन्हा एक वर, मनातल्या मनात पन्नास अंक मोजून झाल्यावर– पण एलेव्हेटरचा जराही आवाज येत नव्हता. पहिल्या आठ पायऱ्या चढून झाल्यावर तिने तिची प्रतीक्षा थांबवली आणि ती झपाट्याने आपल्या अपार्टमेन्टमधे शिरली, एकदाही स्टॅन्लेच्या दरवाजाकडे न बघता. त्या रात्री सुरुवातीचे काही तास ती आरामखुर्चीत बसून राहिली, तिने ती खिडकीच्या जवळ सरकवून घेतली होती आणि रात्रीच्या अंधारातले लंडन पाहत ती बसून राहिली. नंतर ती उभी राहिली आणि तिने

सावकाश आपल्या अंगावरचा एकेक कपडा उतरवला. नग्न शरीराने ती खिडकीजवळ गेली आणि तिने आपली बोटं आणि स्तनाग्रं काचेवर टेकवली, ज्यातून बाहेरचं शहर दिसत होतं. अंधारात बुडून गेलेल्या बाराव्या मजल्यावरच्या आपल्या फ्लॅटमधे नग्न देर्दा खिडकीजवळ उभी होती, आपले दोन्ही हात लांब पसरून. आपल्या भुवया काचेवर टेकवून ती दूरवरचे दिवे टक लावून पाहत होती. सुरुवातीला तिला थोडी भीती वाटली की कोणीतरी तिला असं पाहील, पण लगेच आपल्याला असं कोणीतरी पाहायलाच हवं अशी इच्छा तिच्या मनात जन्मली. त्या रात्री देर्दा बेडरूमच्या खिडकीवर पांढऱ्या झेंड्याप्रमाणे लटकून उभी राहिली. त्या रात्री देर्दा अंधारात उमटलेल्या आक्रोशासारखी नग्न होती. पण कोणालाही ते ऐकू गेलं नाही. खिडकीतून कोणताही आवाज बाहेर पोचत नसे. तिच्या शरीरावर माराचे वळ किती निर्घृणपणे उमटलेले आहेत हे कोणालाही दिसू शकले नाही. कुणालाही तिच्या जखमा दिसल्या नाहीत. कोणीही पोलिसांना त्याबद्दल सांगितले नाही, आणि कोणीही तिने केलेल्या स्वतःच्या शरीराच्या प्रदर्शनाकडे लक्षही दिले नाही. देर्दा नग्नावस्थेतच झोपी गेली.

एक काळी छाया अंगावर पडल्यामुळे देर्दा डोळे किलकिले करत जागी झाली. कोणीतरी खोलीत आहे याची जाणीव झाल्यामुळे ती पटकन उठून बसली आणि एका उशीने तिने आपली छाती झाकून घेतली. रहिमे पलंगाच्या कडेवर बसून देर्दाच्या नग्न खांद्यांकडे हसून पाहात होती. आधी देर्दाला कळलंच नाही की ती आत कशी आली, आणि मग ती गोंधळली की ती नक्की कुठे आहे. रहिमेकडेही अपार्टमेन्टच्या किल्ल्या आहेत हा विचार तिच्या मनात त्वेषाने भिरकावलेल्या दगडासारखा घुसला. काय माहीत ती किती वेळ झाला इथेच आहे. तिच्या पलंगावर अगदी शेजारीच. सकाळ झाली होती आणि पडद्यांचा रंग उन्हामुळे जरासा फिकट दिसत होता. तिने तिला रात्री पाहिलं तर नसेल?

'मी सुद्धा एकेकाळी तुझ्यासारखी सुंदर होते.'

देर्दाने एक खोल सुस्कारा टाकला. रहिमेने देर्दाचे खांदे आपल्या हातांच्या तळव्याने चोळले आणि ती पुढे म्हणाली:

'पण आता बघ ना माझ्याकडे. काय अवस्था झाली आहे माझी.'

रहिमे चादोर घालूनच तिच्या पलंगावर झोपली. आणि आपलं डोकं देर्दाच्या छातीवर ठेवत ती रडायला लागली. देर्दाने तिच्या डोक्यावर थोपटले– तिचे इतकेच सांत्वन ती करू शकत होती.

दिवस अगदी शांततेत गेला, कोणीही प्रार्थनेला आलं नाही. संध्याकाळी रहिमे हातात बुटांचा खोका घेऊन देर्दाकडे आली. अगदी हलक्या आवाजात म्हणाली,

'आत काय आहे, तुला माहीत आहे का?'

आणि तिच्या उत्तराची वाट न पाहता, तिने खोका उघडला आणि आतमधली,

शालींमधे गुंडाळलेली वस्तू बाहेर काढली. शाल सोडवून तिने देर्दाच्या हातात आतला लहानसा, धातूचा रेडिओ ठेवला.

तिने रेडिओ चालू केला आणि ती कुजबुजत म्हणाली, 'कोणालाही सांगू नकोस हं कधीच!'

सिओशी आणि बन्शीज गात होत्या: पिक अ बू.

रहिमे हसली आणि म्हणाली, 'मला यातला एक शब्दही कळत नाही, पण किती मस्त आहे ना हे?' देर्दाही हसली.

मध्यरात्रीपर्यंत त्यांनी गाणी ऐकली आणि नाच केला, त्यांना जसा येत होता तसा. बहुतेक वेळा त्यांनी एकमेकींचे हात पकडले आणि वर-खाली उड्या मारल्या, एकमेकींना गिरक्या घ्यायला लावल्या आणि एकमेकींच्या अंगावर आदळल्यादेखील. त्या दोघी पोगो करत होत्या. अर्थात दोघींपैकी कुणालाच ते ठाऊक नव्हते.

पण दर अर्ध्या तासाने कुराणावर हात ठेवून शपथा घेण्यामुळे मात्र देर्दा अगदी थकून गेली. 'मी रेडिओबद्दल कुणाजवळही काही बोलणार नाही.'

***

देर्दा गळ्यात आवंढा घेऊनच जागी झाली आणि तो काही केल्या जाईनाच. तिला तो गिळताही येईना. जणू काही एक लहानसा स्टीलचा चेंडू तिच्या घशामधे अडकला आहे, तिला श्वासही घेता येईना. बेझिर येण्याअगोदरचा तो शेवटचा दिवस होता आणि तिला खूप अस्वस्थ वाटत होतं. उलटणारा प्रत्येक क्षण दिवसाची अखेर जास्त जास्त जवळ आणत होता, प्रत्येक जाणारा सेकंद. म्हणूनच तिच्या गळ्यात तो गच्च गोळा रुतून बसला होता.

तिच्या मनात आपल्या शेजाऱ्याच्या डोळ्यांचा विचार येत होता, तिने त्याच्या बुबुळांभोवतालचा निळा रंग आपल्याकडे बघताना थरथरत असल्याची कल्पना केली. नंतर त्याच्या डोळ्यांभोवतालचा फिकट चेहरा हळू हळू स्पष्ट होत गेला, आणि तो जसजसा ठळक होत गेला, तसा बेझिरचा काळा चेहरा फिकट होत नाहीसा झाला आणि त्याबरोबरच तिच्या गळ्यातला आवंढाही. शेजाऱ्याच्या दारावर टकटक करावी का असा तिच्या मनात विचार येऊन गेला. त्याला सांगायचं का की मला घेऊन जा. आपल्याला पळवून ने अशी त्याच्याकडे मनधरणी करायची का? पण ती त्याच्याशी कशी बोलणार? कोणत्या भाषेत? मग तिच्या लक्षात आलं की ती त्याच्याशी चित्रांच्या भाषेत संवाद साधू शकते. ती मनातले विचार रेखाटून दाखवू शकेल. सगळं काही. ती पाच वर्षांपूर्वी या अपार्टमेन्टमधे कशी रहायला आली, आणि बेझिरने तिचा कसा छळ केला आहे. ते दोघे कसे अपार्टमेन्ट सोडून पळून जाऊ शकतात, पुन्हा कधीच न

परतण्याकरता. ते सरळ समोरच्या दरवाजातून निघून जाऊ शकतात, हातात हात घालून. ती त्याला एका हृदयाचे चित्र काढून दाखवू शकेल, एक प्रचंड मोठं हृदय.

एक उडी मारत ती पलंगावरून खाली उतरली आणि धावत बैठकीच्या खोलीत गेली. बेझिरच्या वह्या आणि पेनं त्याच्या घडवंचीत होती. तो अरेबिक शिकत होता. तिने वही आणि पेन आतून ओढून बाहेर काढलं आणि जमिनीवर पसरलं. एका कोऱ्या कागदावर तिने तिचं स्वत:चं चित्र काढलं. अगदी सोपं होतं– एक काळा बर्फाचा पुतळा. मग तिने शेजारी बेझिर काढला– पांढरा बर्फाचा पुतळा आणि त्याला दाढी. त्याच्या बाजूला तिने त्यांचं अपार्टमेन्ट असणारी इमारत काढली. मग तिने त्यावर वर्ष, साल लिहिलं. ते वर्ष, ज्या वेळी ती लंडनला आली. मग तिने त्या दोन आकृत्यांच्या खाली एक सरळ रेषा काढली आणि तिच्या प्राथमिक चित्रमय कादंबरीतलं दुसरं दृश्य सुरू झालं. आता त्या पांढऱ्या पुतळ्याच्या हातात एक जाडजूड छडी होती. आणि काळा पुतळा जमिनीवर पडलेला होता. तिला रक्त दाखवण्याकरता लाल पेन हवं होतं, पण तिला ते घरात कुठेच सापडेना. स्वयंपाकघरात शिरून तिने पाव कापायची सुरी आणली आणि सावकाशपणे तिच्या बोटावरून ती सुरी करवतीसारखी पुढे मागे फिरवली. तिच्या त्वचेवर रक्ताची एक रेषा उमटली. मग बाहेरच्या खोलीत जाऊन तिने आपलं रक्त त्या काळ्या पुतळ्याच्या अंगावर चोळलं. तिसऱ्या दृश्यात तिने काळजीपूर्वक निळ्या डोळ्यांचा माणूस काढला, जो देर्दाला अपार्टमेन्ट बिल्डिंगच्या बाहेर घेऊन जात होता. आणि मग शेवटच्या दृश्यात तिने एक हृदय काढले आणि बोट दाबून अजून एक रक्ताचा थेंब बाहेर येऊ शकला त्याने त्या हृदयाला रंग दिला.

तिने वहीतून ती सगळी पानं फाडली, मग पोषाख केला आणि अपार्टमेन्टमधून बाहेर पडून खाली गेली. रहिमेने दरवाजा उघडला, तिच्या हातात कुराण होते.

'काय हवंय तुला?' रहिमेने विचारलं. तिच्या लक्षात नव्हतं, की बेझिर बाहेरगावी गेला आहे आणि त्याच्या अनुपस्थितीत देर्दाने संपूर्ण दिवस तिच्यासोबत घालवायचा आहे. आदल्या रात्री त्यांनी रेडिओवर ऐकलेल्या गाण्यांबद्दलही ती विसरली होती, सगळंच विसरली होती. देर्दाने सावरून घेण्याकरता विचारलं की ती पाव असला तर नेण्याकरता आली आहे.

'आमच्याकडे नाहीये काही पावबिव,' रहिमे फटकळपणे उद्गारली. 'तुझ्यासारख्या खोटारड्या कुत्रीला मी काहीही देणार नाही!' देर्दा हसली तेव्हा रहिमेने धाडकन् दरवाजा तिच्या तोंडावर लावून घेतला. ती धावत पुन्हा वरच्या मजल्यावर गेली. तिने मनात ठरवलेल्या योजनेबद्दल तिच्या मनात आता इतकी उत्सुकता दाटून आली होती की तिला भीती वाटली, जर आता सेकंदभरही त्याबद्दल विचार करणं तिने थांबवलं तर ती सगळं रद्दच करून टाकेल. म्हणून मग तिने तसं काही केलं नाही. ती सरळ तिच्या शेजाऱ्याच्या दरवाज्याजवळ गेली आणि तिने त्यावरची घंटा वाजवली.

तिने पावलांचा आवाज ऐकला, मग दरवाजा सताड उघडला गेला. स्टॅन्ले नुकताच उठला होता– त्याच्या डोळ्यांच्या भोवती काळी वर्तुळं होती, आदल्या रात्रीचं जागरण आणि नशेमुळे उठलेली. त्याने लेदरचा पायजमा घातला होता फक्त, बाकी काही नाही, त्याचंही वरचं बटण उघडं होतं. त्याच्या छाती पोटावर सगळीकडे गोंदवलेलं होतं. सगळीकडे रक्त. कातडीचा लहानसा भागही रिकामा नव्हता. देर्दाने एक पाऊल मागे घेतलं, चित्रं पकडलेला तिचा हात थरथर कापत होता. त्याने गोंदवलेल्या शरीरावरच्या चित्रांमधला सैतान तिला आता दिसत होता आणि त्यामुळे ती घाबरून गेली. इतक्यात तिच्या मनात बेझिरचा विचार आला, आणि तो आता परत येतो आहे लवकरच हेही तिला आठवलं आणि मग तिने आपल्या हातातली चित्रं पुढे केली. स्टॅन्लेने ती घेतली आणि दरवाजा लावून घेतला.

आता काय करावं ते तिला कळेना. बंद दरवाजासमोर ती मुकाटपणे उभी राहिली. काही सेकंद अजून वाट बघून मग ती आपल्या अपार्टमेन्टमधे परतली. आत शिरताना मागे वळून एक अखेरचा कटाक्ष तिने त्याच्या दरवाजाकडे टाकला.

लंडनमधे रात्र झाली. आपल्या झोपायच्या खोलीतून देर्दाला शहरातल्या रस्त्यांवरून वेगाने जाणारे प्रकाशांचे ठिपके दिसत होते. ती लांब हाताच्या खुर्चीत बसली होती, आपले गुडघे छातीला टेकवून आणि लंडन शहराकडे रिकाम्या नजरेने पाहत. तिच्या पोटात भीतीचा गोळा उठला होता. त्याने बेझिरला ती चित्रं दाखवली तर? आपल्या गाल आतून कुरतडत ती तोच एक विचार करत राहिली. काचेतून दिसणाऱ्या आपल्या प्रतिबिंबाकडे नजर लावून ती कित्येक तास तशीच बसून राहिली. तिच्या मनात स्वत:ला संपवण्याचे विचार येत होते. खिडकी उघडून तिला उडी मारता येऊ शकेल सहज.

ती उभी राहिली. आपली चादोर काढून टाकायची राहिली आहे हे तिच्या लक्षात आलं. त्वचेच्या दुसऱ्या थरासारखी अजूनही ती तिच्या शरीराला चिकटलेली होती. आपल्या हातातले मोजेही तिने अजून काढले नव्हते. तिला काहीच फरक पडत नव्हता. एक पाय पुढे टाकत तिने खिडकी उघडली. नुकत्याच सुरू झालेल्या पावसाचे काही थेंब तिच्या चेहऱ्यावर पडले. बाराव्या मजल्यावरून खाली दिसणाऱ्या जमिनीकडे तिने पाहिले आणि मग दूरवर नजर टाकली. इतक्यात दरवाजावर जोरजोरात ठकठक झाली. दरवाजाची घंटा मोडली होती.

रिकाम्या मनाने देर्दा त्या उघड्या खिडकीसमोरून दूर झाली आणि बैठकीच्या खोलीतून हळू हळू चालत मधल्या मोकळ्या जागेतून दरवाजाच्या दिशेने गेली. मरगळलेल्या मनाने तिने दरवाजा उघडला. बाहेर कोण आहे हे बघण्याकरताही तिने मान उंचावली नाही. पण खाली जमिनीवर तिला डॉ.मार्टिन्स बुटांची जोडी दिसली तेव्हा तिने हळू हळू चेहरा उचलला. काळ्या लेदरची पॅन्ट असलेले दोन पाय, काळा टी शर्ट आणि मग शेवटी स्टॅन्लेचा चेहरा. अखेर तिचे डोळे त्याच्या निळ्या डोळ्यांना

भिडले. ते डोळे आता देर्दाच्या पलीकडे पाहत होते. तिच्या अंधारात बुडालेल्या अपार्टमेन्टमधे डोकावत होते, आत अजून कोणी आहे का याची चाचपणी करत होते, घरात देर्दाव्यतिरिक्त दुसरं कोणी नक्की नाही ना याची खात्री करून घेत होते. दरवाजाच्या चौकटीवर त्याने त्याचे दोन्ही हात टेकवले आणि तो पुढे झुकला, देर्दाच्या अंगावर, घरात नीट डोकावून पाहता यावं म्हणून.

'आत अजून कोणी आहे का?' त्याने इंग्लिशमधे विचारलं. देर्दाने अभावितपणे आपली मान वळवली आणि मागच्या अपार्टमेन्टकडे पाहिलं. मग तिच्या लक्षात आलं. वळून ती तुर्की भाषेत म्हणाली, 'नाही, कोणीही नाही.' आणि खात्री पटवण्याकरता तिने आपला तळहात स्टॅन्लेसमोर उघडला. तिच्या त्या कृतीमुळे जरी त्याला थोडं आश्चर्य वाटलं तरी त्याला कळलं तिला काय म्हणायचं आहे ते. त्याने देर्दाचं मनगट पकडलं आणि तिला अपार्टमेन्टच्या बाहेर ओढलं, तिने तिच्या कहाणीतल्या दृश्यात रेखाटलं होतं तसंच अगदी. देर्दाला दरवाजा मागे बंद करून घेण्याकरता जेमतेम वेळ मिळाला. 'मी आता जाते आहे कायमची,' तिच्या मनात विचार आला. 'शेवटी मी निघून जाते आहे.' पण ते जास्त दूर गेले नाहीत. जिना आणि एलेव्हेटर ओलांडून ते स्टॅन्लेच्या अपार्टमेन्टमधे शिरले.

दरवाजाला लागून असलेल्या मोठ्या, रिकाम्या हॉलमधून ते आतल्या अंधाऱ्या कॉरिडॉरमधे आणि मग मोठ्या प्रशस्त झोपायच्या खोलीत शिरले. देर्दा आधी कधीच आत आली नव्हती तरी तिला हा सगळा आराखडा माहीत होता. आपल्या तळहातावरच्या रेषांप्रमाणे तिला तो पाठ होता– गेली पाच वर्षं ती ज्या अपार्टमेन्टमधे राहत होती तिथल्यासारखाच अचूक हा आराखडा होता. बेझिर त्याच्या झोपायच्या खोलीतला मोठा बेड भिंतीला लावून उभा करून ठेवतो. स्टॅन्लेच्या खोलीत कड्यांना अडकवलेले काळे पडदे होते, आणि आत जमिनीवरच्या दुहेरी गादीच्या शेजारी काळ्या चामड्याची आरामखुर्ची ठेवली होती. (तो इथे राहायला आला त्या दिवशी देर्दाने ती पाहिली होती). टॉर्चर मासिकातल्या छायाचित्रांनी सगळ्या भिंती भरून गेल्या होत्या. त्या चित्रांकडे जवळून पाहिल्यावर देर्दाला त्यांतले स्त्री-पुरुष एकमेकांना काय करत आहेत हे दिसलं, त्याबरोबर तिने स्टॅन्लेचा हात एकदम सोडून दिला आणि ती काही पावलं मागे सरकली. तिचं अंतर्मन तिला इथून निघून जा म्हणून सांगत होतं. स्टॅन्लेने त्याचा हात तिच्या खांद्यावर ठेवला आणि तो हसला. आपला हात सावकाश वर करत त्याने तिला इथेच थांब असं खुणावलं. मग त्याने तिचं डोकं कुरवाळलं. देर्दा तिच्या चेहऱ्यावर बांधलेला हिजाब काढून टाकायला लागली पण स्टॅन्लेने तिला तसं करण्यापासून थांबवलं. आपलं डोकं नकारार्थी हलवलं. त्या अर्थी त्याला तिचा चेहरा पाहायचा नव्हता. देर्दाला ते समजलं. पण मग त्याला काय हवं आहे? तिला कळेलच लवकर.

स्टॅन्लेने त्याच्या अंगातला टी-शर्ट काढून टाकला, गादीवरची एक उशी

उचलली आणि त्याच्या खालची रबरी बॅट बाहेर काढली. मग तो गादीवर ओणवा झोपला आणि त्याने हातातली बॅट देर्दाकडे दिली. तिने ती आपल्या हातात घेतली, स्टॅन्लेने आपले डोळे झुकवले. मग खाली वाकून त्याने आपली पँट झिप उघडून गुडघ्यांपर्यंत खाली आणली. मग तो गादीचा आधार घेत ओणवा बसला आणि त्याने देर्दाकडे कुत्र्याने बघावे तसे बघितले. देर्दाला त्याच्या पोटाखालून पुढे आलेला ताठ मांसल भाग दिसत होता आणि त्याच्या सुजलेल्या पाठीवरच्या जखमा आणि वळही तिला दिसले. आपल्या पायांमधल्या ताठरपणाला कुरवाळत त्याने गुडघ्यांवरचा तोल सावरत वर देर्दाकडे पाहिलं आणि डोळ्यांनी तिच्याकडे याचना केली. तो पहिल्या फटक्याची वाट बघत होता. एका झटक्यात तिने हातातली बॅट त्याच्या पाठीवर हाणली.

तिच्या डोळ्यांमधे भीती दाटून आली आणि ती खोलीच्या बाहेर धावत सुटली.

पण तीन तासांनंतर ती पुन्हा परत आलेली होती आणि स्टॅन्लेला इतकं झोडपत होती की त्या बॅटवरच्या रंगांचे पापुद्रे सुटायला आले.

कॅम्डेन टाऊनच्या मागच्या गल्लीतल्या एका अंधाऱ्या कोपऱ्यात तो स्टीक नावाचा पब होता. भूमिगत गुन्हेगार आणि व्यसनी लोकांच्या जिवावर तो जोरात चालत होता. स्टॅन्ले बारजवळ उभा राहून बीअरच्या मगला हातातल्या टॉवेलने पुसत होता. त्याला फारसं भान नव्हतं आपण काय करतो आहोत. तो टॉवेल इतका कळकट आणि जीर्ण होता की जमिनीवरचं पायपुसणंही स्वच्छ. जवळच्या स्टुलावर बसलेल्या मिचसोबत बोलण्यात तो दंग झाला होता. मिच अमेरिकन होता. तो लंडनला आला होता कारण तो जिथून आला होता तिथल्या बऱ्याचशा लोकांचा असा समज होता की एस अॅन्ड एम हे एखाद्या सोड्याच्या कंपनीचं नाव आहे. त्याला टॉर्चर मासिकातल्या वैयक्तिक ओळखींच्या पानावर सेव्हेरिनचा शोध लागला होता, आणि त्वरित त्याने स्वत:ला तिचा गुलाम बनवून टाकलं होतं. पण ते काही फार काळ चाललं नाही. एका सकाळी जाग आल्यावर तिने त्याला ती लेस्बियन असल्याचं सांगून टाकलं. तिच्या बंधनातून अशा तऱ्हेने स्वत:ची सुटका करून घ्यायला लागलेल्या मिचचे वास्तवाचे भान सुटले आणि तो अंधाऱ्या पोकळीत बुडाला. तो स्टॅन्ले सांगत असलेली गोष्ट ऐकत होता. आपल्या हनुवटीवर ओघळलेली बीअर पालथ्या हाताने पुसत आणि डाव्या डोळ्यांवर चढवलेलं भिंग सावरत. त्याच्या डाव्या कानाला ते एका बारीक साखळीने अडकवलेलं होतं.

'तू तिला बघायला हवं होतंस रे मित्रा, कसली सुंदर आहे ती! सांगणं कठीण आहे. मला माहीत नाही, तुला माहितेय. त्या अरबी बायका- पूर्ण काळ्या कपड्यांमधल्या, तुम्हाला त्यांचे फक्त डोळे दिसतात. ती सुद्धा त्यांच्यापैकीच एक आहे, बहुतेक तुर्की. म्हणजे आमच्या बिल्डिंगमधे तशा खूप जणी आहेत. मालकाने सांगितलं होतं मला. तो सुद्धा तुर्कीच आहे बहुतेक. ते काही असेल, तिचा एक नवरा

आहे किंवा भाऊही असेल.. कोणीतरी एक पुरुष दाढीवाला. माझ्या फ्लॅटच्या शेजारच्याच फ्लॅटमधे ते राहतात. त्या मुलीला मी आधीही एकदोनदा पाहिलं होतं, पण अर्थातच आम्ही कधी बोललो नव्हतो. आणि काल ती आली, माझ्या दारावर थाप देत.'

'किती वर्षांची आहे ती नक्की?' मिचने विचारलं.

'मला कसं माहिती असणार ते? पण खूप तरुण आहे ती. म्हणजे निदान दिसते तरी तरुण.'

जेवढं ऐकलं तेवढं मिचला उत्तेजित करण्याकरता पुरेसं होतं. आपली अवस्था स्टॅन्लेला दिसली तर तो नक्की वैतागेल असं वाटून तो त्याबद्दल काहीच न करता स्वस्थ बसला. कसाबसा स्वत:वर ताबा मिळवत त्याने मिचकडे अजून एक बीअर मागितली.

स्टॅन्लेने हातातल्या अस्वच्छ ग्लासात बीअर ओतली आणि तो मिचच्या पुढ्यात ठेवला. सकाळचे दहा वाजले होते, स्टीकमधे मिच एकमेव गिऱ्हाईक होता. ते पुन्हा गप्पा मारायला लागले.

'तर मी काय सांगत होतो? हा, ती अशीच आली, दार वाजवत. तिच्या हातामधे कसली तरी चित्रं होती. मी ती घेतली आणि पाहिली. ती चित्रं तिनेच काढली यात काही शंका नाही.'

मिचला चांगलीच चढली होती तोवर. उत्तेजित होत त्याने विचारलं,

'तिला आत नाही का बोलावलंस तू?'

'धीर धर,' स्टॅन्ले म्हणाला. 'हे बघ, तिने ती सगळी चित्रं एका वहीतून फाडलेल्या कागदांवर काढली होती– एक पुरुष बाईला मारत आहे आणि अजून एक विचित्र. त्यात एक हृदय काढलं होतं, लाल रंगात, आणि मला असं वाटतं की ते खऱ्या रक्ताने रंगवलं होतं.'

'फक्,' मिच विव्हळला. त्याला सेव्हेरिनची आठवण आली. रक्त बघितलं की तिला चक्कर यायची. 'फक्', तो पुन्हा म्हणाला.

स्टॅन्ले हसला आणि पुढे सांगायला लागला.

'खरं सांगतोय मी अगदी. आणि मग मी संध्याकाळ होईपर्यंत वाट पाहिली. तो दाढीवाला पुरुष आसपास नाही ना याची मला खात्री करुन घ्यायची होती. दरवाजाच्या भोकातून मी सतत लक्ष ठेवून होतो. पण तो काही दिसला नाही. आलाच नाही दिवसभर. म्हणून मग मी गेलो आणि तिच्या दारावर ठोकलं. तिने दार उघडलं. मी अपार्टमेन्टच्या आत सगळीकडे पाहिलं, आणि ती एकटीच असल्याचं माझ्या लक्षात आलं.'

'ती काही म्हणाली का तेव्हा? म्हणजे तुम्ही काहीच बोलला नाहीत का एकमेकांशी?' मिचने विचारलं.

'नाही, अजिबात नाही, तिला इंग्लिश येतच नाही. ते जाऊ दे, मग मी तिला माझ्या फ्लॅटवर घेऊन आलो. तुझा विश्वास नाही बसणार मिच, स्वप्नात असल्यासारखं

वाटत होतं ते सगळं! अविश्वसनीय स्वप्न!'

'तू तिचा चेहरा पाहिलास का?'

'वेडा आहेस का? तिचा चेहरा पाहिला तर मग त्यात काय मजा? मी अजिबात पाहिला नाही तिचा चेहरा. तिचे हातही नाही. तिने काळे मोजे घातले होते हातात.'

'हो, मला माहीत आहे.' मिच म्हणाला. 'आमच्या रस्त्यावरच्या टेस्कोमधे त्या जातात. एका वेळी पाच बायका, सगळ्या काळ्या पोषाखात लपेटलेल्या. दुकानातल्या मोकळ्या जागेत त्या वर-खाली फिरत असतात भुतांसारख्या. एकदा पैशांच्या काउन्टरवर मी त्यांच्यापैकी एकीच्या मागे उभा होतो. तिने ते तसे लांब काळे मोजे घातले होते हातात...'

मिच गप्प झाला. त्याने जगातल्या सगळ्या मुस्लिम स्त्रिया पूर्णपणे अंग झाकून, चेहरेही झाकून नजरेसमोर आणल्या. मग तो म्हणाला,

'मला विचारशील तर, त्या अख्ख्या जगातल्या सर्वांत मादक स्त्रिया असतात बहुतेक.'

'कोण?'

'मुस्लिम स्त्रिया. बघ, मला वाटतं त्या खूप सेक्सी असणार, आणि म्हणूनच त्या स्वत:ला अशा तऱ्हेने झाकून घेत असणार. त्यातून त्या असा संदेश पोचवत असणार आपल्याला की आम्ही जर आमच्या अंगावरचे कपडे काढून टाकले तर तुम्हा सगळ्या पुरुषांचा स्वत:वरचा संयम सुटेल. कळतंय तुला? त्या पुरुषांना सांगताहेत, हे पाहा, आम्ही कपडे काढले, तर तुम्हाला वेड लागेल! नाही तर कशाला कोणती बाई स्वत:ला असं झाकून घेईल ? जगातली सर्वांत मादक, मोहमयी असेल ती तरच ना असं करणार? कदाचित त्या त्यांच्यावर बलात्कार होतील म्हणून घाबरत असाव्यात. नाही तर असा विचार करून बघ, तू कधी सुंदर स्त्री नग्न पाहिली आहेस का? एकही नाही. या मुस्लिम स्त्रिया एखाद्या शस्त्राप्रमाणे असतील, जीवघेणं शस्त्र. इतक्या धारदार की त्यांना गुंडाळूनच ठेवावं लागत असणार नेहमी. अणुबॉम्बसारख्या असतील. त्यांचा कधी स्फोट करायची गरज नाही, पण तो होऊ शकतो इतकंच दहशत बसवायला पुरेसं असतं. त्यांना उघडलं तर जगाचा अंत नक्की. त्या सगळ्यांना आपले गुलाम बनवून ठेवतील. कदाचित त्यांनी आधीच ॲमेझॉनला गुलाम करून टाकलं असणार...'

दोघांनाही त्यावर खूप हसायला आलं. पण अचानक स्टॅन्ले गंभीर झाला.

'तिच्या त्या काळ्या चादोरमुळे ती मला इतकं उत्तेजित करते ! आणि हे काही माझ्या मनातलं केवळ स्वप्नरंजन नाही. खरीखुरी घटना आहे ही! इथल्या कोण्या मूर्ख मुलींसारखी नाही ती, ज्या दिवसा इस्त्री केलेले स्कर्ट्स घालतात आणि रात्री रबराचे मुखवटे चढवतात. या स्त्रिया नेहमीच त्यांच्या काळ्या बुरख्यात असतात. आणि असं झाकलेलं असण्यात त्यांना अभिमान वाटतो. आणि जणू काही त्यांना चालण्याचीही

गरज नाही, त्या अशा तरंगत जात असतात.'

'अगदी खरं,' मिच म्हणाला. त्याला पुन्हा सेव्हेरिन आठवली. सेव्हेरिन कोणत्यातरी घाणेरड्या बॅन्केत काम करायची आणि त्या वेळी एकच एक ठराविक सूट घालायची. 'मग काय झालं? तू काय केलंस?' त्याने स्टॅन्लेला विचारलं.

स्टॅन्लेने त्याचा टी-शर्ट काढला आणि तो मागे वळला. त्याची पाठ अगदी देर्दाच्या पाठीसारखी दिसत होती. गडद जांभळ्या जखमांच्या व्रणांनी भरलेली. मिचने आपला दारूमुळे थरथरणारा हात पुढे केला आणि त्याला स्पर्श केला. स्टॅन्ले पुन्हा सरळ झाला आणि मिचचे आश्चर्याने उघडेच राहिलेले तोंड पाहून तो खूश झाला.

स्टॅन्लेने पुढचा दरवाजा कुलूपबंद केला आणि तो त्याच्या अमेरिकन मित्राला घेऊन स्त्रियांच्या बाथरूममधे शिरला. पुरुषांची बाथरूम अजून त्याने स्वच्छ केलेली नव्हती.

त्याने पुन्हा बारचा दरवाजा उघडला, तेव्हा आत आलेली पहिली व्यक्ती होती रेगैप. त्याला बघताक्षणी स्टॅन्ले पबच्या मागच्या भागात धावत गेला. वाटेत येणाऱ्या खुर्च्यांना पाडत तो जीव घेऊन धावला. त्याला वाटलं की तो पुन्हा त्याच बाथरूममधे जाऊन स्वत:ला बंद करून घेऊ शकेल, जिथे त्याने आत्ताच काही मिनिटांपूर्वी त्या अमेरिकनाला त्याच्या गुडघ्यांवर बसवून कार्यभाग साधला होता, पण तसं काही झालं नाही. रेगैपने एकाच लाथेत तो दरवाजा उघडला, स्टॅन्लेची गचांडी पकडून त्याने त्याचं डोकं जबरदस्तीने टॉयलेटच्या भांड्यात बुडवलं, आणि वरून पाणी सोडलं. पाणी स्टॅन्लेच्या नाकातोंडावरून वाहून जाईपर्यंत ते दोघेही थांबले. मग रेगैपने स्टॅन्लेचे डोके पुन्हा मानेला धरून हिसका मारत बाहेर काढले, आणि भिंतीवर आपटले. स्टॅन्लेने त्याचे हात हवेत वर करून हलवले आणि तो म्हणाला, 'ठीक आहे, ठीक आहे...' रेगैप थोडं मागे होऊन वाट पाहत थांबला. स्टॅन्लेने मागच्या खिशात हात घालून दोन शंभर पौंडाच्या नोटा बाहेर काढल्या आणि रेगैपच्या हातात कोंबल्या. या महिन्यात त्याने त्याच्याकडून घेतलेल्या मेथची, नशाद्रव्याची ती फक्त अर्धी किंमत होती. रेगैपने ते पैसे स्वत:च्या खिशात ठेवले आणि त्याला इंग्लिशमधे बजावले, 'उरलेले पैसे घ्यायला मी पुढच्या आठवड्यात येईन.'

मग मागे वळून तो बारमधून बाहेर निघून गेला. जाताना त्याने बारच्या मागे भेदरून लपून बसलेल्या मिचकडे पाहिलं. त्याने एक रिकामी व्हिस्कीची बाटली केविलवाणेपणाने हवेत उंच उचलून धरली होती- त्या बाटलीने कुणाला मारण्याचे त्याच्याकडे अजिबातच धाडस नव्हते ही गोष्ट वेगळी- रेगैप त्याच्याकडे बघून ओरडला-, 'मादरचोद डुक्कर!' तुर्की भाषेत शिवी हासडल्यावर त्याला जरा बरं वाटलं आणि तो शांतपणे पबबाहेर पडला. पण बाहेरच्या फूटपाथवर आल्यावर तो एकदम थबकला, मागे वळून पुन्हा पबमधे गेला. त्याचा आवाज या वेळी आणखीच मोठा होता आणि भाषा पुन्हा तुर्कीच-

'मला त्याने मारणार आहेस तू, हो? हरामखोरा..'

मिचला जेव्हा दिसलं की रेगैप पुन्हा बारमधे त्याच्याकरता आला आहे तेव्हा घाबरून त्याच्या भुवयाच कपाळात गेल्या आणि त्याच्या डोळ्यांचं भिंग चेहऱ्यावरून घसरून पडलं, आता ते त्याच्या कानाच्या पाळीवर बेंगरूळपणे लटकत होतं, त्याचा कान त्या वजनाने अक्षरश: फाटायला आल्यासारखा दिसत होता.

***

बेझिरने तिला पुन्हा एकदा विचारलं,

'काय म्हणालीस तू?'

'खरेदी. मी जाऊ का रहिमे दीदीला घेऊन? ते नेहमी काही ना काही विसरतात आमच्याकरता खरेदी करायला जातात तेव्हा.'

बेझिरने तिला पुन्हा एकदा विचारले, या वेळी वेगवेगळे भाग करून प्रश्नाचे.

'तू? तुला बाहेर जायचं आहे? रहिमे दीदीसोबत?'

आता हे फार झालं. देर्दा पुन्हा त्याबद्दल बोलणार नव्हती. त्याने त्याचं म्हणणं स्पष्ट केलं होतं.

'नाही,' ती म्हणाली. 'नको, जाऊदे. ते करतातच आमच्याकरताही खरेदी.'

बेझिर कोचावर बसला, मागे टेकून. त्याने त्याचा एक पाय अंगाखाली दुमडून घेतला.

'आता तू मला त्या आरामखुर्चीबद्दल काही सांगणार आहेस का?'

'कोणती आरामखुर्ची?' देर्दाने विचारलं.

'ती तिकडची. तू तिला जागेवरून हलवलंस.'

देर्दाने तो नसताना जी आरामखुर्ची खिडकीजवळ नेऊन ठेवली होती, तिच्याकडे बोट दाखवलं- चार दिवस आणि चार रात्री. आता ती पुन्हा तिच्या मूळच्या जागी येऊन विराजमान झाली होती. देर्दाला काय बोलावं सुचेना. ती बोलताना अडखळायला लागली:

'कदा..कदा..कदाचित मी ती जमीन झाडताना ओढून तिथे नेऊन ठेवली असणार..'

बेझिर हसला.

'हो का?'

त्याने त्याचा पाय सरळ केला, मग तो उभा राहिला. देर्दाच्या मानगुटीला त्याने हळुवारपणे हात घातला आणि ती पिरगाळली, पण जास्त जोरात नाही.

'चल माझ्याबरोबर.' तो म्हणाला.

त्याने देर्दाला खिडकीजवळ नेलं. पडदे ओढलेले होते. तो आता काय करणार

आहे नक्की, तिला कल्पना करता येईना. घाबरून तिचा जीव गोळा झाला एकदम.

बेझिरने मानेला जोराने दाबत तिला खाली झुकवलं आणि गुडघ्यांवर बसवलं. तोही तिच्या बाजूला बसला आणि त्याने जबरदस्तीने देर्दाचा चेहरा जमिनीवरच्या गालिच्यावर टेकवला आणि दाबला. मग तिला विचारलं,

'मग हे काय आहे इथे नालायक?'

देर्दाला काहीच दिसेना, फक्त गालिच्याची वीण दिसत होती. बेझिरच्या ते लक्षात आलं, त्याने तिचा चेहरा थोडा वर उचला. पण अजूनही तिला फक्त गालिचाच दिसत होता, बाकी काही नाही.

'हे काय आहे?' – शेवटी तिने कसबसं विचारलं, 'काय पाहू मी इथे?'

बेझिरने एका लहानशा खळग्याकडे बोट दाखवलं.

'हे दिसतंय तुला? हे!' तिचा चेहरा अजून एका उजवीकडच्या खळग्याकडे वळवत तो किंचाळला.

'हेही बघ!'

मग अजून एक खळगा.

'आणि इकडेही बघ!'

आता शेवटचा.

'आणि इथे!'

गुडघ्यावर बसूनच त्याने देर्दाची मानगूट जबरदस्तीने प्रत्येक खळग्याच्या दिशेने फिरवली. आरामखुर्चीच्या खुरांमुळे तिथे खुणा उमटल्या होत्या. तिचा चेहरा त्याने त्या प्रत्येक खळग्यावर रगडला.

'मला नाही माहीत,' देर्दा रडायला लागली. 'मला खरंच माहीत नाही!'

आता तिला हुंदके यायला लागले. बेझिरला तिच्या रडण्याचा तिरस्कार वाटत होता.

'मग कुणाला माहीत असणार? की अजून कोणी आहे? इथे आलं होतं का दुसरं कोणी? दुसऱ्या कोणीतरी ही आरामखुर्ची हलवून या जागेवर आणली? दुसऱ्या कोणीतरी हे पडदे बाजूला केले बाहेरचं दृश्य बघायला? नक्की काय सांगायचंय तुला? म्हणून तुला खरेदीकरता बाहेर जायचं आहे, हो ना? तुला त्याला भेटायचं आहे?'

बेझिर आता किंचाळत नव्हता. दबलेल्या, रागीट आवाजात गुरगुरत होता, कारण उबेदुल्लहाने तक्रार केली होती की खूप आवाज येतात वरून तुझे. तू त्या मुलीला काही करत तर नाहीस ना, असेही त्याने संशयाने विचारले होते.

मग अचानक बेझिरने तिच्या मानेवरची पकड सोडून दिली. त्याच्याकडे जास्त वेळ नव्हता. कामावर जायला त्याला उशीर झाला होता. तो बाहेरच्या खोलीत गेला आणि बूट चढवून निघून गेला. देर्दा काही वेळ तशीच गालिच्यावर पडून राहिली. जरा वेळाने तिने वर डोकं उचललं. बेझिरची घडवंची समोर होती. आपण चित्रं काढण्याकरता

यातून जी वही घेतली होती ती कुठे आहे का याचा तिने बराच वेळ त्यात शोध घेतला, पण तिला ती वही तिथे मिळाली नाही. बेझिरला ही गोष्टही कळली असावी का? तिथून उठताना तिच्या मनात विचार आला. आता संध्याकाळी तो घरी आल्याशिवाय समजणार नाही ते.

दुपारपर्यंत तिने बैठकीच्या खोलीत बऱ्याच येरझारा मारल्या, मग अपार्टमेन्टमधून बाहेर पडून तिने शेजाऱ्याच्या दारावर ठोकलं. स्टॅन्ले त्या दिवशी कामावर गेला नव्हता. त्याच्या चेहऱ्यावर नजरही न टाकता, ती आतमधे शिरली आणि थेट स्टॅन्लेच्या झोपायच्या खोलीत गेली. तोही तिच्या मागोमाग आला. देर्दाने गाद्या उलट्या करून उशीखालची बॅट बाहेर काढली. स्टॅन्लेने पहिलं बोट वर करत तिला जरा थांबायची खूण केली. मग त्याने छताला लटकवलेल्या साखळीतून तीन तुकडे जोडून बनवलेला एक हिरेजडित गळपट्टा काढला आणि देर्दाच्या गळ्याभोवती अडकवला. मग थोडं मागे उभं राहून त्याने तिच्याकडे पाहिलं. त्या काळ्या पोषाखातल्या मुलीने स्वत:च्या गळ्यात आता एस ॲन्ड एम चा गळपट्टा अडकवून घेतला होता. त्याला ते खूप थरारक वाटलं. मग त्याने सावकाशपणे स्वत:च्या अंगावरचे कपडे उतरवले. या वेळी त्याने एक नवी पोझिशन घेतली. दोन्ही हात स्वत:च्या डोक्यावर घेऊन तो उभा राहिला. त्याचे डोळे बंद होते. जाड प्लॅस्टिकच्या बॅटचा एक जोरदार सपकारा आधी त्याच्या पाठीवर, मग पोटरीवर बसला. त्याचं शिस्न आणखीनच ताठरायला लागलं. तो स्तब्ध उभा होता. आणि मग त्या ताठरलेल्या शिस्नातून पांढरट द्रवपदार्थाचा फवारा उडाला. त्याने डोळे उघडून हाताचा तळवा उघडून देर्दासमोर धरला, तेव्हा तिने बॅटीचे फटकारे थांबवले. मग पुढे वाकून स्टॅन्लेने एक मनगटावर बांधायची पट्टी उचलली. तिला खिळे जडवलेले होते, त्याने ती उलट केली आणि आता वीर्याने चमकत असणाऱ्या स्वत:च्या शिस्नावर ती अडकवली. ती ब्रेसलेटसारखी पट्टी त्याने वर-खाली करत सरकवली, पट्टीच्या आतल्या बाजूचे खिळे शिस्नाच्या मांसल त्वचेवर घर्षण करत होते. त्याने देर्दाकडे पाहिलं. त्याची आपल्याकडून आता काय अपेक्षा आहे याचा अंदाज तिला लगेच आला. काळे मोजे चढवलेल्या आपल्या हाताने तिने ती पट्टी पकडली आणि मोजून बरोब्बर बारा वेळा तिने ती वर-खाली हलवली. या वेळी जो द्रवाचा फवारा उडाला तो रक्तमिश्रित होता.

देर्दाने प्लास्टिकची बॅट खाली फेकली आणि ती घरात कशाची तरी शोधाशोध करायला लागली. ती शोधत होती- पुस्तक, कोणतंही पुस्तक. आणि ते तिला लगेच सापडलं. पुस्तक नाही, पण मासिक सापडलं. टीव्हीवरच्या कार्यक्रमांची माहिती देणारं ते मासिक होतं. देर्दाने त्यातलं एक कोणतंही पान उघडलं आणि स्टॅन्लेसमोर धरलं. तो अंगावर कपडे चढवत असताना तिच्या मागोमाग फिरत होताच उत्सुकतेने. मोठ्या आवाजात एकेक शब्द उच्चारत ती म्हणाली, 'इंग्लिश' आपलं बोलणं त्याला नीट समजावं म्हणून तिने प्रत्येक शब्दावर जोर दिला होता. आपण तोंडावर जो हिजाब

घेतो त्यामुळे आपला आवाज कुणालाच स्पष्ट ऐकू येणार नाही असं तिला नेहमी वाटे. मासिकातल्या चित्रांकडे बोट दाखवत ती पुन्हा म्हणाली,

'इंग्लिश!'

'तुला काय म्हणायचं आहे ते मला समजत नाही. नक्की काय हवंय तुला?' स्टॅन्ले तिला म्हणाला.

देर्दाने हवेत काहीतरी लिहिल्याचे हावभाव केले, तेव्हा स्टॅन्ले पेन घेऊन आला. मासिकाच्या मागच्या पानावर एक हॅन्डबॅग्जची जाहिरात होती. त्या जाहिरातीत एक विवस्त्र तरुणी दोन्ही हात छातीवर घेऊन उभी होती, ज्याची जाहिरात होती ती बॅग तिने बरोबर आपले स्तन झाकले जातील अशी धरली होती आणि त्या बॅगेचं नाव तिच्या दोन्ही पायांच्या मधोमध लिहिलं होतं. देर्दाने हातातले पेन बॅगेवर टेकवून काही अक्षरं काढली. मग तिने त्या तरुणीच्या डोळ्यांभोवती वर्तुळ काढलं आणि पुन्हा काही अक्षरं काढली, आणि हे करताना तोंडाने ती म्हणत होती, 'इंग्लिश!'. मग तिच्या लक्षात आलं काहीतरी राहून जातंय– तेव्हा तिने आपण लिहिलेल्या सगळ्या शब्दांच्या समोर एक प्रश्नचिन्ह काढलं. मग कुठे स्टॅन्लेच्या डोक्यात प्रकाश पडला. देर्दाच्या हातातून मासिक घेऊन त्याने त्या विवस्त्र तरुणीच्या चित्राकडे बोट दाखवलं आणि इंग्लिशमधे एक शब्द परत परत उच्चारला. 'वुमन'. देर्दाने त्याच्या मागोमाग तो शब्द म्हणून पाहिला.

त्या दिवशी स्टॅन्लेचं दोन वेळा वीर्यपतन झालं आणि देर्दा छत्तीस नवे शब्द शिकली.

***

'हेच ते सुप्रसिद्ध बिग बेन,' हिदिर अरिफ म्हणाला.

पण गिदो आगाला काहीच ऐकू येत नव्हते. नुकतीच त्याने हेरॉइनची एक रिंग खरेदी केली होती, आणि आता त्याला दुसरे काही सुचत नव्हते. हेरॉइनची चोरटी आयात डिझेलच्या चोरट्या आयातीपेक्षा कितीतरी पटीने जास्त फायदेशीर होती.

तो लंडनमधे आला होता आपल्या देशातल्या लोकांसोबत सौदा करायला– तुर्की नागरिकांसोबत – जे दीर्घ काळ लंडनमधे राहत होते. ते जिथून आले होते त्या खेड्यांची नावंही त्याने कधी ऐकली नव्हती, तरीही ते त्याचे आपले लोक होते कारण शेवटी त्यांची आई कुर्दिश होती, तिच्या दुधावरच ते वाढले होते. मात्र तो कधीही स्त्रियांसोबत व्यवहार करत नसे. तो लंडनमधल्या त्याच्या देशवासीयांना बजावून सांगे की बल्गेरियन सरहद्दीवरून आलेली हेरॉइन तो स्वीकारणार नाही. त्यांनाच ती तिथून घेऊन यावी लागेल आणि तो त्यानंतर त्या मालाच्या वाहतुकीमधे सहभागी होणार नाही. त्यांनी ते मान्य केलं, फक्त ते म्हणाले की त्याची किंमत जास्त होणार असल्याने त्यातला त्याचा हिस्सा कमी होईल. गिदो आगा खूश नव्हता यावर. त्यामुळेच बिग

बेन आलं आणि गेलं. त्याला खरं तर फक्त त्याच्या मालकीच्या इमारतींमधेच रस होता. आणि हिदिर अरिफही कुठे खूश होता तिथे? त्यांनी दिवसभराकरता भाड्याने घेतलेल्या थेम्समधल्या बऱ्यापैकी मोठ्या बोटीतही तो आनंदात दिसत नव्हता. केवळ ते त्यांच्या जन्मदेशापासून हजारो किलोमीटर लांब आले होते म्हणून काहीही असलं तरी आपण एकमेकांना ओळखत नाही असा आव त्यांना आणता येत नव्हता. त्यांच्यामधे अनेक गोष्टीं कॉमन होत्या.- जवळपास दोन लाख गोष्टी. तुर्कीच्या दक्षिणपूर्व प्रदेशातल्या जमिनीवर राहणाऱ्या तुर्कींची ती लोकसंख्या होती आणि त्यावर ते वेगवेगळी साम्राज्यं राखून होते. हिदिर अरिफ त्याच्या वडिलांकडून शिकला होता गिदो आगाच्या भानगडीमधे न पडण्याचं. त्याला माहीत होतं त्याचं नेमकं काय चाललंय आता ते, पण त्याबद्दल त्याने चकार शब्दही काढला नव्हता. त्याचप्रमाणे गिदो आगाही कधी हिकमत तारिकतच्या गोष्टींमधे दखल घेत नव्हता. त्यांच्याकरता काम करणारी लोकं एकच होती- त्यांचं रक्त-मांस अलिझाम जमातीचं होतं आणि आत्मा हिकमत तारिकतचा होता. गेल्या शंभर वर्षांपासून जास्त काळ हा परस्परांच्या सोयीचा व्यवहार चालू होता. गिदो संघटनेची व्यावहारिक बाजू सांभाळत होता आणि हिदिर अरिफ त्या माणसांची यादी जवळ बाळगून होता जे पर्वतांवर जाऊन बंडखोर सैनिकांच्या टोळ्यांमधे सामील झाले. आपल्या देशावर कोणाचं निशाण फडकतं आहे याची हिदिर अरिफला यत्किंचितही पर्वा नव्हती. त्याला माहीत होतं मनात, श्रद्धेविना लोकं जिवंतपणीही मेल्यासारखी असतात. त्यामुळे चीनने जरी प्रदेश काबीज केला तरी तिथे सत्ता हिकमत तारिकतचीच असेल. 'कुर्दिस्तान, द तुर्किश रिपब्लिक, पीपल्स रिपब्लिक ऑफ चायना.. काय फरक पडतोय?' तो त्याच्या वडिलांना, शेख गाझींना बोलून दाखवत असे, त्यांना जोवर ऐकू येत असे तोवर तरी निदान. हिदिर अरिफ प्रिन्स्टन विद्यापीठात शिकलेला, जागतिक नागरिक होता. त्याच्या दृष्टीने महत्त्वाचा फक्त धर्मच होता, बाकी इतर कोणत्याही सरहद्दींना तो मानत नव्हता. कोणत्याही सरहद्दीशिवाय एकत्र झालेल्या मुस्लिमांचं नेतृत्व आपण करतो आहोत असं स्वप्न तो बघे. पण तरीही, काही राष्ट्रं त्याच्या मर्जीतली होती. उदाहरणार्थ, अरबांच्या आढ्यतेचा तो आदर करी. जर त्यांनी काबाला सोन्याने मढवायचं ठरवलं तर तो त्या प्रकल्पात सर्वांत आधी सहभागी होईल. त्याला अशी आढ्यता, असा माज केलेला आवडत असे. एकदा त्याने केवळ अर्धा किलो वजनाच्या दगडाकरता, जो हेसर-उल-एस्वेदचा भाग आहे असं त्याला सांगितलं गेलं होतं, आणि त्यावर त्याचा अजिबात विश्वास बसला नव्हता, तरीही त्याने त्याकरता अर्धा दशलक्ष डॉलर्स मोजले होते. आपल्या अभ्यास खोलीत पाय ठेवणाऱ्या प्रत्येक पाहुण्याला तो हा दगड अगदी आवर्जून दाखवत असे. जगाचा नकाशा कोरलेल्या एका काचेच्या गोळ्याच्या बरोबर मध्यावर येईल असा टांगून ठेवलेला तो काळा कुळकुळीत दगड - जगाचा केंद्रबिंदू मॅग्मा नाही, हा आहे असं सूचित करणारा. तो काचेचा गोळा एका पोलादी स्तंभावर विराजमान होता

आणि खोलीत शिरल्या शिरल्या लोकांना सर्वांत पहिल्यांदा त्याचेच दर्शन होत असे, त्याकरता त्यावर लखलखीत प्रकाशाचे झोतही सोडण्यात आले होते. हिदिर अरिफ हातातल्या रिमोट कंट्रोलने त्या काचेच्या गोळ्यावर आपल्याला हव्या त्या रंगाचा प्रकाश झोत पाडे. त्याचा आवडता रंग होता हिरवा, इस्लामचा खास रंग.

वॉटर्लू ब्रिजच्या जवळ आल्यावर गिदो आगा म्हणाला, 'तिथे एक माणूस आहे, तू कदाचित त्याला ओळखत असशील.'

'कोण?' हिदिर अरिफने विचारलं.

'बेदिर, की बेझिर, असंच काहीसं नाव आहे. तो इथे राहतो. तो काय करतो ठाऊक आहे का तुला?'

थेम्समधल्या आणि वॉटर्लू ब्रिजवरच्या इतर बोटींमधे पर्यटक ओसंडून वाहत होते. बहुतेकांकडे कॅमेरे होते, आजूबाजूच्या प्रत्येक गोष्टीचे ते फोटो काढत होते– असे फोटो, ज्यांच्याकडे ते नंतर कधी ढुंकूनही बघणार नव्हते. पुलावरच्या कोणालातरी हा श्रीमंती याटवर उभा असलेला इस्लामिक पायघोळ झग्यामधला, डोक्याला केफिये बांधलेला दाढीवाला म्हातारा दिसताच त्याने पटकन् ते याच पुलाखालून निघून जायच्या आत त्याचा फोटो काढला. त्याला वाटलं ही कोणीतरी मध्यपूर्वेकडच्या देशातला बडी राजकीय आसामी असणार.

पुलावर त्याच्या शेजारी उभा असलेला माणूस म्हणाला, 'तो माणूस जाऊ दे, मला माहीत आहे तो कोण ते. आपण ज्याच्या मागावर आहोत त्याचा फोटो घे.'

ट्रेन्च कोट घातलेले ते दोघेजण म्हणजे एम आय५ चे अधिकारी होते, ब्रिटिश अंतर्गत सुरक्षा सेवेत असणारे. त्यांची नेमणूक सध्या वॉल्डॉर्फ़मधे, शहरातल्या सर्वांत महागड्या हॉटेलात राहत असलेल्या गिदो आगाची माहिती गोळा करण्याच्या कामगिरीवर झाली होती. गिदो ब्रिटनमधे इतर कोणाही पर्यटकासारखा येऊ शकला असता, आणि नंतर देश सोडूही शकला असता, पण तो त्या लोकांना भेटत होता ज्यांच्यावर एमआय५ बऱ्याच महिन्यांपासून लक्ष ठेवून होती, त्यामुळे गिदो आता त्यांचा नवा संशयित बनला होता. त्यामुळे आता त्याच्यावरही काळजीपूर्वक लक्ष ठेवण्यात येत होतं. अस्ताव्यस्त वाढलेल्या लाल दाढीतला आणि किल्ट घातलेला एक स्कॉटिश मनुष्य एमआय५ ऑफिसर्सना त्याच्या वाटेतून धक्का देत बाजूला करत म्हणाला– 'मार्गातून बाजूला व्हा, दिसत नाही का मी पुलाच्या या भागात काम करतो आहे ते?' आणि नंतर तो जोरजोरात त्याचा बॅगपाईप फुंकायला लागला, तेव्हा त्या अधिकाऱ्यांकडे त्याच्या रस्त्यातून बाजूला होण्यावाचून काही पर्यायच राहिला नाही. जेम्स बॉन्डच्या नव्या चित्रपटाची झळझळीत जाहिरात असलेली एक दुमजली बस त्यांच्या शेजारून गेली. ते आणखीनच मागे झाले. त्या जाहिरातीतल्या जेम्स बॉन्डने टक्सेडो घातला होता, त्याच्या डोक्यावरचे केस मोटारसायकलस्वाराच्या हेल्मेटसारखे दिसत होते उडताना, आणि बिकिनी घातलेल्या सुंदर तरुणी त्याच्या खांद्यांना लटकल्या

होत्या. त्या दोघा एजन्टांनी बॉन्डच्या पोस्टरकडे पाहिलं, मग एकमेकांकडे, आपल्या काळ्या कोटाकडे, डोक्यावर जितके शिल्लक केस होते– ते दरवर्षी जास्त जास्तच कमी होत चालले होते– त्याकडे पाहिले. वाऱ्यामुळे ते अस्ताव्यस्त उडत होते. सततच्या जागरणाने, जास्त वेळ काम केल्याने डोळे लालभडक झाले होते. त्यांनी त्यांच्या पायात असलेले चायना मेड शूज सेलमधे विकत घेतले होते. त्यांना अशीही खात्री वाटायला लागली की तो स्कॉटिश बॅगपाइप वाजवणारा– जो आता आरामात त्याच्या बॅगपाइपमधे स्कॉटिश हवा फुंकत बसला होता– तोही त्यांच्याकडे खुन्नस देऊन पाहत होता. 'फक् जेम्स बॉन्ड,' एकाने शिवी हासडली. आणि मग दोघेही तिथून निघून गेले.

इथे हिदिर अरिफ विचार करत होता की त्याने हे नाव आधी कुठे ऐकले आहे. त्याला अजून माहिती हवी होती.

'तो कोणत्या संघटनेशी संबंधित आहे?'

त्याला विचारायचं होतं की तो एखाद्या जमातीपैकी होता की वर्गापैकी होता. किंवा जास्त अचूक बोलायचं तर त्याची खरी निष्ठा कोणावर आहे हे त्याला काढून घ्यायचं होतं.

'तो तुझ्या बाजूचाच आहे.' गिदो म्हणाला.

'अल्ला मेहेरबान,' हिदिर डोकं हलवत म्हणाला. 'मला नाव माहीत आहे हे पण कुठे ऐकलंय नेमकं ते लक्षात येत नाही. ते असो, तुला का त्याच्यात रस आहे इतका?'

'नको विचारूस..' गिदो म्हणाला, त्याने बोलताना आपले डोळे थेम्सच्या गढूळलेल्या पाण्यावर स्थिर केले. 'आम्ही दोघेही एकाच व्यवहारात गुंतलो आहोत.'

हिदिर अरिफने त्यानंतर काही विचारलं नाही. म्हणजे आता त्याला हे समजणार नाही की बेझिरने लंडनमधे मुस्लिम किक् बॉक्सर्सची एक लहान संघटना बांधली होती आणि त्याने शेकडो बिगर मुस्लिम लोकांना हेरॉइनच्या व्यसनात अडकवले होते, असं समर्थन करत की, 'अल्लाकरता कोणत्याही प्रकारचा जिहाद करायला परवानगी आहे.' हिदिर अरिफने जास्त चौकशी केली नाही. त्यामुळे त्याला हे कळलं नाही की बेझिरने अंमली पदार्थांच्या व्यापारात मिळवलेले सगळे पैसे पुन्हा हेरॉइनमधेच गुंतवले होते कारण तो त्या हरामाच्या पैशाला शिवू शकत नव्हता, किंवा त्याने अशी एक किक् बॉक्सिंगची हालचाल शोधून काढली आहे जी त्या अंमली विक्रेत्याचे गुडघे एका लाथेत फोडून टाकेल. जो मुस्लिमांना हेरॉइन विकतो. गिदोच्या, – च्या मनाई हुकुमानंतरही जर हिदिर अरिफने चौकशी केली असती तरी त्याला बेझिरच्या बाबतीतले सत्य समजले नसते. गिदोला स्वत:लाही यापैकी अनेक गोष्टी माहीत नव्हत्या. त्याच्या माणसांनी त्याला इतकंच सांगितलं होतं की हिकमत तारिकतचा असा एक जण आहे जो काहीही करायला तयार असतो. त्यांनी त्याला त्याची काळजी

घ्यायला सुचवलं होतं. लंडनमधे आलेल्या हेरॉइनपैकी पंचाहत्तर टक्क्यांहून जास्त व्यवसाय जे चौघे भाऊ अभिमानाने सांभाळत होते त्यांच्यापैकी एकाने, दुल्लुहानने त्यांना त्याच्याबद्दल कळवलं होतं. बेझिरबद्दल त्यांची अशी तक्रार होती की तो हेरॉइन रशियाहून आणत असे. याचा अर्थ असा की त्या पंचवीस टक्क्यांमधे तो हात घालत होता जो त्यांच्या ताब्यात नव्हता. 'मी बघतो काय करायचं ते,' गिदो त्यांना म्हणाला होता. आणि हे त्याच वेळी झालं जेव्हा एमआय५ अधिकाऱ्यांनी त्याचा पहिला फोटो काढला. तो फोटो वेस्टमिनिस्टर मधल्या डाल्टनच्या प्रमुख शाखेच्या अगदी जवळ असलेल्या एका अपार्टमेन्ट बिल्डिंगच्या चौथ्या मजल्यावरच्या खिडकीतून काढला होता.

याटच्या मागच्या बाजूकडून ते उठले आणि जेवायला बसले. हिदिर अरिफ म्हणाला, 'बरोबर! आत्ता आठवला मला तो. बेझिर, तो म्हणजे उबेदुल्लाहचा मुलगा. चांगला मुलगा आहे तो. तो त्याच्या वडिलांचा फर्निचरचा व्यवसाय सांभाळतो.'

त्याने हे सांगितलं नाही की पाच वर्षांपूर्वी त्याने त्याच्याकरता मध्यस्थाचं काम केलं होतं एका अकरा वर्षांच्या मुलीला विकत घेऊन त्याचं लग्न लावून दिलं होतं. त्याने अगदी काळजीपूर्वक पुढची माहिती सांगितली.

'बरोबर आहे, त्याने कुरुदेराच्या एका मुलीशी लग्न केलं होतं. आता मला चांगलं आठवलं. ते काही असू दे, तुला कशाला हवा आहे तो?'

गिदो नाराज होता कारण जेवणासोबत वाईन दिली गेली नव्हती. वर पाहत तो म्हणाला,

'मला त्याचा पत्ता दे फक्त! आणि हे सांग, तो काही कामाचा आहे का?'

हिदिर अरिफला हे अपेक्षितच होते. हे इथेच येणार हे त्याला माहीत होते. हा हरामजादा गिदो नक्की त्याला इजा पोचवणार. त्याने झटकन डोक्यात काही हिशेब केले. पण आलेलं उत्तर बेझिरच्या विरोधात जाणारं होतं. अल्ला माफ करेल, तो स्वत:शी म्हणाला.

'नाही, काही कामाचा नाही.'

'छान,' गिदो म्हणाला. आता त्याला खूपच बरं वाटायला लागलं. मग वर पाहून तो म्हणाला, 'काय म्हणत होतास तू, काहीतरी मोठं, प्रसिद्ध आहे इथे बघण्यासारखं, कुठे आहे ते?'

हिदिर अरिफने मनातल्या मनात एक शिवी हासडली.

'आता आपण पुढे आलो बरंच. तो घड्याळाचा मनोरा होता, बिग बेन.'

आणि आता ते खायला सुरुवात करणार, तोच वरून एक बाई त्यांच्या मधोमध ठेवलेल्या लाकडी टेबलावर जोरात येऊन आदळली. वर बघितलं तेव्हा त्यांच्या लक्षात आलं की ते नुकतेच मनोऱ्याच्या पुलाखालून पुढे गेले होते. त्या बाईने पुलावरून खाली उडी मारली होती, थेट त्यांच्या बोटीवर. आणि अर्थातच

तिने जे ठरवलं होतं त्यानुसार तिचा मृत्यू झाला होता. त्या टेबलाचे दोन तुकडे झाले होते आणि रहिमे जमिनीवर रक्ताच्या थारोळ्यात वेडीवाकडी पडली होती, हातात गच्च पकडलेला रेडिओ होता. तो अजूनही चालू होता. माणसाच्या हाडामांसापेक्षा तो जास्त भक्कम होता. इफ इट बी युअर विल हे गाणं अजून सुरू होतं. रहिमेने तिची काळी चादोर पांघरलेली नव्हती. आपल्या आयुष्यातल्या शेवटच्या दिवशी तिने आपल्यावरचं कपड्यांचं आवरण काढून टाकलं होतं. कदाचित तिच्याजवळ आता लपवण्यासारखं काही शिल्लक नव्हतं.

दुसऱ्या दिवशी एमआय५ अधिकाऱ्यांपैकी एक जण ठळक बातम्या पाहत होता. 'फक् जेम्स बॉन्ड!' तो चिडून म्हणाला. गिदोच्या गोंधळून गेलेल्या चेहऱ्याचे वेगवेगळ्या कोनातून घेतलेले फोटो, आत्महत्येच्या रक्ताचे शिंतोडे उडालेला चेहरा सगळ्या वृत्तपत्रांच्या मुखपृष्ठावर झळकला होता. दुसऱ्या एका वृत्तपत्रात हिदिर अरिफची मुलाखत होती.

'आम्ही या देशात सुरक्षित नाही! ही बाई जर थेट आमच्या अंगावर पडली असती तर काय झालं असतं कल्पना आहे का? पुलाखाली निदान ते एखादं सुरक्षित जाळं नाही का लावू शकत! ते कराच्या रूपाने आमचं रक्त शोषतात! या घटनेला जे जबाबदार आहेत त्यांच्यावर मी निश्चितच खटला भरणार आहे. अल्लाहची कृपा म्हणून आम्ही वाचलो आणि आज जिवंत दिसतो आहोत. मी माझ्या मुस्लिम बांधवांना सांगू इच्छितो की मी ठीक आहे आणि काळजीचं काही कारण नाही.'

***

काझिकत सेयित मुहर्रमची कविता, तारीख , नाव हिकमत-उल अर्झ- हिकमत तारिकतचा जाहीरनामा या कवितेवर आधारित आहे:

तुझ्या नियोजित मृत्यूच्या दिवशी तुझ्यावरचा खटला संपेल
तुझ्या अस्वस्थ मनाकडे दुर्लक्ष कर आणि अंताकडे लक्ष देऊ नकोस
तू तुझ्या संरक्षणाकरता दुसऱ्यांचा जीव घेशील
पण कधीही स्वत:चा जीव घेऊ नकोस

तुझं अस्तित्व जोवर आहे तोवर जगशील
तुझ्या आयुष्यात आणि मनाच्या शांततेत
क्रौर्य, धार्मिक फसवणूक किंवा व्यभिचार यांपेक्षाही
आत्महत्या हे जगातले सर्वांत मोठे पाप आहे

तुझे श्वास कोणाच्या मालकीचे आहेत हे तुला माहीत नाही का?
तू जमिनीच्या आत जाण्याआधी कधीच पालथा पडत नाहीस का?
खोटेपणा, भोंदूगिरी, किंवा लालसा यापेक्षाही
आत्महत्या ही देवासोबत केलेली सर्वांत मोठी प्रतारणा आहे

तुला जेव्हा बोलावलं आहे तेव्हा तू आला आहेस
तेव्हा तुला जेव्हा बोलावलं आहे तेव्हाच तू जाशील
जर तू विद्रोह केलास आणि स्वत:च दोर टाकलास
तर तू कोळशाहूनही काळ्या निर्वात पोकळीत कायमचा नाहीसा होशील

त्यामुळे तुझ्यावरच्या खटल्याचा पहिला विजय हाच असेल, विसरू नकोस
तुझ्या मृत्यूची वेळ येईपर्यंत तू धीर धरशील

सगळ्याच संघटना लोकांच्या पाठिंब्यामुळे शक्तिमान होतात आणि मग त्यांच्यावर नियंत्रण ठेवण्याकरता त्या एक नियमावली तयार करतात, हिकमत तारिकतनेही आपल्या नियमांपैकी एकात सांगितले होते की आत्महत्या करणे हा अंतिम धिक्कार आहे. तारिकतचं अस्तित्व आणि त्याची वाढ ही त्याच्या सदस्यांच्या अस्तित्वावर अवलंबून होती. आणि जे मरतात, एखाद्या विशिष्ट कामाकरता नाही तर त्यांच्या स्वत:च्या स्वार्थाकरता, ते सर्वांत बेजबाबदार लोक. आणि म्हणूनच तारिकतच्या सदस्यांनी रहिमेचा मृतदेह ताब्यात घेतला नाही. तिने आत्महत्या केली होती आणि शेवटचा श्वास घेताना तिने तिचा चेहरा जगाला दाखवण्याकरता उघडा केला होता. पण सर्वांत निंदनीय काय होतं तर तिने आपल्या स्वार्थी कृत्यामुळे एका ज्येष्ठतम संघटनाप्रमुखाच्या–हिदिर अरिफच्या जिवाला धोका पोचवला होता, त्याला जवळजवळ मारलंच होतं–आणि या कृत्याला जमात माफ करणार नव्हती. या गोष्टीवर विचार करून रहिमेला पूर्णपणे नाकारण्याचा निर्णय घ्यायलाही जास्त वेळ लागला नव्हता. पण उबेदुल्लाहने त्याच्या दिवंगत पत्नीचा मान राखला. 'दफनानंतरची प्रार्थना होईल. ते आवश्यक आहे, मी ती स्वत: म्हणेन!' त्याने स्वत:शीच ठरवलं, कारण त्याचे सगळे पाठीराखे त्याला सोडून गेले होते. रहिमेच्या आत्महत्येबद्दल एकंदर जे मत झालं होतं, त्यामुळे त्याचं एरवीचं व्यस्त, सामाजिक जीवन अचानक थंडावलं होतं.

हॉस्पिटलच्या शवागारातून रहिमेचा देह आणायला बेझिर उबेदुल्लाहसोबत गेला होता. उत्तर लंडनच्या मुस्लिम दफनभूमीत तिचा दफनविधी झाला. आपल्या वडिलांना आनंद व्हावा याकरता बेझिरने सर्व नीट आयोजित केलं. मुस्लिम परंपरेनुसार त्याने

सगळ्या गोष्टी व्यवस्थित पार पाडल्या, दफनविधीकरता लागणाऱ्या कफनापासून, शवाला स्नान घालण्यापर्यंत. दफनविधीनंतर उबेदुल्लाह त्याच्या अपार्टमेन्टमधे अत्यंत अशांत मन:स्थितीत होता. त्याच्या छातीत वेदना होत होत्या आणि श्वास नीट घेता येत नव्हता.

देर्दाने बेझिरकडे रडत रडत याचना केली, तिला ही दफनविधीकरता घेऊन जावं म्हणून. संतापाने बेझिरने तिला इतक्या जोराने कानशिलात मारली की ती जमिनीवर कोसळली. ती रडली, इतकी रडली.. आयुष्यात कधीही एवढी रडली नव्हती. ती किंचाळली, गालिच्यावर आपले तळहात आपटत राहिली. आपल्यावर होणारा जुलूम आता तिच्या शक्तीबाहेर गेला होता. ती उठली आणि खिडकीकडे धावत गेली. तिने ती उघडली आणि ती किंचाळली, 'मी उडी मारेन! खरंच मी इथून उडी मारेन!'

बेझिरने तिच्याकडे रोखून पाहिले, शांतपणे. मग तो जाण्याकरता वळला, पण दरवाजापर्यंत गेल्यावर तो थबकला आणि पुन्हा बैठकीच्या खोलीपर्यंत चालत गेला. त्याने दरवाजात उभा राहून देर्दाकडे पाहिलं, तिचा एक पाय इमारतीच्या बाहेर लटकत होता. सन्नाटा. जणू काही तो वाट बघत होता की ती उडी मारेल आणि मरेल. इतक्यात त्याची प्रचंड देहाकृती लटपटली आणि त्याच्यामागून उबेदुल्लाह प्रकट झाला. त्या वृद्धाने आपल्या मुलाच्या पाठीत संपूर्ण शक्तीनिशी एक दणका घातला होता. बेझिर वळला आणि खाली कोसळला, अचानक बसलेल्या मारामुळे किंवा वेदनेमुळे नाही, तर आपल्या वडिलांनी आपल्याला मारावे या धक्क्याने तो कोसळला. आपले खांदे आक्रसून घेत त्याने त्याचे डोके खाली झुकवले, आणि दोनशे पौंडांपेक्षाही जास्त वजनाचा बेझिर जमिनीवर एखाद्या चोळामोळा करून फेकलेल्या कागदाच्या बोळ्याप्रमाणे दिसायला लागला.

उबेदुल्लाह एखाद्या लहान मुलाप्रमाणे रडत होता. त्याचं रहिमेवर प्रेम होतं. त्याच्या पहिल्या पत्नीचा मृत्यू ब्रेस्ट कॅन्सरमुळे झाला होता आणि बेझिर त्याचा एकुलता एक मुलगा होता. रहिमेपेक्षा तो छत्तीस वर्षांनी मोठा असला तरी त्याने तिच्यावर कायमच खूप प्रेम केलं होतं. तसंच प्रेम – जसं तो सगळ्याच मानव प्राण्यांवर करत होता– करुणामिश्रित प्रेम. त्याने तिच्यावर पत्नीसारखं आणि मुलीसारखं प्रेम केलं होतं. कदाचित तिने स्वत:चा जीव घ्यायला तो सुद्धा कारणीभूत झाला असेल, पण त्याने तिच्यावर प्रेमच केलं होतं. उबेदुल्लाहला दुसऱ्या कोणत्याही प्रकारचं आयुष्य माहीत नव्हतं. स्त्रियांना यापेक्षा वेगळी वागणूक कशी देतात ते त्याला माहीत नव्हतं. आता तो फक्त रडू शकत होता आणि बेझिरला थरथरत्या हातांनी मारू शकत होता. जणू काही बेझिरने आपल्या हातांनी रहिमेला पुलावरून खाली ढकलून दिलं होतं आणि उबेदुल्लाह आता त्याची शिक्षा देत होता त्याला, सूड उगवत होता. पण खरी गोष्ट अशी होती की उबेदुल्लाहच्या आतून बाहेर पडणारा हा सगळा संताप, हिंस्रपणा हा दुसऱ्या कोणाकरता नाही, त्याच्या स्वत:करता होता.

'पुन्हा कधी असं करू नकोस!' तो रडत किंचाळला, श्वास घेण्याचा प्रयत्न करत. 'जर तू पुन्हा कधी या मुलीला हात लावलास, तर मी तुला ठार मारेन. ऐकू येतंय का तुला? अल्लाह साक्षी आहे, मी तुला मारून टाकीन! तू माझा मुलगा असलास तरी तुला मारून टाकीन!'

तो आपल्या हाताच्या मुठीने आपल्या मुलाला अजूनही मारत होता, जमिनीवर कोसळून पडेपर्यंत. बेझिर झटकन उठला आणि त्याने वडिलांना उचललं. तो अपार्टमेन्टच्या बाहेर धावला. देर्दाही त्याच्या मागे धावली. बेझिर जिन्यावरून उतरायला लागला– तो विसरून गेला, एलेव्हेटर आहे. त्याने आपल्या वडिलांना घट्ट कवटाळले होते, आपले वडील मरणाच्या दारात आहेत हे जाणवल्यावर एखादा मुलगा जसा आपल्या वडिलांना घट्ट कवटाळेल तसंच त्याने त्यांना उराशी धरलं होतं. म्हाताऱ्या उबेदुल्लाहला याआधी कधीही श्वास घ्यायला इतका त्रास झाला नव्हता.

'देवा!' बेझिर रडायला लागला. 'अरे देवा!'

त्याचे बारीक डोळे अश्रूंनी भरून गेले होते आणि त्याच्या खालच्या ओठावरून हनुवटीवर लाळेची एक बारीक तार ओघळली होती. देर्दा आपल्या मागे येते आहे याकडे त्याचं लक्षच नव्हतं. त्याला काहीही दिसत नव्हतं– फक्त दरवाजा, इमारतीच्या प्रवेशद्वाराचा दुहेरी दरवाजा. त्याने लाथ मारून तो उघडला आणि तो बागेमधून धावत सुटला, कार पार्किंगच्या दिशेने. देर्दाला हे आठवायला जेमतेम वेळ मिळाला की हेच ते प्रवेशद्वार ज्याच्यातून ती पाच वर्षांपूर्वी आत आली होती. या पाच वर्षांमधे आज ती पहिल्यांदा इमारतीबाहेर पडत होती. तिच्याही डोळ्यांत अश्रू होते. तिला माहीत नव्हतं का ते. कदाचित सगळ्याच गोष्टींकरता, गेलेल्या पाच वर्षांकरता, उबेदुल्लाहकरता, रहिमेकरता, तिच्याकरता.

क्षणभर तिला बेझिर दिसलाच नाही. आजूबाजूच्या परिसराने तिला गोंधळून टाकलं होतं. त्या मोकळ्या अवकाशात तिचं डोकं भणाणून गेलं. पण लगेचच तिचे डोळे सूर्यप्रकाशाला सरावले. पार्किंग लॉटमधे आपला नवरा उभा आहे हे दिसताच ती त्याच्या दिशेने धावली. बेझिर कारच्या मागच्या सीटवर वडिलांना झोपवून त्यांचा पट्टा बांधून ठेवत होता. देर्दाने कारचा पुढचा दरवाजा उघडण्याचा प्रयत्न केला पण तिला तो उघडणं जमेना. तिला तो कसा उघडतात हेच माहीत नव्हतं. दोघांची नजरानजर झाली. बेझिरची आणि तिची. दोघेही रडत होते. देर्दाची नजर थोडी स्थिर झाली आणि तिला जाणवलं की आयुष्यात पहिल्यांदा आपण आपल्याला नवऱ्याला रडताना बघत आहोत.

कारचा मागचा दरवाजा बंद करून बेझिर एक वळसा घेऊन समोर आला. देर्दा दोन पावलं मागे सरकली आणि आपला बचाव करण्याकरता तिने डोळ्यांवर आपले दोन्ही हात घट्ट धरले.

'आत बस.' बेझिर म्हणाला.

डोळे उघडताच तिला दिसलं की त्याने कारचा दरवाजा तिच्याकरता उघडून ठेवला आहे. ती आतमधे बसली. बेझिर तिच्या शेजारी ड्रायव्हरच्या सीटवर बसला आणि त्याने इंजिन सुरू केलं. कार रस्त्यावर आली. मागच्या सीटवरून उबेदुल्लाहच्या कण्हण्याचा आवाज आला. त्याला शुद्ध आली होती.

'बेझिर, मला वचन दे!'

'बाबा! बेझिर उद्गारला. 'अल्लाह कसम, कृपा करा माझ्यावर!'

आपण देर्दाला पुन्हा मारणार नाही हे वचन वडील आपल्याकडे मागत आहेत आणि आपण ते देऊ शकणार नाही याची त्याला व्यवस्थित कल्पना होती. आपला दणकट पंजा त्याने स्टिअरिंग व्हीलवर आपटला.

'बाबा, अल्लाह कसम...' इतकंच तो म्हणत राहिला. उबेदुल्लाह आपला हट्ट सोडत नव्हता.

'मला नाही अशी शपथ घेता येणार!' तो हुंदके देत म्हणाला, पण उबेदुल्लाहने त्याचं म्हणणं ऐकलं नाही, तो पुन्हा तेच सांगत राहिला:

'शपथ घे! शपथ घे की तू पुन्हा कधीही तिच्या अंगावर हात टाकणार नाहीस! शपथ घे...'

अर्धं वाक्य उच्चारूनच तो थांबला. त्याचा राग, त्याचं आयुष्य, सगळंच एकदम अर्ध्यावर तोडलं गेलं. तिला बसलेल्या माराच्या वेदना त्याच्या त्वचेत बंदुकीच्या गोळीसारख्या घुसल्या होत्या, त्यालाही तितकीच वेदना जाणवली होती. कदाचित ती गोळी त्याच्या शरीरातून बाहेर निघूनही गेली असती पण मुलाने आपला हट्ट सोडला नाही. वडिलांच्या शरीरातली गोळी बाहेर काढणं त्याच्याच हातात होतं जे त्याने केलं नाही...

दुसऱ्याच वळणावर उबेदुल्लाह मरण पावला. हॉस्पिटल चौथ्याच वळणावर होतं. देर्दाला कळलं, तो मेला आहे.

'त्यांची काहीच हालचाल होत नाहीये!' ती किंचाळली, मागच्या सीटवरचं ते आता स्थिर झालेलं वृद्ध शरीर हलवत राहिली. बेझिरने करकचून ब्रेक लावले आणि मागची एक टॅक्सी जोरात त्याच्या कारच्या मागच्या बाजूवर आदळली. देर्दाचं कपाळ कारच्या डॅशबोर्डवर आपटलं. बेझिर उडी मारून कारच्या बाहेर पडला आणि आपल्या वडिलांना त्याने बाहेर ओढलं. उबेदुल्लाह एखाद्या सतरंजीसारखा जमिनीवर पडला. खाली झुकत बेझिरने वडिलांच्या देहाला मिठी मारली. त्याचा आवाज वळणावरच्या सगळ्या परिसरात घुमला, आजूबाजूच्या इमारतींमधून त्याचे प्रतिसाद उमटले – 'अल्लाह!'

वडिलांच्या मृत्यूनंतरच्या पुढच्या चाळीस दिवसांत बेझिरने देर्दाच्या शरीराला स्पर्शही केला नाही. ती आसपास आहे याची जणू त्याला जाणीवच नव्हती. चाळीस दिवसांत तो घराबाहेरही पडला नाही. आपल्या शरीराचंही त्याला फारसं भान नव्हतं.

तो जेवत नव्हता, फक्त पाणी पीत होता. त्याचे किक् बॉक्सर मित्र भेटायला आले तेव्हा त्याने आपल्या बायकोला झोपायच्या खोलीत बंद करून बाहेरून कुलूप घातले आणि बैठकीच्या खोलीत बसून तो त्यांच्यासोबत बोलला. रात्री आपल्या खोलीच्या एका कोपऱ्यात बसून हातांनी चेहरा झाकून घेत तो रडत राही.

दरम्यान, देर्दाने आपण नुकत्याच शिकलेल्या त्रोटक इंग्लिशचा वापर करून एक लहानशी चिठ्ठी लिहिली, तिला सात वेळा घडी घातली आणि स्टॅन्लेच्या दरवाजाच्या खालून सरकवून दिली. आपल्या पत्राचा शेवट तिने 'येऊ नकोस' अशा शब्दांनी केला.

बेझिरची आपल्याला आता दया येते आहे, की तिरस्कार वाटतो आहे हे देर्दाला ठरवता येईना. एका सकाळी तिच्या मनात त्याच्याबद्दल दया-अनुकंपा मिश्रित भावना उमटली. बेझिर पलंगावर बसून मूक हुंदके देत होता, त्याच्या थरथरत्या खांद्यांना स्पर्श करावा म्हणून ती पुढे आली. आपला हात त्याच्या खांद्यावर तिने टेकवलाही. चादोर तिच्या हातांवरून जराशी वर सरकली आणि तिला आपल्या मनगटावरचे काळपट-लाल व्रण दिसले. बेझिरच्या हातांच्या करामतीने तिच्या कातडीवर झालेल्या जखमांचे ते व्रण. त्याने आजवर जे काही केलं ते क्षणार्धात तिच्या नजरेसमोरून गेलं आणि तिने आपला हात झटक्यात मागे घेतला. बेझिर अजूनही हुंदके देतच होता आणि देर्दा आपल्या बेपर्वाईची चादोर पांघरून घेत मागे सरकली.

एकेचाळिसाव्या दिवशी, बेझिरने पोषाख केला आणि तो घराबाहेर पडला. त्याचा शोककालावधी संपला होता- आता वेळ होती संतापाला वाट करून देण्याची. हेरॉईनच्या व्यापारात झालेल्या नफ्यातून तो आता अफगाणींकडून बॉम्ब बनवून घेऊ शकत होता. भुयारी स्टेशनांमधे गर्दीच्या वेळी तो ते पेरणार होता. इंग्लंडला झोपवायला हवं. विश्वासघातक्यांचा बुजबुजाट होता इथे. गेले चाळीस दिवस तो मनात याची योजना आखत होता. रडताना, शोक करताना हाच विचार मनात होता. इंग्लंडला झोपवायचा प्लॅन. आपल्या वडिलांचा सूड त्याला घ्यायचा होता. त्याला तो स्वत:वर घेता येत नव्हता, म्हणूनच बाहेरच्या जगात जाऊन त्याला तो उगवायचा होता. पण सत्य हेच उरत होतं शेवटी की आपल्या वडिलांच्या मृत्यूला आख्ख्या जगात फक्त तोच एकटा जबाबदार होता. बेझिर या बाबतीत आपल्या वडिलांसारखाच वागत होता. उबेदुल्लाहसारखाच होता तो, स्वत:ला फटके मारून घेऊ शकत नाही म्हणून आपल्या मुलाला फटके मारत राहणारा उबेदुल्लाह.

***

देर्दा आल्यावर स्टॅन्लेने दरवाजा उघडला. हसून त्याने तिला आत बोलावले. ती थेट बैठकीच्या खोलीत गेली, आणि तिथे स्टॅन्लेकडे वळून म्हणाली 'पैसे!'

स्टॅन्लेच्या चेहऱ्यावर आंबट भाव उमटले, 'माझ्याकडे नाहीयेत काहीच.'

देर्दाने मान हलवली, ती खिडकीच्या जवळ गेली आणि तिने बाहेर बोट दाखवलं. बाहेरच्या लंडन शहराकडे, तिथे राहणाऱ्या लोकांकडे बोट दाखवत ती म्हणाली,

'मी...' आपला हात ती बाहेरच्या दिशेने हलवत होती, भुताला हाकलावं तसं. मग पुन्हा तिने बोट दाखवलं आणि म्हणाली 'ते..' मग हवेतून काहीतरी काढून घेतल्यासारखं करत म्हणाली, 'पैसे.'

स्टॅन्लेला शेवटी कळलं. आणि मग त्याला त्याने देर्दाला दिलेली पहिली भेटवस्तू आठवली, तो आता तिला त्याचा मालक समजत होता.

'थांब!' असं म्हणत तो झोपायच्या खोलीकडे धावला. परत आला तेव्हा त्याच्या हातात इंग्लिश–तुर्की/तुर्की–इंग्लिश शब्दकोश होता. ते छोटंसं पुस्तक बघताच, तिला आठवलं ते काय आहे आणि तिने डॉल्फिनसारखी त्यावर झडप घातली. मग आपल्याला काय म्हणायचं आहे हे तिने खालचे शब्द वापरत थोडक्यात स्पष्ट केलं:

'मी... मारणे... पुरुष... मग... पैसे... घेणे... कारण... मी...' आपल्याला काय म्हणायचंय या करता तिला अचूक शब्द सापडेना, पण इतक्यात तिला तो मिळाला, जवळपास येणारा – 'राणी.'

स्टॅन्लेने स्मितहास्य केलं आणि म्हणाला, 'होय, तू माझी राणी आहेस.'

देर्दाची बुद्धिमत्ता तिच्या बंदिस्त आयुष्याच्या मानाने खूपच जास्त होती. तिने स्टॅन्लेच्या कानशिलात मारली, अगदी तशीच – जशी बेझिर तिला मारत असे. मग तिने त्यावरून हळुवारपणे आपला हात फिरवला आणि तो स्टॅन्लेच्या खांद्यावर ठेवला, तिच्यापेक्षा एक फुटाहूनही तो उंच, मग तिने आपला हात घट्ट दाबला. त्याचा अर्धा चेहरा आता लालभडक दिसत होता. स्टॅन्लेने काहीच विरोध केला नाही, आपल्या गुडघ्यांवर बसत त्याने देर्दाकडे वर पाहिले. पण इतकंच पुरेसं नव्हतं. तिने अजून जोरात त्याचं डोकं दाबून धरलं, ते जमिनीला टेकेपर्यंत. स्टॅन्लेच्या घरात गालिचा नव्हता. त्याचं नाक तिने खालच्या फरशीवर दाबून धरलं. मग देर्दाने आपला डावा पाय वर उचलला आणि स्टॅन्लेच्या मानेवर टेकवला, दाबला आणि स्टॅन्लेचं सर्व शरीर तिच्यासमोर कोसळलं.

'मी...' ती म्हणाली, पुढचं मनात ठरवलेलं क्रियापद ती पुन्हा विसरली, मग तिने परत शब्दकोश उघडला. 'घेते... पैसे... आणि मग... देते... तू...'

स्टॅन्ले त्याचं डोकं जरासं हलवतो. आणि देर्दा आपलं पाऊल त्याच्या मानेवरून वर–खाली फिरवते. स्टॅन्ले तशा अवस्थेतही कशीबशी आपली पॅन्ट खाली खेचतो. आपले हात शिस्नावर दाबून धरत तो एका बाजूला वळतो आणि त्याचं उघडं, केशविहीन भोक देर्दाच्या नजरेसमोर येतं. आधी, देर्दा त्यात आपलं एक बोट घालते, मग दुसरं. आपल्या घरी मोज्यांचे अजून तीन जोड आहेत म्हणून बरं, देर्दाच्या मनात विचार येतो, कारण आता हे मोजे लवकरच घाणेरडे होणार.

गेली पाच वर्षं देर्दाचा पैशांशी अजिबात संबंध आलेला नव्हता. बेझिर कधीच घरी पैसे ठेवत नसे आणि त्याच्या पाकिटात फक्त क्रेडिट कार्ड्स आणि सुटे पैसेच असत. त्यामुळे इंग्लिशनंतर देर्दाची सर्वांत मोठी गरज होती ती पैशांची. आणि लंडनमधे जर स्टॅन्लेसारखेच अजूनही इतर लोक असतील, तर तिला नक्कीच पैसे कमावता येतील. त्यांना जशा वेदना सहन करायच्या आहेत तशा ती त्यांना देईल. त्यांना जसं पायदळी तुडवून घ्यायचं आहे, स्वत:चा अवमान करवून घ्यायचा आहे तसा ती करेल. या अशा बाबतीत तिच्याइतकी माहीतगार दुसरी कोण असणार ? आयुष्यभर ती स्वत:ही वेदनाच सहन करत आलेली आहे.

आणि, हे काम करत असताना तिला स्वत:च्या अंगावरची चादोर काढून टाकायचीही गरज नाही. देर्दा अचूक विचार करत होती. शेवटी, ते लंडनमधे राहत होते. तिथे स्टॅन्लेसारखे हजारो लोकं असणार, जे रोज कामावर जातात आणि मग घरी आल्यावर अशी मनोराज्यं रंगवतात जी त्यांच्या शेजारी उभा असणारा बसस्टॉपवरचा माणूस स्वप्नातही रंगवू शकला नसता. त्यांच्यामधे पोस्टमन होते, सरदार होते, आपल्या खिशातले सारे पैसे उधळायला ते तयार होते– जर फक्त अर्ध्या तासापुरते– ते काळ्या कपड्यांतल्या सोळा वर्षांच्या मुलीचे गुलाम बनू शकत असते– अशा मुलीचे गुलाम जिचे त्या काळ्या जर्द कापडामधून फक्त डोळेच बाहेर डोकावताहेत.

देर्दाचा पहिला ग्राहक होता मिच. स्टॅन्लेच्या घरी तो आला तेव्हा बावरून गेला होता. पण मनातल्या भीतीमुळे उत्तेजितही झाला होता. देर्दा आपले दोन्ही हात पाठीमागे घेऊन लिव्हिंगरूमच्या खिडकीजवळ उभी होती; आपल्या सलग एकेरी काळ्या चादोरमधे ती कुळकुळीत काळ्या सोट्यासारखी दिसत होती. मिचच्या कल्पनेपेक्षाही ती उंचीने लहान होती आणि तिचा तो नाजूकसा आकार– लहान मुलासारखा– लिलिपुटच्या बुटक्यांनी गलिव्हरचे केलेले हाल आठवून त्याची कल्पनाशक्ती प्रज्वलित झाली. मिच दणकट होता, बेझिरसारखाच– दोनशे पौंडांहूनही जास्त वजनाचा– पण प्रत्यक्षातले त्याचे वागणे बादलीत भरून ठेवलेल्या डुकराच्या पातळ चरबीसारखे.

देर्दाही बरीच उत्तेजित झाली होती. स्टॅन्लेच्या शरीराची तिला सवय झाली होती आणि आता हा कातड्याच्या जॅकेटमधे ठासून भरलेला लाल केसांचा लडदू तिला कसा प्रतिसाद देतो ते बघायला तिला आवडणार होतं. मिचच्या कपाळावरून घाम ओघळत होता, त्याची बावरलेली नजर खोलीभर फिरत होती. आपला चेहरा झाकलेला आहे, त्यामुळे आपली उत्सुक अवस्था कोणालाही समजणार नाही याची देर्दाला खात्री होती. तिला कुरुदेरेची आठवण आली, कुरुदेरेला तिला बांधून ठेवलेल्या साखळीची.

मिच लिव्हिंगरूमच्या दरवाजापाशी स्टॅन्लेच्या शेजारी उभा होता. त्याने देर्दाकडे बघून किंचितशी मान हलवली. हे दोघं म्हणजे (लॉरेल–हार्डी) जाड्या–रड्याची जोडी दिसत होते हुबेहूब, अर्थात देर्दाने त्यांच्याबद्दल कधीच ऐकलं नव्हतं ते वेगळं.

शांतपणे ती दोघांच्या मधे जाऊन उभी राहिली, त्या दोघांकडे एक कटाक्षही न टाकता. स्टॅन्ले आणि मिचने आश्चर्याने एकमेकांकडे पाहिलं. देर्दाच्या मागोमाग दोघेही कॉरिडॉरमधून बेडरूममधे गेले. देर्दा तिथे छतावरून लोंबकळणाऱ्या साखळ्यांपैकी एकीला धरून उभी होती, त्यांची वाट पाहत. तिने कातड्याचा बकलमधून सुटा केलेला पट्टा साखळीच्या टोकाला अडकवला होता. तिने मिचला खुणावले. तो स्वत:ला ढकलत तिच्यापाशी पोचला, चालताना तो ऑलिव्हर हार्डीसारखा लडखडत होता.

देर्दाने आपल्या घट्ट मुठीत चाबूक गुंडाळून ठेवला होता, आणि मग पुढचा एक तास तिने सपासप त्या लांबलचक चाबकाचे फटकारे मिचच्या शरीरावर ओढले. मिचचे पाय साखळ्यांनी जखडून ठेवले होते, स्टॅन्लेच्या घाणेरड्या क्रॅम्प्स टी-शर्टने त्याचं डोकं झाकलं होतं आणि खडे बसवलेला बंद गळपट्टा त्याच्या मानेभोवती अडकवला होता. मग देर्दाच्या लक्षात आलं की मिचचे हात सुटेच राहिलेत, तिने त्यांनाही साखळीत बांधले. सगळं कसं अगदी एखाद्या व्यावसायिकासारखं ती करत होती.

मिचसारखा लडदू देवमासा पहिला ग्राहक म्हणून मिळावा हे देर्दाचे नशीब; हवेतल्या सूक्ष्म गंधानेही तो उत्तेजित होई, आणि त्यामुळे तिला आपल्या कृतीला मिळू शकणाऱ्या प्रतिसादांचा आणि त्यांच्या मनातल्या इच्छांचा अंदाज घेणं सोपं गेलं. एस ॲन्ड एमच्या या खेळात निर्णयक्षमता नसलेल्या मालकाकडे कोणीच आकर्षित होत नाही. ठाम-पोलादासारखी मनोवृत्ती असलेला मालक मिळाला की गुलाम लगेच उत्तेजित होतो. खरं तर हे प्रत्यक्ष आयुष्यातल्यासारखंच होतं. दैनंदिन जीवनातल्या घटनांचं हे नाट्यमय सादरीकरण. या खेळात संपूर्ण क्रौर्य पणाला लावून मालक तुम्हाला जगायला भाग पाडतो आणि गुलाम असतो ते सगळं भोगणारा साधा माणूस. शेवटी प्रत्येकच माणसाला आयुष्याचे फटकारे रोजच खायला लागतात, आणि नंतर त्याबद्दल त्याला काही लाभही होणार नसतो. इतका सोपा हा खेळ.

स्टॅन्लेच्या बेडरूमच्या भिंतींवर वेदनांचे, सुखाचे चीत्कार आदळत राहिले, आणि त्याला कारणीभूत असणाऱ्या कातड्याच्या, धातूच्या वस्तू या केवळ निमित्तमात्र होत्या, सावजाला जाळ्यात अडकवायला फक्त त्यांची मदत. प्रत्यक्ष जीवनात यांच्या जागी टेलिफोन कार्ड्स, ब्रीफकेसेस, नेकटाईज, हॅन्डबॅग्ज असतात ज्यांच्यासोबत परफ्यूम्सचे फुकट नमुने मिळतात, डोळ्यांवर गॉगल्स, चष्मे चढवले जातात कारण ते छान दिसतात. रंगीत कॉन्टॅक्ट लेन्सेस, केसांचे कलप, सवलतीच्या दरात केस काढण्याच्या जाहिराती, घरातल्या घरात वजन घटवण्यासाठी विकत घेतलेली व्यायामाची उपकरणे – जी बेडरूममधे अडगळीत पडून राहतात, उनाड मुलांचे कान उपटणे, ज्याला ती मुलं नंतर निर्ढावत जातात, अणुउत्सर्जनाची वाढती पातळी,

तळमजल्यावरचा दोन बेडरूम्सचा फ्लॅट जो तीस वर्षं कर्ज हप्ता योजनेत विकत घेतला आहे, हप्त्यांच्या सवलतीवर केलेली खरेदी, कायद्याचे नियम, पोलिसांचा बडगा, कॅन्सरला कारणीभूत असणारे अन्नपदार्थ, तितक्याच धोकादायक असणाऱ्या सिगारेट्स– आणि शिवाय तुम्हाला ओढावा लागणारा दुसऱ्या माणसाच्या सिगारेटचा धूर– सगळ्या धार्मिक, राजकीय नेत्यांच्या चेहऱ्यावरचं गुळगुळीत, चमकदार, दैवी हास्य, कृपया आणि धन्यवाद सारखे शब्द, खऱ्या जगातल्या खऱ्याखुऱ्या हिंसाचारानंतर मागितल्या जाणाऱ्या माफ्या, क्षमायाचना. म्हणजे आयुष्य जे ताट पुढ्यात वाढून ठेवतं ते जसंच्या तसं स्वीकारणं हे फार काही अनारोग्यकारक नाही आहे एकंदरीत– बहुतेक वेळा वेदनाच वाट्याला येतात, क्वचित आनंदही मिळतो– पण जे दान समोर आलं ते खेळण्यातच खरी मजा. एस अॅन्ड एमच्या या खेळात रमणाऱ्यांना मानसशास्त्रज्ञ कायम बजावत असतात – तुम्ही जे करताहात ते काय करताहात आणि का करताहात हे समजून घेणे महत्त्वाचे.

बालवयात छळ किंवा शारीरिक वेदना सहन करायला लागल्या म्हणूनच काही सगळेजण या खेळाकडे वळलेले नसतात. आयुष्य हे खरं तर वेदनादायीच असतं. सगळंच आयुष्य, संकटांनी भरलेलं आणि दुःखदायक. आणि विशेषतः त्या गोष्टी ज्या वर वर पाहता अजिबात वेदनादायी वाटत नसतात– उदाहरणार्थ जन्म. वेगळ्या शब्दांमधे सांगायचं तर मूल झाल्यानंतर येणारं नैराश्य हा मानसिक आजार नाही. विशेषतः नवजात आयांच्या दृष्टीने, खरं नैराश्य असतं आयुष्य जगत राहणं, आयुष्य काय आहे हे समजल्यावर सुद्धा जबरदस्तीने जगत राहणं.

स्टॅन्ले बराच वेळ देर्दा आणि मिचला पाहत राहिला होता आणि शेवटी त्याचा संयम सुटलाच. तो उठला, अंगावरचे कपडे काढले आणि मिचच्या तेलकट, गोंदवलेल्या पाठीवर वाकून स्वतःला त्याच्या आत ढकललं. देर्दा त्या दोघांवरही एकाच वेळी चाबकाचे फटकारे मारायला लागली. मिचला तर इतका मार बसला होता की या सगळ्यानंतर तो चालण्याच्याही अवस्थेत नसता. त्याने कपडे चढवले आणि आपल्या कातड्याच्या जॅकेटमधून एक वीस पौंडाची नोट काढून त्याने ती स्टॅन्लेच्या बेडवर टाकली. देर्दाला कुतूहल आणि आश्चर्य वाटले. खोलीतली सजावट स्वस्त, अंधारी होती हे खरं, पण तरीही त्याने अशा तऱ्हेने पैसे फेकणं तिला असंस्कृतपणाचं वाटलं. कदाचित तिला असं वाटत असावं की राणीला अशा तऱ्हेने पैसे देणं हे असभ्यपणाचं आहे. यापुढे हे असं नाही चालणार. ती स्टॅन्लेकडे वळली. त्याला आत्ता कुठे शुद्ध येत होती.

'तुझं नाव?'

'स्टॅन्ले.'

शेवटी आज तिला त्या निळ्या डोळ्यांच्या माणसाचं नाव कळलं. हा आपल्याला बेझिरच्या तावडीतून सोडवणार अशी स्वप्नं तिने पाहिली होती. तिने त्या स्वप्नात

जशी कल्पना केली होती त्या प्रकारे जरी नाही, तरी स्टॅन्ले अजूनही तिला वाचवू शकणार होता. यानंतर स्टॅन्ले तिचे पैसे गोळा करेल– तिने त्याला आधी कबूल केलं होतं– अर्धे पैसे– दोन दहा पौंडाच्या नोटांपैकी एक नोट. देर्दाने मग घरी गेल्यावर हातातली नोट निरखून पाहिली, त्यावरच्या डोक्यावर मुकुट घातलेल्या बाईबद्दल तिला कुतूहल होतं. तिने आधी तिला कुठेतरी पाहिलेलं होतं. कोणे एके काळी– तिने त्या चेहऱ्यावर उलटी केली होती.

***

सहा दिवसांनी मिच पुन्हा आला, या वेळी त्याच्याकडे कॅमेरा होता. त्यांनी देर्दाला आधीच त्यांच्या डोक्यातली योजना समजावून सांगितली होती. बेझिरच्या घडवंचीसमोर त्यांनी तिला झुकायला सांगितलं, उघड्या कुराणावर एकाग्रतेनं बघत, काबाचं चित्र असलेली जड चौकट ठळकपणे तिच्या डोक्यावर दिसेल. मग स्टॅन्ले त्या खोलीत येणार, अंगावर रबराचा सूट चढवून. त्यानंतर मग शूटिंग सुरू होणार. त्यांनी हे सगळं नीट ठरवलं होतं.

देर्दा घडवंचीसमोर गुडघ्यांवर वाकून बसली, काही मिनिटं ती अगदी स्तब्ध होती. मग ओठांनी काहीतरी पुटपुटत ती दोन्ही बाजूंना डोलायला लागली. एकदा या बाजूला, एकदा त्या बाजूला. आपण कुराण वाचतो आहोत असं ती दाखवत होती, पण तिच्या तोंडातून असंबद्ध शब्द उमटत होते. मग स्टॅन्लेने खोलीत प्रवेश केला. त्याचे हात पाठीमागे जखडलेले होते. तो घडवंचीपासून दोन पावलं लांब उभा राहिला. देर्दाने नजर उचलून सावकाश त्याच्याकडे पाहिलं. कुराण मिटून ती उभी राहिली. उठताना तिने कुराणच्या बाजूला ठेवलेला १ सेंमी. लांब रबरी, घोड्यांना मारण्याचा चाबूक उचलला. स्टॅन्लेच्या जवळ जाऊन तिने त्याच्या रबरी पोषाखावर ज्या वेगवेगळ्या चिरा होत्या त्यांपैकी एकीची झिप उघडली. सुंता न केलेला एक मांसल तुकडा त्यातून बाहेर आला. स्टॅन्लेने अंगातली होती नव्हती ती सगळी शक्ती वापरून तो शिथिलच राहील याची काळजी घेतली होती. देर्दाने चाबकाच्या टोकाने त्या निर्जीव मांसल तुकड्याचे टोक हळूच उचलले. आणि त्याच वेळी मिचने कॅमेरा झूम इन करून देर्दाच्या डोळ्यांचा क्लोज अप घेतला. देर्दाने तिचं डोकं हलवत थंडपणे म्हटलं, 'नाही, नाही, नाही.' मग तिने हवेत बोटं नाचवत कात्रीने कापल्यासारखा आविर्भाव केला. आपली बोटं तिने तीनदा उघडली आणि मिटली. कात्रीसारखी.

स्टॅन्लेचा तो मांसाचा तुकडा रक्ताळायला लागला होता आणि देर्दा चाबकाच्या टोकाने त्याला डिवचत होती. मग तिने मिचच्या मागे असलेल्या आरामखुर्चीकडे डोळे आकुंचित करून बघितले. तिने तिला म्हणायच्या संवादाची ओळ कागदाच्या एका मोठ्या तुकड्यावर लिहून ठेवली होती, आणि तिने स्टॅन्लेबरोबर तो उच्चारायचा

पुन्हा पुन्हा सरावही केला होता. अर्थात तिच्या तुर्की उच्चारांमुळे तो तरीही समजायला कठीणच जाणार होता.

'मी तुझी सुंता करणार आहे,' ती म्हणाली. देर्दाच्या परदेशी उच्चारांमुळे ते शब्द ऐकताना खूप मादक वाटायला लागले.

त्यानंतर मग, यातिर्काची देर्दा किंवा लंडनचा स्टॅन्ले यापैकी कोणीच बोललं नाही. ते फक्त गुरगुरले आणि विव्हळले. एकाने धमकावलं आणि दुसरा ते ऐकून भीतीने विव्हळला. पूर्व आणि पश्चिमेमधे जे काही घडलं तेच देर्दा आणि स्टॅन्लेमधे घडलं. धमकी देणं आणि विनवणी करणं. शिक्षा करणं आणि बक्षीस मिळणं. सहानुभूती आणि हिंसाचार. परपीडन आणि परपीडित कामुकता (सॅडिजम आणि मॅसोचिजम) एस् ॲन्ड एम.

मिचने त्याच्या फ्लॅटच्या खुराड्यात जेव्हा ती सीडी पाहिली तेव्हा आपल्या हातात एक अफलातून कलाकृती आली आहे याबद्दल त्याला जराही शंका उरली नाही. आणि ते खरंच होतं. एका आठवड्याच्या आत, एका बुरखेधारी मुस्लिम स्त्रीने केलेली पुरुषाची सुंता चित्रित केलेल्या चव्वेचाळीस मिनिटांच्या त्या फिल्मने लंडन शहरातल्या सगळ्या अंधाऱ्या क्लबांमधे आणि इतर तशाच अंधाऱ्या जागांमधे धुमाकूळ घातला. बघणारे सगळेजण देर्दामुळे स्तंभित झाले. तिच्याकडे वेड्यासारखे आकर्षित झाले. आपण एकदा स्टॅन्लेला काय म्हटलं होतं ते आठवून मिचने त्या सीडीवर लिहिलं– 'मुस्लिम स्त्री म्हणजे अणुबॉम्ब.'

देर्दाची तिच्या पहिल्या फिल्मवरची प्रतिक्रिया– नाव खूपच जास्त मोठं आहे– तिला त्याबद्दल फक्त पाचशे पौंड मिळाले. खरं तर त्या फिल्मवर मिच आणि स्टॅन्लेने कित्येक स्टर्लिंग पौंड कमावले होते. ती पहिली वेळ होती जेव्हा या अभिनयाच्या दुनियेत ती अशी नागवली गेली. वास्तव जगात ती कायमच फसवली जात होती पण तिला ते माहीत नव्हतं, तिला त्याची कल्पनाही नव्हती. अर्थात त्या पाचशे पौंडांमुळे तिला आपण जगातली सर्वांत श्रीमंत स्त्री असल्यासारखं वाटत होतं. केवळ मेथ खरीदता यावे म्हणून आपण आपल्या मालकाला फसवतो आहोत या भावनेने स्टॅन्लेला जरा अपराधी वाटलं, आणि त्यामुळे आपल्या अंतर्मनातल्या टोचणीला शांत करण्याकरता त्याला जास्त नशा आवश्यक वाटली– आता त्याला हेरॉइनची गरज होती.

***

तीन आठवड्यांच्या आतच देर्दाने मिचच्या आणखी चार फिल्म्समधे काम केलं आणि स्टॅन्लेने तिच्याकरता सोळा नवे ग्राहक आणले. तिने त्यांना त्यांच्या आयुष्यातली सर्वांत अविस्मरणीय अशी तीस मिनिटे बहाल केली. आपण लंडनच्या अंधाऱ्या दुनियेला उजळवणारा एक झगमगता सितारा बनलो आहोत याची तिला जराही कल्पना

नव्हती. तिथला प्रत्येक जण तिच्या शोधात होता. ती म्हणजे एक रहस्यमय गूढ होते. रस्त्यावरून चालणाऱ्या प्रत्येक बुरखाधारी स्त्रीच्या ते मागे जात, ती कधीतरी सापडेल आपल्याला या आशेने. तिला शोधण्याकरता त्यांनी अनेक योजना आखल्या. अर्थात देर्दाला या कशाची पर्वाही नव्हती. तिला एकच गोष्ट हवी होती– ती म्हणजे लंडनमधे नाहीसं होणं, त्याकरता तिने जमवलेले पौंड स्टोवच्या वरच्या झाकणात लपवून ठेवले होते, आणि तिचा इंग्लिश शब्दकोशही– तिला आता त्यातले चारशेच्या वर शब्द येत होते– ते मात्र तिने आपल्या स्मृतींमधे कुलूपबंद करून ठेवले होते. तिला त्या इमारतीमधून पळून जायचेच होते. तिची तयारी झालेली होती. आता वेळ आली होती. आता फक्त निघून जायचे बाकी होते. तिला कसलीही भीती वाटत नव्हती. या अपार्टमेन्टमधे तिच्या बाबतीत जे काही घडले होते त्यापेक्षा अजून वाईट, जास्त धोकादायक असे बाहेरच्या जगात काय घडणार होते? पण तिला खूप काळजीपूर्वक आपली योजना आखायला लागणार होती. सर्वांत महत्त्वाचे– तिला स्टॅन्लेसोबतचे तिचे सर्व संबंध संपवायची गरज होती. बेझिर कदाचित आपल्या शेजाऱ्यावर संशय घेऊन त्याच्याशी बोलायला जाईल, त्याला बोलतं करील, आणि जर स्टॅन्लेला माहीत असेल ती कुठे आहे, तर संपलंच सगळं. स्टॅन्लेला बोलतं करणं अजिबात कठीण नव्हतं. म्हणूनच ती स्टॅन्लेशी किंवा मिचशी काहीही बोलणार नव्हती तिच्या योजनेबद्दल. तिने त्यांची मदत फक्त एकाच गोष्टीकरता मागितली. दोन आठवड्यांपूर्वी तिने त्यांना नवे पोषाख आणि शूजची एक जोडी विकत आणायला सांगितली होती. बस, तेवढीच मदत.

देर्दा बघता बघता नाहीशी होणार होती. आपल्याला राहायला कुठेतरी जागा नक्की मिळेल याची तिला खात्री होती. आणि तिला कामही मिळेलच. कदाचित ती इंग्लंडमधल्या दुसऱ्या शहरातही रहायला जाईल, किंवा दुसऱ्या देशात, बेझिरपासून लांब, कुठेही. दरम्यान बेझिर पूर्णपणे बदलून गेला होता– तो अलिप्त आणि एकदम अबोल झाला होता. देर्दाला तो अजिबात मारत नव्हता. तिला त्याने हातही लावला नव्हता. कधी कधी तो दिवसचे दिवस घरी येतही नसे. या सगळ्यामुळे देर्दाला आपल्या पलायनाची वेळ निश्चित करणे कठीण जात होते. लवकरात लवकर पळून जाणं केव्हाही चांगलं.

त्या रात्री तिला झोपच लागली नाही. पहाटेच्या प्रार्थनेची वेळ होण्याच्या आधी दोन तास ती अंथरुणातून सर्पाच्या चपळाईने बाहेर पडली. बेझिर कसलीही हालचाल करतो आहे का याकडे बारीक लक्ष ठेवत ती खोलीतून बाहेर सटकली. दुसऱ्या बेडरूममधे जाऊन तिने आपल्या रात्रीच्या पोषाखावर काळी चादोर ओढून घेतली, मग ती स्वयंपाकघरात गेली. स्टोव्हच्या झाकणातून तिने आपले पैसे आणि शब्दकोश काढून घेतला. मग आपल्या अंधाऱ्या अपार्टमेन्टकडे एक शेवटचा दृष्टिक्षेप टाकून, तिने दरवाजा उघडला आणि ती बाहेर सटकली, आपल्या मागे तिने दरवाजा अर्धवट

बंद करून घेतला. कोणताही आवाज तिला होऊ द्यायचा नव्हता, त्यामुळे तिने एलेव्हेटरचा वापर केला नाही. स्टॅन्लेच्या दरवाजाकडे शेवटचं बघून ती अलगद जिन्याच्या पायऱ्या उतरायला लागली. इतक्यात तिला काहीतरी आठवलं. पुन्हा ती जिने चढून बाराव्या मजल्यावर आली आणि तिने एलेव्हेटरच्या बरोबर समोर असलेली अग्निशामक यंत्रणेची पेटी उघडली. एक दिवस आधी तिने तिच्या बिजागऱ्यांना तेल लावले होते, त्यामुळे त्या कुरकुरणार नाहीत ही तिला खात्री होती. जाडजूड, लाल रंगाच्या, घट्ट गुंडाळून ठेवलेल्या रबरी पाण्याच्या नळीच्या मागून तिने आपली बॅग बाहेर ओढली- याबद्दल ती जवळजवळ विसरूनच गेली होती. आपले नवे कपडे तिने यात कोंबून ठेवले होते. मग वळून ती तिथून दूर गेली, पुन्हा कधीही परत न येण्याकरता.

बारा मजले उतरल्यानंतर ती इमारतीच्या मुख्य प्रवेशद्वाराजवळ आली. तिथेच – जिथे ती बेझिरच्या मागे, जेव्हा त्याने उबेदुल्लाहला उचलून घेतले होते, तेव्हा धावत गेली होती. दहा मिनिटांनंतर तिला ते दार उघडता आले. भिंतीवर लावलेले पांढरे बटण दाबले की दार आपोआप उघडते. कुलुपाचा खडखड असा जोरात आवाज झाल्यावर ती दचकली मग तिने तो जड दरवाजा ढकलून दिला आणि ती तीरासारखी बाहेर पळाली.

अंधाऱ्या बागेतल्या रस्त्यावरून ती चालत गेली आणि बाहेरच्या लहान रस्त्यावर आली. आता कोणत्या दिशेने? रस्ता इतका मोठा, लांबलचक वाटत होता. तिने उजवीकडे पाहिलं, मग डावीकडे. तिला जरा दूर एक ओळखू न येणारी व्यक्ती, आपल्या जॅकेटच्या खिशात हात खुपसून तिच्याच दिशेने येताना दिसली. देर्दाच्या मनात भीती दाटली. ती वळली आणि दुसऱ्या दिशेने जोरात पळत सुटली.

ती अस्पष्टशी व्यक्ती बागेचा रस्ता जिथे बाहेरच्या लहान रस्त्याला मिळतो, त्यावर येऊन उभी राहिली. त्याने देर्दाकडे पाहत तिला परत ये असे हातवारे केले, आणि मग इमारतीकडे पाहिले. मग तो बागेतल्या रस्त्यावरून चालायला लागला. प्रवेशद्वारापाशी आल्यावर त्याने खिशातून कागदाचा तुकडा बाहेर काढला, आणि लायटरच्या उजेडात त्यावरचा पत्ता आणि इमारतीचा क्रमांक वाचला. त्याने दरवाजाच्या वरच्या सुरक्षा यंत्रणेत चार आकडी सांकेतिक क्रमांक टाकला. धातूचं कुलूप सरकल्याचा आवाज झाला आणि त्याने दरवाजा बाहेर ओढून उघडला.

तळमजल्यावर एलेव्हेटर वाट पाहत असल्यासारखी खोळंबली होती. आत शिरत त्याने बाराव्या मजल्याचे बटण दाबले. एलेव्हेटरचा दरवाजा हळू उघडला आणि आपोआपच बाहेरच्या छतावरचा दिवा पेटला. समोरच्या दोन्ही दरवाजांवरचे नंबर त्याने आपल्याकडच्या चिठ्ठीवर लिहिलेल्या नंबराशी ताडून पाहिले. तो जिन्याजवळच्या दरवाजाजवळ गेला आणि त्याने जाकिटाच्या आतल्या खिशातून स्क्रू ड्रायव्हर काढला. तो कुलूप उघडायला खाली वाकला तेव्हा त्याच्या लक्षात आलं की दार उघडंच

आहे. त्याने ते हळूच आत ढकललं आणि आतल्या अंधाऱ्या अपार्टमेन्टमधे शोधक नजरेने पाहिलं. स्क्रू ड्रायव्हर पुन्हा जाकिटाच्या खिशात ठेवून त्याने गन बाहेर काढली आणि मग तो अपार्टमेन्टच्या आतल्या भागाकडे जायला वळला. कॉरिडॉरमधून हलक्या पावलांनी सरपटत त्याने बैठकीच्या खोलीला आणि स्वयंपाकघराला ओलांडले. दोन्ही रिकामी होती. बाथरूमही रिकामं होतं. कॉरिडॉरच्या शेवटच्या खोलीचा दरवाजा बंद होता. दरवाजा उघडण्याकरता त्याने मुठीला हात घातला पण ती फिरवण्याच्या आतच दरवाजा उघडला गेला. त्याच्या समोर बेझिर उभा होता.

एका झटक्यात रेगैपने खटका दाबला, आणि बेझिर लगेचच गतप्राण झाला. खरं तर रेगैप जरासा घाबरला होता. सरकारी सैन्यात एकेकाळी नोकरी केल्यानेच त्याला हे धाडस होऊ शकले. कोणे एके काळी या माणसासोबत झालेल्या झटापटीची आठवणही त्याच्या मनात ताजी होती. त्यात तो गुदमरून जवळजवळ मेलाच होता, या समोरच्या माणसामुळे. ते आठवल्यानेही त्याला ट्रिगर दाबण्याचे धाडस झाले. मात्र देर्दा तिथे न सापडल्याने त्याला तिची माहिती देऊ शकणाऱ्या या एकुलत्या एका माहितीच्या स्रोताला आपण ठार केल्याचा पश्चात्ताप व्हायला लागला. ती कुठे आहे हे बेझिरला माहीत असायलाच हवे होते. अशाने गिदोचेही समाधान झाले असते आणि त्यालाही त्याची मुलगी मिळू शकली असती परत, आता ती विधवा झाली होती, आणि कुठे आहे ती सापडतही नव्हती. मी तिला शोधून काढेनच. त्याच्या मनात आलं, हे असं व्हावं ही दैवाची योजना नव्हती.

रेगैपला हे माहीत नव्हते की येत्या काही दिवसांमधे इतरही हेच म्हणणार आहेत– हे असं व्हावं ही दैवाची योजना नाही. त्याला हे माहीत नव्हतं की किक् बॉक्स क्लबमधे दहा माणसं एकत्र भेटतील आणि त्यांनी ठरवलेली योजना रद्द करतील. 'बेझिर गेला आहे, आणि त्याच्यासोबत त्याचा व्यवसायही संपला आहे,' ते म्हणतील. गजबजलेल्या ट्यूब स्टेशनांवर बॉम्ब ठेवायची त्यांची योजना होती. आता ती योजना रद्द केली गेली आणि बॉम्ब थेम्स नदीत बुडवून टाकण्यात आले. रेगैपला हे काहीच माहीत नव्हतं. तसंच त्या किक् बॉक्सर्सनाही हे माहीत नव्हतं की काही वर्षांनी चार अल्–कायदा सैनिकांद्वारे लंडनमधलं एक भुयारी स्टेशन आणि एक दुमजली बस स्फोटात आकाशामधे उडवली जातील. त्यांना हे माहीत नव्हतं की जुलैच्या त्या आत्मघातकी हल्ल्यात दोन व्यक्ती ठार होतील आणि सातशे माणसं जखमी होतील.

अखेरीस, लंडनला झोपवण्याची कामगिरी इतर व्यक्तींच्याच हातात सोपवली गेली. बेझिरच्या नाही, ज्याने लंडनला उडवण्याची मनोराज्यं बघितली, का तर केवळ तो स्वत:वर चिडला होता म्हणून.

***

जितकं भरधाव पळता येईल तितकं देर्दा पळत होती पण आपण कुठे नेमकं जातो आहोत याची तिला जराही कल्पना नव्हती. ती अशी पळत होती की जणू काही तिचं संपूर्ण आयुष्य ती बेझिरपासून अशीच पळत राहिली आहे. तो मेला आहे हे तिला माहीत नव्हतं. ती पळत होती कारण पाच वर्षं ती पळू शकली नव्हती. ती जास्तीत जास्त वेगाने धावत होती, तिचे पाय अधिकाधिक हलके होत चालले होते. हलके आणि चपळ. रस्त्याच्या कडेला पडलेल्या दिव्यांच्या उजेडावरून उडी मारत ती पळत होती, संपूर्ण अंधाऱ्या गल्ल्या मागे टाकत ती पळत होती, ब्रॉन्झचे पुतळे मागे टाकत ती पळत होती. त्यांच्याकडे पाहून तिला, आख्खं लंडन आपल्याला बघायला रस्त्यावर जमा झालं आहे असं वाटलं होतं. ती वेगाने धावत होती, जास्तीत जास्त वेगाने, कारण आधी कधीही तिला जे लाभलं नव्हतं ते आता तिच्या अंगांगात भरून राहिलं होतं – स्वातंत्र्य.

थंडगार हवेचा सपकारा बसला आणि तिचे डोळे पाण्याने भरून गेले, पण देर्दाने आपला वेग जराही कमी केला नाही. तिचं हृदय– सोळा वर्षं वय असलेलं– लष्करी बॅन्डसारखं ठण् ठण् वाजत होतं– युद्धातला आपला विजय साजरा करणारा लष्करी बॅन्ड. अश्रू ओठांवर ओघळून आले तेव्हा तिला हसू फुटलं. तिच्या या आनंदात सहभागी व्हायला कोणीच तिच्या जवळ नव्हतं. स्टॅन्लेने एकदा वर्णन केलं होतं, तशीच ती होती– या क्षणी ती चालतही नव्हती आणि पळतही नव्हती. ती तरंगत जात होती, शहरातल्या दिव्यांच्या खालून ती अशी उडत होती, जशी रंगीत फुलपाखरांची सावली.

क्राउच हिल दुभाजकाजवळ आल्यावर ती थांबली. समोर पाच रस्ते वेगवेगळ्या दिशांना जात होते, आपण कुठे जायचं याचा गोंधळ झाला म्हणून ती थांबली नव्हती, तिला आपल्या हृदयाची धडधड जोरात ऐकू यायला लागली होती. ती एका जागी थांबून नीट ऐकावी म्हणून ती थबकली. इतक्या मोठ्या आवाजात हृदय धडधडत होतं की ते आता आपल्या तोंडातून बाहेर येईल की काय असं तिला वाटायला लागलं. तिने मागे वळून पाहिलं, ती जिथून आली होती त्या रस्त्याकडे. तिला मागे कुठेही त्यांचं अपार्टमेन्ट असलेली इमारत दिसत नव्हती, बेझिरही नव्हता दिसत. ते सगळं आता इतिहासात नाहीसं झालं होतं. तिचा सगळा भूतकाळ विलीन होऊन गेला होता. आपले दोन्ही हात रुंदावत ती गुडघे टेकवत जमिनीवर बसली. तिने वर आकाशात पाहिलं, ढगांआड चांदण्या लपल्या होत्या, आणि मग तिच्या तोंडातून पुन्हा तोच आक्रोश बाहेर पडला, जो पाच वर्षांपूर्वी पडला होता. 'आआआआआ!' पण या वेळी हा आनंदाचा आक्रोश होता. आ आनंदाचा! शेजारच्या अपार्टमेन्टमधले दिवे विझल्याचं तिला दिसलं, मग ती पुन्हा धावायला लागली, त्या पाच रस्त्यांपैकी एका रस्त्यावरून. तिला शक्य असतं तर ती त्या पाचही रस्त्यांवरून धावत सुटली असती, आजवर आपण ज्या रस्त्यांवरून धावू शकलो नाही त्याची भरपाई करण्याकरता. पण

आता तिला त्यांपैकी एकाचीच निवड करायला हवी होती. ती तिने केली. तिने केली, इतर कोणी नाही. निवडीचं स्वातंत्र्य आता तिच्याजवळ होतं. ती म्हणाली, 'मी या रस्त्यावरून जाणार.' आणि मग त्याच रस्त्यावरून ती गेली. डाव्या बाजूच्या तिसऱ्या रस्त्यावरून ती धावत सुटली.

आता रस्त्याच्या बाजूची घरांची गर्दी विरळ झाली, रस्त्याच्या कडेला बागा दिसायला लागल्या. तिचा वेगही कमी झाला. आरशावर जमा झालेल्या वाफेप्रमाणे तिच्या चेहऱ्यावरचं हसूही हळू हळू वितळत गेलं. ती प्रचंड दमली होती. सकाळ होईपर्यंत तरी निदान आपल्याला थोडा विसावा घेता येईल अशा एखाद्या जागेची तिला गरज वाटायला लागली, एखादी ऊबदार आणि सुरक्षित जागा. कोपऱ्यावर तिला लाल रंगाचा फोन बूथ दिसला, काचेच्या तावदानांनी बंदिस्त, लाल फोन बूथ. एकाला निश्चित आत राहता येईल असा. देर्दाने तिची लंडनमधली पहिली स्वतंत्र रात्र टेलिफोनच्या बूथमधे घालवली, आतल्या जागेचा शक्य तेवढा सोयिस्कर उपयोग करून घेतला.

सकाळी तिला जाग आली तिच्या खांद्यावर कोणाचा तरी हात पडल्याने. खाड्कन तिचे डोळे उघडले गेले आणि तितक्याच झटकन् तिचे दोन्ही हात आपल्या चेहऱ्यावर झाकले गेले. बेझिर हात उगारत तिच्यावर झुकला की तिची प्रतिक्षिप्त क्रिया हीच असायची. कधी कधी तो नुसताच कपाटातला ग्लास काढण्याकरता हात उंचावत असे, पण देर्दा तरीही दचकायची आणि चेहऱ्यावर हात झाकून बाजूला सरकायची. पण या वेळी कोणीही तिच्या थोबाडीत मारली नाही. तिने हळूच बोटांच्या फटीतून पाहिले. जेमतेम पाच वर्षांचा एक मुलगा समोर उभा होता. समोरचे दोन दात पडलेल्या त्याच्या तोंडावर हसू होतं. इतक्यात त्याच्या आईने त्याचं मनगट पकडून त्याला फोन बूथच्या बाहेर खेचलं. दोघेही घाईघाईने निघून गेले. मुलगा मुसमुसत होता आणि त्याची आई त्याला अनोळखी लोकांशी बोलायला गेल्याबद्दल रागावत होती.

देर्दाने उभं राहायचा प्रयत्न केला पण त्या अरुंद जागेत पाय दुमडून झोपल्यामुळे ते आता चांगलेच बधीर झाले होते. मिनिटभर तिने ते चोळले आणि मग कशीबशी ती उभी राहिली. टेलिफोन बूथच्या बाहेर मुक्त सकाळी घेतलेली तिची पहिली झेप. गार वाऱ्याच्या झुळकीत तिच्या अंगावरची चादोर हवा भरून फुलली होती. सुपर देर्दाच्या शरीरातून धाडस सळसळत होते. तिच्या सर्वांत मोठ्या शत्रूशी लढायला ती सज्ज झाली होती– तो शत्रू होता समोर उभं ठाकलेला भविष्यकाळ.

क्राउच एन्ड ही वसाहत म्हटलं तर संपर्ककक्षाच्या बाहेरची. खूप कमी बस मार्ग इथून शहराच्या मध्यवर्ती भागापर्यंत घेऊन जाणारे. जुनी, पण नीट निगा राखलेली घरं आणि त्यांच्या समोरच्या बागांमुळे शोभिवंत बनलेले रस्ते. रस्त्यांचे फूटपाथ कधीही गजबजलेले दिसणार नाहीत. फूटपाथला लागून असणाऱ्या भिंतींवर शेवाळ साचलेले. बॉब डिलन एके काळी क्राउच एन्डमधे राहत होता. या वसाहतींमधे नोकरी–धंदा

नसणारे आपल्या मुलाबाळांसह राहत, आयुष्यात फार काही भव्यदिव्य करण्याची आकांक्षा मनात न बाळगलेले. बागेतल्या बाकड्यांवर दिवसभर बसून वेळ काढत आणि एकमेकांना, आजूबाजूच्या परिस्थितीला उद्देशून बोचऱ्या प्रतिक्रिया व्यक्त करत, नाही तर नुसतंच रस्त्याच्या पलीकडे कुठेतरी रिकाम्या नजरेने पाहत बसत. त्या दिवशी देर्दा क्राउच एन्डमधे भटकत होती. एखाद्या रेस्टॉरन्टच्या शोधात. अशी एखादी जागा जिथे तिला कपडे बदलता आले असते, काही तरी खाता आलं असतं. समोरच्या बेंचवर बसलेल्या एका वयस्कर माणसाच्या दिशेने ती गेली. डोक्यावरचे सोनेरी केस नुकतेच पांढरे व्हायला लागण्याच्या वयात तो होता. ती येत असताना त्याने वर मान उचलून पाहिले. आणि तिला बघताच तो एकदम ताठ, सरळ होऊन बसला. आपल्या थकलेल्या डोळ्यांवर त्याचा तितकासा विश्वास नव्हता. देर्दा अजून थोडी जवळ येईल याची त्याने वाट पाहिली. आता ती त्याच्या अगदी समोर येऊन उभी राहिली. त्याने तिचे बारकाईने निरीक्षण केले, तिचे म्हणजे तिच्या डोळ्यांचे, कारण तेवढेच त्याला दिसत होते. ते डोळे त्याच्या ओळखीचे होते, हेच ते काळे डोळे होते. ज्यांच्याकडे त्याने टक लावून पाहिले होते. संमोहित होऊन त्या नजरेत नजर गुंतवून तो बघत राहिला होता, उत्कर्षबिंदूला दृश्य पोहोचल्यावर व्हिडिओ पॉजवर ठेवून त्याने हेच डोळे पुन्हा पुन्हा पाहिले होते.

आता देर्दा त्याच्या अगदी निकट, समोर येऊन उभी राहिल्यावर आपले हात पसरून तिला कवेत घेण्याचा मोह आवरता येणे त्याला शक्य नव्हते. देर्दा झटका बसल्यासारखी मागे सरकली आणि जायला लागली. पण मग थांबली, मागे वळली आणि त्या पांढरट-सोनेरी केसांच्या व्यक्तीकडे तिने पाहिले. तो माणूस आता उठला, आपले दोन्ही हात त्याने हवेत फेकले आणि तळहात तिच्या दिशेला करून त्याने, मी शरण आलो आहे असा आविर्भाव केला. मग म्हणाला, 'माफ कर मला! तुझा मी इतका मोठा चाहता आहे की मला राहवलंच नाही. पण मला खरंच माफ कर.'

देर्दाची आजवर कोणीच कधी माफी मागितलेली नव्हती, पण स्टॅन्लेमुळे तिला माफी या प्रकाराची चांगलीच माहिती झालेली होती. तिच्या कामाचा तो एक महत्त्वाचा भाग होता. लोकांना तिची विनवणी करायला, तिची माफी मागायला लावायला, तिच्यासमोर गुडघे टेकायला भाग पाडणे. ती तो काय सांगतो आहे ते ऐकत होती. तो तिच्यापासून जेमतेम हातभर अंतरावर होता. आता त्याने त्याचा हात तिच्यासमोर केला, हस्तांदोलनासाठी.

'माझं नाव स्टीव्हन. खरंच खूप आनंद झाला तुला भेटून.'

देर्दाने त्याच्या कृश, वयस्कर हाताकडे पाहिलं, मग त्याच्या चेहऱ्याकडे. त्याचा हात तिने आपल्या हातात घेतला नाही.

'मी थोडं बोलू शकतो का तुझ्याशी?' त्या माणसाने विचारले. 'अर्थात जर तुला वेळ असेल तरच. आपण कॉफी घेऊ या का कुठेतरी?'

देर्दा तिच्या फिल्म्समधे जशी दिसायची तशीच होती. लहानशी, पण तरी सर्वांपेक्षा उंचावर आहे असं वाटणारी. ती तशी शांतच असायची, पण असं वाटे जणू आतल्या आत तिच्या तोंडून शिव्यांचा अंगार बाहेर पडतो आहे.

'मी तुला तुझ्या फिल्म्समुळे ओळखतो,' तो म्हणाला. 'जबरदस्त काम, एकदम स्फोटक!'

देर्दाला तो शब्द ओळखता आला – फिल्म. तिने खुशीने भरलेला हुंकार चादोरच्या आतून बाहेर पडला.

'प्लीज,' तो अगदी काकुळतीला येऊन विनवणी करत होता. 'फक्त पाच मिनिटं, इथेच कोपऱ्यावर कॉफी शॉप आहे. मी तुझा खरंच जास्त वेळ नाही घेणार, शब्द देतो.'

देर्दाचा आवाज बाहेर पडताना चिरकल्यासारखा झाला– पुनर्जन्म झाल्यानंतर बोलण्याची ही तिची पहिलीच वेळ.

'ठीक आहे,' ती कशीबशी म्हणाली.

सभ्य माणसाने वागावे तसाच तो वागला. तो तिच्या समोर झुकला, मग आपला हात पुढे केला, कुठल्या दिशेला जायचं ते त्याने दिला दाखवलं.

देर्दा त्याच्या पुढे तीन पावलांचं अंतर ठेवून चालत होती.

क्राउच एन्डमधल्या एका जुन्या पबमधे ते गेले. तिथल्या वयस्कर, आजोबांच्या वयाच्या निवृत्त लोकांनी काळ्या चादोरमधल्या देर्दाकडे विस्फारित नजरांनी पाहिले, जणू काही ती कोणी परग्रहवासीय आहे. वेट्रेस आल्यावर देर्दाने घाईघाइने तिला बाथरूम कुठे आहे विचारले. तिने पबच्या मागच्या बाजूला इशारा केला. देर्दा आपली बॅग उचलून त्या दिशेने गेली.

बाथरूममधे गेल्यावर आपली चादोर आणि त्याखालचे झोपायचे कपडे काढण्याआधी तिने तिथल्या लहानशा आरशात आपले प्रतिबिंब बराच काळ निरखून पाहिले. मग काढलेल्या कपड्यांची घडी करून तिने ते बॅगेत ठेवले. मग काळ्या जीन्स अंगावर चढवल्या (स्टॅन्लेच्या गॉथिक आवडीच्या खुणा), काळा क्रॅम्प टी-शर्ट आणि जॅकेट घातले. आपले जाडजूड काळ्या प्लास्टिकचे बूट तिने काढले आणि घृणेने त्यांच्याकडे एकदा पाहून ते कचऱ्याच्या डब्यात, खचाखच भरलेल्या टॉयलेट पेपर्सच्या ढिगाऱ्यावर फेकून दिले. मग तिने आपल्या पायात नवे कोरे, लाल रंगाचे डॉ. मार्टिन्स चढवले.

आमूलाग्र बदल झाला होता तिच्यात. एक नवीन स्त्री जन्माला आली होती. तिचे केस मुक्तपणे कमरेच्या खालपर्यंत रुळत होते. तिने त्यांना स्पर्श केला आणि तिच्या कपाळावर आठ्या उमटल्या. वेड्यासारखं वाटतं आहे हे, तिला वाटलं. जीन्स किंवा टी-शर्ट घालताना तिला काहीच वाटलं नव्हतं, पण असे उघडे, सगळ्यांच्या

नजरेसमोर येणारे केस घेऊन वावरणं म्हणजे खूपच मोठा बदल वाटत होता. बॅग खांद्यावर टाकून आणि लेदर जॅकेट दुसऱ्या हातावर घेऊन तिने एक खोल श्वास घेतला आणि बाथरूमचा दरवाजा उघडला.

देर्दाच्या एक नंबरच्या चाहत्याचा आपल्या डोळ्यांवर विश्वासच बसेना. त्या क्षणी त्याच्या मनात इतक्या वेगवेगळ्या विचारांची आणि भावनांची गर्दी उडाली. ही मुलगी त्याच्या कल्पनेपेक्षाही कितीतरी जास्त सुंदर होती – अर्थात त्याला वाटलं होतं त्यापेक्षा तिचे स्तन लहान होते, पण अजून एक गोष्ट होती, तिचा चेहरा त्याला खूप ओळखीचा वाटत होता.

त्याने स्वत:करता कॉफी मागवली आणि देर्दाने मेनू बघायला मागितल्यावर त्याला खूप आनंद झाला. म्हणजे त्याला पाच मिनिटांहून जास्त काळ तिच्या सहवासात राहता येणार होतं. तिला अनोळखी असणाऱ्या शब्दांना बघून जरा गोंधळायला झालं, पण देर्दाने पटकन मेनूवरच्या एका नावावर हात ठेवून तो गोंधळ संपवून टाकला. तिने निवडलेली डिश होती मश्रूम सॉससोबत स्टीक आणि फ्रेन्च फ्राइज. हा दिवस तिच्या दृष्टीने खूप शुभ होता, नक्की का ते तिला सांगता येत नव्हतं.

'मला वाईट वाटतंय, आपल्या दोघांना एकमेकांची ओळख करून घेण्याइतका वेळ मिळू शकणार नाही, हो ना?'

देर्दा तिच्या नखांमधे साठलेल्या मातीकडे बघत होती, आपल्या शरीराच्या आता उघड्या झालेल्या भागांना पुन्हा पुन्हा न्याहाळून बघण्यातली तिची नवलाई अजून ओसरत नव्हती. मान वर उचलत ती म्हणाली, 'कदाचित्.' तिला आपल्यासोबत हा माणूस आहे याची फारशी आठवण राहिली नव्हती.

'मग मला एक प्रश्न तरी निदान तुला विचारू दे, आपण भेटलो आहोत का या आधी कधी?'

देर्दाला काही कळेना.

'तू कुठून आली आहेस? कोणत्या देशातली आहेस?'

तिला अजूनही काही कळेना.

'स्पेन? इटाली? रोमानिया? की अजून वेगळ्या ठिकाणाहून?'

देर्दाने फक्त एक प्रसन्न हास्य केलं, तिला खरं तर काहीही कळत नव्हतं. इतक्यात स्टीव्हनची कॉफी आली, सोबत त्या ऐतिहासिक पबच्या भूतकाळाची माहिती देणारं एक पत्रक, नॅपकिन, काटा आणि स्टीककरता सुरी सुद्धा आली. त्याने अजूनही काही देशांची नावे घेतली.

'ग्रीस? तुर्कस्तान?'

इथे देर्दाची ट्यूब पेटली. तो माणूस नक्की काय आणि कशाबद्दल विचारत होता हे तिला अजूनही कळले नव्हते, पण आपण तुर्क शब्द ऐकला आहे याची तिला खात्री पटली. आता त्यालाही लक्षात आले आणि तो तिच्या भाषेत म्हणाला, 'तुर्की आहेस

तर तू?' देर्दाने मान हलवली. मग तो तुर्कीमधेच बोलायला लागला.

'ओके. आता मला आठवलीस तू. अगदी लहान मुलगी होतीस तू तेव्हा. इस्तंबूलला तू तुझ्या वडिलांसोबत व्हिसाकरता अर्ज केला होतास.'

देर्दाने आपल्या हातातल्या स्टीक कापण्याच्या सुरीवरची पकड घट्ट केली. आपण या क्षणी जो निर्णय घेणार आहोत तो अत्यंत महत्त्वाचा ठरणार आहे याची तिला जाणीव झाली. ज्या हरामखोराने गेल्या पाच वर्षांमधे तिने भोगलेल्या नरकाचे प्रवेशद्वार उघडले होते, तोच तिच्यासमोर आत्ता बसला होता. आता तिनेही स्टीव्हनला ओळखले. त्या दिवशी त्याने खायला दिलेल्या त्या भयानक चॉकोलेटची चव अजूनही तिच्या स्मृतींमधून गेली नव्हती. आपली स्टीक कापायची सुरी आपण त्याच्या छातीत खुपसतो आहोत अशी कल्पना तिने मनाशी करून पाहिली, किंवा त्याच्या कृश, सुरकुतलेल्या हाताला टेबलावर खिळे ठोकून जखडून टाकतो आहोत अशी. पण तिने तसं काहीही केलं नाही. ती तो काय बोलत होता ते ऐकत राहिली.

'किती वर्षं झाली त्याला? पाच, सहा? काय विलक्षण योगायोग आहे हा! तुलाही तसंच वाटतंय ना?'

देर्दाने होकार भरला, आपल्या चेहऱ्यावर ओढून ताणून जरासे हास्य आणले.

'तुला मी आठवतो आहे, हो ना?'

देर्दाने पुन्हा होकार भरला.

'कधी तरी भेटायलाही ये ना मग, माझ्या घरी?'

देर्दाने शेवटचा होकार भरला, आणि ती स्टीकचे तुकडे कापायला लागली.

या माणसावर तिला उगवायचा सूड नंतर कधीतरी उगवता येईल. पण आत्ता या क्षणी तिला अशा एखाद्या व्यक्तीची गरज होती जी तिला लंडनमधल्या जीवनाशी जुळवून घ्यायला मदत करेल आणि तिला माहीत असलेला हा एकमेव इंग्लिश माणूस होता जो तुर्की भाषाही बोलू शकत होता, त्यामुळे ती त्याला ठार मारणार नव्हती, निदान इतक्यात तरी.

***

स्टीव्हनचं घर थोडसं एका बाजूला होतं, घराची बाग उत्तम निगा राखलेली, त्यात देखणे लाल आणि पांढरे गुलाब डुलत होते. पबपासून थोड्याच अंतरावर होतं ते पण देर्दाला असं वाटत होतं की रस्त्यावरचा प्रत्येक माणूस तिच्या केसांकडे टक लावून पाहत आहे. बघणाऱ्या प्रत्येकाचे डोळे आपण उपसून काढत आहोत अशी मनोराज्यं चालत जातानाच्या त्या काही मिनिटांमधे करत असताना देर्दा काही वेळ स्टीव्हनवरचा आपला संतापही विसरली. स्टीव्हनने आपल्या घराचा हिरव्या रंगाचा लाकडी दरवाजा किल्लीने उघडला आणि त्यांनी आत प्रवेश केला.

घर ऊबदार आणि सुबकपणे सजवलेलं होतं, एका आनंदी कुटुंबाचं इथे वास्तव्य असल्याच्या खुणा जागोजागी दिसत होत्या. ते अत्यंत नीटनेटकं आणि व्यवस्थित राखलेलं होतं. स्टीव्हनने देर्दाला सोफ्यावर बसायला खुणावले. सोफ्यावर लाल-पांढऱ्या गुलाबांच्या फुलांचं डिझाईन होतं, बागेत भरभरून फुललेल्या गुलाबांना साजेसं. देर्दा कोचाच्या शेजारी असलेल्या हातांच्या खुर्चीवर बसली. आपण जर सोफ्यावर बसलो तर स्टीव्हन नक्की आपल्या शेजारी येऊन बसणार याची तिला खात्री होती. पण स्टीव्हनच्या डोक्यात वेगळीच कल्पना होती. त्याला देर्दाला तिच्या फिल्म्सपैकी एक दाखवायची इच्छा होती.

त्याने रिमोट हातात घेत डिव्हीडी प्लेअर लावला. मग तो देर्दाकडे वळला. ती खुर्चीच्या कडेवर बसली होती. तो तिला म्हणाला, ‘आरामात बस अगदी,’ देर्दा तिच्या बॅगेला अजूनही घट्ट पकडून बसली होती. म्हणून मग तो म्हणाला, ‘तुला तुझी बॅग दुसरीकडे ठेवायची आहे का?’ खाली वाकून तिने बॅग जमिनीवर ठेवली, आणि वर पाहिल्यावर तिला झटकाच बसला. टीव्हीच्या पडद्यावर आपली छबी बघताच ती दचकली पण नंतर तिला काहीच वाटेनासे झाले.

फिल्ममधला हिंसाचार लगेचच सुरू झाला. देर्दाने स्टीव्हनकडे पाहिले. तो तिच्या बाजूलाच उभा होता. त्याच्या चेहऱ्याकडे पाहताना तिच्या लक्षात आले की तो अत्यंत एकाग्रतेनं समोरच्या हालचाली न्याहाळत आहे. त्याच्या चेहऱ्यावर भावनांचा कल्लोळ उमटला होता. आधी अस्वस्थ, मग आनंदी, त्यानंतर निराशा. मधूनच त्याच्या तोंडातून एखादा हलकासा चीत्कार उमटे. हा म्हातारा स्टॅन्ले किंवा मिचपेक्षा अगदी वेगळा होता. पण देर्दाच्या लगेचच ध्यानात आलं की तो रहिमेसारखाच आहे, जरासा पागल. देर्दाने पुन्हा पडद्याकडे पाहिलं आणि तिथले तिचे दोन डोळे ज्या प्रकारे तिच्याकडे थेट रोखून पाहात होते ते पाहून तिला धक्काच बसला. गोठवलेल्या प्रतिमेतली गोठलेली नजर. स्टीव्हनने तिच्या डोळ्याच्या क्लोज-अप दृश्यावर फिल्म पॉज केली होती. त्याने हातातला रिमोट काळजीपूर्वक कोचावर ठेवला. त्याच्या चेहऱ्यावर विचित्र हसू होतं.

‘तू जे घालतेस ते काय आहे? मला घालायचं असेल तसं काही तर मिळेल का? काय म्हणतात त्याला?’

‘चादोर.’ देर्दा म्हणाली.

त्याने चुटकी वाजवली, चवड्यांवर झुकला मग मागे झुलला.

‘बरोबर!’ तो चीत्कारला. ‘चादोर! कुठे मिळेल ती मला?’

त्याच्या या विलक्षण कुतूहलामुळे देर्दा जराही आश्चर्यचकित झाली नाही. तिने डॉ. मार्टिन्स घातलेल्या आपल्या पावलांनी जमिनीवर ठेवलेली बॅग जराशी ढकलली.

‘माझ्याकडे आहे एक यात.’

स्टीव्हन साठ वर्षांचा होता, पण त्याची चण एखाद्या लहान मुलासारखी होती. जणू तारुण्यात एखादा असा असाध्य रोग त्याला झाला असावा की ज्यामुळे त्याची वाढ खुंटली.

'खरंच?' तो म्हणाला, आणि त्याने जवळ जवळ देर्दाच्या बॅगेवर झडपच घातली, मग कसंबसं स्वतःला सावरलं. त्याने चेहऱ्यावरून निथळणाऱ्या कुतूहलाला जराही न सावरता तिला विचारलं,

'मला बघता येईल का ती?'

देर्दा शांतपणे बघत राहिली, स्टीव्हनने खाली वाकत तिच्या बॅगेतली काळी चादोर बाहेर ओढून काढली. आता त्याच्या चेहऱ्यावर अगदी नम्र, समंजस भाव होता, जणू काही तो एखादं पवित्र महावस्त्र हाताळत होता. खिडकीतून येणाऱ्या सूर्यप्रकाशाच्या तिरिपेमधे त्याने ते न्याहाळलं.

'परफेक्ट!' तो इंग्लिशमधे म्हणाला. मग पुन्हा तुर्की भाषेत तिला म्हणाला,

'कसं घालायचं असतं हे?'

चार तासांनंतर, स्टीव्हन आणि देर्दा सोफ्याच्या मागे असलेल्या टेबलावर बसून पास्ता खात होते. त्याने देर्दाची काळी चादोर पांघरली होती. देर्दा बोलता बोलता चवीने पास्ता खात होती. आता ती पहिल्यापेक्षा खूपच सहजतेनं वावरत होती.

'आता तुझा चेहरा सर्वांना दिसत आहे. तू खातो आहेस. पण आता पुन्हा तो झाकला जाईल. तुझे डोळेच तेवढे सगळ्यांना दिसतील.'

'होय,' स्टीव्हन म्हणाला, अस्फुट आवाजात.

'तू परवानगी हा शब्द उच्चारणार नाहीस,' देर्दा गरजली. हे तिच्या नव्या फिल्ममधलं परवलीचं वाक्य होतं. स्टीव्हन हो म्हणणारच होता, इतक्यात त्याने स्वतःला थांबवलं, आपलं तोंड हातांनी झाकून घेतलं आणि डोळ्यांच्या खाली लाजऱ्या मुद्रेने हात फिरवत तो तिरकं हसला, ऑटोमन मॅडमसारखा.

'मी आजची रात्र इथे राहीन.' देर्दा म्हणाली.

स्टीव्हनने होकारार्थी मान हलवली, आणि पुन्हा पुन्हा तो होकार भरत राहिला.

'कदाचित मी उद्या सुद्धा राहीन.' ती अजून बोलतच होती.

स्टीव्हन पूर्णपणे तिच्या कह्यात गेलेला पाहून, देर्दाचं धाडस आणखीनच वाढलं.

'कदाचित मी निघूनही जाईन. आणि तू मला इंग्लिश शिकवशील. हो, आपण उद्याच सुरुवात करायची.'

आणि मग स्टीव्हनच्या रिकाम्या बशीकडे पाहून तिचा स्फोट झाला. 'आणि आता एवढंच बस. तू जरुरीपेक्षा जास्त खाल्लेलं आहेस. आता ऊठ आणि टेबल साफ कर!'

स्टीव्हन लगबगीने टेबल साफ करायला लागला, तोवर देर्दाने घरात फेरी मारली.

आक्रोडाच्या लाकडात बनवलेल्या एका मांडणीसमोर ती थांबली, त्यावर चंद्राची कोर आणि चांदण्या जडवलेल्या होत्या– नक्कीच हे तुर्कस्तानात बनलेलं आहे. क्रिस्टल व्हिस्की ग्लासेस आणि देशविदेशांहून जमवलेल्या अनोख्या वस्तूंच्या रांगेमागे तिला कॅमेल सिगारेटस्‌चं पाकिट दिसलं. स्टीव्हन सिगरेट सोडण्याच्या प्रयत्नात होता, आणि गेले काही दिवस तो त्यात यशस्वी झाला असला तरी त्याने कधीतरी गरज पडलीच तर म्हणून सिगारेटचं एक पाकीट त्या मांडणीत लपवून ठेवलं होतं. देर्दाने त्या खणाचं दार उघडलं आणि पाकीट बाहेर काढलं. तिने त्यातून सिगारेट बाहेर काढली आणि ती जोरात ओरडली, 'रहिमे!' स्टीव्हनचं नाव आता रहिमे होतं. तिच्या तोंडून पहिल्यांदा ऐकताक्षणीच तो त्या नावाच्या प्रेमात पडला होता. मिचच्या कथानकांवरून देर्दा बरंच काही शिकली होती. व्यक्तीच्या स्वत्वावर घाव घालायचा असेल तर पहिल्यांदा तिचं स्वत:चं नावच तिच्याकडून हिरावून घ्यायचं– लाठ्याकाठ्यांनी झोडपून काढण्यापेक्षाही हा मार्ग जास्त परिणामकारक ठरतो. त्या गुलामाचं मग पुन्हा नामकरण करायचं. मालक त्याला स्वत:ला हवं ते नाव देणार. मुलगा जसं त्याच्या पाळलेल्या कुत्र्याचं नाव ठेवतो तसं, किंवा जसे अमेरिकन किंवा युरोपियन आले आणि त्यांनी एका प्रचंड भूभागाला बेफिकीर अज्ञानातून पूर्व असं नाव देऊन टाकलं– त्यांच्या सरहद्दीच्या पूर्वेला हा सगळा भौगोलिक प्रदेश येतो म्हणून केवळ– आणि मग त्या प्रदेशातल्या लोकांना ते नाव स्वीकारणं भाग पाडलं.

अडखळू नये म्हणून आपली चादोर वर उचलून धरून स्टीव्हन लगबगीने देर्दाजवळ आला, तिने त्याला लायटर घेऊन यायला सांगितलं. स्टीव्हन धावतपळत किचनमधे गेला आणि काडेपेटीचा खोका हातात घेऊन आला. देर्दाने ओठांमधे सिगारेट धरली, स्टीव्हन तिची सिगारेट पेटवत असताना ती काळजीपूर्वक पाहत होती. स्टीव्हन इतका उत्तेजित झाला होता की त्याचे हात थरथरत होते. त्याने वेंधळेपणाने पहिल्या दोन काड्या अर्ध्यातच तोडल्या, मग कशीबशी त्याने आपल्या मालकाची सिगारेट पेटवली. देर्दाने अशा तऱ्हेने अत्यंत विचित्र परिस्थितीत सिगारेट ओढायला सुरुवात केली.

तिने तिच्या आयुष्यातला पहिला झुरका घेतला आणि तिला दोनदा ठसका आला. मग दुसरा झुरका घेतला, तेव्हा एकदाच आला. मांडणीच्या आतल्या भागात आरसे लावलेले होते, लांबसडक केसांच्या आपल्या प्रतिबिंबावर तिची नजर अशी अडकली, जशी समुद्रशैवालात माशाचा गळ. आपल्या केसांवरून तिला नजर हलवताच येईना. तिने पुन्हा पुन्हा रोखून पाहिलं. आपल्या केसांवर नजर रोवली. आपली सिगारेट तिने ॲमस्टरडॅमहून आणलेल्या पवनचक्क्यांचं चित्र असलेल्या प्लेटवर चुरडून विझवली आणि ती किचनकडे गेली.

बाथरूमच्या आरशातून तिने स्टीव्हनकडे पाहिलं. त्याच्या हातांकडे, त्याने हातात धरलेल्या कात्रीकडे पाहिलं. पहिल्यांदा तिची वेणी जमिनीवर पडली, आणि

मग त्याने तिचे उरलेले केस कापले. स्टीव्हनचे डोळे आरशातून तिच्या डोळ्यांना भिडले. पुरेसे केस कापले आहेत का त्याने असं ते डोळे तिला विचारत होते. पण तिच्या केसांचा तिला अजूनही त्रास होत होता. जोवर तिच्या डोक्यावर केस होते तोवर तिला लोकांसमोर येताना नागवं वाटलं असतं. 'सगळे काप!' तिने हुकूम सोडला. 'सगळे उडवून टाक. आणि मग माझं डोकं भादर.'

स्टीव्हनने कात्री खाली ठेवली आणि उरलेलं काम वस्तऱ्याने पार पाडलं. देर्दाच्या तुळतुळीत डोक्यावर राहिलेला साबण त्याने टॉवेलने पुसून काढला, आणि त्या लहान मुलीच्या डोळ्यात पाणी तरळलं. स्टीव्हनला आपल्या डोळ्यांतले अश्रू दिसू नये असा तिचा हट्ट होता. शेवटी ती त्याची मालक होती. त्याच्यासमोर ती रडू शकणार नव्हती. तिने आपल्या टकलावरून हात फिरवला. आरशातून कोणीतरी संपूर्ण वेगळी व्यक्ती तिच्याकडे रोखून पाहात होती. क्षणभर तिला तिच्या आईची आठवण आली, आत्ता आपल्याला बघून ती काय म्हणाली असती असा तिच्या मनात विचार आला. पण असले विचार झटकून टाकत ती आरशात बघत ताठ झाली आणि तिने दुसरी सिगारेट पेटवली. आरशात बघणं तिला थांबवता येईल पण आपल्या नग्न डोक्यावरुन हात फिरवणं तिला थांबवता येत नव्हतं.

त्या रात्री तिने पाकिटातल्या सगळ्या सिगारेट्स संपवल्या. प्रत्येक झुरक्यानंतर तिला जरा जास्त चांगलं वाटत गेलं. आपला पुनर्जन्म झाला आहे आणि आपल्या खांद्यावर जे केशविहीन डोकं आहे ते नुकत्याच जन्मलेल्या बालकाचं आहे असा विचार तिच्या मनात आला. आता तिच्या डोक्यावर केस नव्हते त्यामुळे तिला ते झाकून घ्यावं लागणार नव्हतं. आपलं डोकं आपण बऱ्याच वर्षांपूर्वीच भादरून टाकायला हवं होतं असं आता तिला वाटलं.

पुढचे काही आठवडे स्टीव्हन रहिमेच्या भूमिकेतच वावरला आणि देर्दा बेझिर बनली– आपल्या मुठीने संवाद साधत होती– घराबाहेर ते क्वचितच पडले. मनाच्या खोल तळाशी दोघांनाही शरम वाटत होती आपल्या वागण्याची, जरी त्याबद्दल दोघेही एकमेकांशी काहीच बोलले नाहीत. अप्रत्यक्षपणे ते त्यांच्या नव्या भूमिकेत असताना एकमेकांना जास्त स्वातंत्र्य उपभोगण्याकरता उद्युक्त करत होते. बाहेरच्या दुनियेत ते मनाविरुद्धच गेले. जवळच्या सुपरमार्केटमधे गेले. आपल्या नव्या व्यक्तिमत्त्वाशी स्टीव्हनने त्याला वाटलं होतं त्यापेक्षा फार पटकन् आणि सहजतेनं जुळवून घेतलं. शेवटी त्याचे फक्त निळे डोळेच इतरांना दिसत होते. तो बोलला की म्हणजेच लोकांना तो पुरुष आहे हे ओळखता येई. सुपरमार्केटमधे जेव्हा तो जास्तीच्या पिशवीची मागणी करे, किंवा वस्तूची मुदत संपल्याची तारीख त्याला नक्की कोणती आहे ते कळत नसे आणि मग सुपरमार्केटमधे काम करणाऱ्यांची मदत घ्यावी लागे तेव्हा. पण लोक स्टीव्हनकडे रोखून बघत त्यामागे अजून एक वेगळं कारण होतं. आणि त्याचा संबंध विमानांशी होता. अचूक सांगायचं तर अमेरिकन जमिनीवर उडालेली विमानं,

ज्यांच्यामुळे एकट्या न्यूयॉर्क शहरातच कित्येक हजार लोकांचा जीव गेला होता. सप्टेंबरचा हल्ला. त्यामुळे तो लोकांचं लक्ष वेधून घ्यायचा, जास्त करून त्याच्या शेजाऱ्यांचं लक्ष. तिथे राहायला आल्यापासून स्टीव्हनचा शेजाऱ्यांशी संपर्क तसाही याआधी फारसा आला नव्हता. त्यांना सुरुवातीपासूनच रहिमेचा तिरस्कार वाटायला लागला, पण त्यांच्या सार्वजनिक सभ्यतेच्या संस्कारांमुळे, आणि तत्त्वांमुळे त्यांना आपल्या भावना उघड व्यक्त करता येत नव्हत्या. शेवटी क्राउच एन्डमधले लोक समलैंगिक किंवा उभयलिंगी वृत्तीच्या विरोधात कधीच नव्हते. कोणतीही जीवनशैली आणि जीवन जगण्याचा कोणताही मार्ग खुलेपणाने स्वीकारण्याची त्यांची मनोवृत्ती ही आजवर अभिमानाचा विषय होती. मानवी जीवनाच्या सगळ्या नमुन्यांना आपण आजवर सामावून घेतलं आहे असं त्यांना वाटत होतं. स्टीव्हनने लहान मुलीसारखे कपडे घातले असते तरी त्यांनी त्याला वाळीत नक्कीच टाकलं नसतं. पण कोणत्याही मनुष्यप्राण्याप्रमाणे त्यांच्यात कोणाला तरी आपल्या जातीबाहेर करण्याची वृत्ती दबा धरून होतीच. आणि ती विमानं त्यांच्या या सुप्त मूलभूत जाणिवांना शमवायला अगदी वेळेवर धावून आली होती, कारण त्याआधी कोणताही राक्षस त्यांच्या नजरेसमोर नव्हता. सामाजिक जीवनात आदर, सहनशीलता या गुणांचा भलताच अतिरेक होतो आहे असं त्यांना वाटायला लागलं होतं. इतिहासाच्या या टप्प्यावर कोणालाही त्याच्या वर्तणुकीबद्दल, वागणुकीबद्दल, घातलेल्या पोषाखाबद्दल बदनाम किंवा तिरस्कृत करणं मागे पडलं होतं. रहिमेला बघताक्षणी त्यांना तिचा तिरस्कार वाटला. त्यांच्या मनातली खरी भावना त्यांच्या चेहऱ्यावर उमटलेली लगेच दिसून येई. मुस्लिमांवर भडकणे हा इंग्लंडमधे एक प्रकारचा खेळ झाला होता, क्रिकेटपेक्षाही जास्त लोकप्रिय खेळ. प्रत्येकालाच या खेळात भाग घ्यायचा होता. इतकंच नाही, तर जिंकलेल्यांना एका खास बक्षिसाने गौरवण्यात येई, त्यांच्या मूलभूत भावनांना आवाहन करून झगडा पेटवण्यास कारणीभूत झाल्याबद्दल. राष्ट्रीयत्वाच्या भावनेला जागल्याबद्दल वर अजून एक बोनस. ते एकाच वेळी वंशविद्वेषी आणि प्रागतिक विचारांचे होते. आणि असं असणं कुणाला नको होतं?

त्यामुळे स्टीव्हनने काळी चादोर पांघरायचे ठरवले तो इतिहासातला एक वैशिष्ट्यपूर्ण बिंदू ठरला. अर्थात आपण या कशाचाच विचार करायचा नाही हे त्याने खूप लवकर ठरवले. देर्दानेही तिच्या केशविहीन मस्तकाशी आणि सिगारेट पिण्याच्या सवयीसोबत जुळवून घेतले. दिवसा ती इंग्लिश शिके आणि रात्री ते दोघे मिळून देर्दाच्या किंवा त्यासारख्याच इतर फिल्म्स बघत. या व्यतिरिक्त ते दोघेही एकमेकांना अनोळखीच राहिले. स्टीव्हनने खूप वर्षांपासूनच स्टील बॉल्सशी खेळणं सोडून दिलं होतं. गेली कित्येक वर्षं त्याच्यातली सुप्त लैंगिकता जेव्हा तो रात्री एकट्याने छताकडे रिकाम्या नजरेने पाहत बसे त्याच वेळी जागृत होई. त्यामुळे देर्दाने संपूर्ण लंडनमधे राहाण्याकरता ही सर्वांत उत्कृष्ट सोय निवडली होती – खरं तर आख्ख्या ब्रिटनमधेच, असं म्हणायला

हवं. खाणं, झोपणं, इंग्लिश शिकणं आणि आपल्या गुलामाला सांभाळणं इतकीच तिची दिनचर्या. आपल्या भूतकाळातील आयुष्यावर इतका विपरीत परिणाम करणाऱ्या सर्व स्वार्थी, धंदेवाईक वृत्तीच्या माणसांचा तिरस्कार ती आता फारसा तीव्रतेनं करत नव्हती. लवकरच तिच्यातली सूड उगवण्याची इच्छा हवेत विरून जाईल. वेगळ्या शब्दांत सांगायचे तर सगळे कसे विश्वास न बसणाऱ्या शांततेत चालले होते. आणि मग एक दिवस दरवाजावर थाप पडली.

देर्दाने दरवाजा उघडला तेव्हा स्टॅन्ले समोर उभा होता. कमालीचा धक्का बसल्यासारखे तिचे डोळे सताड उघडेच राहिले. तिला हालचालही करता येईना. या घरात एका लहान मुलीचा वावर पाहून गोंधळलेला स्टॅन्ले तिला म्हणाला,

'तू कोण? डॅड कुठे आहेत?'

'आत आहेत ते,' देर्दा हळू आवाजात म्हणाली. तिला जेमतेमच बोलता आलं. स्टॅन्लेच्या मागे निळ्या गणवेशातला एक माणूस हातात पुठ्ठ्याची खोकी घेऊन उभा होता.

'हे सगळं वरच्या मजल्यावर घेऊन जा,' स्टॅन्ले त्याला म्हणाला. मग त्याने काळजीपूर्वक देर्दाचे निरीक्षण केले. तिने घातलेल्या द क्रॅम्प्सच्या टी-शर्टकडे पाहिलं. आपले डोळे बारीक करत त्याने काही वेळ विचार केला, पण मग आपलं डोकं अविश्वासाने हलवत त्याने आत पाऊल टाकलं.

'डॅड! डॅड, कुठे आहात तुम्ही?'

स्टीव्हन जिन्याच्या वरच्या पायरीवर उभा होता. स्टॅन्लेने आश्चर्याचा धक्का बसून देर्दाकडे पाहिलं. काय बोलावं, काय विचार करावा, त्याला काही कळेनासं झालं. गेल्या महिन्यापर्यंत यांतलं कोण त्याच्या शेजारी राहत होतं? ही चकोट केलेली मुलगी, जिचे डोळे आणि शरीराची चण अगदी तिच्यासारखीच होती ती, की ही वर काळ्या चादोरमधे आहे ती? स्टीव्हन काहीतरी बोलला, त्याला काय चालले आहे हे लगेच कळले.

'मला का सांगितले नाहीस तू?' स्टॅन्ले जरा पुढे आला आणि म्हणाला, 'डॅड? तुम्हीच आहात का नक्की?' तो देर्दाकडे वळला:

'आणि तू? तू म्हणजे...'

स्टीव्हन खाली उतरला आणि त्यांच्यामधे जाऊन उभा राहिला, त्याच्या मालकाच्या हुबेहूब प्रतिकृतीसारखा दिसत.

'आपल्या सगळ्यांची गूढ मालकीण ती हीच!!'

गूढ मालकीण हे शब्द देर्दाच्या पहिल्याच फिल्ममधे तिच्या पहिल्या प्रवेशाच्या वेळी पडद्यावर झळकले होते. ती स्टॅन्लेच्या डोक्यातून आलेली कल्पना होती. आता त्याने आपले डोके खाली झुकवून आपल्या समोर उभ्या असलेल्या मुलीकडे रोखून पाहिले. इतक्या विचित्र योगायोगांची गुंतागुत आहे आयुष्य म्हणजे,

त्याच्या मनात विचार आला.

देर्दाला काहीही नाकारता येणार नव्हतेच. आपले नवे नाव तिने मानेला हलका झटका देत स्वीकारले. आणि स्टॅन्ले हसत सुटला. जोरजोरात हसायला लागला.

स्टॅन्ले त्याच्या घरी परत राहायला गेला होता. आपल्या वडिलांच्या घरात दुसऱ्या मजल्यावरच्या त्याच्या जुन्या खोलीत तो आता राहत होता, क्राउच एन्डच्या इतर अनेक उदास मुलांपैकी एक बनून, ज्यांना आयुष्यात कधीही मोठं व्हायचंच नसतं.

आपल्या वडिलांनाच देर्दाच्या पोषाखात पाहिल्यावर बसलेल्या धक्क्यातून सावरल्यावर स्टॅन्लेला हे सगळं हास्यास्पद वाटायला लागलं, आणि त्याने ते हसण्यावारीच नेलं– त्याने त्यांना फिन्सबरी पार्कमधे झालेल्या बेझिरच्या खुनाची बातमी दिली आणि त्यानंतर जे काही झालं त्याचीही. फक्त त्याने आपल्याला स्टीक क्लबातून गचांडी मिळाल्याची आणि त्याने त्याच्याकडचे सगळे पैसे हेरॉइनवर उडवल्यामुळे अपार्टमेन्ट सोडायला लागल्याची बातमी तेवढी सांगितली नाही.

'मला भीती वाटायला लागली, डॅड' तो म्हणाला. 'ती जागा म्हणजे दुसरा नरक झाली होती. विचार करा, त्यांनी माझ्या शेजाऱ्याला उडवलं!'

स्टीव्हनने मान हलवली आणि तो त्याला म्हणाला, 'म्हणजे आता तुला इथेच राहायला हवं. बाकी काही करू शकत नाही आपण.'

मग देर्दाकडे बोट दाखवत तो आपल्या मुलाला म्हणाला, 'तुम्ही दोघं आधीच एकमेकांना भेटला आहात, बरोबर ना?'

'हो, बरोबर.' स्टॅन्ले हसून म्हणाला. मग देर्दाकडे वळून तो म्हणाला, 'म्हणजे आपण आधी भेटलो आहोत तर.' आपल्या एकेकाळच्या मालकाबद्दल त्याच्या मनात असलेला आदर आणि कौतुक आता लयाला गेले होते. ती आता बुरख्यात नव्हती. वाऱ्यामुळे हातावरचे धुळीचे कण उडून जावेत तशा त्याच्या तिच्याबद्दलच्या भावना नाहीशा झाल्या होत्या. आता ती लंडनमधल्या इतर कोणत्याही मुलीसारखीच वाटत होती त्याला. रस्त्यावर मूर्खासारखा वेळ घालवत हिंडणाऱ्या लंडनमधल्या इतर कोणत्याही मुलीसारखीच. डॅडनी सांगितलेली रोमांचक गोष्ट त्याने ऐकली. इस्तंबूलच्या वकिलातीमधे ते कसे पहिल्यांदा भेटले होते, आणि मग क्राउच एन्डच्या गल्लीतल्या बेंचवर तो बसलेला असताना त्यांची पुन्हा झालेली नाट्यमय भेट. हे सगळं दैवात लिहिलं असणार अशी त्याची खात्री झाली होती. देर्दा या घरात इतक्या आवडीने का राहत असावी हे स्टॅन्लेला समजू शकत होतं. किचनमधे त्याने देर्दाच्या कानावर घातले की पोलिस तिच्या शोधात आहेत. आपल्या वडिलांच्याही हे कानावर घालण्याची काळजी त्याने घेतली. कदाचित यामुळे त्यांना तिला घराबाहेर घालवण्याची सुबुद्धी होईल अशी त्याला आशा वाटली. पण आता त्याचे वडील रहिमे बनले होते, आणि

त्यांना स्कॉटलंड यार्डच्या पोलिसांची जराही फिकीर वाटत नव्हती.

आपल्या वडिलांनी चादोर घेतल्यामुळे, किंवा देर्दाने त्यांना गुलामासारखे वागवल्यामुळे स्टॅन्लेला काहीच फरक पडत नव्हता. पण का कुणास ठाऊक– अगदी क्वचितच– या सगळ्यामुळे त्याला आपला आनंदी भूतकाळ आणि आईची आठवण यायची. पण तो भूतकाळ खरंच आनंदी होता का? एक तर, त्याची आई तितकीशी त्याच्या जवळपास नसायचीच. स्टॅन्ले आठ वर्षांचा असतानाच तिने घर सोडलं होतं. लग्नाच्या नवव्या वाढदिवसाची स्टीव्हनने तिला दिलेली भेट उघडून बघितल्यानंतर ती फक्त उठली आणि निघून गेली होती. स्टीव्हनचे त्याने दिलेल्या साखळीत अडकवलेल्या स्टील बॉल्सच्या भेटीबद्दल आभार मानल्यावर फक्त अर्ध्या तासातच. तिला तो एक प्रकारचा गळ्यात घालायचा हार आहे असेच वाटले होते. पण काही मिनिटांनंतरच स्टीव्हनने तिला सांगितले होते की, 'ते माझ्याकरता आहेत, तुझ्याकरता नाही.' चोवीस मिनिटं आधी ती तो जे सांगत होता ते ऐकत होती, तू हे चेंडू एकामागोमाग एक असे माझ्या आत ढकल. पुढच्या वर्षांमधे तिने स्टॅन्लेचा ताबा आपल्याला मिळावा याकरता शक्य होते तेव्हढे सर्व प्रयत्न केले होते. परंतु त्यांच्या घटस्फोटाच्या प्रकरणाची सुनावणी करणारा जज स्टीव्हनचा मित्र होता. लंडनमधल्या अंधारकोठडीत घालवलेल्या दिवसांपासून ते दोघे एकमेकांना ओळखत होते आणि स्टीव्हनने स्वतःच्या हातांनी एकेकाळी त्याच्यावर चाबकाचे फटकारे ओढले होते. त्यानंतर मग तो न्यायाधीश जेव्हा स्टीव्हनच्या आत एकेक स्टीलचा चेंडू सरकवत होता तेव्हा स्टॅन्ले त्या दोघांना दाराच्या फटीमागून बघत होता.

त्यानंतर स्टॅन्लेमधे काहीतरी बदल झाला, काहीतरी विचित्र रासायनिक प्रक्रिया त्याच्या आत घडून गेली. त्याची वाढ अकस्मात थांबली, आणि त्याला प्रचंड वेदना व्हायला लागल्या. ज्यांना अशा विचित्र आयुष्याला सामोरे जावे लागते त्या प्रत्येकाप्रमाणे स्टॅन्ले स्वतःच्याच कल्पनाविश्वात रमायला लागला. पण जेव्हा त्याच्या पाय खड्ड्यात पडला आणि तो वास्तवाला सामोर गेला, तेव्हा त्याला खऱ्या अर्थाने आयुष्याला सामोरे जाणे म्हणजे काय, वेदना सहन करणे म्हणजे काय ते कळायला लागले. तो मोठा झाला, पण परिपक्वता त्याच्यात आलीच नाही आणि वेदना तर त्याला अजूनही जाणवतच होती. मग तो या सगळ्या पोकळीला भरून काढण्याकरता एका चौदा वर्षांच्या पोराकडून हेरॉईन विकत घ्यायला लागला, त्या पोराचं नाव ब्लॅक टी. त्याचं खरं नाव होतं तिमूर. फिन्सबरी ट्यूब स्टेशनाच्या बाहेर तो उभा राहत असे. स्टॅन्ले हेरॉइन घेत असे कारण त्यामुळे त्याला वास्तवाशी सामना करावा लागत नसे आणि आपल्या शरीराच्या काही भागांना त्याला रोज उद्ध्वस्त करता येई, उदा. हृदय.

चौदा वर्षांचं वय. मानवी आयुष्यातला हा काळ मानसशास्त्रानुसार पौगंडावस्थेचा म्हणून ओळखला जातो. मानवी आयुष्यातला तो हा काळ ज्यात उगीचच, अधून मधून येणारा संताप, बेजबाबदार वर्तन, अतिरेकीपणाने वागणं हे नॉर्मल मानलं जातं.

निदान डुगडुगत्या टेबलामागून हा विषय शिकवणाऱ्या प्राध्यापकांनी तरी या वयाची हीच लक्षणं सांगितलेली असतात. पौगंडावस्थेवर लिहिल्या गेलेल्या सगळ्या पुस्तकांमधे या काळात स्वत:ची ओळख होते, आपण आजूबाजूच्या वातावरणासोबत आणि स्वत:सोबत जुळवून घ्यायला याच वयात शिकायचं असतं, समाजात वावरताना तिथल्या नियमांशी तडजोडीही कराव्या लागतात असं लिहिलेलं असतं. आणि या शास्त्रीय लेख लिहिणाऱ्या लेखकांना, त्यांना ब्लॅक टी बद्दल नक्कीच काही माहीत नसतं, आणि आपण चौदा वर्षांचे असताना नेमकं काय करत होतो हे तर नक्कीच आठवत नसतं. खरं तर हे सगळं स्पष्ट आणि सरळ आहे.

तुमचा जन्म होतो आणि पंधरावं वर्षं लागेपर्यंत तुमच्या लक्षात येतं की हे जग नेमकं काय आहे आणि तुम्हाला हेही कळलेलं असतं की तुम्ही जन्म आणि मृत्यूच्या दरम्यानच्या या काळात आता अडकून पडलेले आहात. ज्ञानापेक्षाही ही एक उमज असते, तुम्हाला आपसूक आलेली. आणि मग एक उद्रेक होतो. तुम्ही बेंबीच्या देठापासून आक्रोश करता. पण गर्दीतल्या कोणाही एकाच्या, त्याच्या खिशातलं पाकीट चोरीला गेल्यामुळे त्याने केलेल्या आरडाओरड्यापेक्षा हा काही फार वेगळा नसतो. सुरुवातीला गर्दीतले लोक त्याच्याकडे वळून पाहतात, काहींच्या नजरेत तिरस्कार असतो, काहींच्या आपल्याला काय करायचंय असा भाव. मग त्यांना या सगळ्या कोलाहलाचा कंटाळा यायला लागतो, मग कोणीतरी एक प्रतिनिधी या नात्याने त्याच्याशी बोलायला जातं. तो त्याला म्हणतो – 'मग, तुझं पाकीट चोरीला गेलं तर काय झालं? आमचीही पाकिटं या आधी चोरीला गेली आहेत. पण आम्ही कोणी असा आरडाओरडा कधी केला नाही.' शास्त्रीय मध्यस्थी करायची तर ज्याने यातलं काही विशेष शिक्षण घेतलं आहे त्याला पाठवणं केव्हाही चांगलं. गर्दीच्या या वृत्तीमुळे त्या माणसाचा आवाज क्षीण होत जातो. तो वास्तव स्वीकारतो आणि आपल्या आजूबाजूच्या पोकळीला माणसांच्या गर्दीने भरून टाकायला लागतो. त्यालाच मोठं होणं किंवा प्रौढत्वात प्रवेश म्हणतात. पण खरं तर ते मोठ्यांशी जुळवून घेणं किंवा नमतं घेणं असतं आणि हे वागणं कृत्रिम असतं. लादलेलं असतं. तुमच्या वागण्याचे हिशेब मांडले जातात, म्हणून मग त्यानुसार वागण्याची पद्धत बनवली जाते. प्रौढत्वाशी जुळवून घेण्याच्या प्रक्रियेतला मूलभूत निकष हा असतो की तुमचा समाजाला किती उपयोग आहे, तुम्ही समाजात राहण्याच्या किती लायकीचे आहात हे तपासून पाहणे. जगाच्या गदारोळातही हे निकष खूप काळजीपूर्वक तपासले जातात. तरुण वृक्षाने झुकून स्वत:च्या मुळांना स्पर्श करण्यासारखे असते हे. पण चौदा वर्षांच्या मुलाचे स्वैर वर्तन हे नैसर्गिक असते, जरी त्याकडे नापसंतीच्या दृष्टीने पाहिलं आणि त्यावर बेजबाबदारपणाचा शिक्का मारला तरी. त्याच्या डोळ्यांना जगातल्या भयंकर गोष्टी दिसायला लागलेल्या असतात आणि जगातल्या सगळ्या वाईट गोष्टी आपल्या बाबतीत घडू शकतात, घडतात हे त्याला समजायला लागलेले असते. तो स्वत:ला खोलीत

बंद करून घेतो. बाहेरच्या जगापासून तो स्वत:ला लांब ठेवण्याचा प्रयत्न करतो. किंवा किंचाळून सगळी दारं, भिंती, अडसर आपल्या मार्गातून पाडून टाकण्याचा प्रयत्न करतो. आगीचे फूत्कार टाकणाऱ्या ड्रॅगनला पाहून तुमची जशी प्रतिक्रिया होईल तशीच ही असते. तुम्ही जिवंत असेपर्यंत या प्रतिक्रिया तुमच्यातून कधीच समूळ नष्ट होत नाहीत– निदान जोवर तो ड्रॅगन जिवंत असतो तोपर्यंत तरी. पण अर्थातच पौगंडावस्थेतील मुलांच्या फौजांना जर त्यांच्यातल्या या नैसर्गिक ऊर्मींसकट मोकळं सोडलं तर सामाजिक रचनाच कोलमडून जाईल त्यांच्या उद्रेकामुळे. मानवी आयुष्याच्या उभारणीकरता प्रौढत्वाशी जुळवून घेणे आवश्यक मानले जाते. ही एक सामाजिक गरज असते. पण काही लोक हे समजू शकत नाहीत, ते आयुष्याच्या अंतापर्यंत किंचाळतच राहतात. आयुष्य स्फोटक असते, जग स्फोटक असते आणि त्याला स्फोटक प्रतिक्रियांनीच गारद करायचे असते. म्हणूनच तारुण्यातला उद्रेक हा एखाद्याच्या शरीरात त्याला ठार करण्याकरता साठ वेळा सुरी खुपसण्याइतका तीव्र असतो. चौदा वर्षांच्या ज्या मुलाचे डोळे खऱ्या अर्थाने उघडलेले असतात त्याला हे उमगतं की प्रत्येक मनुष्य निदान साठ तोंडांवाटे आग ओकणाऱ्या ड्रॅगन्सनी वेढला गेला आहे. पौगंडावस्था, त्यातल्या सगळ्या मूर्खपणासकट एक असा काळ आहे जेव्हा मनुष्य सर्वांत जास्त मुक्त असतो.

जेव्हा त्यांचे आयुष्य आणि ते ज्या जगात राहतात ते लोक मवाळ होतात त्या वेळी ही तारुण्यात प्रवेश करणारी मुलंही मवाळ होतील, शांत होतील अशी अपेक्षा आपण करू शकतो, पण तोवर नाही. स्टॅन्ले हा अशा मंद मुलांपैकी होता जो कायम चौदाव्या वर्षातच अडकून पडलेला होता. आणि तो त्याच्या जुन्या घरी येऊन त्याच्या लहानपणापासूनच्या खोलीत द क्रॅम्प्सची पोस्टर्स भिंतीवर चिटकवताना मूर्ख वाटत असेल इतरांना, पण खरं तर तो जगाने त्याला जे दिलं होतं त्याची परतफेडच तर करू पाहत होता. त्याला जगात काय चाललं आहे त्याची माहिती नव्हती. तो बातम्या पाहत नव्हता, किंवा त्याला पटणाऱ्या एखाद्या राजकीय प्रणालीच्या विचारांमागेही नव्हता. जगाबद्दल काहीही माहिती नसलेला स्टॅन्ले हे सगळं करत होता, कोणत्याही चौदा वर्षांच्या मुलासारखाच. तुम्हाला हे माहीत असण्याची गरजच काय की जगात अशी काही लोकं आहेत जी शाळांवर बॉम्ब टाकतात. या जगाकडे कसंही पाहा, जळत राहिलेल्या मांसाचा दुर्गंध काही लपत नाही. आणि तुम्हाला हे कशाला कळायला हवंय की जगात इतर अशी अनेक मुलं आहेत जी भुकेने कळवळून मरत असतात. या जगात कुठेतरी कायम भुकेचा कुबट वास येत असतो, मुलांच्या संवेदनशील नाकाला तो झटकन् जाणवतो आणि मग त्याची प्रतिक्रिया त्यांच्या जगावरील उद्रेकाद्वारे बाहेर पडते. मग एक दिवस त्यांची नाकं प्रौढत्वाशी केलेल्या समझोत्यात बंद होऊन जातात. असा दिवस स्टॅन्लेच्या आयुष्यात येणार आहे का? सांगणं कठीण आहे. पण तोवर तो स्वत:वर चाबकाचे फटकारे मारून घेत राहतो, हेरॉईन घेत असतो. अशी अविचारी

कृती करण्यामागे नेमकं काय नैराश्य आहे हे त्याला समजू शकत नाही. त्या नैराश्याचा उगम कुठे आहे हेही नेमकं कळत नाही. कोणत्याही चौदा वर्षांच्या मुलाप्रमाणेच त्याला आपल्या वेदना उघड करून सांगता येत नाहीत. त्याला काही तरी जाणवत होतं, पण काय ते कळत नव्हतं, आपल्या भोवती पसरलेल्या घाणीला पाहायला तो असमर्थ होता. पण दुर्गंध तर येतच होता. त्यामुळे पौगंडावस्थेतल्या मुलाला वाटतं तसं त्यालाही आपण वेडे आहोत असं वाटत होतं, त्यामुळेच तो सतत अशा कोणाच्यातरी शोधात होता, ज्याला त्याच्यासारख्याच वेडेपणाची लागण झाली असेल.

आता त्याला देर्दापेक्षा चांगला बळी मिळूच शकणार नव्हता, देर्दा – जिने एके काळी त्याच्या शरीराच्या नसा उत्तेजित करण्याकरता आपल्या हातातले काळे मोजे खराब करून घेतले होते. तिच्या मोज्यांना गुवाचा दुर्गंध येत होता. त्यामुळे स्टॅन्ले तिला हेरॉइनचं इंजेक्शन टोचणारा तिच्या आयुष्यातला पहिला पुरुष ठरला. आता दोघे समान पातळीवर होते. हिशेब बरोबर झाला होता. देर्दा शिकली की लोक परस्परांना वेदना आणि सुख दोन्ही पोचवत असतात. आधी देर्दाने स्टॅन्लेला दिलं, मग स्टॅन्लेने देर्दाला. आधी मुलांनी त्यांच्या पालकांना, मग पालकांनी त्यांच्या मुलांना. प्रथम भूतकाळाने भविष्याला, मग भविष्याकडून भूतकाळाला. आधी निसर्गाने मनुष्याला, मग मनुष्याने... आधी मृत्यूकडून जीवनाला, मग जीवनाकडून... आळीपाळीने, पुढे आणि मागे, वेदना आणि सुख दोन्ही, जगाच्या अंतापर्यंत, आनंदी, मधुर आयुष्य – फक्!

***

बेझिरचा खून झाला हे कळल्यावरही देर्दा निर्विकार होती. पण तासाभरानंतर बाथरूमच्या आरशात स्वत:च्या प्रतिबिंबाकडे पाहाताना तिला रडायला यायला लागलं. आणि ते थांबवताच येईना. अश्रू तळातून वर येत होते, हुंदक्यांमधून बाहेर पडत होते. 'का?' ती थरथरत्या ओठांनी स्वत:ला विचारत होती. 'का, का, का...' मग हळू हळू तिने स्वत:ला सावरलं. चेहरा पूर्ववत् केला, आपल्या गालांवरचे अश्रू पुसले. मग स्वत:च्या प्रश्नाला अस्फुट आवाजात तिने वाट करून दिली.

'मीच का नाही त्याला मारलं?'

मग ती आरशातल्या स्वत:कडे पाहून हसायला लागली. तिच्या मनात आलं जर बेझिरने आत्ता तिला पाहिलं असतं तर त्याने काय केलं असतं? खिडकीतून बाहेर फेकून दिलं असतं? देर्दा आरशाकडे पाहत ओरडली:

'काही बिघडवू शकणार नाहीस तू माझं! काहीही नाही! मी इथेच उभी आहे! इथे ये कुत्तरड्या! मी इथे आहे! तुला जावंच लागलं, हरामखोरा! इथून तडफडत निघून जायला लागलं तुला!'

नाझनीनकडून शिकलेल्या सगळ्या शिव्या तिने वापरल्या. नव्या शिकण्याची संधी तिला मिळाली नव्हती अजून. जेव्हा आरशातली बेझिरची प्रतिमा नाहीशी झाली, आणि फक्त देर्दाचं प्रतिबिंब शिल्लक राहिलं, बाथरूममधे शांतता पसरली, आणि स्टीव्हन आवाज न करता दरवाजापासून दूर झाला आणि हळूच बाहेरच्या कॉरिडॉरमधे आला.

देर्दा बाथरूममधे अजून पाच वर्षं तशीच उभी राहू शकली असती, गेल्या पाच वर्षांमधे जे ती बोलू शकली नव्हती ते बोलत. पण तसं न करता तिने एकदा शेवटचं आरशात पाहिलं आणि ती म्हणाली, 'फक्!' मग ती बाहेर आली. बेझिरसोबतचा तो तिचा शेवटचा संवाद. बेझिरच्या अनुपस्थितीतला संवाद.

सगळे व्यसनाधीन करतात त्याप्रमाणे स्टॅन्लेही कॅलक्युलेटरपेक्षाही जास्त वेगाने हिशेब करू शके. देर्दाची किंमत तीन हजार पौंडांच्या जवळपास आहे याची त्याला खात्री होती. ती अजूनही तोच टी-शर्ट घालून होती, म्हणजे बहुतेक तिने साठवलेल्या पैशांपैकी फार काही वापरलेले नसावेत. तिच्याशी हा विषय कसा काढायचा याबद्दल स्टॅन्लेला अजून काही ठरवता येत नव्हतं. म्हणून त्याने शेवटचे काही ग्रॅम शिल्लक असणारं हेरॉइन संपेपर्यंत वाट पाहायची ठरवली.

एका रात्री स्टॅन्लेला तो ज्याची वाट पाहत होता ती संधी मिळाली- देर्दा त्याच्या खोलीत सिगरेटचा झुरका मारायला म्हणून आली.

'माझ्याकडच्या सिगरेटी सगळ्या संपल्या,' स्टॅन्ले तिला म्हणाला, 'पण माझ्याकडे हे आहे.' आणि मग पलंगाशेजारी एका धातूच्या पेटीत ठेवलेली हेरॉइनची पिशवी बाहेर काढून त्याने तिच्यासमोर ती हवेत घंटा हलवतात तशी हलवली. त्या आवाज न करणाऱ्या घंटेकडे पाहत देर्दाने त्याला तो काय प्रकार आहे असं विचारलं. दहा मिनिटं आपली पूर्ण ताकद पणाला लावून तिने प्रयत्न केले तेव्हा कुठे तिला त्याच्याकडून नेमकं उत्तर मिळालं. पण मग त्यानंतर मात्र देर्दाने कधीच ते उत्तर त्याच्याकडून पुन्हा पुन्हा मिळवण्याकरता स्वत:चे पैसे खर्च करायला जराही नाखुशी दाखवली नाही. ती आता रोज स्टॅन्लेच्या खोलीत जायला लागली. आपल्या दंडात खुपसल्या जाणाऱ्या सुईकडे बघून ती दचकली नाही किंवा घाबरलीही नाही कारण स्टॅन्लेने तिची त्याबद्दल मानसिक तयारी व्हावी म्हणून पूर्ण दोन तास भाषण दिलं होतं. व्हॅक्यूम क्लीनर विकणारा विक्रेता कसा आपल्या उत्पादनाच्या वेगवेगळ्या, असतील नसतील त्या खुब्या रंगवून सांगतो तसं त्याने केलं. देर्दा पाच वर्षं कुलूपबंद होती, म्हणजे एकूण साठ महिने. जवळपास दोन हजार दिवस, किंवा पंचेचाळीस हजार तास. त्यामुळे तिच्याकडे हे सगळं करून बघण्याची पंचेचाळीस हजार कारणं होती! आपल्या त्वचेत घुसणाऱ्या सुईकडे तिने इतक्या उत्सुक नजरेनं का पाहावं त्याची पंचेचाळीस हजार कारणं. काय वाट्टेल ते करून पाहाण्यासाठीची पंचेचाळीस हजार कारणं. अपवाद फक्त आत्महत्येचा. ते ती करणार नव्हती. ती मरणार नव्हती. उलट त्या पाच वर्षांची भरपाई म्हणून पुढची पन्नास वर्षं तिला जास्त हवी होती जगण्याकरता.

नाही, पुढची पाचशे वर्षं. मात्र स्टॅन्लेच्या खोलीत जर ती अशीच येत राहिली तर जगाचा निरोप घ्यायला तिच्याकडे फक्त दोन वर्षं शिल्लक होती.

दरम्यानच्या काळात तिने तिचे इंग्लिशचे धडे मात्र सुरूच ठेवले. स्टीव्हनने कधीही तुर्कीमधे बोलता कामा नये असा फतवाच तिने काढला. शाळेत असताना शिकलेले व्याकरणाचे धडे तिला आठवत होते. तिला आता गरज होती ती फक्त सरावाची. शिकून झालं. आता चाचणी परीक्षा चालू होती. पण हेरॉइनच्या बाबतीतली चाचणी परीक्षा वेगळी होती. कार खरेदी करायला गेल्यावर आपण तिथल्या नव्या-जुन्या मॉडेल्समधून एखादी फेरी मारतो, आवडली तर विकत घेतो, नाही तर तसंच बाहेर पडतो. मात्र हेरॉइनच्या बाबतीतला असा चाचणी-सराव महागात पडतो. तो करायचा प्रयत्न केला तर चाचणीच्या वेळीच गाडीला आपटून ठोकर बसावी तसा प्रसंग ओढवतो. गाडी चालवणारा जिवंत राहिलाच तर त्याला तो चेंदामेंदा झालेला गाडीचा ढिगारा गळ्यात मारून घ्यावा लागतो. अपघातामधून वाचल्यावर त्याला सगळ्याची किंमत चुकती करायलाच लागते. ही किंमत म्हणजे आयुष्यात पुन्हा अशी ठोकर बसू नये याकरता करावा लागलेला झगडा. देर्दाची तर सध्या ही फक्त सुरुवातच होती. नुकतीच ती खिडकीच्या बाहेर डोकावायला लागली होती, बाहेरचं दृश्य बघण्यात तिला मजा वाटत होती. क्षितिजापर्यंत कुठेही कसला अडथळा नजरेस पडला नव्हता अजूनपर्यंत तरी, त्यामुळे आपल्याला ठोकर बसू शकण्याची शक्यता जाणवलेली नव्हती. पण तिच्याकडचे पैसे झपाट्याने संपत होते. अर्थात तीही काही फार गंभीर समस्या नव्हती, कारण फिन्सबरी ट्यूब स्टेशनवरचा ब्लॅक टी तिला या बाबतीत मदत करी. स्टॅन्ले आणि देर्दा त्याच्याकडे जात तेव्हा तो देर्दाला नेहमीच कमी किंमतीत माल मिळवून देई. कितीही झालं तरी ते शेजारी होते.

मग काळ भराभर पुढे सरकायला लागला तो भंगलेला, तुकड्या तुकड्यात विखुरलेला दिसायला लागला. दिवस, कधी कधी आठवडेही निघून जात आणि त्या दोघांना ते कळतही नसे. आणि मग क्षितिजरेषेपर्यंत सर्वत्र अडथळ्यांच्या रांगाच रांगा नजरेस दिसायला लागल्या.

***

रात्रीच्या जेवणाकरता सगळे एकत्र जमले होते. स्मितहास्य करत स्टीव्हनने आपल्या मुलाकडे आणि देर्दाकडे पाहिलं. देर्दा आता त्याला ओळखूही येत नव्हती इतकी बदलली होती. तिच्या खऱ्या रूपाची त्याला कल्पनाही करता येत नव्हती. दोघांचेही चेहरे उत्तरयुरोपियनांसारखे फिकट दिसत होते. एके काळी या मुलीच्या फक्त पाठीवर जांभळे व्रण होते, आता ते तिच्या नाकपुड्यांवरही उमटले होते, श्वासोच्छ्वास करताना प्रयास पडत होते. स्टीव्हनने त्यांना पास्ता वाढला. मग खाली बसून तो काहीतरी

जिंकून आल्याच्या स्वरात म्हणाला, 'माझ्या डोक्यात एक नवी कल्पना आहे.'

स्टॅन्ले आणि देर्दा दोघांनाही त्याच्या आवाजातल्या उत्साहाने जरा चिंता वाटली. त्यांनी एकमेकांकडे दृष्टिक्षेप टाकला.

'आपण या चादोरला काहीतरी स्थानिक, खास नाव द्यायचं आणि त्या स्वत:च बनवून विकायच्या. अर्थात त्यांचा रंग काळाच ठेवायचा. आत्ता आपल्याकडच्या चादोरचा जो आहे तसाच, नाव मात्र छातीच्या इथे, असं मधोमध दिसेल असं छापायचं. उदा. स्टीव्हन्स.. किंवा...'

छतावर डोळे लावून स्टीव्हन आपल्या विचारांमधे रमला. स्टॅन्ले आणि देर्दाच्या लक्षात आलं की या विषयावरची त्यांची मतं काय आहेत हे जाणून घेण्यात स्टीव्हनला खरं तर काहीच रस नाहीये. त्यामुळे मग त्यांनी आपलं लक्ष जेवणावर केंद्रित केलं. पण निरर्थकपणे काट्याभोवती पास्ता गुंडाळत राहिले. दोघांनाही भूक नव्हती.

'आपण एक चिन्ह सुद्धा तयार करू. तुम्हांला काय वाटतं? लाकोस्तेने जर चादोर विकायचं मान्य केलं तर... मग बघायलाच नको. आपण मगरीचं चिन्ह असं या इथे टाकू शकतो, नाही का? किंवा मग 'फ्रेड पेरी' चादोर!'

जरा वेळ तो गप्प बसला मग पुन्हा सुरू झाला.

'आता तुम्हा दोघांना मी एक महत्त्वाची गोष्ट सांगणार आहे. जरा बघाल का माझ्याकडे?'

दोघांनी आपली डोकी नाखुशीने वर केली.

'मी ऑपरेशन करून घेणार आहे.'

'का? आजारी आहेस का तू?' देर्दाने विचारलं.

'नाही!' स्टीव्हन आधी ओरडला, मग एक मजेशीर वाटणार आवाज तोंडावाटे काढत म्हणाला, 'आजारी बिलकुल नाही. पण एका अर्थी, हो आजारीच आहे. कारण मी पुरुष आहे. मला हा अवयव नकोय माझ्या शरीरावर... म्हणून मी बाई बनायचं ठरवलं आहे!'

स्टॅन्ले मधेच म्हणाला,

'पण तुझ्याकडे त्याकरता लागणारा पैसा नाहीये.'

'अर्थातच आहे,' स्टीव्हन उत्तरला. 'समजतोस कोण तू मला? आयुष्यभर सन्माननीय नोकरी केली आहे मी. तुझ्यासारखं निरुद्योगी आयुष्य नाही घालवलं, मृत्यूची वाट बघत! पास्ता हवाय का अजून?'

त्यांच्या बशांमधला आधीच वाढलेला पास्ताही तसाच होता. पण त्यामुळे काही फरक पडत नव्हता. महत्त्वाची गोष्ट ही की स्टीव्हन खरं सांगतो आहे की नाही. त्याच्याकडे खरंच पैसा होता?

स्टॅन्ले उडी मारत उभा राहिला, आणि आपले हात उडवत किंचाळला, 'तू तुझ्याकडचे पैसे मला देणार आहेस!'

स्टीव्हन जोरात हसला.

'नाही महाशय, तुम्हाला एक पैसाही मिळणार नाही.'

स्टॅन्लेने आपले हात वडिलांच्या गळ्याभोवती वेढले आणि त्यांना खुर्चीसकट जमिनीवर पाडले. स्टीव्हन खाली आदळला, त्याचे पाय हवेत लटकले आणि टेबलाला लाथ लागली, दोन्ही बश्यांमधला पास्ता खोलीभर उडाला. अचानक झालेल्या या हालचालींमुळे देर्दा स्तंभित झाली. बशी जमिनीवर पडून फुटली तेव्हा ती सुद्धा उडी मारून उभी राहिली. तिला भीती वाटली स्टीव्हन बहुतेक हृदय बंद पडल्याने किंवा मेंदूत रक्तस्त्राव झाल्यामुळे मेला असावा. त्याचं डोकं जमिनीवर खूपच जोरात आपटलं होतं. पण स्टीव्हन पुन्हा खदाखदा हसायला लागला. आणि मग त्याला एक भयंकर खोकल्याची उबळ आली. त्याचा मुलगा आपल्या वडिलांजवळ झुकला आणि त्यांचा गळा पकडून किंचाळला:

'ठार मारीन मी तुला. तुझ्याकडचे पैसे देऊन टाक मला. नाही तर ठार करीन, सांगून ठेवतोय... डॅड, हे बघ, मी भीक मागतो तुझ्याकडे! प्लीज मला तुझ्याकडचे पैसे दे!'

उघड्या असलेल्या लाकडी हिरव्या दरवाजाबाहेर देर्दा उभी होती. तिथून तिने स्टीव्हनकडे पाहिलं आणि त्याला शेवटचा हुकूम दिला–

'रडणं थांबव, रहिमे!'

म्हाताऱ्याचे डोळे पाण्याने भरले होते. त्याचा मालक त्याला सोडून निघून जात होता. धमक्या, विनवणी कशालाच दाद न देता.

खुर्चीवरून खाली पाडल्यामुळे स्टीव्हनला काहीच फरक पडला नव्हता. मुलाने क्षणिक उन्मादाच्या भरात ते कृत्य केलं आणि त्याचं पर्यवसान स्टीव्हनने स्टॅन्लेला लाथ मारून घराबाहेर हाकलण्यात झालं. त्याने स्टॅन्लेला असं जबरदस्त धमकावलं ज्याची त्याने कधी कल्पनाही केली नव्हती. 'मनात आणलं तर आत्ता मी पोलिसांना बोलावून तुला गजांआड बंद करू शकतो, कळलं?' स्टीव्हन त्याला म्हणाला. एक रात्रही पोलिस कोठडीत काढणं स्टॅन्लेला अशक्य होतं त्यामुळे त्याने मुकाटपणे आपलं सामान गोळा केलं. देर्दालाही विचारलं की तिला त्याच्यासोबत यायचं आहे का? देर्दाने आपली एकमेव मौल्यवान वस्तू उचलली– तिचा शब्दकोश– आणि ती स्टॅन्लेच्या मागून दरवाजाबाहेर पडली.

स्टीव्हनने देर्दाचा हात पकडला. त्याने तिला तो त्या बाकड्यावर बसलेला असताना पहिल्यांदा पाहिलं होतं, आणि तिचा हात पकडला होता, तसाच. पण या वेळी तिने आपला हात सोडवून घेतला. वेगाने वळून निघून गेली. जाताना तिने त्याला न रडण्याची आज्ञा केली.

बागेच्या फाटकापाशी पोचल्यावर तिने पुन्हा एकदा मागे वळून त्याच्याकडे पाहिलं.

'परत येशील ना तू कधीतरी?' चादोरच्या आतून त्या माणसाने तिला

अगतिकपणे विचारलं. तो स्वर ऐकून देर्दाला नाझनीन आठवली. निरोप घेऊन निघून जाताना या वेळी तिच्या मनात कसलीही चलबिचल नव्हती, भीती नव्हती.

***

ते स्टीकच्या दिशेने गेले. कॅम्डेनहेड पबसमोरून जात असताना पबच्या दारामागून बाहेर डोकावत उभ्या असलेल्या सगळ्या तुळतुळीत डोक्यांना देर्दा दिसली– तिचा चकोट आणि पायातले डॉ.मार्टिन्स पाहून त्यांना ती त्यांच्यापैकीच एक वाटली. त्यांनी तिला हाक मारली.

'त्या मध्ययुगीन व्यसनी वेड्यासोबत काय करते आहेस? आत ये इथे!'

देर्दा किंचित थबकली, तेव्हा स्टॅन्लेने चिडून तिच्या दंड पकडला आणि आपल्यासोबत ओढत पुढे नेले. त्या ऐंशीच्या दशकातले अवशेष जपणाऱ्या कर्मठांच्या तोंडी लागण्याइतकी सहनशक्ती त्याच्याकडे नव्हती. त्याने मान उचलून त्यांच्याकडे वळून बघायचीही तसदी घेतली नाही. थोड्याच वेळात ते स्टीकला पोचले. एक महाकाय शरीराचा आणि हिरव्या केसांचा रशियन दरवाजाबाहेर उभा होता. ते आत गेले ते थेट बाथरूममधे पोचले. तिथे त्यांनी ब्लॅक टीकडून मिळवलेल्या हेरॉइनचे इंजेक्शन स्वत:ला टोचून घेतले. देर्दाचे अर्ध्याहून जास्त पैसे त्यांनी खर्च करून टाकले होते. स्टॅन्लेचं लवकर आटोपलं. तो बाहेर आला तेव्हा समोरच त्याला मिच दिसला.

'काय करावं कळत नाहीये च्यायला,' स्टॅन्ले त्याला म्हणाला. आत्तापर्यंत काय काय झालं त्याचा एक तीन मिनिटांचा सारांश त्याने नुकताच मिचला ऐकवला होता.

देर्दाही त्यांच्यापाशी गेली. मिचने तिला ओळखलं नाही. स्टॅन्लेने दोघांची ओळख करून दिली.

'ही आहे तुझ्या फिल्म्सची हिरॉइन! विचार तिला आम्ही सध्या ज्या नरकामधे राहतो आहोत त्यात ती खूश आहे का ते.'

मिच खाली झुकला, पबमधल्या दिव्यांच्या अंधुक उजेडात त्याने देर्दाचा चेहरा न्याहाळून पाहिला. आपल्या डोळ्यांवर त्याचा विश्वासच बसला नाही. 'शक्यच नाही!' तो किंचाळला. 'केवळ अशक्य!'

त्याने स्टॅन्लेकडे पाहिलं.

'मी सांगितलं ते खरं आहे,' तो शांतपणे आपली मुंडी हलवत म्हणाला.

त्याने देर्दाकडे नजर रोखली, 'पण तिला मात्र अजून आपली ओळख नीट झालेली नाही, आपण काय आहोत ते समजलेलं नाही, हो ना?'

देर्दा आता खूपच चांगलं इंग्लिश बोलू शकत होती, आणि राजनैतिक अधिकाऱ्याच्या औपचारिक उच्चारांमधे बोलून दाखवत तिने ते सिद्धही केलं.

‘माफ करा मला, पण मला असं वाटतं की मी तुम्हाला अगदी व्यवस्थित ओळखून आहे.’

मिचने हास्याचा गडगडाट केला आणि हातातला बियरचा ग्लास देर्दाकरता उंचावला. तिने हाताने तो बाजूला सारला आणि एक नजर आजूबाजूच्या पबवरून फिरवली. स्टीकमधेच शोभणारा हैदोस त्याही रात्री तिथे जोषात चालू होता. स्त्रियांचे कपडे घालण्याची हौस करणारे ट्रान्स्व्हेस्टाइट्स, मध्ययुगीन सरदारांसारखी काळ्या रंगाची वेशभूषा करणारे गॉथ्स, चित्रविचित्र रंगांनी शरीर रंगवलेले, आणि बाहेरच्या जगात सध्या कोणतं वर्षं चालू आहे याचीही कसली पर्वा नसलेले पंक्स, गेली पन्नास वर्षं एकाच पद्धतीने आपल्या खांद्यांवर जॅकेट पांघरणारे सत्तर वर्षांचे रॉकबिलीज, केसांची जुल्फ दर पाच मिनिटांनी एकाच वेळी दोन दोन कंगव्यांनी विंचरणारी नटवी मुलं, जाडजूड जॅकेट चढवलेले मॉड्स आणि दारू पिऊन बारच्या मधोमध बेहोशीत एकटीच नाचणारी एकाकी जपानी मुलगी. ड्रेस्डेन डॉल्सचं गर्ल ॲनक्रॉनिजम गाणं डीजे जोरजोरात बडवत होता आणि त्यातल्या अमांडा पामरचा आवाज लोकांच्या कानातून ओघळून डोळ्यांत पाझरत होता, त्यामुळे त्यांच्या नजरा क्षणिक अंधारत असाव्या. म्हणूनच बहुधा आपले डोळे बंद करून घेत ते जागच्या जागी मागे पुढे झुलत होते. किंवा स्टीक इतकं ठासून भरलेलं होतं त्या रात्री की कदाचित लोकांना जराही आपली जागा सोडून इकडे तिकडे जाता येत नसावं.

ही सगळी लोकं दिवसाउजेडी नेमकं काय करत असतात हे सांगणं अवघड होतं. पण निदान रात्री स्टीकमधे त्यांना एकमेकांच्या सहवासात आसरा मिळत होता. एकेकाळी ही लोकं हातात सुरे घेऊन फिरत, त्यांचे पाठलाग होत. आता बाहेरच्या जगात त्यांना कोणीही महत्त्व देत नव्हते. नामशेष अस्तित्व होतं त्यांचं. पण इथे या विविध ढंगांच्या, एकेकाळी डोळ्यांत स्वप्नं घेऊन वावरलेल्या लोकांना निवारा मिळाला. इतरत्र कुठेही त्यांना सामावून घेणारी जागा शिल्लक नव्हती. रोज बदलणाऱ्या वेगवान जगात, या स्वत:ला अजिबात न बदलू इच्छिणाऱ्या, काळाच्या एका बिंदूवर अडकून आहे तसेच जगू पाहाणाऱ्या स्थिर नमुन्यांना बाह्य जगाच्या व्यवहारात स्थान नव्हतं. दुनियेच्या कोणत्याच हिशेबांमधे या जुनाट आकड्यांना आता किंमत नव्हती. एके काळी ज्या रस्त्यांचे, गल्ल्यांचे ते बादशहा होते, तिथून त्यांची उचलबांगडी झाली होती. त्या रस्त्यांवरचं कुत्रंही त्यांना विचारत नव्हतं. जिथे त्यांची घरं होती, ते निवारे उद्‌ध्वस्त झाले होते. स्टीक या बेनाम दुनियेतल्या पदच्युत बादशहांचं घर होतं, बाहेरच्या गल्लीपेक्षाही दसपटीने निरुंद, संकोचलेलं, पण इथे निदान त्यांना उभं राहायला जागा होती.

मिच देर्दाकडे पाहत म्हणाला, ‘अद्भुत! म्हणजे तू अशी दिसतेस तर. पण आता पुढे काय? पुन्हा फिल्म्स कराव्याशा वाटताहेत का तुला?’

‘अजिबात नाही,’ देर्दा हिंस्रपणे फूत्कारली.

मात्र स्टॅन्लेचं कुतूहल जागृत झालं.

'तुला खरंच वाटतंय का की आपण तिला पुन्हा आणू शकू? म्हणजे असं की, तू काही फिल्म्स चित्रित केल्यास अजून तर पैसे कमावता येतील आपल्याला. बरोबर ना?'

मिचने बियरचा घोट घेतला आणि थोडा विचार केला.

'ती शक्यता नाही आता, बहुतेक. यात रस होता त्या प्रत्येकाला आपण फिल्म्स विकल्या आहेत. पण जर ती तयार असेल तर, काही जण आहेत माझ्या ओळखीचे... एका वेबसाईटकरता ते काम करतात. त्यांच्या फिल्म्समधे ती काही काम करू शकेल, ते पैसे चांगले देतात असं ऐकलंय.'

जपानी मुलीसोबत चेष्टा-मस्करी करत बारजवळ उभ्या असलेल्या दोन तरुण मुलांकडे त्याने त्यांचं लक्ष वेधलं, महाविद्यालयात शिकणाऱ्या विद्यार्थ्यांसारखी ती दोघं दिसत होती. तरुण, ताजे चेहरे, स्टीकच्या मानाने खूपच स्वच्छ.

'कोणत्या प्रकारच्या फिल्म्स?' स्टॅन्लेने विचारलं.

'ते मला माहीत नाही,' मिच म्हणाला.

देर्दाने मधेच त्यांचा संवाद तोडला.

'नाही! अजिबात नाही! पुन्हा ते शक्य नाही!'

स्टॅन्लेने तिच्याकडे लक्ष दिलं नाही. तो त्या मुलांकडे जाऊन त्यांच्याशी बोलायला लागला. काही मिनिटांनी तो परत आला.

'ते तीन हजार देतील,' तो म्हणाला. 'विचार करा, तीन हजार पौंड्स!'

मिचने विचारलं:

'कशा प्रकारचं चित्रण करतात ते?'

'थेट अश्लील. स्त्री आणि पुरुष, जरा चांगल्या दर्जाचं, अर्ध्या तासाचं चित्रीकरण.'

अभावग्रस्तता म्हणजे नेमकं काय याची देर्दाला सकाळ होईपर्यंत पूर्ण कल्पना आली, आणि मग काही तासांपूर्वीपर्यंत ती जे हट्टीपणाने नाकारत होती ते करायला तिने होकार दिला. अश्लील चित्रीकरण करणाऱ्या त्या दोघा मुलांना त्यांनी फोन लावला. आपण केम्ब्रिजचे विद्यार्थी आहोत असं त्यांनी स्टॅन्लेला सांगितलं होतं. दोघांपैकी एकाने फोन उचलला आणि त्यांना दुपारी यायला सांगितलं. कॉन्व्हेन्ट गार्डनमधला त्यांचा पत्ता त्याने नीट समजावून सांगितला.

सकाळ होईपर्यंत मिचच्या खोलीत ते भयानक थरथरत होते. वेदना जरा कमी व्हाव्यात म्हणून मग त्यांनी काही व्हॅलियम्स घेतल्या आणि फिन्सबरी पार्कला जाणाऱ्या सर्वांत पहिल्या ट्रेनमधे ते चढले. देर्दाकडे उरलेले सगळे पैसे ब्लॅक टीला देऊन त्यांनी आपल्या दिवसाची सुरुवात केली. मग ते ट्यूब स्टेशनापाशीच असलेल्या आर्सेनल फूटबॉलच्या दुकानातल्या कॅफेत गेले आणि तिथल्या बाथरूममधे जाऊन त्यांनी

इंजेक्शन्स टोचून घेतली.

बाहेर आल्यावर त्यांनी ब्लॅक टीकडे ट्रेनचं तिकीट काढण्याकरता सुट्टे पैसे मागितले. त्यांनी नुकत्याच दिलेल्या पैशांपैकी काही सुट्टी नाणी त्याने त्यांना दिली आणि मग ते कॉन्व्हेन्ट गार्डनला गेले.

पत्ता शोधल्यावर एक जागा शोधून ते जरा वेळ विश्रांती घेण्याकरता थांबले. रस्त्यावरच्या बाकड्यावर ते पूर्ण तीन तास एकही शब्द न बोलता बसून होते. फक्त एकदाच देर्दाने स्टॅन्लेकडे बघितले आणि ती म्हणाली, 'तुला ठार मारीन मी.' स्टॅन्ले त्यावर म्हणाला, 'तू आता स्वत:ला सावरावंस हे उत्तम.'

***

इंटरकॉमला आपला कान चिकटवलेला स्टॅन्ले देर्दाकडे बराच वेळ रिकाम्या नजरेने पाहत बसला, शेवटी एक आवाज ऐकू आला त्यातून.

'तिसरा मजला, उजव्या हाताचा दरवाजा. एलेव्हेटर बंद आहे.'

पुढचा दरवाजा खटकन् उघडला. इमारतीत शिरल्यावर ते तीन मजले वर चढून गेले. बारीक कापलेल्या केसांचा, चष्मा लावलेला एकजण दरवाजाच्या आडून बाहेर डोकावला. तो नग्न होता. स्टॅन्ले आत गेला, पण देर्दा शेवटच्या पायरीवरच स्तब्ध उभी राहिली. 'वर ये,' स्टॅन्ले म्हणाला, 'आतमधे ये.'

देर्दा एक पायरी चढली आणि मग अजून एक. तिला काही आवाज ऐकू आले. मग ती आत गेली आणि तिला ते दिसले. एकावन्न नागडे पुरुष. देर्दाला ते हजारोंच्या संख्येने आहेत असं वाटलं. ती आत जाताच ते सगळे गप्प झाले. देर्दाने एक पाऊल मागे घेतलं आणि मागचा दरवाजा बंद झाल्याचा आवाज तिने ऐकला. मग तिला स्टॅन्लेचा आवाज ऐकू आला.

'देर्दा, तुला हे करायलाच हवं आहे हे तुला माहीतेय. बाकी कसलाही विचार करू नकोस, कसलाच नाही. स्वत:ला झोकून दे पूर्णपणे. या कशालाच फारसा अर्थ नाही आहे. कळतंय का तुला? काही अर्थ नाही. फक्त जा आणि तुझे पाय उघड. मग आपण आपण आपले पैसे घेऊन निघून जाऊ.'

देर्दा काहीच बोलली नाही. दारामागे जो चष्मा लावलेला होता मगाशी त्याने गृहीत धरलं की तिची तयारी झाली आहे, म्हणून त्याने तिला हलकेच पुढे ढकललं. तिथल्या माणसांच्या मधून तो तिला मोठ्या हॉलमधे घेऊन गेला. जमिनीवर पारदर्शी लिनोलियम अंथरलेलं होतं. देर्दाने त्या सगळ्या पुरुषांच्या चेहऱ्यांवरून दृष्टी फिरवली, आपल्याला आत घेऊन येणाऱ्याच्याही. नीट पाहिलं सगळ्यांना, मग ती पाठी वळली. तिने आपलं जॅकेट भिरकावून दिलं आणि ते पुरुष चीत्कारले. ते जरासे बावरले होते, पण हसायला लागले. लवकरच ते टाळ्या पिटायला लागले आणि गुरगुरल्यासारखे

चित्रविचित्र आवाज काढायला लागले.

ते सगळेच जण केम्ब्रिजच्या पहिल्या वर्षात इकॉनॉमिक्स शिकत होते. ते तिथे आले होते कारण त्यांनी कायद्याच्या वर्गात शिकणाऱ्या विद्यार्थ्यांबरोबर पैज लावली होती. आठवड्यापूर्वी त्यांनी एक व्हिडिओ पाहिला होता ज्यात सदतीस कायद्याचे विद्यार्थी एका काळ्या मुलीसोबत शृंगार करत होते. दोनदा त्यांनी तो व्हिडिओ पाहिला, त्यात नक्की किती जण आहेत ते मोजले, आणि मग त्यांचं रेकॉर्ड मोडून काढण्याची योजना जन्माला आली. रस्त्यावरच्या वेश्यांनी त्यांना नकार दिला. शेवटचा प्रयत्न म्हणून ते स्टीकमधे गेले, एखादी डोकं फिरलेली बाई त्यांच्या या योजनेत त्यांना साथ देईल अशी तिथे भेटते आहे का ते पाहायला. एखादी पैशाकरता हपापलेली, हेरॉइनचं व्यसन लागलेली कोणी तर नक्कीच तयार झाली असती. शेवटी तो सिनेमा, रेक्विम फॉर अ ड्रीम येऊन जेमतेम एखाद वर्षच उलटलं होतं. त्या फिल्ममधली काही दृश्यं अजूनही त्यांच्या मनात ताजी होती. वसतिगृहाच्या बाथरूममधे हस्तमैथुन करताना त्यांनी ती सगळी दृश्यं पुन्हा एकदा मनात बघितली.

देर्दा पूर्णपणे नग्न होती. चष्मा लावलेल्या एकाने त्याचे दोन्ही हात तिच्या खांद्यांवर टाकले आणि तिला खाली ढकलले. तिचे गुडघे खालच्या लिनोलियमवर आपटले. मग त्याने तिला अजून खाली ढकलले, तिची पाठ जमिनीवर टेकेपर्यंत. सोनेरी केसांचा एक मुलगा तिच्या अंगावर चढला. पुलावरून उडी मारून आत्महत्या करण्याचा विचार करणाऱ्याच्या डोळ्यांमधे खालच्या पाण्याकडे वाकून पाहाताना जसे भय दाटलेले दिसेल तसे भय डोळ्यात घेऊन त्या मुलाने खाली झोपलेल्या देर्दाकडे पाहिले. इतक्यात एकाने मागून त्याला त्याच्या गुडघ्यांवर ढकलले. आजूबाजूच्या गर्दीने टाळ्या वाजवायला सुरुवात केली. आधी सगळ्यांच्या टाळ्या मिळून एकच आवाज ऐकायला आला, मग दोन, मग वीस. त्या सोनेरी केसवाल्याने आपल्या हृदयाचे ठोके त्या टाळ्यांसोबत जुळवून घेतले. शिकाऱ्याने आपल्या सापळ्याची चाचपणी करावी तसे त्याने देर्दाचे गुडघे विलग केले. टाळ्यांचा आवाज थांबला. त्या शांततेच्या आणि नग्न देहाच्या स्पर्शाच्या ओझ्याखाली दबून जाऊन त्या सोनेरी केसवाल्याने आपली नजर देर्दाच्या स्तनांवर टेकवली. मग त्याने आपल्या हाताचा तळवा तिच्या खांद्याच्या जवळ टेकवला. खोलीतल्या सर्वांनी श्वास रोखून धरले होते. तो मुलगा अजून खाली होत तिच्या अंगावर झोपला. पण त्याचा काही उपयोग नव्हता. त्याला तिच्या आत प्रवेश करता येत नव्हता. सगळेजण एकमेकांना खेटून, जवळ येऊन उभे राहीले, देर्दाचा चेहरा नीट बघता यावा म्हणून. फुलाने फुलण्याऐवजी कोमेजून मिटून जाणे पसंत केले होते, आणि मुलाचा चेहरा पांढराफटक पडला होता. मग तिथे जोरजोरात चर्चा झाली, आणि मग एक खोका त्या मुलाच्या हातात सरकवण्यात आला. थोड्याशा व्हॅसेलिनचा खूप मोठा उपयोग झाला आणि देर्दाला तिच्या अंतर्मनातल्या विरोधावरही मात करता येणं शक्य झालं. सोनेरी केसवाल्याने पुन्हा आपले हात तिच्या खांद्यांवर टेकवले,

आपला श्वास रोखला आणि स्वत:ला तिच्या आत ढकललं. आणि मग हरवून गेला. त्याच्या चेहऱ्यावरच्या कठीण रेषा निवळायला चार मिनिटं लागली. देर्दाला तो काळ चार वर्षांइतका वाटला. त्याने भरलेला कंडोम एखाद्या विजेत्याने हातातला शॅम्पेनचा ग्लास उंचावावा तसा हवेत हलवला, प्रत्येकाने तो पाहिला आहे याची खात्री करून घेत. वीस जोरदार टाळ्या. तीस चीत्कार.

पहिल्या आठ पुरुषांनंतर, देर्दाला वरचे चेहरे गोंधळात टाकायला लागले, हे कोणीच खरे नाहीत असं वाटायला लागलं. डोळे मिटून घेतल्यावर पापण्यांखालच्या काळोखात तिला ती काय करते आहे याची जाणीव व्हायला लागली. तिला मरून जावंसं वाटत होतं. तिला पुन्हा डोळे मिटायचे नव्हते पण तिला तिच्या चेहऱ्यावर घामाचे ओघळ सांडवणाऱ्या चेहऱ्यांकडेही बघवेना. म्हणून मग तिने थेट कॅमेऱ्यामधे बघितलं, चष्मा लावलेल्या मुलाने तो हातात धरला होता, पण तो सगळीकडे फिरत होता. जितकं शक्य होईल तितकी तिने स्वत:ची नजर कॅमेऱ्याच्या भिंगावरून हलू दिली नाही. शेवटी ती एकच अशी जागा होती जिथे तोंडातून फेसांचे बुडबुडे येत नव्हते. एखाद्या व्यावसायिक पॉर्म स्टारप्रमाणे तिने आपला चेहरा वर उचलून धरला आणि कॅमेऱ्याच्या लहान काळ्या गोलाच्या मागोमाग आपली नजर नेली, एकदाही नजरेचा थेट संपर्क न तोडता. त्या खोलीतल्या सगळ्या जिवंत हालचालींमधे, तिला इजा न पोचवणारी ती एकच निर्जीव वस्तू होती. त्यामुळेच जेव्हा चष्मावाल्या मुलाला अचानक साक्षात्कार झाला की त्याच्यात पॉर्न फिल्म्सचा दिग्दर्शक बनण्याची नैसर्गिक गुणवत्ता आहे, आणि म्हणून तो जवळून दृश्य टिपण्याकरता देर्दाच्या नजरेआड झाला तेव्हा देर्दा जोरात किंचाळली, 'इकडे ये, इकडे ये जवळ!' तिच्या भोवती बावन्न मांसल तुकडे होते, एक तिच्या आत होता आणि बाकी एकावन्न हाताने स्वत:ला तयार करत होते. तिने कॅमेऱ्यात बघणं निवडलं यात काहीच आश्चर्य नव्हतं, कारण बेझिरकडे रोखून बघणं शक्य नव्हतं.

पहिले एकवीस पुरुष झाल्यावर. तिने नवीन येणाऱ्यांना ते जेव्हा तिच्या अंगावर येऊन झोपायला लागले तेव्हा. त्यांना मारायला सुरुवात केली. तिने त्यांना चेहऱ्यावर मारलं, खांद्यांवर मारलं, जिथे शक्य होईल तिथे फटके मारले. आपले फटके आणि गुद्दे शरीराच्या नक्की कोणत्या भागावर बसताहेत याकडेही तिने पाहिले नाही. पण तिचे डोळे अजूनही कॅमेऱ्याचा पाठलाग करत होते. आणि भुतांना ती तुर्की भाषेतल्या शिव्या देत होती.

'फक् यू ऑल! फक यू! हरामजाद्यांनो! काय करता आहात साल्यांनो तुम्ही? इथे या आणि काही मर्दानगी दाखवा. इथे आहे मी. तुम्ही कुठे लपला आहात नामर्दांनो? कुठे आहात?'

पहिले चाळीस पुरुष झाल्यावर ती रडायला लागली आणि कॅमेऱ्याकडे आपल्या डोळ्यांनी भीक मागायला लागली. तिने आक्रोश केला,

'मला वाचवा! कोणीतरी या आणि मला इथून घेऊन जा! मदत करा...'

आणि बावन्न पुरुष झाल्यानंतर ती लिनोलियमच्या चटईवर बेशुद्ध पडून राहिली. घामाने भिजून आणि अश्रूंनी माखून. स्टॅन्लेने हलवल्यावर ती शुद्धीवर आली. तिच्या पापण्या अश्रूंमुळे घट्ट चिकटल्या होत्या एकमेकींना आणि प्रत्येक श्वासासोबत तिच्या नाकपुड्यांमधे बुडबुडे येत होते. अंगावर गोंद माखल्यासारखा वाटत होता तिला. बावन्न पुरुषांनी तिच्यात आपलं वीर्य सोडलं होतं. काय माहिती किती किलोग्रॅम त्या पांढऱ्या, चिकट अर्धपारदर्शी द्रावाचे, तिच्या शरीरात भरून होते. किती वजन असेल त्याचं? म्हणूनच कदाचित तिला उभं राहाता येत नसेल. तिच्या चेहऱ्यावर पडलेल्या आणि शरीरात शिरलेल्या सगळ्या देहस्रावांच्या वजनामुळेच कदाचित. तिला हलताच येईना, म्हणून मग स्टॅन्लेने तिला त्याच्या मिठीत घेतलं.

त्याने तिला बाथरूममधे नेलं आणि बाथटबमधे झोपवलं, थडग्यात झोपवावं तसं. आधी पाण्याचं तापमान तपासून त्याने तिला आंघोळ घातली. देर्दाला रहिमेने घातलेल्या आंघोळीची आठवण झाली. आत्ता जसं स्टॅन्ले तिला धुऊन काढत होता तसंच रहिमेनेही धुतलं होतं. आणि तिला बेझिरची आठवण आली, रहिमेच्या घरात झालेल्या संभाषणाचीही आठवण आली, पिवळ्या आरामखुर्चीच्या आणि भिंतीच्या मधे लपून बसत आपल्या सलवारच्या आत हात घालताना तिने रंगवलेल्या मनोराज्यांचीही आठवण आली, त्यात ती बहुतेक वेळा नागड्या पुरुषांच्या मधोमध असे आणि बेझिरला जबरदस्तीने ते बघावं लागे. आपल्या सगळ्या वेगवेगळ्या मनोराज्यांना तिने आठवले. पण त्यांतलं केवळ एकच सत्यात उतरलं होतं, जे कधीच खरं व्हायला नको होतं तेच नेमकं. तिने ते स्वप्न पाहाण्याचं धाडस केलं होतं ते कधीच खरं होऊ शकणार नाही याची तिला खात्री होती म्हणूनच केवळ. मग तिच्या मनात प्रश्न उमटला, कोणतं स्वप्न खरं ठरायला हवं याची निवड करणारा कोण? जो स्वप्न पाहातो तो की जो तुम्हाला ते स्वप्न पाहायला भाग पाडतो तो?

तिने स्टॅन्लेकडे पाहिलं, तो मोठ्या, पांढऱ्या टॉवेलाने तिचा चेहरा कोरडा करत होता. त्याला विचारलं.

'तुला माहीत होतं का हे?'

स्टॅन्ले काही न बोलता तिचे खांदे कोरडे करायला लागला. तिने तिचा आवाज उंचावला.

'तुला माहीत होतं का इथे इतके पुरुष असतील?'

'होय', स्टॅन्लेने तिला उत्तर दिलं.

'तू मला का सांगितलं नाहीस?'

'त्याने काय फरक पडला असता?'

बाहेरच्या खोलीत कोणीच नव्हतं, फक्त अंगावर कपडे घातलेले चार विद्यार्थी लिनोलियमची घडी घालत होते. बाकी सगळे आधीच गेले होते. अजून तिथे थांबलेल्या

पुरुषांच्या चेहऱ्यावर अगम्य भाव होते, ज्यामुळे त्यांच्या मनात नेमकं काय चाललं होतं त्याबद्दल नक्की कळत नव्हतं. पश्चात्तापाचा जडपणा, त्याच्या भयंकर वजनामुळे त्यांना आपले चेहरे वर उचलता येणं शक्य होत नव्हतं. हे वजन त्या पांढऱ्या, अपारदर्शी द्रावाच्या वजनाने देर्दाला आलेल्या जडपणापेक्षा हजारो पटीनी जास्त होतं, आणि त्याचा रंगही खूप गडद होता.

देर्दाने कपडे केल्यावर तिने त्यांच्यापैकी प्रत्येकाच्या डोळ्यात बघण्याचा प्रयत्न केला पण तिला ते शक्य झालं नाही. त्यांनी नजरा चुकवल्या आणि पलायनवाद स्वीकारला, लिनोलियमचं आच्छादन गुंडाळण्यात आपण गर्क आहोत असं दाखवत.

स्टॅन्लेने आपल्या खिशातून नोटांचा एक गठ्ठा बाहेर काढला आणि हसत म्हणाला, 'आता आयुष्य पुन्हा सुरू होईल.' देर्दाने बाहेरच्या कॉरिडॉरमधे पाऊल टाकलं, दरवाजा उघडला आणि बाहेर पाऊल टाकण्याआधी मागे वळून स्टॅन्लेला म्हणाली,

'झक् मारत गेलं आयुष्य!'

***

तीन हजार पौंडस् बत्तीस दिवसांमधे संपून गेले. ते मिचच्या घरी राहत होते आणि परिसाच्या स्पर्शासारखे त्यांच्याकडचे पैसे हेरॉइनमधे रूपांतरित झाले. बत्तीस दिवस ते घरात कुलूपबंद होऊन एकच आल्बम पुन्हा पुन्हा ऐकत होते. द क्रॅम्प्सचा ऑफ द बोन. त्यांना त्यातलं द क्रशर हे गाणं सर्वांत जास्त आवडलं होतं. एका सकाळी देर्दाने सीडी बाहेर काढली आणि तिचे दोन तुकडे करायचा प्रयत्न केला. तिला ती तोडता आली नाही, म्हणून मग तिने खिडकी उघडली आणि रस्त्यावर भिरकावून दिली, त्यावरून कार जायची वाट पाहत थांबली. शेवटी एका व्होल्वोच्या चाकांखाली तिचे तुकडे झाले आणि तेव्हा मागे टेकून बसत सुटकेचा श्वास सोडला. दरवाजावर टकटक झाली. तिने जाऊन तो उघडला.

बाहेर ब्लॅक टी होता. जरी तुर्कीतून बाहेर फेकली गेलेली आणि नंतर लंडनमधे आलेली ही दोन मुलं होती, तरी ती एकमेकांशी इंग्लिशमधेच बोलत होती. त्यांना माहीतही नव्हतं दुसऱ्याला तुर्की बोलता येतं ते. तेवढी अजून त्यांची जवळीक झाली नव्हती. फक्त हेरॉइनबद्दलच ते बोलत असत. किंमत, दर्जा, वितरण, हेरॉइनसंदर्भातलं आयुष्य, हेरॉइनची फॅशन, हेरॉइनमुळे येणारा मृत्यू आणि ब्लॅक टीचं शाळेतलं आयुष्य, जवळच्या शाळेत होणारी त्याच्या हेरॉइनची विक्री. पण आज असं वाटत होतं की ब्लॅक टी अजून काही वेगळं, जास्त बोलू इच्छित होता.

'तू तुझं डोकं का भादरतेस?'

'मला तसं करायलाच लागतं. तू रोज स्वेटपँट्सच का घालतोस?'

'कारण त्यामुळे मला गरज लागेल तेव्हा पळता येणं शक्य होतं जोरात.'

ब्लॅक टी त्याच्या खिशातून बाहेर काढलेल्या मारिज्युआनाचे तुकडे करून ते सिगारेटच्या कागदावर पसरलेल्या तंबाखूवर पसरत होता, पदार्थावर मसाला भुरभुरावा तसा. मधेच तो थांबला आणि हसला.

'खरं तर तुला माहितेय का? मी एक दिवस माझं रेस्टॉरन्ट उघडणार आहे– मस्त जागा. तिथे टेबलांवर पांढऱ्या शुभ्र चादरी पसरल्या असतील, आणि असंच सर्व. ते तशा प्रकारचं असेल, जिथे सगळे वेटर वयस्कर असतील. माझे ग्राहक सगळे राजघराण्यातले असतील. पण हा सगळा दिखावाच असेल, कारण तिथे मीठ–मीरपुडीच्या बाटल्यांमधे हेरॉइन भरलेलं असेल, किंवा मिठाच्या बाटलीत हेरॉइन आणि मीरपुडीच्या बाटलीत कोकेन, वगैरे. काही ग्राहकांना ते कळेल, मग ते वेटरना विचारतील– 'जरा मीठ आणतोस का अजून?' जरी त्यांच्या टेबलावर आधीच मिठाची बाटली असली तरी. मग वेटर खऱ्या मिठाची बाटली आणेल. मग ते जेव्हा बिल मागतील तेव्हा असं काहीतरी असेल– संत्र्याच्या रसातलं बदक– चाळीस पौंड, वाईन– शंभर पौंड, मिठाची बाटली– हजार पौंड. सगळं उघड्यावर. म्हणजे बघ, कोणी कोणाला फसवायला नको कळतंय ना तुला मी काय म्हणतोय? मी माझा व्यवसाय वाढवू शकेन आणि स्वयंपाकही करू शकेन. तुला सांगू, मी खाद्यपदार्थ शिकवतात त्या शाळेतही जाईन. मस्त कल्पना आहे. मला आवडतं स्वयंपाक करायला.'

त्याने बनवलेल्या जॉइन्टचा खोल झुरका मारला.

'माझ्यासोबत काम करशील?'

देर्दाने ब्लॅक टीच्या हातातून जॉइन्ट घेतला. 'मला अजिबात स्वयंपाक करायला आवडत नाही,' ती म्हणाली. एक खोल झुरका घेतला.

ब्लॅक टी हसला.

'मी त्याबद्दल नाही बोलत आहे, मूर्ख! तू माझे हे पदार्थ विकायला मदत कर. म्हणजे, तू ते बाळगायचेस. म्हणजे असं की, तू जर हे असंच चालू ठेवलंस तर एक तर तू वेश्या बनशील किंवा इथे मरून जाशील. ही खरीखुरी नोकरी असेल आणि तुला तुझ्या पैशांचा हिस्सा मिळेल. काय म्हणतेस?'

'स्टॅन्ले...'

'खड्ड्यात गेला तो गॉथ फ़ॅग. तो माणूस या जगात आत्महत्या करण्याकरताच आला आहे. त्याला कशाचीच फिकीर नाही. ते जाऊ दे, तू कुठली आहेस?'

'मला माहीत नाही,' देर्दा म्हणाली.

'म्हणजे काय? 'मला माहीत नाही' चा अर्थ? तुला कसं माहीत नाही? तू कुठे जन्माला आलीस?'

'एका अपार्टमेन्ट असलेल्या इमारतीत.'

'कुठे?'

‘फिन्सबरी पार्कमधे, बारावा मजला.’

‘तुला माहीत आहे मी कुठचा? मी तुर्की आहे.म्हणजे काय सांगू? म्हणजे माझ्या वाटेत कोणीही आलं तरी, त्याला चोदून टाकीन!’

‘छान,’ देर्दा म्हणाली. ‘त्याची मला खात्री आहे.’

‘तुझा विश्वास नाही माझ्यावर?’

त्याने खिशातून एक चमकदार मोबाईल फोन बाहेर काढला आणि देर्दाच्या नाकासमोर धरला.

‘मी यावर एक नंबर फिरवतो आणि अर्ध्या तासाच्या आत ही जागा जळून बेचिराख होईल. कळलं तुला? कोणीही तुर्कींच्या लफड्यात पडत नाही! आम्ही सगळे त्यांना चोदून टाकू! ते जाऊ दे. तू काय विचार केलास? माझ्यासोबत काम करशील?’

‘काही पैसे आधी मिळतील का?’

‘काम होण्याच्या आतच तू माझ्या अंगावर नशेत कोसळशील तर ते चालणार नाही. आज तू काम करून बघ. बघू या तू कसं करतेस ते. तुला तुझ्या कामाचे पैसे संध्याकाळी मिळतील.’

‘मला तुर्कस्तानाची थोडीफार माहिती आहे,’ देर्दा म्हणाली. ‘कोणत्या भागातून तू आला आहेस?’

ब्लॅक टी हसला.

‘तुला काय कप्पाळ माहीत असणार? आपण सुट्टीतल्या पर्यटनस्थळांबद्दल बोलत नाही आहोत. मी यातिर्काचा आहे! काही लक्षात येतंय? कळलं ना आता?’

देर्दाला हसताही येईना.

‘तू कधी आलास इथे?’

‘मला एक बहीण होती. ती मेली. मी तेव्हा नऊ वर्षांचा होतो. त्यानंतर आम्ही इथे आलो. खरं तर, सगळं यातिर्काच इथे आलं आहे. माझे खूप नातेवाईक इथे आहेत. तू लढाऊ लांडग्यांबद्दल ऐकलं आहेस? गेल्या आठवड्यात ते बातम्यांमधे झळकत होते. ट्यूब स्टेशनात एका कुर्दिश मुलाला ते बडवत होते. पण खरं तर त्यानेच याची सुरुवात केली. ते आमचा तिरस्कार करतात, माहिती आहे का? तू यातिर्केहून आलीस त्याचा अर्थ होतो तूही तुर्की आहेस, आणि मग ते लगेच तुझ्या मागे लागतात. तू कुर्द आहेस, असं ते म्हणतात. ते असो, तर ती संपूर्ण टोळी माझ्या नात्यातली आहे. म्हणजे, माझी आई कुर्द आहे– असं वाटतं, किंवा तशीच कोणी तरी. मला कसं माहीत असणार म्हणा! ते जरा गुंतागुंतीचं आहे. मला विचारशील तर, मला स्वत:ला जमैकन असायला आवडलं असतं. पण हे कुणाला सांगू नकोस. तुला नाही का वाटत खूप मस्त असतात ते म्हणून. सध्या नॉटिंग हिलमधे त्यांचा कसला तरी सण चालू आहे. माझ्या मते खूप छान लोक असतात ते, कायम खुशीत. अर्थात ते लढतातही

जेव्हा गरज असेल तेव्हा. हो खरंच, मी जमैकन म्हणूनच जन्मायला यायला हवं होतं. फक्! यातिर्का जमैकामधे हवं होतं. तसं असतं तर?'

ब्लॅक टी सांगत होता त्यातल्या काहीच गोष्टींमधे देर्दाला रस होता.

'तुझी बहीण आजारी होती का?'

'नाही, कसला तरी विचित्र अपघात झाला. तिची शाळा सुरू होणार होती त्याच दिवशी ती तिच्या बेडवरून पडली. एकदम वरच्या बेडवर होती. निदान त्यांनी मला तसंच सांगितलं. मला फारसं काही आठवतही नाही. मला इतकंच माहीत आहे की ती खाली पडली आणि तिचं डोकं फुटलं, त्या गलिच्छ शाळेत! साले कुत्तरडे! त्यांना एका लहान मुलीला सुरक्षित सांभाळताही आलं नाही! तुला माहीतेय ती किती वर्षांची होती?

देर्दाच्या बधिरलेल्या ओठांमधून उत्तर आलं,

'सहा...'

'तुला काय माहीत?'

'अंदाज...'

'कुत्तरडे!'

देर्दा स्वत:ला अजूनही त्या लहान मुलीच्या मृत्यूबद्दल जबाबदार मानत होती. ब्लॅक टीला जणू काही त्या परिस्थितीवरचा सूड म्हणून बाहेर पाठवण्यात आलं होतं. ज्या कोणी ठरवलं होतं तिची कोणती स्वप्नं प्रत्यक्षात आणायची, त्यानेच आता त्या मुलीच्या भावाला तिच्या आयुष्यात पाठवलं होतं. तिच्यामुळे जी मुलगी मेली होती तिच्या. ती सगळ्याबद्दल कबुली देऊ शकेल. ती उभी राहून ओरडून सांगू शकेल, 'मी तुझ्या बहिणीला त्या बेडवर झोपायला लावलं! ती माझ्यामुळे मेली!' पण तिने तसं काही केलं नाही. कारण ज्याने ब्लॅक टीला तिच्याकडे पाठवलं, त्याने जरा उशीर केला होता. बत्तीस दिवस उशीर. कारण आयुष्यात तिने केलेल्या, ती पुढे करणार असलेल्या सर्व गुन्ह्यांचा सूड आधीच उगवून झाला होता तिच्यावर. बावन्न नग्न पुरुषांनी त्या सगळ्याचा सूड तिच्यावर उगवला होता. आता कोणताही सूड उगवायचा शिल्लक राहिला नव्हता. म्हणून ती गप्प बसली. शिरच्छेदाची शिक्षा सुनावल्या गेलेल्या कैद्याचं मस्तक आधीच उडवून टाकलेल्या अवस्थेत ती होती.

स्टॅन्ले बाहेरच्या दरवाजाच्या आतल्या बाजूला बराच वेळ नशेमुळे बेहोष पडून होता. ब्लॅक टीला त्याच्यावरून उडी मारून पलीकडे जाऊन त्याला घरात उचलून आत आणायला लागलं. डोळे उघडून तो बरळला,

'मी गॉथ नाही, मी फक्त नशाबाज आहे!'

दुपारी ब्लॅक टी खेळण्याचं सामान ठेवण्याची एक पिशवी घेऊन आला. 'हे घे,' तो म्हणाला. देर्दाला त्याने एक कागदाचा तुकडाही दिला.

'हा पत्ता. ते तुला एक पाकीट देतील. ते उघडू नकोस. पाकिटाच्या उलट्या

बाजूवर नजर टाक फक्त.'

देर्दाने बघण्याची त्याने वाट पाहिली.

'ते पाकीट तू या पत्त्यावर पोचवायचं आहेस. बस इतकंच. नीट समजलं सगळं?'

सगळं स्पष्ट होतं. ब्लॅक टीने काही पैसे काढले आणि देर्दाला दिले.

'टॅक्सी घेऊन जा.'

मग पुढे झुकून तो देर्दाच्या कानात कुजबुजला. त्याने स्टॅन्लेकडे बोट दाखवलं.

'मी जमैकन होण्याबद्दल जे काही बडबडलो ते त्याला विसरून जायला सांग सगळं. ठीक आहे? आणि तुलाही तेच सांगतो.'

***

पहिला थांबा नॉटिंग हिलचा होता. टॅक्सी थोड्याच आतपर्यंत जाऊ शकली. दर वर्षी त्रिनिदाद, टोबॅगो आणि जमैकाची लोकं मिळून नॉटिंग हिलला उत्सव साजरा करीत. तो जोरदार चालू होता आत्ता. त्या भागातले रस्ते रहदारीकरता बंद केले होते. देर्दा टॅक्सीतून उतरली आणि तिने पत्ता पुन्हा वाचला. शेकडो लोक रस्त्यावरून बियर पीत हिंडत होते. कोणीही थांबून पत्ता सांगू शकेल अशा परिस्थितीत दिसत नव्हतं. त्यामुळे देर्दाही गर्दीत सामील झाली. उत्सवाचं ठिकाण जवळ आलं तसा ढोलाचा आवाज जोराने यायला लागला. जरा पुढेच एक समूह रांगेने लाल टी-शर्ट घालून जीव खाऊन ढोल बडवीत चालला होता. देर्दा त्यांच्यामधून वाट काढत रस्त्याच्या कडेला सरकली आणि एका पोलिसांच्या चौकीला रेलून ते ढोल बडवणारे पुढे जाण्याची वाट पाहत थांबली. मग एक उघड्या छताची बस त्यावर बसवलेल्या प्रचंड मोठ्या आकाराच्या स्पीकरवर वेस्ट इंडियन गाणी वाजवत समोर आली. छाती उघडी टाकलेल्या मुलींचा एक समूह त्या गाण्यांवर कंबर हलवत बसच्या मागून नाचत चालला होता. देर्दाला हसू आलं.

बसच्या मागच्या बाजूला उभी राहिलेली लोक गर्दीवर गोळ्या-चॉकलेटांच्या पिशव्या भिरकावत होते. मधेच कोणतीतरी बाई आपला नाच थांबवून संगीताच्या तालावर जोरजोरात कुले हलवून दाखवी. त्यांनी रंगीबेरंगी चड्ड्या घातल्या होत्या. काहींनी भलीमोठी पिसं कमरेला खोचली होती, त्या पिसाऱ्यामुळे त्या मोरासारख्या दिसत होत्या. बघ्यांना त्यांच्या नाचापेक्षा त्यांच्या शरीरात जास्त रस होता. त्यांच्या थरथरत्या कंबरांवर, स्तनांवर आणि घामाने चमकणाऱ्या त्यांच्या त्वचेवर नजरा खिळून राहत होत्या. गर्दीत बहुतेक पुरुषच होते पण काही लेस्बियन्सही होत्या. त्यांच्या डोळ्यांना मेजवानी होती. प्रत्येकजण आपापली मजा लुटत होता.

देर्दाला आठवलं की ती इथे काही काम पूर्ण करायला आली आहे. ही आठवण झाल्यामुळे ती अस्वस्थ झाली. ती अगदी मनाविरुद्ध त्या गर्दीत घुसली आणि पहिल्याच

खुल्या रस्त्याकडे वळली. तिथे संगीताचा कल्लोळ चालू होता. उघड्या मंचावर एक बॅन्ड गाणी गात होता आणि त्या तालावर गर्दी नाचत होती. मारिज्युआनाच्या धुराचा हलकासा ढग त्यांच्या डोक्यालगत तरंगत होता. देर्दा त्या गर्दीत सामील झाली, दोन पोलिस, एक बाई आणि पुरुष, नकळत गर्दीवर लक्ष ठेवून असल्याचे तिला दिसले. कोणी पत्ता विचारला तर ते सांगायला तयार असल्याचे वाटत होते. देर्दाला आता अजिबात भीती वाटत नव्हती. तिने त्या बाई पोलिसाच्या कानाजवळ झुकून जोरात पत्ता विचारला, हातातला कागदाचा तुकडाही वर धरला. गाण्यांचा आवाज इतका मोठा होता की तिला स्वत:चा आवाजही ऐकू आला नाही. हातवाऱ्यांवरच काम चालवावं लागणार होतं. त्या पोलिसबाईने विरुद्ध बाजूच्या रस्त्याकडे हात दाखवला आणि दोन बोटं हलवत डाव्या बाजूच्या दुसऱ्या रस्त्याकडे निर्देश केला.

तो रस्ता बऱ्यापैकी शांत होता. दोन्ही बाजूंना समोरच्या बाजूने उतरती असलेली दुमजली घरं होती. देर्दाला घरांचे क्रमांक जेमतेमच वाचता येत होते. रस्ता एकदमच सुनसान होता. जरा पुढेच असलेल्या एका घराच्या समोर काही लोक रांगा लावून उभे असलेले तिला दिसले. निदान दहा लोक शांतपणे रांगेत उभे होते. जवळ जाताच तिच्या लक्षात आलं की ती त्याच घराचा पत्ता शोधत आहे. ते अशा तऱ्हेने अंमली पदार्थ विकत असतील यावर तिचा विश्वासच बसेना. आणि ते खरंच होतं. हे लोक कोकेन किंवा हेरॉइन विकत घेण्याकरता रांगेत उभे नव्हते.

रांगेतल्या लोकांकडे दुर्लक्ष करत देर्दा सरळ पुढच्या दरवाजातून गेली आणि हातातला पत्त्याचा कागद तिने आत उभ्या असलेल्या जमैकन माणसाच्या समोर धरला. ती काहीतरी देण्याकरता आली आहे हे त्याला समजलं. 'आतमधे ये,' तो म्हणाला आणि हे सगळे लोक रांगेत का उभे आहेत हे देर्दाला त्याने अगदी आनंदाने सांगितलं.

'हे लोक स्वच्छतागृहाचा वापर करण्याकरता थांबले आहेत. एका माणसाकरता एक पौंड. काही वाईट नाही, हं? वाईट नाही... ते जनावरांसारखं पितात, दारू आणि सगळं, मग त्यांना जायला जागा नसते, यार. दर वर्षी आम्ही यावर जास्त पैसे कमावतो, फ्राइड चिकन विकून कमी. कसं माहीतेय? भोकातून, काय? आम्ही भोक भाड्याने देतो!'

ते एका अरुंद जिन्याने वर गेले आणि मग एका खोलीत, जिथे तीन जमैकन आणि एक बैलासारखा माणूस गाढ झोपल्यासारखे दिसत होते. पण खरं तर ते गाणी ऐकत होते, मधून मधून वर छताकडे बघत, एकमेकांकडे बघत, किंवा नुसतंच पोकळीत बघत, संगीताच्या तालावर त्यांची डोकी मागे पुढे, वर खाली झुलत होती. खोलीच्या मधोमध एका रेकॉर्ड प्लेअरवर डेसमन्ड डेकर गात होता. स्का चा राजा. खोलीच्या चारी कोपऱ्यांतल्या स्पीकर्सवरून रुडी बॉय ट्रेन कानाचे पडदे फाडत होतं.

दरवाजावरचा जमैकन त्याचा फायदेशीर धंदा सांभाळण्याकरता मागच्या मागे पळाला. खोलीतले जमैकन देर्दाकडे दुर्लक्ष करण्यात मग्न होते, निदान त्या काळ्या

बैलाने आपलं डोकं वर उचलत तिच्याकडे क्षणभर पाहिलं तरी, पण तो पुन्हा झोपला. देर्दा म्हणाली,

'ब्लॅक टीने मला पाठवलं आहे. तुम्ही मला एक पाकीट देणार आहात.' आणि तिने ब्लॅक टीने दिलेली बॅग दोन कातडी खुर्च्यांच्या मधे असलेल्या एका कमी उंचीच्या कॉफी टेबलावर टाकली. जमैकन्सनी आरामशीरपणे त्या चकोट केलेल्या मुलीकडे पाहिलं. त्यांची डोकी अजूनही गाण्याच्या तालावर हलत होती.

एकजण म्हणाला,

'इकडे कोणी टकलू आल्याला बरेच दिवस झालेत.'

दुसरा म्हणाला,

'टकलूला पिटल्याला आम्हाला बरेच दिवस झालेत.'

तिसरा म्हणाला,

'तू हो पुढे, बॉब!'

देर्दाने जेव्हा मागे दरवाजाच्या दिशेने उडी मारली, तेव्हा ते तिघे खदखदा हसायला लागले आणि बॉब भुंकायला लागला. त्यांच्यापैकी एकजण उभा राहून म्हणाला, 'घाबरू नकोस, आम्हांला तुम्हा लोकांसारखा रेबीज नाही झालेला,' आणि मग त्याने कॉफी टेबलवरून पिशवी उचलली आणि ती उघडली. देर्दाने मनाशी नोंद केली. तिला बघायचं होतं नक्की काय दिव्य या टकल्यांनी अंगावर ओढवून घेतलं आहे. जमैकन्सनी तीन अर्ध्या किलोच्या विटा ब्लॅक टीच्या पिशवीतून बाहेर काढल्या. त्याने इतरांकडे पाहिलं. 'कुणाला बघायचंय वापरून?' फक्त बॉबने उत्तर दिलं. तो देर्दाच्या डोक्यावर उभा होता, त्याच्या केसात गुंफलेल्या रंगीत मण्यांच्या माळा त्याच्या कमरेपर्यंत रुळत होत्या. तो जमैकन म्हणाला, 'थांबा जरा, मी आलोच.' त्याने तिन्ही विटा उचलल्या आणि तो खोलीबाहेर गेला. बाकीचे दोघे पुन्हा डोकी झुलवायला लागले. देर्दाला काळजी वाटत नव्हती. तिला खात्री होती तो माणूस हेरॉइनसकट परत येईल. निदान तिला तशी आशा वाटत होती. मग एक जमैकन वर बघून म्हणाला,

'कोण होता तो माणूस?'

'कोणता माणूस?' दुसऱ्याने विचारलं.

'बसला होता ना इथे. आत्ताच गेला बाहेर. तुझ्या माहितीचा होता का?'

'नाही.'

'मग तो इथे काय करत होता, यार?'

'मला नाही माहीत. मला वाटलं तो तुझा मित्र आहे.'

'मी नाही ओळखत त्याला, यार!'

'विचित्रच वाटत होता.'

त्यांनी मग देर्दाकडे पाहिलं आणि ते म्हणाले,

'ब्लॅक टीने पाठवलंय तुला, हो ना? मग माल दे इथे, आम्ही पाहतो कसा आहे ते.'

देर्दाच्या पोटात भीतीचा गोळा उठला.

'मी आत्ताच दिला तुम्हाला. तुमचा मित्र ते घेऊनच बाहेर गेला आत्ता...'

'आम्ही त्याला ओळखत नाही. पण तुला माहीत आहे तो, हो ना?' नाही तर तू कशाला त्याच्या हातात ती पिशवी देशील? तू ओळखतेस त्याला. जाऊ दे, आता आम्हांला माल दे आणि आम्ही बघतो कसा आहे तो.'

देर्दाचं हृदय थंडगार पडलं.

'तुम्ही काय बोलताय? मी आत्ताच त्या माणसाला माल दिला आणि त्याने विचारलं की कोणाला वापरून बघायचाय का... तुम्हांला खरंच माहीत नाही तो कोण होता?'

'नाही,' ते दोघेजण म्हणाले.

देर्दाचं अख्खं शरीर थंडगार पडलं. आपल्या कपाळावर घामाचे थेंब उभे राहिलेले तिला जाणवले. आपलं डोकं धरून ती किंचाळली, 'आता मी काय करू?' त्या दोघा जमैकन्सनी एकमेकांकडे पाहिलं. पण त्यांना आपला अभिनय अजून चालू ठेवता येईना आणि ते जोरजोरात हसायला लागले.

'तू खरोखरच रिकाम्या डोस्क्याची दिसते आहेस,' एक म्हणाला.

दुसरा–

'इतकं मंद कसं कोणी असू शकतं?'

देर्दाला त्यांचा गळा दाबावासा वाटत होता पण बाजूच्या खुर्चीत ती कोसळल्यासारखी बसली आणि त्यांना सिगारेट आहे का म्हणून विचारलं. हसतच एकाने तिच्याकडे जॉइन्ट सरकवला. जॉइन्ट पेटवताच तिच्या चेहऱ्यावरच्या खोल चिंतेच्या रेषा जरा सौम्य झाल्या आणि लवकरच ती सुद्धा त्यांच्या हसण्यात सामील झाली. डेस्मन्ड डेकरच्या तालाने खोली भरून गेली होती आणि असं वाटलं की काही थोड्या क्षणांकरता का होईना, ते सगळेच निर्भेळ आनंदात डुंबत आहेत. जॉइन्ट खोलीत एकाकडून दुसऱ्याकडे फिरत होता, एकाने देर्दाची नक्कल केली आणि आता मी करू तरी काय? आणि ते पुन्हा खदाखदा हसायला लागले, पुन्हा पुन्हा ती नक्कल करून दाखवत. प्रत्येक वेळी हास्याच्या आरोळ्या उठत, इतक्यात त्यांचा मित्र हेरॉइनच्या तीन विटांसहित परत आला.

'ठीक आहे हे,' रास्ता म्हणाला. त्याने देर्दाच्या हातात पाकीट दिलं. उठून उभं राहत तिने ते घेतलं. बाकीचे निरोप द्यायला उठले. देर्दाने बॉबच्या डोक्यावर थोपटलं– तो कुत्रा त्याला ज्याचं नाव दिलं होतं त्या माणसासारखाच प्रेमळ आणि सौम्य होता, मग देर्दा खोलीबाहेर पडली. तळमजल्यावर तिला दरवाजाची राखण करणारा जमैकन दिसला. एक बाई टॉयलेटच्या बाहेर आली. तो देर्दाकडे बघून हसत म्हणाला, 'तुला जायचय का? तुझ्या करता खास सवलत.' देर्दाने त्याने देऊ केलेल्या सवलतीबद्दल त्याचे आभार मानले आणि ती त्या घराबाहेर पडली. बाहेरची रांग ओलांडून ती

उत्सवाच्या जागेजवळून पुढे गेली आणि मग टॅक्सी बोलावून चेल्सीच्या दिशेने गेली. तिने टॅक्सी ड्रायव्हरला ब्लॅक टीच्या कागदावर लिहिलेला दुसरा पत्ता सांगितला. काही घरं ओलांडल्यावर ते एका दहा मजली इमारतीसमोर थांबले आणि मग देर्दा कारमधून उतरली. दरवाजाशेजारच्या पाटीवर तिने अपार्टमेन्टचा क्रमांक पाहिला आणि मग घंटा वाजवली. इंटरकॉमवरून एक घोगरा आवाज आला, 'कोण आहे?'

'ब्लॅक टीकडून काही सामान आलं आहे...'

एका जोरात आदळलेल्या लोखंडी आवाजाने तिचं वाक्य अर्ध्यावरच तोडलं गेलं आणि देर्दा दरवाजा लोटत आत गेली. एलेव्हेटरने आठव्या मजल्यावर जात असताना तिच्या मनात त्या जमैकन्सचा, आणि तिच्यासोबत नुकत्याच घडलेल्या घटनेचा विचार येत होता. तिला हसू येत होतं. तेहतीस नंबरच्या अपार्टमेन्टची घंटा वाजवत असतानाही तिला हसू येतच होतं. रेगैपने दरवाजा उघडला. तिचे डोळे धक्क्याने खाड्कन उघडले. देर्दा हसायची थांबली.

रेगैपने देर्दाच्या कॉलरला धरून तिला आत खेचले. मग त्याने दरवाजा थाडकन् बंद केला.

'कोणी पाठलागावर होतं का तुझ्या?' विचित्र इंग्लिश उच्चारांमधे तो बोलत होता.

'नाही, नाही,' देर्दा चाचरत म्हणाली. तिने त्याच्या हातातली गन पाहिली होती.

देर्दा तिच्या वडिलांसमोर उभी होती. तो माणूस, ज्याच्या हातांना लागलेलं रक्तच केवळ त्याला सिद्ध करू शकत होतं. मी जर आता शांत राहिले तर सगळं ठीक होईल. याला पाकीट देऊन निघून जा, तिने स्वत:शी विचार केला. कसंबसं तिने शांत राहाण्यात यश मिळवलं. रेगैपने तिला ओळखलं नव्हतं. गेल्या सोळा वर्षांमधे त्याने पाच दिवस जेमतेम तिच्यासोबत काढले होते. त्याने शेवटी तिला पाहिलं त्याला पाच वर्षं झाली होती. देर्दाने त्यानंतर डोक्याचा चकोट केला होता. त्याने मला ओळखलेलं नाही, तिने विचार केला. आणि काही तरी होतं जे त्याला माहीत नाही. अजून काही तरी जे त्या दोघांच्या मधे आता होतं– कोकेन.

बेझिरला मारल्यावर एका आठवड्याने गिदोने रेगैपला नवा फ्लॅट शोधून तिथे एका वर्षाच्या अन्नपदार्थाच्या साठ्यासकट लपून बसायला सांगितलं. 'माझ्याकडून काही कळल्याशिवाय कुठेही जाऊ नकोस,' त्याने बजावलं होतं. एका खबरी पोलिसाने गिदोला सांगितलं होतं की दुल्लुहान बंधूंनी त्यांच्यामागे एम लावले होते. त्याचा यावरचा एकमेव सल्ला 'स्वत:ला गायब कर.'

आणि रेगैपने तेच केले. पण त्याला आपला भूतकाळ पूर्णपणे पुसून टाकता येईना, विशेषत: त्याचा गुन्हेगारी भूतकाळ. रेगैपला तुरुंग आवडत नव्हते, तसंच उबेदुल्लाहच्या फर्निचरच्या कारखान्याच्या प्रवेशद्वारावर असलेल्या सुरक्षारक्षकांची केबिनही त्याला आवडली नव्हती – जिथे त्याला लंडनमधल्या सुरुवातीच्या तीन

महिन्यांच्या काळात डांबून ठेवले होते. त्याला तिथे धड श्वासही घेता येत नसे. त्यामुळे मग एका सकाळी नेहमीप्रमाणे कामावर जात आहे अशा बहाण्याने तो दुसऱ्या एका सुरक्षा रक्षकासोबत घराबाहेर पडला, आणि थेट पोचला ते भूमिगत गुन्हेगारी साम्राज्यात. नव्याने स्वातंत्र्य गवसलं आहे असं त्याला वाटलं. त्याने इंग्रजी व्याकरणाचे प्राथमिक धडेही कधी गिरवले नव्हते पण त्याला भूमिगत गुन्हेगारी जगताचे नियम पक्के माहीत होते त्यामुळे त्याने लवकरच आपली स्वत:ची गँग प्रस्थापित केली. ती झगडणारे लांडगे नावाने ओळखली जायची. त्यात यातिर्कांच्या नातलगांची मुलं सदस्य होती. पहिले काही आठवडे उबेदुल्लाह आणि बेझिरने रेगैपचा छडा लावायचा खूप प्रयत्न केला, पण तो जंगलात काम केलेला माणूस आहे हे त्यांना माहीत होते, आणि या वेळी तो फक्त डोंगरदऱ्यांमधे लपला नव्हता. तो लंडनमधे होता. त्याच्यासारख्या शिकारी कुत्र्याचा या शहरात माग लागणे ही केवळ अशक्य गोष्ट होती. त्यांना तो कधीच सापडला नसता. त्यामुळे मग एकच गोष्ट करण्यासारखी शिल्लक राहिली. उबेदुल्लाहने प्रकरण आपल्या हातात घेतले: त्याने त्याच्यावर शापाचे अस्त्र सोडले, आणि तेही काही साधेसुधे नाही.

इतकी वर्षं तुरुंगात आणि आता चेल्सीच्या या घरात उंदरासारखं लपून राहावं लागत होतं. करण्यासारखं काही नाही, फक्त भिंतीकडे नजर लावून बसून राहायचं आणि स्वत:च्या नशिबाला शिव्याशाप द्यायचे. झगडणारे लांडगे त्याच्या ताब्यात अजूनही होते, शिवाय त्याला आपल्याकडचे साठवलेले पैसे कोकेनमधे गुंतवण्यातही काही वावगे वाटत नव्हते. 'मला जर बाहेरच्या दुनियेत जाता आलं नाही तर बाहेरच्या दुनियेला मी माझ्यापर्यंत आणीन-' नशेचा झुरका घ्यायच्या आधी तो म्हणत असे. कोक रक्तात भिनल्यावर तो म्हणे, 'अल्लाह सगळ्यांचा मालिक, पण त्याचे बंदे भोसडीचे आहेत.' अमली पदार्थांच्या त्याच्या दुनियेत त्याला जे लोक भेटत त्यांनी स्वत:च्या भावाला गोळ्या घातलेल्या असत, बायकोचा गळा दाबलेला असे. त्यांना आपली मुलंही ओळखता येत नसत. अमली जगात लोक एकमेकांचे शत्रू बनतात. हेरॉइनचे व्यसन लागलेले लोक दुनियेला फाट्यावर मारतात. दुनिया आपल्याच भोवती फिरत असल्याचा त्यांचा समज असतो आणि आपल्या कृत्यांना जबाबदार असणारी निदान हजारभर तरी कारणे त्यांच्याजवळ असतात, आकाशातल्या ग्रहांची संख्याही त्यापुढे कमीच. 'अल्लाह त्यांचे भले करो,' रेगैप म्हणत असे. पण आता नाही. गेल्या पाच महिन्यांत त्याने ते वाक्य उच्चारलेले नव्हते. खरं तर तो असा लपून छपून गेली पाच वर्षं राहत होता. त्याला भाऊ नव्हता किंवा बायकोही नव्हती. त्याचं खरं दुर्दैव आता हेच होतं की तो स्वत:च्या मुलीला ओळखूही शकत नव्हता. त्याला ही कल्पनाच नव्हती की त्याने आपल्या मुलीला शेवटी जेव्हा पाहिलं होतं त्यानंतर ती एका निवृत्त व्यापार अधिकाऱ्याचे आयुष्य जगत होती. त्याला आता ती कशी दिसते आहे ते आठवतही नव्हते नीटसे.

त्याने देर्दाच्या लेदर जॅकेटचा गळा सोडला आणि बैठकीच्या खोलीत आला, तुर्की भाषेत स्वत:शीच बडबडत होता.

'तुझ्यासारख्या बिनडोक्याला आपला कोणी पाठलाग करतोय की नाही हेही कळणार नाही.'

देर्दाही त्याच्या मागोमाग आत आली आणि थबकली, तिच्या हातात पाकीट होतं, ते घेऊन ती वाट बघत थांबली. रिगैपने तिला आतून हाक मारली.

'इकडे ये!'

देर्दाला आतल्या खोलीत जायची इच्छा नव्हती. तिला त्याच्या हातात ते पाकीट देऊन लगेच बाहेरच्या बाहेर सटकायचं होतं. बंदुकीच्या नळीने आपलं कपाळ खाजवत रेगैप उभा होता. खोलीत एक टीव्ही सेट आणि सोफ्याशिवाय काही नव्हतं. त्याने बंदुकीची नळी सोफ्याकडे रोखली.

'बस.'

देर्दाने त्याच्या हातात पाकीट दिलं.

'हे तुझ्याकरता...'

रेगैपने बंदूक देर्दाच्या चेहऱ्याकडे वळवली.

'मी सांगितलंय ते कर.'

देर्दाला ढवळून आलं. तिच्या लहानशा आयुष्यात तिने भोगलेलं दारिद्र्य आणि अभाव, जमैकनांसोबत नुकतीच केलेली नशा आणि इतक्या वर्षांनंतर भेटलेल्या बापाच्या हातातली बंदुकीची नळी. हे सगळं सहन करणं तिच्या शक्तीबाहेरचं होतं. ती थरथरत्या आवाजात म्हणाली, 'मी फक्त हे पाकीट द्यायला आले आहे. कृपा कर आणि...'

रेगैपने पुढे होत देर्दाचा कान पकडला. डोक्यावर काही केसच नव्हते मुठीत पकडायला. वेदना इतकी असह्य झाली की पुढे वाकत ती सोफ्यावर कोसळली. पण काही सुटकाच नव्हती. रेगैपने तिला सोडून दिले. तिने आपला कान घट्ट पकडला, तोल सावरायला. त्याने कान तोडून टाकला आहे असं वाटत होतं. कोणताही बाप जसा कान पिरगाळतो तसंच त्याने केलं होतं. तो ओरडलाही बापासारखाच.

'मी जर काही करायला तुला सांगितलं, तर तू ते मुकाट करायला हवं. तुला बसायला सांगितलं तर बसायचं. उभं रहा म्हटलं की उभं राहायचं. आता ऐक. नीट ऐक. तुझे कपडे काढ.'

देर्दाच्या डोळ्यांत पाणी दाटून आलं. ती जोरात किंचाळली, या वेळी तुर्की भाषेत, रिगैपला गप्प करत.

'मी देर्दा आहे. देर्दा. तुझी मुलगी! तुझी मुलगी आहे मी!'

रेगैप गोठला. काही क्षणांनंतर त्याचं शरीर गलितगात्र झालं. मग तो तुर्कीमधे ओरडला.

'तुला माझ्या आईचं नाव कसं माहीत?' आणि त्याने देर्दाला इतक्या जोरात थप्पड मारली की ती खालीच कोलमडली, सोफ्यावर चुरमडलेल्या शरीराने पडून राहिली, जखमी प्राण्याप्रमाणे विव्हळत. मरायला टेकलेलं कुत्र्याचं पिल्लू असावं तशी. तिच्या मनात कसल्याही भावना नव्हत्या. दुर्बिणीच्या ज्या टोकातून बघायला नको त्यातूनच ती पुन्हा बघत होती.

'रडण्यात वेळ फुकट घालवू नकोस,' रेगैप म्हणाला. 'त्याचा काही उपयोग होणार नाही. त्याकरताच आलीस ना तू इथे? त्या मुलाने सांगितलं नाही का तुला? तिमूर...'

आपली ओळख वडिलांना पटवून देण्याचा प्रयत्न देर्दाने सोडून दिला. हुंदक्यांमधून कसाबसा श्वास घेत तिने विचारले, 'कोण तिमूर?'

'तो कुत्रा– जो ब्लॅक टी नावाने वावरतो,' रेगैप हसत म्हणाला. 'मी त्याला मुलगी हवी आहे म्हणालो आणि त्याने तुला पाठवलं माझ्याकडे. पण आधी ते पाकीट माझ्याकडे दे.'

म्हणजे ब्लॅक टीला माहीत आहे, तिला वाटलं. त्याला माहीत आहे आपण त्याच्या बहिणीला मारलं. त्याचा सूड उगवायला त्याने मला इथे पाठवलं.

आत्तापर्यंत देर्दाने पाकीट आपल्या हातात घट्ट धरून ठेवलं होतं. आता उभं राहून तिने ते रेगैपच्या थोबाडावर फेकलं. ते त्याच्या खांद्यावर आपटून जमिनीवर पडलं. रेगैपने स्मित केलं. खाली वाकून ते पाकीट उचललं. उघडून आतलं नोटांचं लठ्ठ पुडकं बाहेर काढलं. त्याने त्या मोजल्या, पैसे मोजण्याच्या मशीनसारखे त्याचे डोळे त्या नोटांवरून झरझर फिरत होते.

'आता कपडे काढ. मला जास्त कटकट केलेली आवडणार नाही!'

आणि त्याने त्याच्या मुलीच्या स्तनांवर एक फटका मारला. त्याचे लालभडक डोळे, सर्वकाही गिळायला आ वासलेल्या तोंडासारखे भुकेले दिसत होते.

'की तुला आधी काही हवंस वाटतंय? थोडा टिटॅनसचा शॉट?'

'अब्बा,' देर्दा काकुळतीला येऊन म्हणाली,' अब्बा, मी आठवत नाही का तुम्हाला? अल्ला बघतोय..'

त्याने पुन्हा तिचा कान पकडला.

'उनाड मुली, अल्लाहच्या आधी तू ते नाव घेऊच कसं शकतेस? बघ जरा स्वतःकडे, साली! तुझ्या आई–वडिलांनी जर तुला असं पाहिलं तर मरतील शरमेनं ते!'

कॉरिडॉरमधून ओढून नेतानाही तो तिला शिव्या घालत होता. त्याने झोपायच्या खोलीचं दार उघडून देर्दाला पलंगावर फेकलं.

'पलंगाच्या बाजूलाच सगळं सामान ठेवलंय. तुला करायचंय ते कर, फक्त परत येशील तेव्हा तयारीनंच ये,' आपल्या मागे दरवाजाला कुलूप घालून किल्ली आपल्या खिशात सारत तो म्हणाला. तो पुन्हा बाहेरच्या खोलीत आला, गन आपल्या पॅन्टच्या

खिशात खुपसून ठेवली. मग टीव्हीवर ठेवलेला सेलफोन उचलला आणि नंबर दाबला. मुलाने फोन उचलताक्षणीच तो ओरडायला लागला जोरजोरात.

'हरामखोरा! कसली घाणेरडी, व्यसनी मुलगी रस्त्यावरून उचलून माझ्याकडे पाठवली आहेस, कुत्र्या! मोठा शहाणा समजतोस, माझ्याकरता मुलगी शोधायची नाटकं करतोस, आं? आणि पाठवलीस कोण तर असली वेडपट वेश्या! आणि कहर म्हणजे ती तुर्की निघाली भडवी!'

सगळं भडाभडा ओकल्यावर तो जरा दम घ्यायला थांबला. ब्लॅक टीला मधे घुसण्याची जरा संधी मिळाली.

'मला कसं कळणार? त्या मुलीला तुझ्याकडे पाठवलं...'

रेगैपने सेलफोन भिंतीवर भिरकावला आणि खोलीतून तिडबिडत बाहेर गेला. त्याच्या अखेर लक्षात आलंच. दरवाजात तो अडखळून पडला पण तसाच घाईघाईत स्वत:ला सावरत उठला.

'देर्दा!' झोपायच्या खोलीच्या दारावर थाड् थाड् हात आपटत तो किंचाळला. दुसऱ्या हाताने त्याने खिशातून किल्ली काढली. दरवाजा उघडताना त्याचे हात थरथर कापत होते.

'देर्दा! ओह, देर्दा!'

देर्दाने डोळे उघडले आणि ती काहीतरी अस्फुट हुंकारली. रेगैप तिच्या ओठांवर झुकला, आणि त्याने जे ऐकलं ते तो कधी विसरू शकणार नव्हता.

'अब्बा, तुम्हाला वाटेल तितका माझा उपभोग घ्या.' ते शब्द त्याच्या कानातून सरपटत त्याच्या मेंदूत घुसले आणि तिथे सापासारखे वेटोळे घालून राहिले. रेगैपने त्याच्या मुलीला कुशीत घेतलं आणि हुंदके देत तो रडायला लागला. त्याने तिला छातीशी घट्ट कवटाळलं, आणि वर छताकडे पाहात तो रडत राहिला. आपला श्वास अडकेपर्यंत रडत राहिला. कयामतच्या दिवशी जो कोलाहल उमटेल त्याच्याही वरच्या वेदनादायी उच्चरवात तो रडत राहिला. रेगैप इतक्या जोरात हमसाहमशी रडत होता की एस ए एसचे कमांडोज आय एम त्याच्या घराचा दरवाजा फोडून आत घुसले, त्याच्या घराची झडती घ्यायला लागले तरी त्याला ते काही ऐकू आलं नाही.

अधिकाऱ्यांनी त्याला देर्दापासून दूर खेचलं तेव्हा तो किंचाळायला लागला. त्याच्या पॅन्टच्या खिशातून त्यांनी गन बाहेर काढली आणि जमिनीवर पडलेल्या अवस्थेतच त्याला बेड्या ठोकल्या. तो अजूनही किंचाळतच होता, पण त्याचा आवाज फाटत होता.

'माफ कर, मला माफ कर. कृपा करून मला माफ कर!'

रेगैपचा ठावठिकाणा कळण्याकरता आय एम ना त्याने त्याच्या सेलफोनवरून फक्त एक कॉल केलेला ऐकण्याची गरज होती. ब्लॅक टीवर भडकून जाऊन रेगैपने तो केला.

एका अधिकाऱ्याने देर्दाची नाडी पाहिली आणि ॲम्ब्युलन्सला बोलावले.

अपार्टमेन्टमधून रेगैपला ओढत बाहेर नेत असताना त्याचा आक्रोश हॉलमधे घुमत होता.

'देर्दा!'

रेगैपने त्याच्या स्वत:च्या मुलीवर जवळजवळ जबरदस्ती केलीच होती, त्या मुलीवर, जिला त्याच्या बायकोने, सानियेने तिच्या जन्मानंतर चारच दिवसांत सोडून दिले होते. आपल्या कानशिलांवर हात कितीही घट्ट दाबून धरले तरी देर्दाने त्याच्या कानात कुजबुजलेले शब्द त्याला ऐकू येतच होते. त्याला तिचं भादरलेलं डोकं, तिच्या हातावरचे, दंडावरचे जांभळे व्रण दिसले. तुरुंगाच्या दरवाजाच्या फटींमधेही त्याला तेच शब्द दिसत होते. कोठडीत फेऱ्या मारतानाही तिचं भूत त्याच्यासोबत चालत होतं. त्याने त्याची जीवनकहाणी तिला सांगितली. तिला का सोडून द्यावं लागलं त्याचं स्पष्टीकरण तिला द्यायचा त्याने प्रयत्न केला. पण पुन्हा पुन्हा तो एकाच वाक्याकडे परतून येत होता, 'माझ्याकडे दुसरा पर्यायच नव्हता,' आणि पुन्हा पुन्हा तो तिची माफी मागत राहिला, आधी मागितली तशीच. पण देर्दाच्या भुताने त्याला कधीच माफ केलं नाही. ते कुजबुजलेले शब्द त्याच्या कानात घुमत राहिले.

'अब्बा, माझा उपभोग घ्या, तुम्हाला हवा तितका...'

खाटेमागच्या लोखंडी पत्र्यावर आपले कान घासून त्याने ते तोडून टाकायचा प्रयत्न केला. संधी मिळताच रेगैपने स्वत:ला फासावर लटकवलं. त्याच्या मागे त्याने त्याच्या कोठडीच्या भिंतीवर कोरलेलं एक वाक्य फक्त शिल्लक राहिलं.

'भयानक कृत्यांपासून आपल्याला वाचवतो तो फक्त अल्लाह.'

या जगात फक्त त्या एकाच गोष्टीबद्दल तो कृतज्ञ होता. निदान आपल्या मुलीला भोगण्याचं पाप त्याच्या हातून घडलं नाही. तेवढं पुरेसं होतं. त्यामुळे या जगाचा निरोप घेताना त्याचे डोळे शांतपणे बंद झाले होते. तो त्या एका गोष्टीकरता कृतज्ञ होता.

सेंट मेरी रुग्णालयाच्या अतिदक्षता विभागात देर्दाने आपले डोळे उघडले. ती पूर्ण तीन दिवस बेशुद्धीत होती. बेडच्या बाजूला असलेल्या लोखंडी कडीला अडकवून ठेवलेल्या बाटलीतून तिच्या शरीरात ठिबकणाऱ्या द्रवाकडे तिनं पाहिलं, टप टप गळणारा थेंब सरत्या सेकंदाला जागवत होता.

तिला वाटलं ती एकटीच आहे, पण इतक्यात एक परिचारिका तिच्या अंगावर झुकली, तिचं नाव पुटपुटत. देर्दाने नजर वर करून त्या गुबगुबीत, लाल केसवाल्या मुलीकडे पाहिलं. ती तिच्याकडे बघून स्मितहास्य करत होती.

'जाग आली का या लहानशा मुलीला? सुप्रभात!' ती गोड आवाजात म्हणाली.

मग तिने देर्दाच्या बधिरलेल्या हाताच्या वर लटकणाऱ्या एका दोरीच्या शेवटी असलेल्या बटणाकडे बोट दाखवलं आणि म्हणाली,

'तुला काहीही हवं असेल तेव्हा हे बटण दाबायचं. आता मी डॉक्टरांना बोलवायला जाते. तेव्हा कुठेही जाऊ नकोस.'

देर्दाने टपकणाऱ्या थेंबांकडे पुन्हा पाहिलं आणि ते मोजायला सुरुवात केली. तिचं मन पूर्णपणे निर्विकार होतं. ती परिचारिका एका तरुण पुरुषाला सोबत घेऊन आली. त्याच्या हातात एक फाईल होती.

'आता कसं वाटतंय आपल्याला?' चेहऱ्यावर स्मितहास्य खेळवत त्याने विचारलं.

'ठीक आहे, बहुतेक.'

डॉक्टरने हातातले कागद परिचारिकेकडे सोपवले आणि आपल्या शर्टाच्या खिशातून देर्दाचे डोळे तपासायला त्याने पेनलाईट काढला.

'बहुतेक असं का म्हणतेस? मला तर तू एकदम ठीक दिसते आहेस. त्या दिवशी तुझ्यासोबत काय झालं आठवतं आहे का तुला?'

'मी शरीरसुख घेतलं.. असं वाटतं...'

'तसंही म्हणू शकतो आपण,' डॉक्टरला हसायला आलं.

'बरं, मग तुला आठवतंय त्या दिवशी काय घेतलं होतंस तू?'

'हेरॉइन..'

'नाही. तू खूप धोकादायक प्रमाणात कोकेन टोचून घेतलस, गेले तीन दिवस तू त्याच्याच परिणामामुळे बेशुद्ध होतीस. नशीबवान आहेस तू. तुझं हृदय दोनदा बंद पडलं. कळतंय का तुला मी काय म्हणतो आहे?'

त्याने हातातल्या फाईलीत पाहिलं.

'देर्दा. छान आहे नाव. तू कुठली आहेस?'

'तुर्कस्तान.'

'छान... आता हे बघ, थोड्या वेळाने पोलिस येतील तुला काही प्रश्न विचारायला, ठीक आहे?'

देर्दाने मान हलवली.

'बरं तर मग, मी नंतर येईन पुन्हा,' असं म्हणत तो जाण्यासाठी वळला, पण पुन्हा थांबला आणि तिच्याकडे बघून हसला.

'हां, बरोबर आहे. फेथिये! मी गेल्या उन्हाळ्यात तिथे होतो. काय सुंदर देश आहे तो. नशीबवान आहेस तू!'

***

दोन एम अधिकारी देर्दाच्या बेडच्या दोन्ही बाजूंना उभे राहिले. एकजण मान वर करत म्हणाला,

'हे बघ, आम्ही तुला फक्त कोर्टात साक्ष द्यायला सांगतो आहोत. बाकी काही नाही. तुझ्या खाजगी आयुष्याबद्दल काही प्रश्न विचारले जाणार नाहीत. आणि तुला इंग्लंडमधेच राहता यावं याकरता आम्ही शक्य तेवढे सगळे प्रयत्न करू, कारण तुला माहीत आहे की नाही माहीत नाही, पण सध्या तू इथे बेकायदेशीर राहाते आहेस. तुला उद्या न्यायाधीशांना माहीत असलेलं सगळं सांगायला लागेल.'

'पण काहीच माहीत नाही आहे मला,' देर्दा म्हणाली.

'पण तू बेझिरला ओळखत होतीस, बरोबर?' दुसऱ्या अधिकाऱ्याने विचारलं. 'त्यानेच तुला इथे आणलं आणि त्याच्या अपार्टमेन्टमधे बंद करून ठेवलं.'

'होय...' ती अस्फुट स्वरात म्हणाली.

'मग ठीक आहे, त्या घरात तुझ्यासोबत जे काही झालं तेच तू सांग. आणि मग अर्थातच तुझ्या वडिलांबद्दल. तू त्यांच्याबद्दलही सांगावंस असं आम्हांला वाटतं.'

'पण मी त्यांना फक्त एकदाच भेटले आहे,' देर्दा म्हणाली. तिचा आवाज मोठा झाला.

'हे बघ देर्दा, आम्ही इथे आलो आहोत कारण तू लंडनमधे आल्यापासून ज्या ज्या लोकांनी तुझ्यावर अत्याचार केले त्यांना पकडता यावं.'

ते खोटं बोलत होते. गेल्या पाच वर्षांपासून ते दुल्लुहान बंधूंपासून गिदो आगा, तारिकतचा नेता हिदिर अरिफपासून बेझिरच्या किकं बॉक्सर्सपर्यंत सर्वांच्या मागावर होते. आणि त्यांना अधिकार असते तर त्यांनी प्रत्यक्ष शेख गाझीला त्याच्या तुर्कस्तानातील एखाद्या भाड्याच्या घरातून हुसकावून बाहेर काढले असते आणि त्याच्यावर लंडनमधे खटला भरला असता. पण सध्या लंडनच्या मुख्यालयातील लोक या नव्या नाट्यमय खटल्याच्या तयारीत अडकले होते. एक लहान मुलगी तुर्कस्तानातल्या एक खेड्यात असलेल्या तिच्या घरातून वयाच्या अकराव्या वर्षी, जबरदस्तीने, तिच्या मनाविरुद्ध लंडनमधे आणली जाते आणि मग ती अखेर लंडनमधल्या व्यसनी आणि विकृत लोकांच्या जाळ्यात अडकलेली सापडते यापेक्षा जास्त कारुण्यमय आणि नाट्यपूर्ण अजून काय असणार दुसरं? आणि हे सगळं सुरुवातीला तिच्या वडिलांनी स्वतःच घडवून आणलेलं. देर्दा आता लंडनमधल्या भूमिगत तुर्की गुन्हेगारांचं जाळं खणून काढायला उपयोगी ठरणारं हत्यार होती. न्यायालयात तिच्यावर काहीही करून असा आरोप ठेवण्यात येणार होता की लंडनमधल्या अमली पदार्थांच्या व्यापारात गुंतलेल्या सरदारांसोबत काम करणाऱ्या इस्लामी मूलतत्त्ववादी संघटनांमधे ती सामील आहे. असा संबंध जोडल्यामुळे त्यांना एकाच दगडाने अनेक पक्षी मारता येणार होते. सगळे संबंधित लोक संशयितांच्या यादीत घालून त्यांच्या बँकेच्या खात्यांवर नजर ठेवता येणार होती. निदान काही

जणांना तरी जन्मठेप होऊ शकली असती. हे घडवून आणण्याकरता एम च्या जेम्स बॉन्डला ते सगळं करणं भाग होतं जे जेम्स बॉन्डने कधीच केलं नसतं. त्याला एका सोळा वर्षांच्या मुलीशी खोटं बोलायला लागत होतं. देर्दाने तो जे काही सांगत होता त्यावर विश्वास ठेवला.

आधी देर्दाला ब्रायटनमधल्या एक खाजगी व्यसनोपचार केंद्रामधे पाठवण्यात आलं. तिच्या उपचारांपैकी पाचव्या आठवड्याच्या शेवटी एम तिथे आले आणि त्यांनी तिला पुन्हा लंडनला नेलं. द क्वीन्स कोर्ट बिल्डिंग- बाकी देशांमधे ती न्यायनिवाड्याचा राजवाडा म्हणून प्रसिद्ध आहे. त्या नावामुळे निर्माण झालेल्या कुतूहलाला खतपाणी म्हणूनच कदाचित, सध्या ती इमारत बर्फाने झाकली गेली होती. देर्दाच्या झटकन मनात आलं, या इमारतीला इतर कोणत्याही नावाने ओळखलं गेलं तरी तिच्या बाबतीतलं गूढ आणि कुतूहल तसंच राहिलं.

ऐतिहासिक इमारतीच्या ऐतिहासिक न्यायदालनात, देर्दा न्यायमूर्तींसमोर उभी राहिली. ती संरक्षित साक्षीदार होती त्यामुळे न्यायालयात त्याच्या विरोधात कोणी साक्ष दिली हे हिदिर अरिफला कधीही कळले नसते.

'त्यांनी तुर्कस्तानातील खेड्यात माझे फोटो काढले आणि ते लंडनमधे हिदिर अरिफला पाठवले. तो मुलींना निवडत असे. त्याने मला निवडलं. त्याने माझं कोणत्या माणसाशी लग्न होणार त्यालाही निवडलं. रहिमेने मला हे सगळं सांगितलं, रहिमे म्हणजे ती बाई, जिने टॉवर ब्रिजवरून उडी मारली...'

देर्दाने तिला जे आठवलं ते सगळं आनंदाने सांगितलं. तिने ब्लॅक टीबद्दलही सांगितलं.

'मी त्याच्याकडून हेरॉइन विकत घेत होते. तो फाइटिंग वूल्व्ज- झगडणारे लांडगे नावाच्या टोळीचा सदस्य होता. त्यांचा झगडा प्रतिस्पर्धी कुर्दिश टोळीशी होता. तो माझ्या वडिलांसोबत, रेगैपसोबत काम करतो. त्या मुलाला जमैकन बनावंसं वाटत होतं.'

त्यांना या जमैकन कोनासोबत फारसे देणेघेणे नव्हते. आपल्याला आठवत होतं ते सगळं सांगताना देर्दा थकून गेली. अकराव्या मजल्यावरच्या अपार्टमेन्टमधे धार्मिक पाठ सांगायला येणाऱ्या वझिरच्या तोंडातून उडालेल्या थुंकीच्या फवाऱ्यांबद्दलही तिने त्यांना सांगितले. पण तिने स्टीव्हन, स्टॅन्ले किंवा मिचबद्दल काही सांगितलं नाही. हे विचित्र होतं, पण तिला असं खरंच वाटत होतं की तिचं आयुष्य वाचवण्यात त्यांचा खूप मोठा सहभाग आहे. ती स्टॅन्लेचा तिरस्कार करत होती हे खरं, पण त्याकरता त्याला तुरुंगात पाठवावं असं तिला वाटत नव्हतं. त्याच्या पराकोटीच्या व्यसनाधीनतेमुळे तो आधीच कैद्याचं, जखडलेलं आयुष्य जगत होता; निदान तिला तसं वाटत होतं. आणि ते खरंही ठरलं, पुढची सहा वर्षं तो तसंच बंदिवान आयुष्य जगला आणि मग रस्त्यावरचं भयानक वास्तवही त्याच्या वाट्याला आलं. वडील वारल्यानंतर तो त्याच्या वडिलोपार्जित घरात राहायला गेला- शेवटी ते त्याला मिळालं- पण लगेचच त्याचा

हेरॉइनच्या अतिरिक्त डोसामुळे मृत्यू झाला. व्यसनांच्या भिंती अंगावर कोसळून त्याखाली तो गाडला गेला. स्टीव्हनच्या मृत्यूनंतरही त्याला चादोरमधेच गुंडाळून पुरलं गेलं. त्याने आपल्या मृत्युपत्रातच तसं लिहून ठेवलं होतं. फक्त मिच थोड्याफार प्रमाणात आपल्या आयुष्यावर ताबा मिळवू शकला. तो त्याच्या जन्मगावी, कॅलिफोर्नियाला निघून गेला, तिथे त्याने एका पुरुषाशी लग्न केलं पण लगेचच त्याला घटस्फोटही दिला. नंतर त्याने एका बाईशी लग्न केलं आणि मग ते दोघे मिळून लघुपटांचं चित्रीकरण करायला लागले. त्यांतल्या बऱ्याचशा चित्रपटांमधे वेगवेगळ्या देशांमधे, जिथे ते राहत होते, तिथल्या मुस्लिमांची दुःखं, वेदना चित्रित केल्या होत्या. एक पारितोषिक घेताना केलेल्या आपल्या भाषणामधे बोलताना मिच म्हणाला,

'मला ती सध्या कुठे आहे हे माहीत नाही, पण एका विशिष्ट मुस्लिम मुलीचं मी देणं लागतो तिने मला कायम प्रेरणा दिली.'

भविष्यातल्या कोणत्याच दुर्घटनांचा अंदाज नसलेल्या देर्दाने चुकून मिचच्या एका फिल्मचे नाव तिच्या साक्षीदरम्यान घेतले, पण तिने जे तपशील सांगितले ते इतके किळसवाणे आणि भयंकर होते की न्यायाधीशांचा त्यावर अजिबात विश्वास बसला नाही. त्यांनी ते सारं देर्दाच्या त्या दिवसांमधे अमली पदार्थांच्या नशेखाली तिला झालेल्या भासाअंतर्गत नमूद केलं. मग तिने तो विषय पुन्हा काढला नाही. जेव्हा केम्ब्रिजच्या बावन्न विद्यार्थ्यांच्या घटनेचा विषय आला तेव्हा न्यायाधीश म्हणाले, याची काही गरज नाही, काहीच गरज नाही.' जेवायच्या सुट्टीची वेळ झाली होती. देर्दाच्या लक्षात आले की त्यांच्या मनोवृत्तीच्या कोणाचाच या घटनांवर विश्वास बसणार नाही.

जेव्हा अजून काही सांगण्यासारखं आहे का असं त्यांनी तिला विचारलं, तेव्हा देर्दाने तिच्या अब्बांबद्दल विचारलं.

'सांगायला वाईट वाटतं की त्यांचं निधन झालं, त्यांनी आत्महत्या केली.'

'माझी आई नेहमी म्हणत असे, अल्लाहची मर्जी असेल तर त्या माणसाला नक्की कोणीतरी ठार मारावं. आता मला तिला सांगता येईल की अशी इच्छा करण्याची तिला आता गरज नाही,' देर्दा म्हणाली. तिच्या चेहऱ्यावर अस्पष्ट स्मितहास्य होतं.

सिटी सेंटरपासून दहा स्टॉप पलीकडे ब्रायटनचं व्यसनमुक्ती केंद्र होतं. हिरव्यागार मऊ गवताच्या मैदानामधोमध केंद्राची मुख्य इमारत होती. देर्दाच्या जुन्या निवासी शाळेच्या आवाराइतकं मोठं ते गवताळ मैदान होतं. त्या केंद्राचं नाव होतं आशा – होप.

बागेच्या फाटकावर लावलेल्या पाटीवरचं ते नाव वाचल्यावर देर्दाला ते सगळे लोक आठवले जे आशेवर जगत होते. म्हणजे केंद्राच्या बाहेरून नुसता फेरफटका मारून जाणाऱ्या लोकांनाही, निदान दिवसातून एकदा तरी त्या पाटीवरची ती अक्षरं वाचून नक्कीच बरं वाटत असणार, देर्दा हा विचार करताना स्वतःशीच हसली. पण फार काळ टिकलं नाही तिच्या चेहऱ्यावरचं हसू. तिच्यावरच्या उपचारांचा बारावा

आठवडा येईपर्यंत पुन्हा कधीही ते हसू तिच्या चेहऱ्यावर उमटू शकलं नाही.

हेरॉइनच्या व्यसनावरचा उपचार पंचाऐंशी दिवस चालला. कठीण प्रवास होता तो, शरीर वेदनेने पिळवटून निघत असताना एकाच ठिकाणी पडून राहायचं. तीन व्यक्तींच्या साहाय्याने व्यसनीचा उपचार पूर्ण होतो. मानसोपचारतज्ज्ञ, जो रुग्णाला मानसिक वेदना सहन करण्यात मदत करतो, त्याकरता गरज पडलीच तर अगदी शेवटचा उपाय म्हणून सौम्य वेदनाशमक औषधांचा वापर तो करतो. मनोचिकित्सक, जो रुग्णाची आध्यात्मिक मनोसंरचना पुन:प्रस्थापित करतो. आणि परिचारक किंवा सहायक, जो रुग्णाला जराही एकटं सोडत नाही, त्याला जी मदत लागेल ती करतो. आत्महत्येचे विचार मनात येऊ नयेत किंवा त्याने दुसऱ्या कोणाला इजा पोचवू नये याची काळजी तो घेतो.

केंद्रावर मानसोपचारतज्ज्ञ आणि मनोचिकित्सक बारा रुग्णांवर एकाच वेळी उपचार करत होते. हवामानानुसार सहायकांची संख्या ठरत असे. पानगळतीच्या ऋतूमधे बहुतेक व्यसनी लोक आपल्यावर उपचार करून घेण्याकरता भरती होत. उन्हाळ्याच्या दिवसांमधे नशाबाज बाहेर रस्त्यांवर कुठेही झोपत. त्यांना आपल्या ढासळलेल्या परिस्थितीची पुरेशी कल्पना नसे. मावळतीच्या सुमारास आपले ओठ कोरडे पडतात, सुकतात याचीच त्यांना जास्त काळजी वाटे. पण हवा जसजशी थंड होऊ लागे, तसे ते व्यसनोपचार केंद्रांकडे वळतात, थंडीच्या पहिल्या मोसमी पावसात ते आतमधे स्थिरस्थावर झालेले असतात.

त्यामुळे व्यसनमुक्ती केंद्रात सहायकांची संख्या बऱ्या होऊ इच्छिणाऱ्या व्यसनींइतकीच होती. आणि ते सगळेजण स्वयंसेवक होते. हे काम करणारे आपल्या पूर्वायुष्यातल्या पापाचं प्रायश्चित्त करायला आलेले असत किंवा आता आपल्याला व्यसनांमधून कायमची मुक्ती मिळाली असं मानणारे असत. हेरॉइनच्या व्यसनींसोबत बारा आठवडे राहणं हा मानवी शक्तीची कसोटी पाहणारा अनुभव असतो. उपचाराच्या कालावधीत जेव्हा रुग्ण झोपतो फक्त त्याच वेळात त्याचा सहायक झोपतो. मानवी शक्तीच्या बाहेरचं काम म्हणजे दुसऱ्या माणसावर बारीक लक्ष सतत ठेवून असणं. हवेसारखं त्याच्या अस्तित्वाला बिलगून राहणं. बऱ्या होऊ पाहणाऱ्या रुग्णांसोबत हातात हात घालून वावरणारे सहायक म्हणजे त्यांच्याभोवतीची हवाच असते. कायम त्यांच्यासोबतच असणारे, त्यांच्या वर्तणुकीवर टीका न करणारे. व्यसनी रुग्णाचा श्वासोच्छ्वास कायम, नीट चालतो आहे की नाही ते तो पाहतो, जेव्हा ती व्यक्ती खाली पडते तेव्हा आधार देऊन उभं करतो, तिचे अश्रू पुसतो. तिच्या शिवीगाळीकडे, उद्धट बोलण्याकडे लक्ष देत नाही. रुग्ण जेव्हा संतापून आपली मूठ टेबलावर आपटतो, तेव्हा त्याच्या मनगटाला हलका आधार देऊन ती मूठ वरच्यावर उचलून घ्यावी लागते, रुग्ण व्यक्ती थुंकली तर हनुवटीवरचे शिंतोडे पुसावे लागतात, लाळ गळली तर ती पुसावी लागते, आणि तेही न कुरकुरता, कायम हसरा चेहरा ठेवून. आणि जर रुग्ण

व्यसनीने सहायकाचा जीव घ्यायचा प्रयत्न केला तर रुग्णालयाच्या व्यवस्थापकांनी मधे हस्तक्षेप करण्याची वाट पाहण्याशिवाय ते काही करू शकत नाहीत. हे सगळं करावं लागतंच, शिवाय त्यांना सगळीकडे जावंही लागतं, अगदी हवेप्रमाणेच. होपचे व्यवस्थापक त्यांना संत म्हणूनच संबोधतात. ते सोपं होतं. त्या सगळ्या स्त्रियांचा हृदयभंगच होईल– बहुतेक निवृत्त परिचारिकांचा– प्रत्येक वेळी त्यांनी रुग्ण व्यसनीला सुधारून बरं केल्यावर जर त्यांच्या डोळ्यांत बघून हे शब्द वापरून त्यांची स्तुती केली की, तू हवेसारखी आहेस.

देर्दाची सहायक होती ॲन. तिने तिच्या शेवटच्या रुग्ण व्यसनीकरता काम करून चार वर्षं झाली होती, त्यानंतर ती होप सोडून गेली होती. पुन्हा इथे परतायचा तिचा काहीच विचार नव्हता. पण देर्दा अचानकच भरती झाली आणि होपमधे सहायकांची कमतरता होती, त्यामुळे त्यांना ॲनला परत बोलावून घेण्यावाचून काही पर्यायही नव्हता. तिने त्यांना तिला अजिबात परतायची इच्छा नाही असे लगेच सांगून टाकले. ती म्हणाली जरी तिचं वय फक्त त्रेपन्न वर्षांचंच असलं तरी तिचं मन आता वृद्ध झालं होतं. तिला तिथलं काम झेपेल असं वाटत नाही. इतकं बोलून तिने फोन ठेवून दिला होता. नंतर तिने फोनकडे चार मिनिटं रोखून बघत आपण काम सोडल्यानंतरच्या चार वर्षांचा विचार केला, आणि मग तिने होपला पुन्हा फोन केला आणि त्यांना विचारले की कोणत्या आठवड्यात तो रुग्ण व्यसनी भरती केला होता. तिने स्वत:शी पक्कं ठरवलं होतं की जर त्यांनी पहिल्या आठवड्यात असं उत्तर दिलं तर जायचं नाही. हा सर्वांत कठीण आठवडा असतो हे तिला माहीत होतं. खोलीत बंद करून ठेवलेल्या व्यसनी रुग्णाला वेदना सहन करत असताना पाहणे, डॉक्टरांसोबतच्या अगणित भेटींना हजर राहणे, ते अनुभवणे जगाच्या अंताचा अनुभव घेणे असते. पण त्यांनी उत्तर दिलं दुसरा आठवडा. तिने स्वत:ला सापळ्यात अडकवून घेतलं होतं. ॲनने त्यांना सांगितलं की ती दुसऱ्या दिवशी येते आहे. तिने तिचा शब्द पाळला. दुसऱ्या दिवशी तिला देर्दा दिसली. ती व्यसन सोडावं लागल्यानंतरच्या शरीर पिळवटून टाकणाऱ्या वेदनांच्या कल्लोळात बुडाली नव्हती. तिने फक्त रिकाम्या डोळ्यांनी तिच्याकडे रोखून पाहिलं. ॲन तिच्याकडे हसऱ्या चेहऱ्याने उलट बघत राहिली. ज्या व्यक्ती कधीच निवृत्त होऊ शकत नाहीत अशांपैकी ॲन होती, ती कायम स्वयंसेवकगिरी करतच राहणार.

'हॅलो, माझं नाव ॲन. पुढचे बारा आठवडे मी तुझ्यासोबत असेन. तुझं नाव काय?'

वरही न बघता–

'खड्ड्यात जा.'

काहीतरी प्रतिसाद तरी मिळाला यातच खूश होऊन ॲन म्हणाली, 'ठीक, पण मी फार लांब जाणार नाही. आत्तापासून मी तुझी सोबती. त्यामुळे मी जवळच थांबणार तुझ्या. तुला काही हवं असेल तर तू फक्त वर बघायचंस,' मग ती दोन पावलं मागे जाऊन तिथे उभी राहिली. ही युक्ती तिने केंद्रामधे घालवलेल्या इतक्या वर्षांमधे साध्य

केली होती. व्यसनीमधे जो काही मानवतेचा किंचितसा अंश शिल्लक राहिलेला असतो तो या युक्तीद्वारे जरा ढवळला जातो, पृष्ठभागावर आला की त्याच्याशी जोडलं जाऊन मग पुढे काहीतरी घडायची आशा निर्माण होते त्यातूनच.

देर्दा बागेतल्या बाकड्यावर नखांभोवतालचं मांस कुरतडत बसून होती आणि ॲन तिच्यापासून फक्त दोन मीटर अंतरावर उभी राहिली. तिचे हात आपल्या पोटावर, पाय जमिनीवर भक्कमपणे रोवलेले. एखाद्या सुरक्षासैनिकाप्रमाणे दिसत होती ती . पूर्वी ती याच अवस्थेत चार तास सलग उभी राहिलेली होती. ती याला आमंत्रक स्थिती म्हणायची. या आमंत्रक स्थितीत असताना ती बरेचदा आपण परिचारिकेच्या भूमिकेत असताना काय अनुभव येतात त्याचा विचार करायची– दोन पावलांवर अथक उभं राहायला लागणं– मग ती आपल्या शरीराला तसंच तिथे मागे सोडायची आणि आपल्या विचारांसोबत पुढे निघून जायची. आताही तिने तसंच केलं. पण तिला देर्दाच्या आत दडलेल्या मानवतेचा फार लवकर प्रत्यय आला. दहा मिनिटं. देर्दाला ॲनने त्या अवघडलेल्या स्थितीत जास्त काळ उभे राहाण्याचा विचार सहन होऊ शकला नाही, आणि ती म्हणाली,

'देर्दा, माझं नाव देर्दा आहे. ये इथे बस. तिथे उभी नको राहूस अशी.'

'आभारी आहे,' ॲन खाली बसता बसता हसून तिला म्हणाली. सगळ्या व्यसनी रुग्णांना ती हाच पहिला प्रश्न विचारत असे. आपल्याकडच्या लहान वहीत ती त्यांनी दिलेलं उत्तर टिपून घेई, त्यांना नीट समजावून घेण्याच्या दृष्टीने आवश्यक असणारी प्रत्येक गोष्ट ती करत असे.

'तुझा हेरॉइनबद्दलचा अनुभव सांगू शकशील का मला?'

देर्दा तिच्याकडे वळून म्हणाली,

'का? तुला सुरुवात करायची आहे का त्याची?'

ॲन हसली.

'बाप रे? नाही. कसं वाटतं त्यामुळे इतकंच जाणून घ्यावंसं वाटलं.'

देर्दा उठली आणि ताड्ताड् चालत गेली. ॲन तिच्यामागोमाग लगेच गेली. शंभर पावलांनंतर, देर्दा थांबली आणि ॲनकडे झुकून तिच्या कानात कुजबुजली,

'तुला फटाके कसे फुटतात माहीत आहे, हो ना?'

ॲन अजून जवळ झुकली आणि म्हणाली,

'हो तर.'

'त्यांचा असा स्फोट होतो.' देर्दाने आपले हात उंचावले आणि बोटं उघडून दाखवली.

'हो, ते माहीत आहे. आणि मग खूप वेगवेगळे रंग दिसतात. मला खूप आवडतं ते बघायला,' ॲन म्हणाली.

'हेरॉइन घेताना तसंच वाटतं...'

ॲनने तिचं वाक्य मधेच तोडलं,

'म्हणजे तुला नजरेसमोर फटाके फुटताना दिसतात तर?'

'नाही,' देर्दा म्हणाली. 'तुम्ही स्वत:च फटाका असता!'

ॲनने त्या भावनेचं इतकं जबरदस्त शाब्दिक रूपांतर कधीच ऐकलं नव्हतं. तिने ते आपल्या वहीमधे नंतर नोंदवून ठेवलं. ते शब्द तिला विसरता आले नाहीत कधीच. हलून गेली ती त्यामुळे.

'किती सुंदर शब्दांमधे मांडला आहेस तू तो अनुभव. खरं सांगू का, तू लेखक व्हायला हवं होतंस.'

'हो, बरोबर,' देर्दा म्हणाली. उपहास तिच्या शब्दांमधून ठिबकला, आणि ओठांवर अर्धवट हसू.

'का नाही? लिहिणं हा व्यक्त होण्याचाच प्रकार नाही का? तू शाळेत जात होतीस का?'

'नाही.'

'जायचं आहे का तुला?'

यातिर्केच्या फेहिमेची देर्दाला आठवण झाली.

'कदाचित, मला सांगता येणार नाही.'

देर्दा ॲनकडे वळली.

'तुझी फाईल मी वाचली आहे. अजून खूप लहान आहेस तू, आणि माझ्यावर विश्वास ठेव, तुला जे करावंसं वाटत आहे, ते करता येऊ शकतं अजून. संपूर्ण आयुष्य तुझ्यासमोर आहे.'

देर्दा विचारांत बुडली आणि ॲनही. मग देर्दा बोलायला लागली. ॲन कान देऊन ऐकत राहिली.

'मी कधीच मरून गेले आहे. तुला समजू शकतं का मी काय सांगते आहे? मृत. मला फक्त पुरलेलं नाही अजून इतकंच.'

ॲनने स्मितहास्य केलं.

'मेलेली आहेस असं म्हणते आहेस पण मग गरज नसताना श्वास ओढून घेणं चाललं आहे तुझं स्वत:च्या शरीरात असं नाही का वाटत तुला?'

देर्दा गप्प झाली. आपल्याला आयुष्यात जे भोगायला लागलं आहे ते या बाईला कधी समजू शकेल असं तिला वाटेना. म्हणून मग ती तिथून निघून गेली. तिच्या मनात फक्त धुकं होतं या क्षणी. केंद्रावर नाल्ट्रेझोनची नवी उपचार पद्धती सुरू केली होती. जरा वेळाने मागे वळत तिने विचारले, 'तुझ्या नावाचं स्पेलिंग कसं करतेस तू?' व्यसनी रुग्ण अचानक असा विषय बदलतात हे ॲन जाणून होती. तिने लगेच आपल्या नावाचं स्पेलिंग सांगितलं. देर्दा त्यावर पटकन म्हणाली,

'माझ्या भाषेत आई शब्द असाच लिहितात.'

'मला माहीत आहे,' ॲन म्हणाली.

'तुला कसं माहीत असणार?' हे विचारतानाच अचानक तिला ढवळून आलं, आणि नाश्त्याला ती जेवढं खाऊ शकली होती, जरासं स्ट्रॉबेरी योगर्ट, ते सगळं तिच्या तोंडातून ओघळून बाहेर पडलं. तिला रेव्हियाही चालू होतं आणि त्याचे दुष्परिणाम होते अंधुक दिसणे, मळमळणे, चक्कर येणे, थकवा येणे. देर्दाच्या पोटात काहीच ठरत नव्हतं, अगदी तिच्या पोटातले पाचक रसही उन्मळून बाहेर यायचे. तिच्या शरीरातून हे सगळं बाहेर फेकलं जात असतानाच मनातूनही आजवर भोगलेले अत्याचार, शिव्याशापांचे परिणामही निचरून जात होते.

न्यायालयात शेवटची साक्ष देऊन आल्यावर देर्दा होपमधे परतली आणि मग तिच्यावर दहाव्या आठवड्यातले उपचार सुरू झाले. सामूहिक उपचार सत्रांना ती कधी तरी हजेरी लावायची पण इतर व्यसनी रुग्णांशी कधीच बोलायची नाही. चर्चेत तर ती फारच क्वचित सहभागी होत असे. कधी एकदा चर्चासत्र संपते आहे याची अस्वस्थपणे वाट पाहत राहायची. स्वत:च्या मनाला काही समजवायचं आहे असं तिला वाटत नसे, आणि इतरांना तर ते कधीच समजू शकणार नाही याची तिला खात्री होतीच. फक्त ॲन, एक ॲनच अशी होती जी तिला थोडंफार समजून घेऊ शकते, असं देर्दाला वाटे. ॲनला तिने सहन केलेल्या मानसिक, शारीरिक वेदना, तिच्या मनातले पश्चात्ताप, तिला वाटणारा आयुष्याचा तिरस्कार आणि मृत्यूचं तिच्या मनातलं आकर्षण हे सगळं समजू शकत होतं. जणू काही ॲनने तिच्या आयुष्यातही हे सगळं कधीतरी भोगलं आहे असं वाटत होतं. देर्दाने अर्धवट सोडून दिलेलं वाक्य ॲन पूर्ण करू शकत असे, देर्दाच्याच मनातले शब्द वापरून. देर्दाने कित्येक वर्षांमधे कुणावरच कधी प्रेम केलेलं नव्हतं. ॲनबद्दल तिच्या मनात जी भावना अंकुरली होती ती तिला व्यक्त करता येत नव्हती. ॲनवर ती प्रेम करत होती पण का ते तिला सांगता येत नव्हतं.

देर्दाच्या आयुष्यात ज्या दुर्दैवी, दु:खद घटना घडून गेल्या होत्या त्यांचं ओझं तिच्या मनावर किती आहे याची आपण साधी कल्पनाही करू शकणार नाही हे ॲनने कधीच स्वत:च्या मनाशी कबूल करून टाकले होते. देर्दामधे तिला एक मुकाट वाहत राहणारा पाण्याचा प्रवाह दिसत होता. ॲनला तिचे थकलेले, मळलेले हात त्या पाण्याच्या प्रवाहात धुवावेसे वाटत होते. ती त्यालाच प्रेम म्हणत होती.

'तुला ते झाड दिसत आहे का?' ॲनने एका शंभर वर्षांच्या प्राचीन वृक्षाकडे बोट दाखवत विचारलं, जमिनीच्या पोटातून त्याची मुळं उन्मळून बाहेर आली होती. ती जरा थांबली मग हसायला लागली, 'बेलबॉटमसारखं दिसत आहे ते.' देर्दालाही हसू येत होतं, पण तिने ते आवरून धरलं. मनाच्या खोल, अंधाऱ्या तळघरातून एक चिंता बाहेर डोकावत होती. जर अशा आनंदी, सकारात्मक भावना व्यक्त केल्या तर त्याची शिक्षा भोगावी लागेल. ॲन निघून गेल्यावर आपल्याला या शिक्षा भोगाव्या

लागणार आहेत अशा भीतीची काजळी तिच्या मनावर धरत चालली होती. ती जर बरी झाली तर ॲन निघून जाईल. म्हणून मग तिनं फक्त मान हलवली. ॲनला तिचं मौन समजलं, आपला एक हात देर्दाभोवती लपेटत ती हळुवार आवाजात म्हणाली,

'तुझ्या केसांबद्दल मी कायम माझ्या मनात विचार करते, तुला माहीत आहे हे?'

देर्दाने आपल्या डोक्यावरून हात फिरवला.

'तुला नाही आठवण येत तुझ्या केसांची?' ॲनने विचारलं.

'माहीत नाही. मला भीती वाटते.'

दोघींमधे एक दीर्घ शांततेचा प्रवाह वाहत राहिला. ॲनला आपल्या मनात तिच्याबद्दल दाटून आलेल्या प्रेमाची खात्री होती, म्हणूनच ती एक प्रस्ताव तिच्यापुढे मांडायचं धाडस आता दाखवणार होती.

'आता आपण एक काम करू या? लगेच तुझ्या खोलीत जाऊ आणि माझे सगळे केस कापून टाकू. आणि तूही तेच कर. आपण सगळे केस भादरून टाकू या.'

'वेडी आहेस का तू?' देर्दा म्हणाली.

'अर्थातच नाही,' ॲन हसून म्हणाली. 'पुन्हा वाढतील ना ते. पण त्या वेळी मग तूही तुझे केस वाढवशील. आपण दोघी एकमेकींच्या सोबतीने करू या हे. तुला काय वाटतं?'

'मला ही युक्ती माहीत आहे!' देर्दा म्हणाली. 'आपण पहिल्यांदा भेटलो होतो तेव्हा तू नुसती उभी राहिली होतीस माझ्या शेजारी, तेव्हा हीच युक्ती वापरली होतीस तू. ते जाऊ दे, तुला काय वाटतं? टकलूपासून एकदम हिप्पीपर्यंत दर्जा वाढवायचा आहे का तुलाही खरंच?'

देर्दाला आपण दहा वर्षांच्या आहोत असं वाटायला लागलं एकदम, फक्त स्वत:चा आणि स्वत:च्या आनंदाचाच विचार मनात. तिला वाटलं, जर ॲननेही केस कापले तर ते वाढेपर्यंत काही ती मला सोडून जाऊ शकणार नाही.

'मग ठरलं तर. चल जाऊ या. नक्की तयार आहेस ना तू?'

ॲनने आपल्याला भीती वाटतेय असं दाखवलं, आपल्या ओठांवर हाताचा तळवा टेकवत ती चीत्कारली, 'अगं नको..'

'आता काही उपयोग नाही,' देर्दा म्हणाली आणि मग तिने ॲनच्या सोनेरी बटा मुठीत पकडून मोठ्यांदा आरोळी ठोकली, 'आपण सगळे उडवणार आहोत आता हे!'

जेव्हा होपमधल्या सगळ्यांनी– चिकित्सक, मानसोपचारतज्ज्ञ, दोन प्रचंड जाडेजुडे सुरक्षारक्षक, स्वयंपाकघरातल्या तिघीजणी, साफसफाई करणाऱ्या चौघीजणी आणि संचालक मंडळावरचे सहा सदस्य जे दर महिन्याला सोयी–सुविधांची विचारपूस करायला चक्कर मारत, त्यांनी – संत ॲनचं तुळतुळीत, केशविहीन मस्तक पाहिलं तेव्हा त्यांना खात्री पटली की इतक्या वर्षांच्या अविचल सेवेनंतर अखेर आता तिला

वेड लागलंच. पण नंतर जेव्हा ती देर्दासोबत हसऱ्या डोळ्यांनी बागेत आली, तेव्हा वेडी तर अजिबातच दिसत नव्हती. उलट दोघींच्याही चेहऱ्यावर आपल्या केशविहीनतेबद्दलचा एक अनोखा अभिमान ओसंडून वाहात होता. त्यांनी एकमेकींची डोकी थोपटली. ल्युकेमिया झालेल्या दोघा लहान मुलांनी केमोथेरपीच्या वेळी परस्परांच्या सोबतीच्या बळावर मृत्यूच्या भयापासून मुक्त होत ते उपचार करून घ्यावेत तशा त्या दोघी. दोन दिवसांनंतर एका मनोचिकित्सकाने ब्रायटनहून दोन काळे उन्हाचे चष्मे आणले. ॲनने स्वत:चा चष्मा डोळ्यांवर चढवला आणि दुसरा देर्दाला देत म्हटलं, 'आता आपण आपला फोटो काढू आणि मासिकाला पाठवू एखाद्या. दोघी खूप सेक्सी दिसतो आहोत!'

बाराव्या आठवड्याच्या पाचव्या दिवशी दोघीजणी बेलबॉटम झाडाच्या खोडाला पाठ टेकवून शांतपणे बसल्या होत्या.

'तुझ्या लक्षात आलं आहे का?' ॲनने विचारलं.

'काय?'

'तू किती धैर्यवान आहेस. तुझ्यासारख्या परिस्थितीतून गेलेल्या अनेक व्यक्ती मी पाहिल्या आहेत, त्यांनी तू आत्ता जे करते आहेस ते करायचं कधीच धैर्य दाखवलं नसतं. इथल्या कुणाहीपेक्षा तू सर्वांत जास्त शूर आणि धीराची आहेस. मजबूतही. जेव्हा तू बाहेरच्या खऱ्या जगात पुन्हा जाशील तेव्हा या सगळ्याचा अर्थ काय आहे तुझ्या लक्षात येईल का?'

'नाही,' देर्दा म्हणाली. आपल्या डोक्यावर झुकलेल्या फांदीच्या त्वचेतून बाहेर आलेल्या एका काळ्या काट्यावर आपला तळहात ती जोरजोरात घासायला लागली.

'मला माहीत आहे. म्हणूनच मला आता सांग, की इथून बाहेर पडल्यानंतर काय करायचा तुझा विचार आहे?'

देर्दाच्या साक्षीमुळे एम अधिकाऱ्यांना खूपच गोष्टींचा, ज्याची त्यांना अपेक्षाही नव्हती इतक्यांचा, निकाल लावता येणं शक्य झालं आणि न्यायाधीशांवरही त्याचा इतका नाट्यपूर्ण परिणाम झाला की त्यांनी देर्दाला फक्त निवासी परवानाच नाही, तर युकेचं नागरिकत्वही बहाल केलं. ती इथे उरलेलं सगळं आयुष्य इंग्लिश नागरिक म्हणून व्यतीत करू शकली असती. पण एम अधिकाऱ्यांनी कृती जरा जास्तच जलद केली. सात महिन्यांच्या न्यायालयीन सुनावणीदरम्यान, फायटिंग वूल्व्हज्चे फक्त नऊ सदस्य (सर्व अल्पवयीन, ब्लॅक टीसकट), आणि बेझिरच्या किक् बॉक्सर्सपैकी काहीजणांनाच शिक्षा होऊ शकली. त्यांना तुर्कस्तानातून गिदो आगाचा समूळ नायनाट करायचा होता, पण तो इराणमधे पळून गेला. हिदिर अरिफच्या बाबतीत तर तो दर वेळी त्याच्यावर ठेवण्यात आलेल्या आरोपांना जगजाहीर करून टाकण्याच्याच मागे

होता. दर वेळी टीव्हीवर मुलाखत असे तेव्हा तो त्याचं जुनंच वाक्य ऐकवून दाखवी.

'या खोट्या सुनावणीचा माझ्याशी संबंध नाहीच आहे. हा संपूर्ण इस्लामवर झालेला हल्ला आहे, आणि त्यात त्यांना हारच पत्करायला लागणार.'

दुल्लुहान बंधूंनी त्यांचा वेस्टमिनिस्टर इथला तळ हलवून डब्लिनला जायची योजना आखली. त्यांनी आधी आपापसात सामंजस्याचा करार केला आणि मग हिदिर अरिफने ब्रिटिशांसोबत बोलणी केली – त्यांना आपल्याला संपवायचे आहे ते नक्की का, हे जाणून घ्यायला. पण फार काळ गेला नाही मधे, हिदिर अरिफच्या कार्यालयावर जप्ती आणली गेली. त्या जप्तीदरम्यान हिदिर अरिफने आपल्या काचेच्या गोलकामागे लपण्याची पराकाष्ठा केली. त्याच्या शरीरात आठ गोळ्या घुसल्या, पण तरीही तो वाचला. त्याचा असा विश्वास आहे की पवित्र काळा हेसर–उल्–एस्वेदचा दगड चक्काचूर झालेल्या काचेच्या गोळ्यातून उडाला आणि त्यामुळे त्याचा जीव वाचला. तीन वर्षांनंतर, एका तेरा वर्षांच्या मुलीच्या अंगावर झोपलेल्या स्थितीत असताना हृदयविकाराच्या धक्क्याने तो मेला. त्या मुलीचं छायाचित्र मोह न टाळता येण्याइतकं सुंदर होतं. ज्या दिवशी तो स्वत:ला नवा प्रेषित म्हणून घोषित करणार होता त्याच्या केवळ तीनच दिवस आधी ही घटना घडली.

दुल्लुहान बंधूंनी आयर्लंडमधल्या राजकीय परिस्थितीला स्वत:च्या फायद्याच्या बाजूने वळवून घेण्याचे खूप प्रयत्न केले. पण त्यात त्यांच्या पदरी नैराश्यच पडलं, आणि शेवटी त्यांची आपापसात भांडणं सुरू झाली. अगदी सर्वांत खालच्या पायरीवरच्या सैनिकापर्यंत त्यांच्यातल्या दुहीची लागण झाली. त्यांनी ज्यांना नुकताच दोन हजार हत्यारांचा पुरवठा केला होता त्या नव्याने उदयाला येणाऱ्या आय आर एच्या सैनिकानेच एका भावावर गोळीबार केला. तो त्यात मेला नाही, पण पुढची सर्व वर्षं त्याला आपल्या कवटीत घुसलेल्या गोळीसकटच जगावं लागलं. त्या गोळीने त्याच्या नावामागचा सगळा दरारा काढून घेतला. त्याची उभं राहण्याची शक्ती, इतकंच नव्हे तर बोट हलवायची किंवा पापण्यांची उघडझाप करण्याची शक्तीही हिरावून घेतली.

त्यामुळे देर्दाच्या साक्षीमधून जी एकमेव चांगली गोष्ट हाताला लागली ती म्हणजे युकेचं नागरिकत्व. अमेरिकेसकट अनेक देश, नागरिकत्वाकडे इंटरनेटवर खेळल्या जाणाऱ्या जुगारात प्राप्त होणारी एक गोष्ट या दृष्टिकोनातून पहातात. पण खरी गोष्ट अशी आहे की बहाल केलेले नागरिकत्व– असेच देऊन टाकलेले– कधीच आनंददायी ठरत नाही. याची सत्यता त्या सर्व स्थलांतरितांच्या चेहऱ्यांवर उमटलेली दिसून येईल, जे कुठून ना कुठून येऊन इंग्लंडमधे स्थायिक झाले. किंवा बहुतेक अमेरिकनांच्या चेहऱ्यांवर उमटलेल्या आश्चर्यात जेव्हा त्यांना तुम्ही सांगता की इंटरनेटवरच्या खेळात मिळालेल्या प्रथम क्रमांकाच्या बक्षिसाकरता त्यांच्या स्वत:च्या देशातले दु:खद आयुष्य वाऱ्यावर सोडून दिले आहे.

तिचं मौन लक्षात आल्यावर ॲनने विचारलं,

'इथून निघून गेल्यावर तू काय करणार आहेस?'

देर्दाने तिला उत्तर दिलं, स्वत:च्या प्रेमभावनेची लाज वाटते आहे जणू काही, अशा स्वरात–

'मला तुझी आठवण येत राहील.'

'अजून काही?'

'तू कुठे राहतेस हे मी शोधून काढण्याचा प्रयत्न करीन.'

'आणि?'

'नाही, मी फक्त तिथे उभी राहीन. तुझ्या घराच्या दरवाजाबाहेर मान खाली घालून आणि हाताची घडी घालून, एकाकी, दु:खी मुलासारखी फक्त उभी राहीन.'

'ठीक आहे, आणि मग?'

'मग तुला ते फार काळ बघवणार नाही आणि मग तुला मला आतमधे घ्यावंच लागेल.'

'छान, पण मला एक सांग. तू बाहेर अशी किती काळ उभी राहू शकशील?'

'तू मला किती काळ वाट पाहायला लावू शकशील?'

ॲनने मान हलवली. तिच्या डोळ्यांमधे अश्रू तरळले. तिने तिचा हात देर्दाच्या खांद्यावर ठेवला.

'आपण हे एकत्रच संपवायचे आहे,' ती म्हणाली, तिला मिठी मारत.

दोघींच्या डोळ्यांतून अश्रू वाहत होते. त्यानंतर ॲनला एक मुलगी मिळाली आणि देर्दाला आई. त्याच वेळी सानियेच्या छातीमधे एक तीक्ष्ण वेदनेचा तीर घुसला. त्यामागचं कारण तिला कळलं नाही. गुराढोरांच्या इतक्या कष्टदायक उस्तवारीमुळे असं झालं असावं. तिला वाटलं, घरामधले कष्ट आणि मग या प्राण्यांमागची धावपळ.

ॲनच्या हातांच्या ओंजळीतल्या देर्दाच्या चेहऱ्यावर बारा आठवड्यांनंतर पहिल्यांदाच हास्याचे किरण चमकले.

देर्दाने अंगावर पोषाख चढवला आणि ती खोलीबाहेर पडली. शेवटी तिची हेरॉइनच्या कचाट्यातून सुटका झाली होती. होपमधल्या शेवटच्या दिवशी तिने आपलं पहिलं पाऊल योग्य दिशेने उचललं, जेव्हा ती पहिल्या मजल्याच्या पायऱ्या उतरत होती. वळणदार जिन्यावरून खाली उतरत असताना तिला खाली जमलेली गर्दी दिसली. आपण रहस्यमय आणि सुंदर राजकन्येसारख्या आहोत, आपल्या स्वागताप्रीत्यर्थ दिल्या जाणाऱ्या मेजवानीला यायला आपल्याला उशीर झाला असल्याने खालची गर्दी आपली वाट पाहत आहे असा तिला भास झाला. ते सर्वजण अभिमानाने तिच्याकडे पाहत होते. मात्र इतर रुग्ण व्यसनींच्या नजरेत हेवा, मत्सर अशाही भावना तरळत होत्या. डॉक्टर्स आणि चिकित्सकांच्या नजरेत जराशी निराशाही

होती, कारण त्यांनी असंख्य वेळा अशा उत्साही आणि उत्सवी सुरुवातींची अखेर अनेक व्यसनी पहिला आठवडाही संपायच्या आत त्यांच्या पूर्वायुष्यातील सवयींकडे खेचले जाऊन इथे परत येण्यामधे झालेली पाहिली होती. पण शेवटी आशा दुर्दम्य असते त्यामुळे त्यांनीही टाळ्या वाजवून स्वागत केले. सर्वांनी हसऱ्या, उत्फुल्ल चेहऱ्याने देर्दाचे अभिनंदन केले. काहींनी खुशीने तिच्या पाठीवर थाप मारली, काहींनी तिला मिठी मारली. अर्थात यांच्यापैकी कोणीच तिथे नसतं जर सी.आर.राईट नावाच्या एका औषध निर्मात्याने हेरॉइनचा शोधच लावला नसता. त्याने एक नवीन वेदनाशामक औषध तयार करण्याच्या नादात मॉर्फिनमधे वेगवेगळी ॲसिड्स मिसळली आणि त्यातून हेरॉइनचा राक्षस जन्माला आला. त्या काळी होप नावाची जागाच अस्तित्वात नव्हती. पण हेरॉइनचा जन्म झाला होता आणि आता जग पूर्वीसारखं कधीच होणार नव्हतं. जर त्यांनी कालयंत्राचा वापर आणि भूतकाळात प्रवास करून राईटला त्याच्या त्या प्रयोगांपासून रोखलं असतं तर. त्याला हे नवं औषध फार झटकन मिळालं. ते १८७४ साल होतं, आणि स्थळ होतं लंडन शहरातील सेंट मेरी रुग्णालय. त्याच इमारतीत जिथे देर्दा दोन वेळा मृत झाली आणि दोन वेळा तिचा पुनर्जन्म झाला. हेरॉइनचा शोध लागला होता तिसऱ्या मजल्यावर आणि आता दर वर्षी हेरॉइनचं व्यसन लागलेले सात हजार रुग्ण दुसऱ्या मजल्यावर मरणोन्मुख अवस्थेत दाखल होतात.

आपली विरलेली कातडी बॅग हातात धरून, डोळ्यांवर काळा उन्हाळी चष्मा आणि अंगावर पांढराशुभ्र गणवेश चढवून ॲन देर्दाची वाट पाहत बागेत उभी होती. तिने जेव्हा इमारतीबाहेर पाय ठेवला तेव्हा ॲनच्या चेहऱ्यावर हास्य उमटलं, आणि तिने हात हलवून देर्दाला खूण केली. ती खूण निरोपाची नव्हती. देर्दा दहा पावलं चालून पुढे गेली आणि ॲनने एक पाऊल उचललं. त्या दोघी एकमेकींना भेटल्या आणि जागेवरच थांबल्या. त्यांतल्या तरुण मुलीने आपल्या खिशातून उन्हाळी चष्मा काढला आणि डोळ्यांवर चढवला. आणि मग दोन निळ्या भगिनी (ब्ल्यूज सिस्टर्स) प्रवेशद्वारावरच्या होपच्या पाटीखालून चालत बाहेर गेल्या.

मुख्य द्वारापासून फक्त पन्नास मीटर्स अंतरावर उभ्या केलेल्या राखाडी सीएटमधे बसलेल्या दोन एम आय ५ अधिकाऱ्यांनी देर्दा आणि ॲनला टॅक्सीत बसताना पाहिले.

'आता काय?' एकाने विचारलं.

'आपण वाट बघू या.' दुसरा म्हणाला.

एका तरुण, सोनेरी केसांच्या मुलीने मागच्या सीटवरून आपले डोकं त्या दोघांच्या मधे घातलं आणि म्हटलं,

'आणि तिने आपल्याबद्दल तक्रार केली तर, डॅड? तुम्हाला माहीत आहे की तिने न्यायालयात आपला उल्लेख केला होता. जर तिने पुन्हा तसा प्रयत्न केला तर?'

मुख्य दारावरच्या होपच्या पाटीवरून आपली नजर न ढळवता, ड्रायव्हरने उत्तर दिलं,

'त्याबद्दल काळजी करण्याचं कारण नाही. ते प्रकरण आता बंद झालं आहे.'

ड्रायव्हर होपच्या पाटीकडे बघत होता. कदाचित त्यामुळेच त्याला असं जरुरीपेक्षा जास्त आशादायी वाटत होतं. प्रत्येकच गोष्टीची सुरुवात आशाच नसते का? देर्दाने आपल्या साक्षीदरम्यान जे काही सांगितलं होतं ते ऐकल्यावर त्या अधिकाऱ्याला वाटलं होतं की तो मुलांच्या अश्लील चित्रफितींचं जाळं तोडू शकेल. तो कॉन्व्हेन्ट गार्डनमधल्या त्या पत्त्यावर गेला जिथे बावन्न पुरुष आणि एक मुलगी यांचं चित्रीकरण केलं गेलं. त्याला त्या अपार्टमेन्टमधे एक कॅमेरा मिळाला आणि तो चष्मेवाला मुलगाही, ज्याने त्या दृश्याचं चित्रीकरण केलं होतं. ती फिल्म बघताना त्याचं हृदय जणू काही धडधडायचंही थांबलं, दरवाजाखाली चिरडून त्याची धडधड थांबली असावी असं त्याला वाटलं. त्याचा मुलगा, ज्याच्या केम्ब्रिजमधल्या शिक्षणाचा खर्च उचलण्याकरता तो एवढं काम करत होता,ओव्हरटाईम करत होता, तो त्या बावन्न मुलांमधला पहिला– ज्याने देर्दाला भोगलं. त्या मुलाने कितीही जीव तोडून सांगितलं की त्यांना ती खरंच किती लहान आहे हे नव्हतं माहीत, तरी वडिलांना कधीही आपल्या मुलाला माफ करता आलं नाही. आपल्या मुलाविरुद्ध काहीतरी कायदेशीर कारवाई व्हावी असाही त्याने विचार केला.

पण ज्या दिवशी पहिल्यांदा त्यांनी गुन्ह्याच्या जागेची तपासणी केली, त्याच दिवशी त्याने आणि त्याच्या सहकाऱ्याने मिळून तो कॅमेरा नष्ट केला आणि मेमरी कार्ड जाळून टाकले. आपल्या साक्षीदरम्यान त्यांनी देर्दाला त्या घटनेबद्दल फार काही बोलण्यास मनाई केली. पण अजूनही काही होते. त्यांना कॅमेरा चालवणाऱ्या मुलाच्या भोचक धाकट्या भावाबद्दल माहीत नव्हते. त्याने मेमरी कार्डावरून आधीच त्या फिल्मची प्रत काढली होती आणि ती त्याच्या सर्व मित्रांना इमेलवरून पाठवली होती. एम आय ५ अधिकाऱ्यांना त्याबद्दल नंतर कळलं. एक आठवडा आधी, जेव्हा त्याचा मुलगा आणि इतर एकावन्न मुलांना पदवी प्राप्त होणार होती, या बदनामीमुळे त्यांना विद्यापीठाने काढून टाकले. त्या लहान भावाने जेव्हा केम्ब्रिजच्या आवारात ती फिल्म आणून पहिल्या वर्षातल्या काही मुलांना दाखवायचा प्रयत्न केला तेव्हा हे प्रकरण उघडकीस आले. विद्यापीठाच्या परिसरातल्या सुरक्षाअधिकाऱ्यांनी त्यांना पकडलं. एका कट्टर स्त्रीवादी प्राधापकाने ते प्रकरण उचलून धरलं, ते दाबण्याचा झालेला प्रयत्न हाणून पाडला. विद्यापीठातल्या सन्माननीय मंडळींनी तिथल्या चार भिंतींच्या बाहेर या प्रकरणाची वाच्यता होऊ नये याकरता जंग जंग पछाडलं. आणि शेवटी त्या प्रकरणावर पडदा पडला तो या सामंजस्यपूर्ण वाक्याने. 'आम्ही तुम्हाला डच्चू देणार नाही, पण तुम्ही स्वखुशीने इथून जा.' या सगळ्या गदारोळामुळे त्या वर्षी अर्थविभागाच्या पदवीदान समारंभाला अपेक्षेपेक्षाही फारच तुरळक उपस्थिती होती.

पण आत्ता मात्र आपल्या राखाडी सिएटमधे बसून होपच्या पाटीकडे पाहत असलेल्या त्या अधिकाऱ्याच्या चेहऱ्यावरचे भाव समाधानाचे होते. बाह्य रूपामुळे

आपण फार चटकन फसायला तयार असतो. आयुष्याशी धैर्याने सामना करता येण्याइतके सामर्थ्यशाली बनणे शेवटी सर्वांत जास्त महत्त्वाचे.

अखेरीस, ते दोघे एम अधिकारी देर्दाच्या आयुष्यातून नुसते निघून नाही गेले, जीव मुठीत घेऊन शरमेने पळून गेले.

लंडनच्या उत्तरेला असलेल्या न्यूबरी पार्क भागातल्या ॲनच्या एकमजली घरात त्या दोघी पोचल्या.

'आलो आपण,' ॲन म्हणाली, 'हा माझा राजवाडा!'

घराच्या समोरच्या बाजूला असलेली प्रशस्त, चकाकती खिडकी सूर्यप्रकाशात उजळून निघालेली होती. पुढचा दरवाजा आणि पडदे पांढरेशुभ्र होते. परसबागेला वळसा घालून एक बुटकं, टोकेरी कुंपण घराच्या एका बाजूच्या रस्त्यापर्यंत आलं होतं. वास्तुरचना अगदी साधी. असं वाटत होतं की खेळण्यातलं चिमुकलं बाहुलीचं घर कोणत्यातरी जादूमुळे शंभरपटींनी मोठं होऊन समोर उभं आहे. ते घर काही खूप देखणं, प्रचंड वगैरे नव्हतं, पण तरीही देर्दा ते पाहताना मंत्रमुग्ध झाली होती. आयुष्यात पहिल्यांदाच ती एका खऱ्याखुऱ्या घरामधे प्रवेश करत होती.

घराच्या आत जाऊन त्यांनी खिडक्या सताड उघडल्या, चारी बाजूंनी घरात आलेल्या ताज्या, टवटवीत हवेत भरभरून श्वास घेतला. तीन शयनगृहे आणि एक बैठकीची खोली. ॲनने देर्दाच्या हातात हात घालून तिला एका लहान शयनगृहात नेले.

'ही खोली तुझ्याकरता.'

एक पलंग आणि लहानसे कपड्यांचे कपाट. देर्दाने वळून ॲनला घट्ट मिठी मारली.

'आभारी आहे' हळू आवाजात ती म्हणाली.

घरामागच्या बागेत ॲन आणि देर्दा आरामशीर खुर्च्यांवर विसावल्या होत्या, मावळत्या सूर्याकडे पाहत चहा पीत होत्या.

'मग, आमची ही छोटीशी मुलगी,' ॲन म्हणाली, 'आता बघू या, कधी शाळेत जायला लागते आहे?'

देर्दाने पुढ्यातल्या बैठ्या टेबलावर हातातला चहाचा कप ठेवला, आपल्या डोळ्यांवरचा काळा, उन्हाळी चष्मा काढून हातात घेतला. मग आपली हनुवटी चोळत ती म्हणाली, 'मला वाटतं अजून निदान दहा वर्षं तरी मी विश्रांती घेते, मग पाहू या काय करायचं ते.'

दहा वर्षं भुर्रकन उडून गेली.

एडिन्बर्ग विद्यापीठाच्या मधोमध असलेली प्रशस्त बाग भरून गेली होती. दोनशे वर्षांपूर्वी प्रस्थापित झालेल्या इंग्रजी साहित्य विभागाचा पदवीदान समारंभ सोहळा साजरा करण्याकरता लोक तिथे जमले होते. विद्यापीठ पातळीचा दर्जा मिळालेला जगातला हा पहिला इंग्रजी साहित्याचा विभाग. त्या ऐतिहासिक इमारतीच्या कॉरिडॉरमधे लावलेल्या प्रचंड मोठ्या ताम्रपट्टीवर हजारोंहून जास्त नावं कोरलेली होती. प्रत्येक शैक्षणिक वर्षाच्या शेवटी त्या वर्षीच्या पदवीवर्गात सर्वोच्च श्रेणी प्राप्त करणाऱ्या पहिल्या पाच विद्यार्थ्यांची नावे त्या ताम्रपट्टीवर कोरली जात. ॲनचे आडनाव लावलेल्या देर्दाचे नाव त्या यादीत आता सर्वांत शेवटी कोरले गेले.

आपल्या अठराव्या वाढदिवसाला देर्दाच्या नावे महत्त्वाच्या कागदपत्रांचा एक गठ्ठा आला. ते काय आहे हे कळल्यावर ती रडायलाच लागली. आपल्या दत्तकविधानाच्या कागदपत्रांवर तिने केलेल्या सह्या अश्रूंनी माखून निघाल्या. या सहीद्वारे तिने सानियेसोबत असलेल्या आपल्या नात्याला कायमची तिलांजली दिली आणि आपल्या नव्या आईसोबत, नवे आयुष्य जगायला तिने प्रारंभ केला. न्यायालयीन शिक्कामोर्तब तीन महिन्यांनंतर आले. देर्दाने मग पुन्हा एकदा आपला अठरावा वाढदिवस साजरा केला. पण या वेळी केकवर दोन मेणबत्त्या लावलेल्या होत्या. ॲनच्या दृष्टीने, देर्दाचा जन्म त्या व्यसनमुक्ती केंद्रात झाला होता. सानियेची मुलगी असेलही अठरा वर्षांची, पण ॲनची मुलगी फक्त दोन वर्षांची होती. आणि लवकरच, दोन वर्षांची देर्दा, त्या वर्षीच्या सर्वांत जास्त यशस्वी पाच विद्यार्थ्यांमधे पहिल्या क्रमांकावर आलेली, व्यासपीठावर जाऊन भाषण करणार होती. ॲन तिच्या शेजारी बसली होती. तिच्या लांबसडक काळ्या केसांना आपल्या हाताने सावरत होती. 'मला तुझा अभिमान वाटतो आहे, बाळा,' ती म्हणाली.

'तुला जर मी माझ्या पदवी निबंधाचा विषय सांगितला, तर कदाचित तुला माझा इतका अभिमान वाटणार नाही,' देर्दा हसून म्हणाली.

'इतका काय वाईट असू शकणार आहे तो?' ॲन म्हणाली.

'डोनातिएन अल्फोन्से फ्रॅन्कॉइसचा इंग्रजी साहित्यावर असलेला प्रभाव.'

'कोण आहे तो?'

'द मार्की द साद!'

***

देर्दा

'देर्दा?' इसाने विचारले.

'माझ्या वडिलांचा एक मित्र होता. त्याचं हे नाव.'

'म्हणजे? त्या नावाचा अर्थ काय?'

'मला काय माहीत?'

'मग तुझ्या वडिलांना विचार.'

'ते तुरुंगात आहेत,' देर्दा उभं राहत म्हणाला. त्याने धूळ झटकली. इसाची उत्सुकता अगदी अनावर झाली होती.

'काय केलं त्यांनी?' त्याने विचारलं.

'त्यांनी आपल्या मित्राला ठार मारलं.'

पण इसाला फार काही कळलं नाही. तो देर्दाकडे कोऱ्या चेहऱ्याने पाहत राहिला. इतक्यात गाडीचा आवाज आला. ते त्या आवाजाच्या दिशेने वळले. मग त्यांनी एकमेकांकडे पाहिलं. इसाने टुणकन् उडी मारली आणि तो पळायला लागला. देर्दाही त्याच्या मागोमाग पळाला. पण इसाला त्या दफनभूमीची फारशी माहिती नव्हती, त्यामुळे तो पळता पळता हरवून गेला. दफनभूमीच्या मधल्या रांगांमधून तो नुसताच उड्या मारत राहिला. मधल्या चौकोनात असलेल्या कारंजाजवळ देर्दा आधी पोचला. त्याने शर्यत जिंकली, आणि इसाला त्याबद्दल आता काही करता येत नव्हते. तो इथे नवा होता. आपण हरवून गेलो याची त्याला शरम वाटत होती. देर्दा त्याच्याकडच्या प्लास्टिकच्या बादल्या पाण्याने भरून घेऊन तिथे थांबलेल्या गाडीच्या दिशेने जात होता ते इसाला बसून नुसतं बघावं लागलं.

देर्दाने या लोकांना आधी कधीच पाहिलेले नव्हते, पण ज्या कबरीसमोर ते थांबले होते ती त्याला नीट माहीत होती. इथेच त्याला सगळ्यात जास्त बक्षिसी मिळायची. अगदी रोजच, न चुकता कोणी ना कोणी तरी येऊन त्या कबरीसमोर

कुराणपाठ करायचे. आणि नंतर त्याला काही ना काही देऊन जायचे. आणि इथे एक अजूनच कोणी तरी वेगळाच, कबरीसमोर येऊन कुराणपाठ करत बसायचा. एक वयस्कर माणूस. अंगात इतरांप्रमाणेच पायघोळ झगा घालून. पण या वेळी अजून एक मुलगीही त्याच्यासोबत त्या कबरीजवळ आली होती. त्याच्याच वयाची होती. इथे आली असेल ती आधी? देर्दाच्या मनात विचार आला. त्याला ती ओळखीची वाटत नव्हती. तो त्या म्हाताऱ्या माणसाकडे गेला आणि आपल्या हातातल्या बादल्या त्याने उंचावल्या.

'काका, मी थडग्यावर पाणी ओतू का?'

तो या सगळ्याला इतका सरावलेला होता, ही निदान हजारावी वेळ असेल त्याची असा आवाज ऐकण्याची. पाठ म्हणणाऱ्याच्या नादमय स्वरातील कारुण्य मनाला भिडत होतं. देर्दाला ही भाषा येत होती. आपण चिकाटी दाखवायला हवी हेही त्याला माहीत होतं. चिकाटीखेरीज पर्याय नव्हता. अशांकडून पैसे मिळवण्याकरता चिकाटी हा आवश्यक आणि प्राथमिक महत्त्वाचा गुण होता. तो शांतपणे वाट पाहत राहिला. पापणीही न हलवता, आणि मग कुराणपाठ करणाऱ्या त्या म्हाताऱ्याने आपल्या आवाजाच्या चढ-उतारात जराही बदल न करता तो ज्या उत्तराची इतक्या सहनशीलतेनं वाट पाहत होता, ते उत्तर दिलं. देर्दा कबरीच्या वरच्या भागाकडे त्वरेने धावला आणि तिथून खालच्या मातीवर पाणी ओतायला लागला, जिथे ती मुलगी गवताचे तण उपटत होती तिथेच. ते दोघेही कबरीभोवती आपापली कामं करत फिरले आणि तो पक्ष्यांच्या पाण्याची जागा भरत होता, त्या वेळी त्या मुलीने आपले चिखलाने भरलेले हात पुढे केले. आपल्या बादलीतून ओतल्या जाणाऱ्या पाण्याच्या धारेकडे देर्दा पाहत राहिला, त्या पाण्याच्या धारेखाली भिजणाऱ्या त्या मुलीच्या हातांकडेही. 'आभारी आहे,' ती म्हणाली. खरं तर तो अगदी अस्फुट असा उच्चारच होता. देर्दाही त्यावर काहीतरी बोलणार होता, पण त्याने तोंड उघडलं नाही तोच त्याचे पाय जमिनीवरून उचलले गेले आणि तो कबरीच्या जवळच्या मार्गावर पोत्यासारखा कोलमडून पडला.

आजूबाजूची उडालेली धूळ खाली बसल्यावर त्याला तो राक्षसाच्या आकाराचा माणूस आपल्यावर झुकलेला दिसला. मी काय केलं? त्याला ओरडून विचारावंसं वाटत होतं, पण तो काही बोलला नाही. त्याने आपल्या खिशातून सुरा बाहेर काढला, या राक्षसाच्या गुडघ्यात खुपसावा म्हणून, पण मग त्याने तोही विचार गिळून टाकला. त्यानंतर मागे उभ्या असलेल्या म्हाताऱ्या माणसाने गुरगुरत काहीतरी हुकूम सोडला, म्हणून त्या राक्षसाने आपल्या खिशातून काही चिल्लर बाहेर काढली. देर्दाला ते दिसलं. राक्षसाच्या दृष्टीने त्या सुट्ट्या पैशांना काहीच किंमत नव्हती. पण देर्दाला त्यांची आत्यंतिक गरज होती. दिवसभरात त्याला काहीही खायला मिळाले नव्हते. पण त्याला त्या दाढीवाल्या राक्षसाकडून काहीही मिळणार नव्हते. हे सगळं त्या मुलीमुळेच. त्याने तिथून निघून जाताना त्या मुलीच्या चेहऱ्याकडे पाहिलं. असं वाटत होतं तिला काही तरी त्याला सांगायचं होतं बहुतेक. जणू काही त्याने तिला वाचवावं असं

काहीतरी. पण कदाचित पोटातल्या भुकेमुळे आपल्याला असले भास होत असतील असं देर्दाला वाटलं.

इसा हे सगळं दुरून पाहत होता. तो देर्दाकडे धावत आला. तो शर्यतही हरला होता आणि त्याच्या हातून हे गिऱ्हाईकही गेले होते, त्याने त्याबद्दल बदला घ्यायचा प्रयत्न केला.

'तुझी चूक होती सगळी.'

'काय?'

'तू त्या मुलीच्या इतक्या जवळ जायला नको होतं. या लोकांना अशा गोष्टी अजिबात आवडत नाहीत.'

'चुतिये कुठले!' देर्दा म्हणाला.

तो भराभर चालत गेला. एकदम भराभर. दफनभूमीच्या अगदी आतल्या दिशेने. दाट होत गेलेल्या झाडांच्या अंधाऱ्या गर्दीमधे तो चालत गेला. इसाने त्याच्या मागे जात ओरडून विचारले,

'कुठे जातो आहेस?'

थबकून देर्दा पाठीमागे वळला आणि म्हणाला, 'घरी. तू सुद्धा जा आता. इतक्या उशीरा कोणी येत नाही इथे. उगीचच थांबण्यात काही अर्थ नाही.'

देर्दाची दिसेनाशी होणारी पाठ बघत इसा काही क्षण थांबला. मग एक हात खिशात घालून त्याने दुसऱ्या हाताने रिकामी बादली धरली आणि दफनभूमीच्या फाटकाकडे जायला निघाला. जाताना त्याच्या हातातली रिकामी बादली गुडघ्यांवर आदळत होती. इकडे देर्दा झाडांच्या सावलीतून बाहेर पडून भिंतीच्या जवळ आला. त्याचं घर भिंतीच्या अगदी मागे होतं. त्याच्या वडिलांना जसं हवं होतं तसंच. 'इथे ते बांधणं सोपं जाईल,' ते म्हणाले होते. 'एक सुंदर भिंत आधीच बांधून तयार आहे इथे. आपल्याला तीनच बांध्याव्या लागतील अजून, मग वर एक काठ्यांचं छप्पर फक्त. की झालं. मस्त, उबदार घर.' त्याच्या आईने शक्य होईल तेवढा विरोध करून बघितला, पण वडिलांना जवळच्या तुटपुंज्या पैशात जितकं जास्तीत जास्त शक्य होईल तितकं करायचं होतं. म्हणून मग त्यांनी कब्रस्तानाच्या भिंतीला अगदी चिकटून स्वतःचं घर बांधलं. त्यामुळे त्यांच्या घराचा एकूण खर्च एका भिंतीने कमी होणार होता. त्यांच्या भोवतीची घरंही तशीच होती. काही लोक अशा प्रकारच्या घरांना गेकोन्दू– रात्रीच्या अंधाराचा फायदा घेऊन गुपचूप, बेकायदेशीररीत्या, हातांनी बनवलेलं घर – म्हणत. पण त्याची आई मात्र सतत त्या घराला शवपेटी असंच म्हणत राहिली. आदल्याच दिवशी ती कॅन्सरने मरेपर्यंत त्याच घरात राहिली. डोळ्यांचा कॅन्सर होणाऱ्या दोन लाखांपैकी ती एक. कदाचित त्या भिंतीकडे पाहत राहिल्याने तिला तो झाला होता. कॅन्सरमुळे त्या बाईला बघणं कायमचं विसरून जायला लागलं, तिला स्वतःचं नावही विसरायला झालं, आणि मग श्वास कसा घ्यावा तेही. फक्त एकच गोष्ट ती शेवटपर्यंत

विसरली नाही, ती म्हणजे सतत तोंडाने पुटपुटणे की हे घर किती शवपेटीसारखे आहे. अगदी आंधळी झाल्यावरही आपला हात त्या वर आलेल्या दगडांवरून फिरवत ती त्या भिंतीला बघत राही.

देर्दाच्या शेजारी, जमिनीवर टाकलेल्या गादीवर झोपली असताना ती मेली. तिने त्याला तिच्या बाजूला बोलावून घेतले आणि मग ती मेली. 'इकडे ये.' देर्दा तिच्या बाजूला गेला आणि मग ती मेली. जणू काही तिला सांगायचं होतं, 'इकडे ये आणि बघ माणूस कसा मरतो ते.' आणि म्हणूनच देर्दाने ते बघितलं. तो जरासा रडलाही. पण मग स्वत:ला सावरून तो उभा राहिला. त्या कब्रस्तानाच्या भिंतीला लागून असलेल्या इतर शेजाऱ्यांच्या घरी जाऊन त्यांचे दरवाजे ठोकायचे, अगदी ते मोडून पडेपर्यंत, असा विचार त्याच्या मनात आला होता. पण एक पाऊल पुढे टाकल्यावर तो स्वत:शीच विद्रोह केल्यासारखा थांबला. त्याला फेव्जी आठवला. अनाथालयातून पळून गेलेला फेव्जी. अनाथालयातून पळून गेलेला फेव्जी कब्रस्तानात राहत होता. 'कुणाला सांगू नकोस, पण...' त्याच्या कहाणीची तो सांगत असलेली सुरुवात त्याला आठवली. 'दहा पुरुष एकाच्या अंगावर चढतात, माहीत आहे? ते म्हणतात तसं करायला ते पुन्हा परत येतील. मी इतका घाबरलो की परत कधी संडासात गेलो नाही. मी आडोशामागे पिशव्या लपवून ठेवतो, आणि मग रात्री त्यांच्यामधे हगतो.' असं बोलून त्याने त्याच्या भेदरटपणाची लाज वाटणारी गोष्ट संपवली होती. काय होईल.. देर्दाने स्वत:शी विचार केला. माझी आई मेली आहे हे त्यांना समजलं तर काय होईल? ते मलाही अनाथालयात पाठवतील. अब्बा आधीच तुरुंगात आहेत. पण यावर नुसतंच बसून चिंता करण्यापेक्षा देर्दाने मनात एक योजना ठरवली. त्याची आई मेली आहे हे कोणालाच माहीत नव्हतं. ठीक तर मग, ते कोणाला कळण्याची काही गरजही नाही. मी कब्रस्तानात तिला घेऊन जाईन आणि तिचं दफन करीन. घरातल्या जमिनीवर जर कॉन्क्रीट घातलेलं नसतं तर त्याने तिला तिथे, त्याच जागी पुरून टाकलं असतं. पण कुदळीच्या साहाय्याने आता तिची शवपेटी बनू शकली नसती.

तो भिंतीवर चढला, भिंतीच्या पृष्ठभागावर तळहाताच्या आकाराचे खळगे पडले होते त्यांच्यात हात रोवून त्याने पलीकडच्या बाजूला उडी मारली. आपल्या घराच्या कडेकडेने अंजिराच्या झाडाच्या एकमेकांत गुंतलेल्या फांद्यांच्या जाळ्यातून वाट काढत तो पुढे चालत गेला. कोपऱ्यावरून वळला आणि आपल्या घराच्या पुढच्या दारापाशी आला. आपल्या खिशातून चावी काढून तो ती कुलपात सरकवणार इतक्यात एक विचित्र घाणेरडा वास भसकन् त्याच्या नाकात शिरला. दार उघडल्यावर तो वास कुठून येतो आहे हे स्पष्ट झाले. त्याच्या आईचा देह सडत चालला होता. आईचा मृतदेह भिंतीच्या पलीकडे घेऊन जाण्याकरता काहीतरी उपाय शोधायलाच हवा होता, तातडीने. मग पहिली जी भुसभुशीत जमीन सापडेल त्यात पुरून टाकायला हवा होता. पण देर्दाच्या आईचं वजन त्याच्या वजनाच्या दुप्पट होतं. देह कितीही सडला तरी

तिचं वजन तितकंच होतं, ऐंशी किलो. त्याला कसंबसं तिला गादीवरून सरकवून जमिनीवर आणता आलं होतं. आदल्या रात्री त्याने तिला जमिनीवर सरकवून दिलं होतं आणि तो तिच्या बिछान्यात शिरला होता. तो फार रडला नव्हता. ती गेले आठ महिने आजारी होती आणि त्या आठ महिन्यांत ती एकदाही डॉक्टरांकडे किंवा रुग्णालयात गेली नव्हती. त्याच्या डोळ्यांदेखतच ती गेले आठ महिने रोज थोडी थोडी मरत होती. देर्दाला त्याची सवय झाली होती. त्याच्या आईने त्याला त्याकरता तयार केलं होतं. 'मला काही झालं तर शेजाऱ्यांना कळव.' ती म्हणाली होती. 'बिनकामाची लोकं आहेत ती, पण तरी कळव त्यांना. ते तुझ्या अब्बांनाही कळवतील. त्यांनाही कळायला हवं. मला ते इथेच जवळ कुठेतरी पुरतील असं बघ. गावाकडे मला पाठवण्यात काही अर्थ नाही. आणि त्यांना सांग की अल्ला त्यांनाही लवकरच खड्ड्यात धाडेल.'

तिचा नवरा तुरुंगात गेल्यानंतर एकही जण त्यांना बघायला म्हणूनही कधी आला नव्हता. त्यांना माहीत होतं की ती आजारी आहे, तरीही वीस पावलं उचलून काही ते त्यांच्या घराकडे फिरकले नव्हते. कब्रस्तानात काम करून देर्दा जे कमवत होता ते खरं तर त्यांना जगण्याकरता पुरेसं नव्हतं, पण तरी ते जगले होते. एका शब्दात सांगायचं तर दैवाने त्यांना टाकून दिलेलं होतं. शक्य असेल तर त्यांच्या स्वत:च्या जिवावर त्यांनी जगावं म्हणून. 'हा सगळा तुझ्या बापाचा दोष आहे,' त्याची आई म्हणे. 'त्याच्यामुळेच ते आपल्याकडे नजरही वळवत नाहीत!' आजारी पडायच्या आधी ती बाजारात शोपा विकायची. यासिन, कब्रस्तानाचा रखवालदार, त्याच्या एका नातेवाईकाकडून शोपा आणायचा. पण जेव्हा त्या नातेवाईकाने पैशांऐवजी बाईची मागणी केली, तेव्हा तिने शोपा आणि बाजारात जाणं दोन्ही टाकून दिलं. देर्दाचे वडील सहा वर्षांपासून तुरुंगात होते. त्याने इसाला सांगितलं होतं त्याप्रमाणेच त्यांनी त्यांच्या अगदी जवळच्या मित्राचा खून केला होता. सख्ख्या, रक्ताच्या भावाचा, अरब देर्दाचा. कोंबड्याच्या झुंजीत ते भेटले. एकाच कोंबड्यावर त्यांनी पैज लावली होती. पण तो कोंबडा चुकीचा निघाला. आपल्या खिशात खुळखुळणारा शेवटचा, एकमेव कुरुस हरल्यामुळे ते दोघेही वेडेपिसे झाले, आणि मग दोघांच्याही डोक्यात तो कोंबडा आणि कोंबड्याचा मालक दोघांनाही कापून टाकण्याची कल्पना शिजली. म्हणून मग ते दोघे जिथे कोंबड्यांची झुंज चालली होती त्या गोदामाच्या मागे ती संपण्याची वाट बघत दबा धरून बसले. एकाला दुसरा तिथे आहे याची अजिबात जाणीव नव्हती. एकजण गोदामाच्या डाव्या कोपऱ्यात वाट बघत होता, तर दुसरा उजव्या कोपऱ्यात. कोंबड्याचा मालक गोदामाच्या मागच्या दरवाज्यातून बाहेर पडला आणि व्हॅनमधे बसला. दोघांनीही एकाच वेळी त्याच्यावर झडप घातली. पण त्या गडबडीत कोंबड्याचा मालक त्यांच्या तावडीतून निसटला आणि त्या दोघांनी त्याच्या ऐवजी चुकून एकमेकांच्या पायांवरच सुरी चालवली. दोघेही इतके प्यायले होते की सुरी फार काही आतवर खुपसली गेली

नाही, पण तरी ते दोघेही जमिनीवर कोसळले. कोंबड्याचा मालक कोंबडा घेऊन पळून गेला, आणि जमिनीवर पडलेले ते दोघे कसेबसे उठून उभे राहिले आणि नक्की काय झालं याची माहिती करून घ्यायला लागले. पण जेव्हा त्यांच्या लक्षात आलं की यात माहिती करून घेण्यासारखं काहीच नाही, तेव्हा आधी ते हसायलाच लागले आणि मग एकमेकांच्या आधाराने पुन्हा प्यायला गेले. रुग्णालयात उधारीवर जखमांना मलमपट्टी करत नाहीत, पण अरब देर्दाला एक खोपट माहीत होतं, जिथे एका वहीमधे हिशेब लिहून ठेवले जातात आणि मग तुम्हाला राकी मिळतात.

गोदामाच्या मागे राहणाऱ्या लोकांच्या आठवणीनुसार, त्या सगळ्याची सुरुवात एका घोषणेने झाली. 'आता आम्ही रक्ताचे भाऊ आहोत.' आणि त्यानंतर दोघांनीही त्यांचा सर्वांत मोठा, दारिद्र्याविरुद्धचा लढा एकमेकांच्या सोबतीने लढायला सुरुवात केली. सर्वांत प्राचीन गुन्हेगारी प्रथेचे ते दोघेही निष्ठावान पाईक होते– इतरांना लुटणे. काळोख्या जागी दबा धरून ते टेहेळणी करत आणि मग ज्यांच्या खिशात लठ्ठ पाकीट असण्याची शक्यता असे त्या वाटसरूंवर हल्ला करत. लुटण्याची किंवा वाटमारीची ही तऱ्हा म्हणजे थोड्याशा पैशांखातर केलेला मोठा हिंसाचार. अशा तऱ्हेने लुटणे म्हणजे अनेकदा अशा वाटसरूंसमोर उडी मारणे. ज्यांच्याकडे शस्त्रास्त्रे असण्याची शक्यता आहे, त्यांच्या खिशात लठ्ठ पाकिटेही नसू शकतात. वाटमारीच्या मार्गाने लुटणे म्हणजे आंधळ्या डोळ्यांनी उडी मारणे, नशिबाची जरा तरी साथ मिळेल या आशेने. जुन्या काळी, या अशा जुनाट वाटमारीचा प्रयत्न करण्याच्या भानगडीत फक्त अज्ञानी मुलं किंवा मूर्ख लोक पडत. बरीच वर्षं जगातील वाटमारीच्या अशा मंद बुद्धीच्या कर्मातील आपला वाटा उचलून झाल्यावर, एका रात्री झिंगलेल्या अवस्थेत, देर्दाच्या वडिलांनी आणि अरब देर्दाने कब्रस्तानातल्या आपल्या घराकडे परतत असताना, वाटेत एक शेवटचा वाटमारीचा प्रयत्न करून बघायचं ठरवलं. पण आपलं कृत्य पूर्ण करायच्या आतच देर्दाच्या वडिलांना आपण त्या पकडलेल्या वाटसरूच्या हाताचं आदल्याच आठवड्यात, सुट्टीच्या दिवशी चुंबन घेतल्याचं आठवलं. म्हातारा माणूस होता तो. म्हणून त्याने, 'जाऊ दे, सोडून देऊ या,' असं म्हटलं. पण अरब देर्दाने ते काही मनावर घेतलं नाही. त्याने त्या म्हाताऱ्याला शिव्या घातल्या आणि मारहाण केली, त्यामुळे त्या दोघांमधला जो थोडा शुद्धीवर होता त्याने आपल्या गुन्हेगार दोस्ताच्या छातीत सुरा खुपसला. देर्दाचे वडील एकटेच उभे होते. त्यांनी रक्ताळलेला सुरा उपसून काढला, आजूबाजूला बघितलं, तेव्हा त्यांना तो म्हातारा माणूस धडपडत उभं राहण्याच्या प्रयत्नात दिसला. मग त्यांना एक जण, ज्याने हे कृत्य पाहिलं होतं, तो त्यांच्या दिशेने धावत येताना दिसला. एक जण सुऱ्याच्या जखमेने, दुसरा हृदय बंद पडल्याने, दोघे मरून गेले आणि त्या दोन मृतदेहांच्या मधोमध तो उभा, कोणत्या दिशेने पळावं याचा विचार करत. त्याला कळलंच नाही की तो ॲस्ट्रोटर्फच्या हिरवळीवर मॅच खेळून परतत असणाऱ्या घामाने थबथबलेल्या सहा तरुणांच्या मधोमध वेढला गेला आहे. ते

हरले होते, आणि त्याचा सूड त्यांनी पोलिस येईपर्यंत देर्दाच्या वडिलांना यथेच्छ तुडवून काढत उगवला. एका म्हाताऱ्या शेजाऱ्याला वाचवण्याकरता देर्दाच्या वडिलांनी आपल्या दोस्ताला ठार मारलं यावर कोण विश्वास ठेवणार? त्यामुळे कायदा, कब्रस्तानातले शेजारी, या सगळ्यांच्याच दृष्टिकोनातून तो गुन्हेगार ठरला. देर्दाच्या दृष्टीने शाप असा की त्याच्या नामकरणाच्या दिवशी त्याचा बाप इतका प्यालेला होता की त्या नशेत त्याने मुलाचेही नाव देर्दा ठेवले. आणि मग काहीच काळानंतर त्याच्या बायकोलाही शाप भोवला. काहीच दिवसांचा प्रश्न.

देर्दाने घरातल्या कब्रस्तानाच्या भिंतीकडे पाहिले. तो विचारात पडला होता. त्याच्या मनातले विचार जास्त करून हेच होते की आडोशाच्या मागे त्याला कशा काय पिशव्या लपवता येतील आणि मग अंधाऱ्या वसतिगृहात त्याला त्यामधे कसे काय आपले विधी उरकता येतील? हा विचार आणि दुसरा फेव्जीला नक्की काय म्हणायचे होते, जेव्हा तो म्हणाला, 'ते वीस ठिकाणी धरून ठेवतात आणि एका ठिकाणी झवतात.'

त्याला एका सुरीची आवश्यकता होती. एका मोठ्या सुऱ्याची. पण त्याने लगेच तो विचार झटकला. हे काही सुरीचे काम नाही, त्याने स्वत:शी विचार केला. मला एक करवत मिळवायला हवी. मग तोही विचार त्याने झटकला. एक कुऱ्हाड. हो, कुऱ्हाडच. आईचे तुकडे करता येतील कुऱ्हाडीने आणि मग तिचा एकेक तुकडा मला जाऊन पुरता येईल.

पण कुऱ्हाड मिळवणे देर्दाला सोपे गेले नाही. आधी त्याने शेजाऱ्यांना विचारले. त्या वेळी तो खोटं बोलला नाही. 'मला माझ्या आईकरता हवी आहे.' कुणाकडेच नव्हती. आणि जरी त्यांच्याकडे असती तरी त्यांनी दरवाजा त्याच्या तोंडावर लावून घेतला असता आणि आत जाऊन लपून राहिले असतेच ते, त्या कुऱ्हाडीसकट. 'तुला कशाकरता हवी आहे कुऱ्हाड? आई अजून आजारी आहे का तुझी? तुझा तो हरामी बाप अजून जिवंत आहे का? सांग तुझ्या आईला, त्याने त्याचं कर्ज फेडल्याशिवाय काही मिळणार नाही!' त्याने या सगळ्याला एकाच पद्धतीने उत्तर दिलं. फक्त मान हलवून. आता फक्त एकाच व्यक्तीला विचारायचं राहिलं होतं. कब्रस्तानातला रखवालदार यासिन. देर्दा धावत गेला. कब्रस्तानाच्या फाटकापाशी असलेल्या रखवालदाराच्या लाकडी खोपटाच्या बाहेर उभं राहत कपाळावरचा घाम पुसला. दरवाजावर ठकठक कशी करायची ते न सुचल्याने तो फक्त जोरात ओरडला, 'यासिन भाई!' दरवाजाबाहेर वाट पाहत तो उभा राहिला. यासिनने खिडकीच्या बाहेर डोकं काढलं. दुपारची डुलकी संपवून तो नुकताच उठला होता आणि अशा वेळी तो हमखास चिडक्या मन:स्थितीत असतो. झोपेतून जागं होण्याइतकं वाईट जगात दुसरं काही नाही.

‘काय आहे?’

‘भाई, तुझ्याकडे कुऱ्हाड आहे का?’

‘काय करणार आहेस तू कुऱ्हाडीने, पोरा?’

जणू काही हो किंवा नाही असं साधं उत्तर कोणाच्याच भाषेत नव्हतं.

देर्दाने त्याच्या आईकडून जे ऐकलं होतं अगदी तसंच्या तसं उत्तर दिलं– म्हणजे ती जेव्हा बोलू शकत होती तेव्हा– असंख्य वेळा ती तसं म्हणाली होती.

‘आमच्या घराजवळ आलेल्या झाडाच्या फांद्या तोडायला. बागेत आम्हांला चालताच येत नाही त्यांच्यामुळे...’

तो काय बोलत होता हे समजून घेण्याचा यासिनने जरा प्रयत्न केला सुरुवातीला, पण मग त्याच्या लक्षात आलं की तो मुलगा काय बडबडतो आहे हे त्याला ऐकूही येत नाहीये, त्यामुळे फक्त ‘नाही आहे कुऱ्हाड!’ इतकंच म्हणून त्याने आपल्या रखवालीच्या खोपटाच्या आत आपलं डोकं पुन्हा ओढून घेतलं. देर्दाने त्या रिकाम्या खिडकीकडे जरा वेळ पाहिलं आणि तो कब्रस्तानाच्या बाहेर पळाला. तो रस्ता संपेपर्यंत पळाला आणि थेट एका हत्यारांच्या दुकानात घुसला. पण तो जसा आत घुसला तसाच बाहेर आला. तिथे बाहेरच्या शोकेसमधे, एका पत्र्याच्या बादलीत रचून ठेवलेल्या कुऱ्हाडी त्याला दिसल्या. तो पुन्हा आत गेला.

‘कुऱ्हाड कितीला दिली?’

खिळ्यांच्या खोक्यात डोकं खुपसून बसलेल्या एका माणसाने उत्तर दिलं, ‘किंमत त्यावर लिहिलेली आहे.’ देर्दा पुन्हा बाहेर आला आणि कुऱ्हाड उचलून त्याने तिच्या दांड्यावर असलेल्या किंमतीच्या चिट्ठीकडे पाहिलं. त्याने नीट पाहिलं. अगदी नीट, पुन्हा पुन्हा पाहिलं आणि मग तो धावला. कुऱ्हाड आपल्या हातात घेऊन, तो रस्ता ओलांडून, कडेकडेने सुसाट धावला. त्याला कब्रस्तानाच्या फाटकापर्यंतही धावावे लागले नाही. दर दहा एक मीटरवर कब्रस्तानाची भिंत ढासळलेली होती, किनाऱ्यावर फुटलेल्या लाटेप्रमाणे. एका कॉन्क्रीटच्या फुटक्या लाटेवरून त्याने उडी मारली आणि तो धावला, कबरींना ओलांडत.

घरी येईपर्यंत त्याचा श्वास घुसमटला होता. त्याच्या आईच्या उघड्या तोंडातून किडे सरपटत होते आणि तिच्या नाकपुडीत शिरत होते. त्याला ढवळून आलं पण उलटी झाली नाही. आपल्या घशातच त्याने ती कशीबशी आवरून धरली. अगदी वरपर्यंत उन्मळून आलं होतं त्याला. घशापर्यंतच, पण त्याच्या पुढे तो तिला येऊ देणार नाही. काही उमासे आले, पण काही बाहेर आलं नाही. जमिनीवरच्या गादीवरची चादर त्याने ओढून काढली आणि तिच्यावर टाकून तिला झाकून टाकलं, त्यामुळे तिचे चकाकते, पांढरे फटफटीत डोळे तरी दिसणार नाहीत. खांदे ताठ करत तो उभा राहिला, कुऱ्हाड दोन्ही हातांत पकडली आणि आपल्या डोक्यावर ताणून धरली. त्याने डोळे बंद करून घेतले. ‘मी त्या अनाथालयात नाही जाणार, अम्मी!’ पहिला

घाव घालताना तो जोरात किंचाळला. त्याने डोळे उघडले. त्याने तिच्या मानेच्या दिशेने नेम धरला होता, पण कुऱ्हाड तिच्या छातीत घुसली होती. खोलवर गेली होती. त्या मळक्या चादरीचा रंग क्षणात बदलला. लाल झाला. त्याने आपलं पाऊल तिच्या छातीवर ठेवलं, दोन्ही हातांत कुऱ्हाड पकडली आणि तिच्या मांसातून बाहेर खेचून काढली. पुन्हा वर केली आणि दुसरा घाव घातला. मग तिसरा. कित्येक तास तो तिच्या देहावर कुऱ्हाडीचे घाव घालत राहिला. प्रत्येक घावाबरोबर किंचाळत होता, 'मी जाणार नाही!'

आणि मग त्या चादरीच्या आडून दहा कुजलेल्या मांसाचे गोळे बाहेर डोकावायला लागले. त्या दहा तुकड्यांच्या मधोमध त्या चादरीचे काही खळगे, काही पूल तयार झाले होते. त्याने तेही पूल तोडले, पुन्हा पुन्हा घाव घालून त्याने त्या गोळ्यांचे दहा वेगवेगळे तुकडे केले. पण तरी काही तुकडे, काही मांस–एकमेकांना चिकटून होते. त्याने खोल श्वास घेतला आणि एका झटक्यात ती चादर बाजूला केली. आपले डोळे हळूच उघडून त्याने तुकड्यांमधे विखुरलेल्या त्याच्या आईकडे पाहिले. आता त्याला स्वत:ला सावरता येईना आणि इतका वेळ त्याने कशीबशी घशाशी रोखून धरलेली उलटी बाहेर पडली. जमिनीवर जे काही पडलेलं होतं त्यावर तो भडाभडा ओकला.

त्याने तीन बादल्या भरून पाणी स्वत:च्या डोक्यावर ओतलं. स्वत:ला भानावर आणण्याकरता आणि स्वच्छ धुऊन काढण्याकरता. जमिनीवर पसरलेल्या त्या दहा तुकड्यांजवळ, त्याच्या आईच्या शिल्लक अवशेषांकडे जाताना त्याच्या शरीरातल्या सगळ्या रक्ताचं गोठून बर्फ झालं होतं.

त्याच्या आईने जो सलवारकुर्ता गेले दोन महिने स्वत:च्या अंगात घातला होता त्याच्या आत तिच्या मांसाचे तुकडे अडकून पडले होते. त्याने हातात सुरी घेऊन वरचा कपडा फाडायला सुरुवात केली. भेटवस्तू कागदांमधून बाहेर यावी तसे ते तुकडे कापडांमधून बाहेर पडले. प्रत्येक कापडाच्या तुकड्यातून त्याच्या आईच्या देहाची नग्नता बाहेर पडली, रक्ताळलेली आणि हाडांवर चिकटलेली. देर्दाने आपल्या आयुष्यातली पहिली नग्न स्त्री पाहिली ती या अवस्थेत. आधी आपल्या आईचे तुकडे करून आणि मग तिला विवस्त्र करून.

***

त्याने चादरीचे फाडून तुकडे केले आणि आपल्या आईचे तुकडे त्यात गुंडाळले, एकेक करून. आणि मग त्याने ते बाहेरच्या दरवाजाच्या आतल्या बाजूला एकावर एक रचून ठेवले. हातात तीन रिकाम्या बादल्या घेऊन तो घराबाहेर पडला. बाहेर मिट्ट काळोख होता. सूर्य दुसऱ्या कोणत्यातरी ठिकाणी उगवण्याकरता निघून गेला होता. त्याने एक

रिकामी बादली कब्रस्तानातल्या कारंज्याखाली धरली आणि ती भरण्याची वाट पाहत उभा राहिला. इतक्यात त्याला हाक ऐकू आली–

'देर्दा!'

त्याने आपल्या आजूबाजूला सगळीकडे पाहिलं, पण त्याला कोणीही दिसलं नाही. भीतीने आता आपण मरणार असं त्याला वाटलं – जेव्हा समोरच्या फांद्यांच्या गचपणातून एक बारीकशी फांदी पुढे वाकली आणि मागून कोणीतरी पुढे आलं. तो इसा होता. त्याच्या हातात भरलेली बादली होती. देर्दा इतका प्रचंड भेदरलेला होता की त्याला वाटलं आपण दुर्बिणीच्या चुकीच्या टोकाकडून जगाकडे बघत आहोत. प्रत्येक गोष्ट, प्रत्येक जण इतकं दूर गेलेलं दिसायला लागलं होतं. त्याच्या अगदी जवळचे होते तेही. इसाही, एक पाऊल मागे होता.

'भरून वाहते आहे ही,' तो मुलगा म्हणाला. त्याने देर्दाच्या बादलीकडे बोट दाखवलं. जर त्याने त्या बादलीकडे न पाहता, देर्दाकडे अजून जरा निरखून पाहिलं असतं तर त्याला त्याच्या नजरेत पडलेला फरक दिसू शकला असता. इसाला त्याच्या डोळ्यांमधले अश्रू दिसले नाहीत. तिथे अजूनही जे काही असेल, त्यावर सगळा अंधार पसरलेला होता. देर्दाने पालथ्या हाताने आपल्या गालांवरचे अश्रू पुसले, आपण घाम पुसतो आहोत अशा आविर्भावात. मग तो जरा मागे झाला, वास्तव आयुष्यात आला आणि त्याने पायाने भरलेली बादली बाजूला सरकवली आणि दुसरी रिकामी कारंजाखाली लावली. मग त्याच्या लक्षात आलं की इसा अजूनही तिथेच आहे. तो बराच वेळ गप्प राहून त्याला निरखत होता, तरीही त्याला काहीही दिसू शकणार नाही हे त्याला ठाऊक होतं.

'तू या वेळेला इथे काय करतो आहेस?'

'माझ्या बापाने मला घराबाहेर हाकललं,' इसा म्हणाला.

'कुठे?'

'कुठे म्हणजे काय?'

'तुझ्या वडिलांनी तुला हाकललं म्हणजे कुठे जायला?'

'ते काही त्यांनी सांगितलं नाही. माझ्या डोळ्यांसमोरून चालता हो, असं ते म्हणाले. मी इथे नुसताच भटकतोय.'

'काय केलंस तू?'

'त्यांना सांगितलं की मी शाळेत जाणार नाही कधीच.'

देर्दाच्या पावलांना पाण्याचा स्पर्श जाणवला. त्याने खाली वाकून बघितलं, दुसरी बादलीही भरून वाहत होती. त्याने तिसरी त्या जागी लावली.

'का?'

'तू सुद्धा शाळेत जात नाहीस, तूच म्हणाला होतास!' इसा त्याला म्हणाला.

'ते वेगळं,' देर्दा म्हणाला, 'मी मुळातच कधी गेलो नाही. तू कोणत्या वर्षात

शिकत होतास?'

'चौथ्या.'

'म्हणजे फक्त एकच वर्ष राहिलं की. नंतर संपेलच ना?'

इसा हसला.

'संपेल? मग माध्यमिक शाळा, मोठी शाळा, विद्यापीठ.'

तो हसायचा थांबला.

'तू का गेला नाहीस? तुझ्या आई-वडिलांनी तुझ्यावर जबरदस्ती नाही केली जायची?'

'नाही,' देर्दा म्हणाला, 'मी वाट बघतो आहे.'

'कशाकरता?'

'विद्यापीठाची. मी तिथूनच सुरुवात करणार आहे.'

देर्दा हे गंभीरपणे म्हणत आहे का ? इसाला ठरवता आलं नाही. त्याला त्या अंधारात जेवढं दिसू शकत होतं तेवढंच समजलं. आणि मग अचानक दोघेही हसायला लागले. भरलेल्या बादल्या उचलून नेताना हसायचे तसे. मग त्यांचं हसू ओसरलं आणि दोघेही गप्प झाले. ते कारंजं बंद व्हायचं तसे.

'चल, मला मदत कर जरा,' देर्दा म्हणाला. त्याने दोन बादल्या कडीला धरून वर उचलल्या आणि तो चालायला लागला. इसाने तिसरी उचलली आणि तो त्याच्या मागे गेला. भिंतीच्या वरून बादल्या पलीकडे नेणे सोपे नव्हते. एकदा तर देर्दा म्हणाला, 'मी या भिंतीमधे एक भोक खोदणार आहे म्हणजे मला आत बाहेर करता येईल. अशा उड्या मारायचा कंटाळा आला आहे.'

'आमच्याकडे कुऱ्हाड आहे,' इसा म्हणाला, 'माझ्या वडिलांची आहे. आपल्याला त्याने या भिंतीत भोक पाडता येईलही कदाचित.'

ते भिंतीच्या पलीकडे आले होते. त्यांचे हात गुडघ्यांवर टेकवलेले, तोंडाने दम खात दोन श्वासांच्या मधे कसंबसं देर्दाने विचारलं,

'तुझ्याकडे कुऱ्हाड आहे?'

कब्रस्तानातल्या घरांमधून इसा गेला आणि मग देर्दा आपल्या घरी आला. त्याने कॉन्क्रीट टाकलेल्या जमिनीवरचे रक्ताचे डाग रबरी गादीतून उपसून बाहेर काढलेल्या स्पंजाच्या तुकड्यांनी खसखसून पुसायचा प्रयत्न केला. त्या तुकड्यांमधे आता अजून काही शोषलं जात नाही हे पाहिल्यावर, त्याने ते कचऱ्याच्या पेटीत टाकून दिले आणि दुसरे फाडले. रबरी गादीतला अर्धा स्पंज त्याने वापरला. उरलेला अर्धा रक्ताचे अजून काही डाग पडले होते ते पुसून काढण्याकरता वापरला. सडलेल्या मांसाभोवती गुंडाळलेल्या चादरींच्या तुकड्यांमधून घाणेरडा दर्प बाहेर येत होता आणि आता तो खोलीच्या प्रत्येक कोपऱ्यामधे साकळला होता, तो कधीही नाहीसा होणार नव्हता,

रक्त आता कुठेही दिसत नव्हते. देर्दा थकून गेला होता. दहा वर्षांपेक्षा फक्त एकच वर्ष जास्त झालेला तो मुलगा. त्याच्या शरीरातली सगळी शक्ती आणि सगळा निरागसपणा शोषला गेला होता, नाहीसा झाला होता. त्याने अंगातला टी-शर्ट काढला आणि त्याचा बोळा करून आपल्या डोक्याखाली ठेवला, आणि तो खालच्या कॉन्क्रीटच्या जमिनीवर झोपला. कुशीवर वळून त्याने आपले गुडघे पोटाशी ओढून घेतले. आता आईचं गर्भाशय शिल्लक नव्हतं ज्यात तो स्वतःला खुपसून घेऊ शकेल, म्हणून मग जरा वेळाने त्याने आपले पाय सरळ केले, आणि अजून एकदा अखेरचे सरळ ताणून तो गाढ झोपी गेला.

पहिला मांसाचा तुकडा त्याने उचलला. तो आईचा डावा पाय होता हे त्याने ओळखलं. त्याने तो सर्वांत शेवटी गुंडाळलेला होता, त्यामुळे तो त्या मांसाच्या ढिगाऱ्यावर सर्वांत वर ठेवलेला होता. शाळेत न्यायच्या पिशवीच्या आकाराच्या दोन खिडक्या त्याच्या घराला होत्या, त्यातून जेवढं बाहेरचं जग दिसू शकत होतं तेवढं त्याने निरखून पाहिलं, ते जग फिकट निळं दिसत होतं. प्रहर तो होता जेव्हा सूर्याची किरणं रात्रीच्या अंधारात विरघळत असतात. तो घराबाहेर पडला आणि भिंतीवरून उडी मारून त्याने आपल्या हातातल्या मांसाच्या तुकड्यासकट आणि भांड्याच्या झाकणासकट कब्रस्तानातल्या जमिनीवर उडी मारली. वीस मीटर पुढे, बारा कबरी एका रांगेत होत्या. कब्रस्तानातल्या भिंतीला अगदी जवळ असलेली ती थडग्यांची रांग. एक दिवस ती मधली वीस मीटर मोकळी जागाही भरली जाईल यात शंकाच नव्हती, पण सध्या तरी कोणतेच मृतदेह देर्दाच्या घराजवळ येऊन पोचलेले नव्हते. तो जिथे उभा होता तिथून देर्दाला बाकी काही नाही, फक्त कबरींवरचे बारा संगमरवरी दगड दिसत होते. मृताचं नाव कोरलेल्या संगमरवरी फरशा. आपला कोण मालक खाली झोपलेला आहे हे सांगणाऱ्या संगमरवरी खुणा.

कब्रस्तानातल्या मशिदीतून दिली गेलेली पहाटेची अझान फांद्यांमधल्या लाऊडस्पीकर्समधून हवेत फेकली गेली. देर्दा भीतीने गोठला. आपल्याजवळ फार कमी वेळ शिल्लक आहे हे त्याने ओळखले. आपण तुकडे कुठे कुठे पुरले आहेत हे नंतर कळावं म्हणून काही तरी खुणा करायला हव्या असा विचार त्याच्या मनात आला. पण त्या काय, कशा असाव्यात याचा विचार करायला त्याला वेळ नव्हता. फिकट निळं जग त्याच्या भोवती झपाट्याने गुंडाळलं जात होतं. मग त्याच्या लक्षात आलं. कबरीच्या दगडांचा वापर खुणा म्हणून करता येईल. संगमरवरी फरशा. कबरीच्या दगडाच्या एका बाजूला त्या कबरीच्या मालकाची शवपेटी पुरलेली होती. आणि तिच्या मागे, दुसऱ्या बाजूच्या मातीमधे, त्याला त्याच्या आईचे तुकडे मिसळून टाकता येणार होते. भिंतीच्या समोर डावीकडच्या सर्वांत दूरच्या कबरीच्या पायथ्याशी तो गेला आणि आपला जीव पणाला लावून तिथली माती खणायला लागला. भांड्याचे

झाकण दोन्ही हातांत धरून तो जमीन उकरत होता, शेवटी हातभर खोल खड्डा तयार झाला. त्याने त्याच्या आईचा डावा पाय त्यात टाकला आणि वरची उकरलेली मातीची ढेकळं हातातल्या झाकणाने त्याने त्यावर लोटली. ते पूर्ण झाकलं गेलं. उभा राहून तो दोन पावलं मागे सरकला. तिथली माती कोणी उकरल्यासारखी वाटते आहे का हे त्याने मागे उभं राहत तपासलं. मग मान वर करत त्याने कबरीवरच्या दगडावर खोदलेल्या अक्षरांकडे नीट पाहिलं. अक्षरं आणि आकडे. फक्त काहीच क्षण. त्याने फार काळ तिकडे बघण्यात वेळ घालवला नाही. बाकी काही असेल, देर्दाला हे नक्की माहीत होतं की त्याला वाचता किंवा लिहिता येत नाही. मागे वळून तो धावला आणि एका झेपेत भिंतीजवळ पोचला, रात्रीच्या अंधारात वावरणाऱ्या जनावराच्या वेगाने त्याने ती ओलांडली. जणू काही झालंच नाही. जणू काही एखादा किडा सरपटत बिळात दिसेनासा झाला.

त्या पहाटे तो अजून आठ वेळा भिंतीवरून गेला. चार वेळा पलीकडे, आणि चार वेळा अलीकडे परत. सकाळ उजाडली, आता कब्रस्तानातली मुलं यायला लागतील हे त्याच्या लक्षात आलं. अजून खड्डे खणण्यात आता धोका होता, त्यामुळे त्याने त्या दिवसापुरतं आपलं काम थांबवलं. डावीकडून पहिल्या पाच कबरींच्या पायथ्याशी त्याच्या आईचे अर्धे तुकडे पुरून झाले होते. देर्दाने दोन पावलं उचलली आणि तो खाली कोसळला. मातीने माखलेलं झाकण जमिनीवर पडलं, ते तसंच पडू देत त्याने त्याचा हात दुमडून डोक्याखाली घेतला. तो झोपला नाही, त्याची शुद्ध हरपली. दोन दिवस त्याच्या पोटात अन्नाचा कणही गेला नव्हता.

***

स्वप्नात तो एका अनाथालयात होता. त्याने ते कधी बघितलेले नव्हते. त्याला अनाथालय कुठे असते किंवा कसे दिसते याबद्दल काहीच कल्पना नव्हती. फेव्जीकडून त्याला जे कळलं होतं तेवढंच. अंथरुणं, कपाटं, संडास, आणि भिकारी मुलं, जी तुम्हाला पिटून काढतात. आणि कोणत्याही क्षणी तुमच्या गळ्याला, नाही तर पायाच्या घोट्याला विळखा घालणारे हात. त्याच्या संपूर्ण स्वप्नामधे तो एक क्षणही थांबला नाही जागेवर. अंथरुणांमधून कपाटापर्यंत आणि कपाटांपासून अंथरुणांपर्यंत तो पळत राहिला, पण तरीही आपल्याला कोणीतरी मारायला येईल ही भीती सतत त्याच्या मनात होती, ती सुद्धा त्याचा पाठलाग करत पळत येत होती. फक्त एकदा, आपल्या पाठीला धरायला टपलेला हाताचा पंजा नेमका किती जवळ आला आहे हे पाहायला तो आपल्या खांद्यावरून मागे वळला. आणि त्याच क्षणाला, त्याचं शरीर कशावर तरी दाणकन् आदळलं. तो कोलमडून पडला, आपण कशावर आदळलो हे पाहायला त्याने मान वर केली. त्याची आई समोर उभी होती. तिचे डोळे सुजलेले आणि

लालभडक दिसत होते, ती मरण्याच्या आधीच्या काही आठवड्यांमधे ते जसे दिसत होते तसेच. ती उभी होती आणि आपल्या पायांपाशी पडलेल्या मुलाकडे वाकून पाहत होती. मग तिचं तोंड उघडलं गेलं आणि तिच्या ओठांमधून दोन किडे बाहेर पडले. देर्दाने उठायचा प्रयत्न केला पण जणू काही त्याच्या हातांचे तळवे जमिनीला घट्ट चिकटून बसले होते. तिच्या तोंडातून खाली पडणारे किडे पाहण्यावाचून त्याला गत्यंतर नव्हतं. आणि मग अचानक त्याचं शरीर धारदार पात्याप्रमाणे ताठ, सरळ झालं आणि त्याला खाडकन् जाग आली.

त्याने उठून उभं राहायचा प्रयत्न केला. पण त्याचं डोकं गरगरत होतं, त्याला उठताच येईना. भुकेमुळे त्याच्या डोळ्यांसमोर अंधारी आली, कसंबसं स्वत:च्या पायांना जमिनीवर रोवून तो उठला आणि आपल्या घराच्या दारावर कोलमडला. त्याने खिशातून किल्ली काढली, आणि बाहेर पाय टाकला. तीन मीटर अंतरावर एका दगडावर आठ वर्षांची सुरैया बसली होती. तिच्या हातात कॅन्डी बार होता. देर्दा जणू संमोहित झाल्याप्रमाणे तिथे बघत राहिला. सुरैया वयाच्या मानाने लहान होती आणि रडण्याशिवाय काही करू शकत नव्हती. पण देर्दाने तिकडे लक्षही दिले नाही. त्याने तो जाड, रसाळ कॅन्डी बार आपल्या तोंडात खुपसला आणि तो चघळत असताना त्या लहान मुलीकडे बघत बसला. मग काही वेळाने त्याला पुन्हा ऐकू यायला लागलं. आधी सुरैयाचे हुंदके आणि मग तिच्या आईचं किंचाळणं.

'कुत्र्या, तुझ्या बापासारखंच बनायचंय का तुला ?'

ती बाई चार पावलांत त्याच्या जवळ पोचू शकली असती, पण तिने पाचवंही पाऊल उचललं, देर्दाच्या जास्त जवळ जाऊन थप्पड मारली की ती त्याला जास्त जोरात लागेल या विचाराने. त्या थपडीमुळे देर्दा खाडकन् भानावर आला.

'कुठे आहे तुझी आई?' ती बाई ओरडली. मग वळून तिने थेट त्याच्या घराकडे मोर्चा वळवला आणि पुन्हा ओरडायला लागली.

'हव्वा! बाहेर पड घराच्या आधी, आणि बघ तुझ्या कार्ट्याने काय चालवलं आहे!'

सुरैयाचं कोपर एका हातात पकडून तिने खाली बसलेल्या देर्दाला जोरात लाथ मारली. पण तिने पायात स्लिपर्स घातल्या होत्या त्यामुळे तिच्या लाथांमधे काही जोर नव्हता, आणि वेगही नव्हता.

'ती घरी नाही!' देर्दाने कसंबसं वाक्य उच्चारलं. 'अम्मी घरात नाही!'

'म्हणजे काय, ती घरात नाही म्हणजे?'

त्या बाईने लाथा घालणं थांबवलं आणि सुरैयाला उचलून कडेवर घेतलं.

'ती दवाखान्यात गेली आहे,' देर्दा म्हणाला. कोणी त्याच्या आईबद्दल विचारलं तर काय उत्तर द्यायचं याचा विचारही त्याने अजून केला नव्हता. 'त्यांनी तिला रुग्णालयात नेलं.'

अचानक त्या बाईला देर्दाचा कळवळा आला. रडण्याचं रूपांतर बघता बघता

हसण्यात होऊन जातं, भावनांमधे ज्या वेगाने बदल होतात तो एक चमत्कारच असतो. हवेवर उडणारी बी कसे हेलपाटे घेते, तिरस्काराचं रूपांतर दयेमधे असंच एका क्षणार्धात होऊन जातं.

'आता काय करणार तू?'

देर्दा उठला आणि सगळ्या मुलांप्रमाणेच त्याने आधी धूळ झटकली. लाथेमुळे उडालेली, कब्रस्तानातल्या घरांवर जाऊन साचलेली धूळ. तिथे चारी दिशांमधे धुळीचे लोट होते. तिथल्या मातीत जे काही होतं, त्यात मृत्यू होता. मृत्यूची धूळ वातावरणात पसरलेली होती.

'मी तिथे कधी कधी जातो, ती आता बरी आहे. घरी येईल असं म्हणतात ते.'

'जेवायला वगैरे काही आहे का तुला?' त्या बाईने विचारलं. अजूनही मुसमुसणाऱ्या सुरैयाला ती खांद्यावर जोजवत होती. मग तिने वैतागून जात मुलीच्या गालांवर एक हलकीशी चापटी ठेवून दिली आणि तिच्या अंगावर जोरात खेकसली, 'आता गप्प, एकदम आवाज बंद!'

'थोडं आहे, पण संपत आलं आहे,' देर्दा म्हणाला.

'आज रात्री घरी ये. तुला काही खायला देईन मी.'

देर्दा मोठ्या आवाजात 'हो, येईन,' असं तिला म्हणाला, पण 'आज रात्री?' असं आतल्या आत त्याने स्वत:च्या मनाला विचारलं. आजची रात्र उजाडायला अजून खूप वेळ होता. सूर्य अजून कित्येक तासांनंतर मावळणार होता. सुरैया आणि तिची आई निघून जाईपर्यंत तो थांबला आणि मग आपल्या घरात शिरला, आपल्याला काहीतरी काम शोधायलाच हवं आता असा त्याने मनाशी विचार केला. थोडे तरी पैसे मिळवायलाच हवे होते. पैसे मिळाले की त्याला पाव विकत आणता येईल. कदाचित थोडं चीज सुद्धा. जे मिळेल ते. जरा अंतर चालल्यावर आपण आपल्या कामाचं साहित्यच घ्यायला विसरलो असल्याचं त्याच्या लक्षात आलं. बादल्या आणि ब्रश, म्हणून तो पुन्हा घराकडे गेला. चालताना त्याला इतकं अशक्त वाटत होतं की झोकांड्या जात होत्या. कॅन्डी बार पुरेसा नव्हता पोटातल्या भुकेकरता. त्याचं डोकंही अजून गरगरत होतं.

कब्रस्तानातली सगळी मुलं मधल्या कारंजाच्या भोवती असलेल्या झाडांच्या सावलीत, खिदळत उभी होती. थडग्यांच्या भोवतीच्या संगमरवरी कडांवर बसून ती मुलं आपापसात चेष्टा मस्करी करत होती. मुली तिथल्या कबरींवर मृतांच्या नातेवाईकांनी वाहिलेल्या फुलांचे देठ तोडून ती फुलं आपल्या केसांमधे खोवत होत्या. काही मुलं अजून शाळेत जाण्याच्या वयाची नव्हती. काही कधी शाळेत गेलेलीच नव्हती. काही मुलं शाळा सुटल्यावर कब्रस्तानात आली होती. शाळेने घरी दिलेला अभ्यास करायला त्यांना अजिबात वेळ नव्हता. इथे काम करण्याची प्रत्येकाची काही ना काहीतरी, वेगवेगळी कारणं होती. पण इथे कोणता औद्योगिक विभाग नव्हता, किंवा गजबजलेल्या

रहदारीचा मोठा रस्ताही नव्हता, जिथे ही मुलं जाऊन टिश्यू पेपरची खोकी विकून पैसे कमावू शकतील. इथे फक्त कब्रस्तान होतं. त्यांचं जग फक्त कब्रस्तानापुरतंच सीमित होतं. हजारो चौरस किलोमीटर प्रदेश व्यापलेली दफनभूमी.

काही देशांमधे मृतदेहांना अग्नी देतात आणि मग तिथल्या लोकांकडे फक्त आकाशात बघून गेलेल्यांची आठवण काढण्याचा एकमेव मार्ग शिल्लक राहातो. अशा देशात जर ही मुलं असती, तर त्यांना आत्ता मिळताहेत तितके कुरुसही मिळाले नसते. पण ही मुलं अशा शहरात जन्मलेली होती जिथे अजून जिवंत असलेली लोकं त्यांच्या मरून गेलेल्या आप्तस्वकीयांच्या आठवणी मनात जिवंत ठेवण्याकरता मृत जिथे सर्वांत शेवटी पोचतात त्या दफनभूमीत जातात– त्यांच्या थडग्यांसमोर काही वेळ उभी राहतात, काही वेळ आपलं नाक शिंकरतात, आणि काही नाणी देऊन संगमरवर साफसूफ ठेवायला सांगतात, धुऊन, पुसून साफ. मुलांचा संबंध येतो तो इथे, त्याकरता ती मुलं सुसज्ज असतात, हातात प्लास्टिकचे ब्रश आणि पाण्याने भरलेल्या बादल्या तयार असतात. मुलं संधिसाधू तर होतीच, मृताच्या कबरीसमोर त्याला आठवत उभ्या राहिलेल्या व्यक्तीचं बारकाईने निरीक्षण करत ही पोरं आसपास रेंगाळतात आणि एखादा कमकुवत क्षण अचूक टिपतात. मग बरोबर तोच क्षण गाठून त्यांच्या समोर आपला हात पसरून कसं उभं रहायचं, काही नाणी कशी मिळवायची यामधे ती तरबेज असतात.

जीवनातल्या दुःखांचा बाजार मांडलेल्या या दुनियेतला हा त्यांचाही सहभाग. जीवन आणि त्यानंतरचंही एक आयुष्य असतं. त्या दोघांमधला बंध, जिवंत आणि मृत व्यक्तींमधल्या संवादातला एक स्तर या मुलांमार्फत पूर्ण होतो. या गुडघाभर उंचीच्या, निरागसपणे डोळ्यांची उघडझाप करणाऱ्या मुलांच्या हातावर नाणी ठेवताना लोक मनात अपेक्षा बाळगून असतात की मृताची मृत्यूनंतरची विश्रांती शांततेनं व्यतीत व्हावी याकरता ही मुलं प्रार्थना करतील, त्यांना मदत केल्याचा दुवा तर नक्कीच मिळेल. जर त्यांची अशी अपेक्षा असेल, तर लोकांनी मेल्यावर विश्रांतीच घेता कामा नये, शांततेनं किंवा कशीही. बऱ्याच जणांचे डोळे मेल्याशिवाय उघडतच नाहीत, मग मात्र आयुष्यातल्या गमावलेल्या क्षणांकरता त्यांचे डोळे सताड उघडले जातात. अशा लोकांच्या बाबतीत शांततेनं विश्रांती घेणं हा प्रकारच अस्तित्वात नाही. खरं तर मेल्यावर ते झोपू शकतच नसतात. पण कुणालाच याची कल्पना येत नाही की दोन मीटर खाली जी परिस्थिती आहे ती वरच्या परिस्थितीपेक्षा खूपच वेगळी असते. खालच्या परिस्थितीचं खरं वर्णन अळ्या, ढेकूण, आणि मांसाचे अगणित ढिगारे. वरच्या दुनियेतली कविकल्पना – 'शांतपणे विश्रांती घ्या अब्बाजान,' 'सुखनिद्रा घे प्रिये,' आणि प्रार्थनांचा महापूर.

आणि म्हणूनच, आपण काही विचित्र, अवास्तव वागतो आहोत याची जाणीव कुणालाच नसते. त्यांना असं वाटत असतं की आपण मृताच्या समोर उभं राहून जे बोलतो ते प्रामाणिकपणे बोलत असतो, मनाच्या तळातून बोलत असतो. मृताला ना

त्याची काही जाणीव असते ना फिकीर. 'ये इथे, कबर पाण्याने धुऊन काढ, आजूबाजूला उगवलेलं गवत उपटून साफ कर,' मानवतेची काल्पनिक, मनोरंजक दुनिया. कब्रस्तान अभंग राहतं. आणि ही मुलं म्हणजे या कल्पनारम्य सृष्टीतले पीटर पॅन. सगळेजण इतके एकसारखे दिसतात की भाऊही एकमेकांपासून वेगळे ओळखता येत नाहीत. प्रौढ दुनियेच्या नजरेत ही मुलं कायम तशीच आणि त्या वयाचीच राहिलेली असतात, कधी मोठी होत नाहीत.

असं म्हणतात की मुलांना जेव्हा मृत्यूचा परिचय होतो, तेव्हा ती मोठी होतात. पण कब्रस्तानामधे या समजुतीही निरर्थक बनतात. कारण तुम्ही जर मृत्यूच्या परिचयानंतर मोठे बनत असाल, तर ज्या वेळी तुम्ही थडग्यांची साफसफाई करून पैसे मिळवत असता तेव्हा काय होता? सहा वर्षांचं पोर अशा परिस्थितीत मोठं होण्याची आशा बाळगून असेल का? त्यामुळे सुरैया उंच होऊन भिंतीवरून उडी मारण्याची स्वप्नं पाहत असेल का? किती मोठं बनू शकतील ते? मृतांपेक्षा ते वेगळे नसतातच. त्यांची वाढ होत नाही, त्यांच्यात काही बदल होत नाही. आणि जर ते स्वत:च मृत असतील तर जमिनीखालचं जग हे वरच्या जगाचं हुबेहूब प्रतिबिंबच म्हणायला हवं. वरच्या जगाचीच प्रतिकृती खालच्या जगात असणार. सगळेच जण मृत आहेत, इतकंच खरं. पण या पद्धतीने हे घडून येत नाही. आपण साफसूफ केलेल्या कबरीवर ही मुलं झोपी जातात, पण काही घडून येणार नसतं. सूर्य मावळल्यावर ही मुलं आपला लपाछपीचा खेळ सुरू करतात, त्या वेळी काही घडून येत नाही. त्यांना काहीही जाणवत नसतं. काहीही चुकीचं नाही, कशाचीही उणीव नाही. तसं असलं तर त्यांना त्याची पहिली जाणीव होते असं म्हणतात. कदाचित जे चुकीचं आहे, ज्याची उणीव आहे त्याबद्दल त्यांना कधी जाणीवच झालेली नव्हती.

जे काही असेल ते, त्यांना असं कधी वाटलेलंच नसतं की हे कब्रस्तान किंवा त्यातली थडगी इतकी महत्त्वाची आहेत. मृतांची भीती, त्यांनी भुतांच्या रूपात प्रकट होण्याची भीती त्यांना कधी वाटत नसते. त्यांना भीती वाटत असते ती फक्त वाईट हवामानाची किंवा सुट्टीच्या दिवसाची. त्यांना भीती फक्त एकाच गोष्टीची वाटते आणि ती म्हणजे सुट्टीच्या दिवशी पडणाऱ्या पावसाची. एरवी कब्रस्तानामधे गर्दी करणारे लोक अशा दिवशी म्हणतात, 'तिथे खूप चिखल असणार आता,' आणि मग त्या कल्पनारम्य दुनियेची सैर करणं, जिला ते दफनभूमी असं नाव देतात, तिथे भेट देण्याचं ते टाळतात. या व्यतिरिक्त ते मृतांबद्दल किंवा एकंदरीतच मृत्यूबद्दल इतकी कमी फिकीर बाळगतात, की अश्रूंनी भिजलेल्या कबरीसमोरच्या मातीत पडलेली फुलं ते आपल्या कानांवर अडकवतात, खेळत असताना एका कबरीवरून दुसऱ्या कबरीवर उड्या मारत धावताना, जमिनीवर अजिबात पाय न टेकवण्याचा ते विक्रम करतात.

यांच्यातला सर्वांत वयाने मोठा होता तो बारा वर्षांचा होता आणि सर्वांत लहान असलेल्याचे वय सहा होते. कब्रस्तानाच्या पार्श्वभूमीवर चित्रित केलेले सिनेमा बघताना

आपल्या मुलांना घट्ट पकडून ठेवणाऱ्या आया जिथे असतात ती दुनिया आणि ही मुलं यांच्यामधे हजारो अंधकारमय वर्षांचं अंतर असतं. कब्रस्तानाची भिंत कायमच त्यांच्या पाठीशी चिकटून असते. कदाचित नंतर ही सगळी दुनिया कुठेतरी, काही ना काही कारणाने एकत्र येतही असेल. भिंतीच्या आतल्या दुनियेतली लोकं आणि बाहेरची लोकं. एक जण शाळेतला शिक्षक आणि दुसरा शाळेची साफसफाई करणारा मेहेतर. एक जण न्यायाधीश, दुसरा कारकून. एक जण डॉक्टर, दुसरा रक्त विकणारा विक्रेता. एक वकील, दुसरा खोटी साक्ष देणारा. एक जण वास्तुशास्त्रज्ञ, दुसरा बांधकामावरचा मजूर. एक जण पियानो वादक, दुसरा पियानो वाहून नेणारा हमाल. एक जण संसदेचा सदस्य, दुसरा मोर्चांमधे बिल्ले वाटणारा. एक जण खानदानी, दुसरा हरामजादा. पण कुठल्या दुनियेतला कोण या भूमिकांमधे असणार? काही संशोधन झालं आहे का कधी यावर? अभ्यासू लेख लिहिला आहे कोणी यावर? आपलं लहानपण कबरींवर पाणी ओतण्यामधे घालवलेल्या व्यक्ती आणि त्यांच्या भविष्यातील व्यवसाय संधी, त्यांनी निवडलेले नोकरी-धंदे यांमधला संबंध तपासून पाहणारी शास्त्रीय आकडेवारी कोणी एकत्रित केली आहे का? आधी त्यांना व्यवसाय, सभ्य जगातल्या नोकऱ्या यांची काही माहिती तरी असते का? आपलं करिअर या संकल्पनेची आणि त्यांची ओळख तरी असते का? त्यांच्याजवळ काही पर्यायही नसतात खरं तर. थोडक्यात, जर एखादी व्यक्ती वयाच्या सहाव्या वर्षापासून मृतांच्या जिवावर पैसा कमावत असेल, तर ती पुढच्या आयुष्यात अजून काय वेगळं करू शकेल नेमकं? देर्दाच्या डोक्यात या विषयासंदर्भात एक योजना होती.

'मी पुरलेला खजिना शोधून काढणार आहे. या जमिनींमधे खजिना पुरलेला आहे. पण कोणालाच तो नक्की कुठे पुरला आहे ते माहीत नाही.'

बाकीची मुलं गप्प राहून ऐकत होती. विषयच त्यांना चकित करुन टाकणारा, उत्सुकता वाढवणारा होता.

'कोणता खजिना?'

आपल्याला जगातली सगळी गुपितं ठाऊक आहेत अशा आविर्भावात देर्दा हसला.

'तुम्ही मोठे झाल्यावर तुम्हाला कळेल.'

तो ज्याला उद्देशून हे म्हणाला तो मुलगा त्याच्यापेक्षा दोन वर्षांनी लहान होता. त्याचं नावं होतं रेम्झी आणि जर त्याच्या बौद्धिक क्षमतेची कोणी कसोटी घेतली असती, तर त्याच्या घरातल्या लोकांना ताबडतोब विशेष भेटीकरता बोलावणं धाडलं गेलं असतं, तुमचा मुलगा विलक्षण बुद्धिमान आहे हे सांगण्याकरता. पण रेम्झी कधी शाळेतही गेला नव्हता. कबरीवर खोदलेली अक्षरं, आकडे पाहून तो स्वत:च वाचायला, आकडेमोड करायला शिकला होता. सगळ्या कबरींवरची नावं, जन्मतारखा, मृत्यूच्या तारखा त्याला तोंडपाठ होत्या. त्याने हे जाणीवपूर्वक केलं नव्हतं. आपल्याला हे सगळं तोंडपाठ आहे हे त्याला माहीतही नव्हतं. आता तो देर्दा काय सांगत आहे ते

ऐकत होता, पण त्याच वेळी तो मनातल्या मनात आत्ता आपण ऐकलेल्या वाक्यातल्या अक्षरांची संख्या आणि आपण आता जे बोलणार आहोत त्यातल्या अक्षरांचे आकडे एकत्र करून मोजत होता.

'हे भारी आहे पण...'

'आल्या! आल्या!'

रेम्झीच्या मनातली आकडेमोड हवेत विरून गेली. फाटकातून चार गाड्या आत आल्या. ज्याने त्या पहिल्यांदा पाहिल्या. त्याने सगळ्यांना इशारा केला. मुलं ताडकन् उठली, काही जणं धावायला लागली. रेम्झीला त्याचं वाक्य पूर्ण करता आलं असतं, पण त्यालाही इतरांप्रमाणेच पैशांची गरज होती. तोही उठून इतरांमागे धावायला लागला, आपल्या डोक्यातले आकडे झटकून टाकत. ते सगळे आकडे नाहीसे झाले. तसंही, काही वर्षांतच, फार जास्त नाही, तो जर आता करतो आहे तेच करत राहिला तर, त्याच्यातलं सगळं बुद्धिकौशल्य एकेक करून नाहीसं होणारच होतं, आणि मग तो इतर कोणत्याही सामान्य माणसाप्रमाणेच बनेल. ते जाऊ दे, त्याची आत्ता काही भीती नव्हती. पण हे त्याला माहीत नव्हतं. आणि आपल्या धावत्या मनाला, त्यात होत असणाऱ्या आकडेमोडीला आवर घालणं त्याला स्वत:लाही शक्य नव्हतंच. आत्ताही धावताना तो विचार करत होताच की कब्रस्तानातल्या कबरींपैकी नक्की कोणत्या कबरीखाली खजिना पुरून ठेवला असेल. मग त्याने प्रत्येक कबर, एकेक करून डोळ्यांसमोर आणली. कदाचित त्यामुळेच त्याला आपल्या समोर काय आहे ते दिसू शकलं नाही. तो एका कुटुंबाच्या कबरीवरच्या संगमरवरावर थेट जाऊन आदळला आणि खाली पडला. त्याने आपलं रक्ताळलेलं ढोपर काही क्षण निरखून पाहिलं, आणि मग तो ओरडला,

'अरे, माझ्याकरता थांबा जरा!'

सगळ्यांनी ते ऐकलं. पण कोणीच थांबलं नाही.

***

'आपण अजून काय करू शकणार, हसिबे?' ती बाई म्हणाली. तिला आणखी काहीच बोलायला सुचत नव्हतं. तिने हसिबेच्या खांद्याभोवती आपला हात टाकला, पण तिला स्वत:लाही रडू येत होतं. ते आवरताच येत नव्हतं. जणू काही सगळ्या वेदना एकत्रित होऊन हिमनगाप्रमाणे तिच्यावर कोसळल्या होत्या. आपली मान तिने खाली झुकवली होती. जणू मावळतीला गेलेला सूर्य आता पुन्हा कधीच उगवणार नव्हता. खरं तर जी प्रिय व्यक्ती सोडून गेली होती ती तिची मुलगी नव्हती. तिने तिला कधी पाहिलंही नव्हतं, एकदाही नाही. पण, तिने जिच्या खांद्याभोवती आपला हात टाकला होता, तिचं दु:ख तिच्या काळजालाही तितक्याच तीव्रतेनं भिडलं होतं. बाकी काही नाही, तरी तिच्या मनात प्रेम होतंच. ते तिचं मूल नसेलही, पण आपल्या नवऱ्यावर

तिचं प्रेम होतं, त्यामुळे तिच्या मनातलं प्रेमही परिवर्तित झालं. आणि विचार केला तर, अशी एक मुलगी, फक्त सव्वीस वर्षं वयाची, तिने स्वत:चा जीव घेतला होता. खूप लांब असताना, जिथे ती आपल्या राष्ट्राची सेवा करत होती तिथे. देशातल्या मुलांकरता. शिक्षकांच्या एका सभेत ती त्या मृत मुलीच्या आईला भेटली होती. जे शिक्षक इतक्या दूर राहून आपलं कार्य करत होते त्यांच्या कुटुंबीयांकरता त्या संध्याकाळच्या सभेचं आयोजन केलं होतं. त्यांना सगळ्यांना परस्परांबद्दल लगेच आपुलकी वाटायला लागली. जणू काही ते खूप पूर्वीपासून एकमेकांना ओळखत होते. का नाही त्यांना तसं वाटणार? त्यांच्या प्रिय व्यक्ती त्या एकाच शाळेत काम करत होत्या. एकाची मुलगी, दुसरीचा नवरा. एकीचं नाव होतं येसिम. दुसऱ्याचं नेझीह. एकजण नवीन शिक्षक, दुसरा सहायक मुख्याध्यापक. एक जण पक्षी, आणि दुसरा त्याला पकडणारा बोका.

येसिमच्या लक्षात आलं होतं की तिच्या आयुष्याचा शोध मृत्यूपर्यंत येऊन थांबतो. आणि अखेरीला, खूप कमी लोकांना शक्य होतं हे, तिला आपलं शव जमिनीखाली पुरलं जाण्यात यश आलं होतं. जे पत्रातून करणं तिला शक्य झालं नाही, ते तिने पिस्तुलाच्या साहाय्याने साध्य केलं. तिच्या निवृत्त कर्नल वडिलांच्या जुन्या पुराण्या पिस्तुलाने. ती कोसळली. ज्याच्या मालकीचं ते पिस्तुल होतं, तो वृद्ध माणूस आता हातामधे संगमरवरी लादी घेऊन उभा होता, त्याने तिचं चुंबन घेतलं. शाळेमधे तिने केलेल्या आत्महत्येच्या प्रयत्नानंतर, येसिमला तिच्या कामावरून मुक्त करण्यात आलं आणि त्यानंतर ती इस्तंबूलला परत गेली. पहिले काही दिवस तिने तोंडातून एकही शब्द उच्चारला नाही. मग पुढचे काही दिवस ती अनावर हसत होती. त्यानंतर दुसऱ्याच दिवशी तिने स्वत:वर गोळी झाडून घेतली.

आता ती नव्या कोऱ्या थडग्यात झोपलेली होती आणि तिच्या दोन मीटर वर असलेल्यांना तिच्या बाबतीत काय घडलं ते जाणून घेण्याची यत्किंचितही पर्वा नव्हती. तिला शक्य असतं तर ती पुन्हा भरभरून जीवन जगायला लागली असती. नेझीहच्या पत्नीने तिचा फोन येसिमच्या आईकडे दिला, तिने तो आपल्या कानाला लावला. 'माझी श्रद्धांजली, माझी मैत्रीण हरपली,' तो म्हणाला. नेझीहची मैत्री कौशल्याने प्रस्थापित केली गेली. त्याने फोनच्या दुसऱ्या टोकावरून मृताला आपली श्रद्धांजली अर्पण केली.

अगदी त्याच क्षणाला, जर येसिमला शक्य असते, तर तिने आपली बुबुळे जेवढी विस्फारता येतील तेवढी विस्फारून आपले डोळे सताड उघडले असते. आपल्या अंगावर पांघरलेलं कफन तिने बोटांच्या नखाने फाडून टाकलं असतं. आपल्यावर पसरलेली माती तिने घुशीसारखी खणून, ओरबाडून उकरली असती – आपण पृष्ठभागावर पोहोचेपर्यंत. त्यानंतर तिने आपल्या आईच्या हातातला फोन हिसकावून घेतला असता. जर तिला शक्य झाले असते तर तिने आपले तोंड जितके उघडता

येईल तितके उघडून मोठ्याने आरोळी फोडली असती, 'झक मार, हरामी कुत्तरड्या!'

पण येसिम यापैकी काहीही करू शकत नव्हती. आपल्या पापणीचा एक केसही ती हलवू शकत नव्हती. तिचे दफन करून सव्वीस दिवस लोटले होते. कदाचित आता तिच्या पापणीचा एक केसही शिल्लक उरला नसेल. हसिबेला आपण अजून काय बोलावे ते सुचेना, म्हणून मग ती 'आभारी आहे,' इतकंच म्हणाली, आणि तिने नेझीहच्या पत्नीच्या हातात फोन परत दिला. तिने फोन मिटला आणि आपले हात हसिबेभोवती लपेटले. त्या दोघींनी एकत्र अश्रू ढाळले.

इकडे, देर्दा त्या दोघी कधी शांत बसतील त्या क्षणाची वाट पाहत थांबून होता. तो क्षण, ज्या वेळी त्या दोघी स्वत:ला सावरतील. पण कुणाच्या समोर आपण आपला हात पसरावा? तो म्हातारा, की या दोन बायकांपैकी कुणासमोर? त्यांनी जर मला पैसे द्यायच्या ऐवजी हातावर चॉकोलेट ठेवलं तर, तर मी ते नक्कीच त्यांच्या तोंडावर उलट फेकून मारेन, तो मनातल्या मनात म्हणाला. कब्रस्तानामधे येणाऱ्यांच्या भात्यातील सर्वांत हिंसक शस्त्र म्हणजे कॅन्डी किंवा चॉकोलेट. त्यांचे हात खिशामधे खुपसले जात, तिथे त्यांनी नीट ठेवलेल्या तीन-चार कॅन्डी ते आपल्या मुठीत भरून घेत, आणि मग त्या मुलांच्या समोर धरुन ते म्हणत, 'घे बाळा.'

नेझीहची बायको पहिल्यांदा रडायची थांबली. जरी ती येसिमच्या आईला आपल्या कुटुंबापैकीच एक मानायला लागली असली, तरी तिला ती अनोळखीच होती. तसं तिच्या नवऱ्याचं, नेझीहचं नव्हतं. त्यामुळे पहिल्यांदा तिच्या डोळ्यांमधले अश्रू सुकले. देर्दाने ही संधी सोडली नाही आणि झटकन् आपला तळहात पुढे केला. त्या मुलाच्या विस्कटलेल्या चेहऱ्याकडे पाहताच नेझीहच्या बायकोने आपल्या हातातली पर्स उघडून आतली नाण्यांची छोटी पिशवी बाहेर काढली. तिच्याकडे चिल्लर नाणी नव्हती. आता तिला नोट बाहेर काढणे भाग होते. तिच्या दृष्टीने ते फार महाग नव्हते अर्थात. तिला एकच नोट बाहेर काढायची होती, पण चुकून दोन आल्या. वाईट वाटलं, पण खूप उशीर झाला आता.

'अचानकच, आपल्या हातून अनोळखी मुलांना खूप पैसे वाटले जातात. असू दे, कदाचित त्यामुळे आपल्या डोक्यावर जास्त आशीर्वाद जमा होत असावेत,' नंतर घरी पोचल्यावर तिने हे उद्गार काढले, आपल्या मुलाजवळ, तो महाविद्यालयात शिकत होता, येसिमपेक्षा पाच वर्षांनी लहान.

देर्दाने घाईघाईत ते पैसे जवळपास हिसकावूनच घेतले आणि तो कब्रस्तानाच्या बाहेर सुसाट धावत गेला, ते थेट पोचला जवळच्या कोपऱ्यावर असलेल्या दुकानात. त्याने खरपूस मांस भरलेलं सॅन्डविच विकत घेतलं, आणि तिथल्या तिथेच उभं राहून खाल्लं. तीन खाल्ली, एकामागून एक. खाताना त्याला तोठरे बसत होते अक्षरश:, त्याने बाजूच्या फ्रिजमधला सोडा घेतला, फट्‌ करून उघडला आणि एका झटक्यात घशात रिकामा केला. घटाघट प्यायला. आणि मग त्याला भान आलं. त्याला आठवलं की

घरी त्याच्या आईचे काही तुकडे उरलेले आहेत जे त्याला अजून पुरायचे आहेत. पोट भरताच त्याच्या लक्षात सर्वांत प्रथम आली ती ही गोष्ट. आपल्या आईचे पाच तुकडे, दरवाजाच्या मागे रचून ठेवलेले. रात्र होताच लगेच, तो मनातल्या मनात पुटपुटला. दुकानदाराला पैसे देऊन तो जायला वळला, पण पुन्हा आत गेला.

'मला सिगारेट्सचं एक पाकीट द्या.'

'कोणत्या?' दुकानदाराने विचारलं.

'सगळ्यात स्वस्त असेल ते,' देर्दा म्हणाला, 'आणि काडेपेटी सुद्धा.'

आणि अशा तऱ्हेने तो सिगारेट प्यायला लागला, आपल्या खिशात शिल्लक राहिलेल्या शेवटच्या नाणी खर्च करून. त्या वेळी तो अकरा वर्षांचा होता.

कब्रस्तानाच्या फाटकापाशीच इसाने देर्दाला गाठलं. त्याला क्षणभरही जास्त धीर धरवला नाही.

'पुरलेला खजिना! आमच्या नव्या कब्रस्तानामधे आहे तो.'

तो जगातला सर्वांत दुर्दैवी मुलगा असणार. त्याचं कुटुंब शहरातल्या सर्वांत मोठ्या कब्रस्तानाच्या शेजारून आता दोन नंबरच्या मोठ्या कब्रस्तानाच्या शेजारी राहायला गेलं होतं. इसा अजूनही कबरी धुण्याचं काम करत होता. तिथे कबरींवर पाणी ओतताना त्याला आपण मागे सोडून आलेल्या जुन्या कब्रस्तानाची आठवण येत असे. पण त्याला त्या आठवणी विसरून जायच्या होत्या. विसरून जायचा सर्वांत सोपा मार्ग म्हणजे नव्यावर लक्ष केंद्रित करणे. त्याच्या ते लक्षात आलं होतं.

'आणि त्या खजिन्यावरून मारामारी करताना, एक जण मेला...'

देर्दा तिथून निघून जायला लागला. तो काहीच बोलत नाही हे पाहून इसाने बोलायला सुरुवात केली.

'आमचं कब्रस्तान खूप मोठं आहे. इथल्याहून मोठं. ते जाऊ दे, तिथे दोन भाऊ आहेत. एकमेकांचा राग करतात ते. त्यांची प्रत्येकाची वेगळी टोळी आहे. मी त्यातल्या लहान भावाच्या बाजूने आहे. तो जास्त मोठा दिसत नाही, पण जेव्हा जेव्हा ते मारामारी करतात, तेव्हा मोठ्या भावाला हाच पिटून काढतो. अर्थात, दोन्ही टोळ्या वेगवेगळ्या ठिकाणी असतात. आम्ही एकमेकांच्या जमिनीवर जात नाही. इथल्यासारखं, एखाद्या कबरीवर हक्क सांगून तिथेच उभं नाही राहता येत आणि एक दिवस, कोणत्यातरी खजिन्याची बातमी पसरली. पण तो आमच्या बाजूला पुरलेला नव्हता. दुसऱ्या बाजूला होता. म्हणून मग आम्ही हळूच त्या बाजूला गेलो. आम्ही सगळीकडे खोदलं. पण आम्हांला काहीच सापडलं नाही. त्यानंतर मग एक दिवस आमच्यातल्या एका मुलाला एक विचित्रच कबर दिसली, मशिदीसारखी होती. ते काय आहे नक्की कुणालाच माहीत नव्हतं. मग ते सगळे म्हणाले, की इथेच असेल तो. पण खजिना मिळवायला इथे खोदायचं कसं? ती दुसऱ्या बाजूला होती. मग आम्ही ठरवलं की जायचंच तिथे, जर

मारामारीची वेळ आली तर करायची, त्यानंतर मग खणायचं आणि पुरलेला खजिना मिळवायचाच. मग आम्ही तिथे गेलो, तेव्हा दुसऱ्या टोळीतला एक मुलगा त्यावर झोपला होता, राखण करत. लहान मुलांपैकी होता. कबरीच्या वरती, गाढ झोपला होता. मग आम्ही त्याला उठवला. तो जाम घाबरला. नका, नका करू काही, तो आमची विनवणी करायला लागला. आम्ही काही ऐकलं नाही त्याचं अर्थात. तू खोदायलाच हवंस! मग तो लागला खोदायला, आणि मग...'

'खड्ड्यात घाल, भडव्या' देर्दाने शिवी हासडली. इसाच्या तोंडातून ती गोष्ट इतकी भराभर बाहेर पडत होती की ती देर्दाच्या त्या लहानशा शिवीवर जाऊन वेगात आदळली आणि तिचे फुटून तुकडे उडाले.

'काय पडलीय? शेवटी मिळाला का तो खजिना? नाही! मग झक मारत जाऊ दे.'

इसाचा चेहरा संगमरवरासारखा दगडी झाला. कब्रस्तानातला संगमरवर. त्याच्या चेहऱ्याच्या नसा कातडीवर येऊन चिकटल्या, संगमरवरातून वाहणाऱ्या हिरव्या नसांसारख्या. आयुष्याबद्दलचा एक धडा, जो त्याला अजून कोणीही शिकवलेला नव्हता, तो त्याला त्या क्षणी समजला. काहींच्या बाबतीत, मृत्यू ही अनिवार्य अट असते. इतर कुणाकरता, त्याला डोळ्यात गेलेल्या धूलिकणाइतकीच किंमत. इसाने आजूबाजूच्या कबरींकडे पाहिलं, आणि ते मेलेले आहेत हेच चांगलं असा विचार त्याच्या मनात आला. त्या दिवशी त्याचा विश्वास बसला की मानवी आयुष्य संपतं, माणसं मरतात कारण तेच बरोबर असतं. तो ज्या दिवशी मेला त्या दिवसापर्यंत त्याचा हा समज बदलला नाही. कदाचित म्हणूनच तो संगमरवरावर अक्षरं कोरण्याचा व्यवसाय करत होता. एकदा कब्रस्तानात जात असताना तो रस्त्यावरच्या एका लहानशा कारखान्यात हे काम शिकण्याकरता म्हणून शिरला आणि कुशल कारागीर म्हणून तिथून बाहेर पडला. हे सगळं झालं कारण त्या दिवशी देर्दाने इतक्या निष्ठुरपणे त्याचं बोलणं अर्ध्यावरच तोडून टाकलं. त्याच्या आयुष्यातली एक घटना तो सांगत असताना देर्दाने त्याला ती सांगू दिली नाही, आपल्या आयुष्याच्या कहाणीत कुणालाच रस नाही याची जाणीव त्याला आयुष्याबद्दल खूप काही शिकवून जाणारी ठरली. कदाचित म्हणूनच इसा त्यानंतर फक्त संगमरवराशी बोलायला लागला, पुढचं संपूर्ण आयुष्य. जर तो त्याची गोष्ट कुणाला तरी पूर्ण सांगू शकला असता तर – शाळेतल्या एखाद्या मुलाला – जो वर्गात शिकवणाऱ्या शिक्षकांच्या गोष्टी मन लावून ऐकत असतो, अशा मुलाला – कदाचित तो ही गोष्ट सांगू शकला असता, पण त्याही मुलाने का कोण जाणे त्याची गोष्ट ऐकण्यात रस दाखवला नाही. गोष्ट ऐकली गेली नाही हेच खरं. प्रशिक्षणाच्या शेवटच्या टप्प्यात असताना इसाने त्याची स्वतःची कबर बनवली. स्वतःकरता. एका कोपऱ्यात त्याने ती लपवून ठेवली. तो अधून मधून तिकडे जाई आणि तिच्याशी बोलत बसे. देर्दाने अर्धवट तोडून टाकलेली गोष्ट पूर्ण करत असे. पुन्हा पुन्हा तीच गोष्ट सांगत असे. आणि मग तो मेला. संगमरवराची धूळ सतत श्वासावाटे त्याच्या आत

गेल्याने तो मेला. एक दिवस उठला आणि मरूनच गेला एकदम. आणि त्याची गोष्ट? कुणाला पर्वा आहे? आता इसा मेल्यावर आणि त्याला पुरून झाल्यावर तर नाहीच.

ते मुकाटपणे चौकाकडे चालत गेले. सोबत चालत गेले. दुसऱ्याच्या मनात काय चाललं आहे हे दोघांनाही सांगता आलं नसतं. जाणून घेण्याच्या हजारो संधी त्यांना मिळाल्या असत्या तरी नसतं सांगता आलं. देर्दाची काळीकुट्ट मन:स्थिती, इसाचे शब्द. आपल्या आईचे तुकडे केल्यामुळे त्याच्या तोंडात शब्द घट्ट चिकटून बसून राहिले होते. त्याला कसं कळणार हे, त्याने स्वत:लाच विचारले. मग विसरून जाण्याकरता, त्याने खिशातून पाकीट बाहेर काढले आणि त्यातून एक सिगारेट काढली.

'पेटव एक.'

इसाने नकार दिला नाही. त्याने ती सिगारेट हातात घेतली, जणू काही आयुष्यभर तो याचीच वाट पाहत होता. त्याने ती पेटवली. आपण आत्ताच अग्नीचा शोध लावतो आहोत असं त्याला वाटलं त्या वेळी. त्याने भरभरून धूर आत घेतला, जणू काही शेकडो वर्षं तो हा धूर आपल्या आत ओढून घेत आहे. पण त्याचीही ही पहिलीच वेळ होती. काय माहीत जगभरात त्या दिवशी अजून किती मुलांनी सिगारेट प्यायला सुरुवात केली होती?

देर्दा काही पावलं चालत गेला आणि पायात आलेला एक दगड अंगठ्याच्या टोकाने त्याने जोरात उडवला. तो दगड इसाच्या हातावर जाऊन लागला, साहजिकच त्याला फ्री किक् मिळाली. आपण वर्ल्ड कप फूटबॉल खेळत आहोत अशा थाटात त्यांनी तो दगड पुढे उडवत नेला. मधेच तो रस्त्याच्या पलीकडे उडायचा, बाजूच्या फुटपाथवर जायचा पण तरी ते नेटाने त्याच्या मागे जात होते. त्या दिवशी, काय माहीत अजून किती मुलांनी दगडाला अशा लाथा घातल्या. आणि काय माहीत किती जण स्वत:च त्या दिवशी लाथा खाणारे दगड झाले होते.

***

पहाटेच्या अझानची बांग घरांच्या छपरांवरून सरकत देर्दाच्या कानात येऊन पोहोचली. त्याचे दोन काळे डोळे उघडले आणि वरच्या छतावर जाऊन टेकले. वासाच्या भपकाऱ्यामुळे त्याचं नाक आपसूक वाकडं झालं. तसाच तो आपले दोन्ही पाय सरळ करत आडव्याचा उभा झाला. उशीर झाला होता. डोळे उघडणं इतकं कठीण झालं होतं त्याला. सुरैयाच्या आईने दिलेल्या ताटलीभर भातामुळे पोट भरलं होतं. पण आता जर का त्याने घाई केली नाही तर त्याला ते पाच तुकडे पुरता येणं शक्य नव्हतं.

रांगेतल्या पहिल्या पाच संगमरवरी कबरींच्या पायथ्याशी त्याने जवळचे चार तुकडे पुरले. झाडांच्या फांद्यांमधून बाहेर येणाऱ्या सूर्याची किरणं आता त्याच्या मानेच्या मागच्या भागावर हुळहुळायला लागली, म्हणजे सूर्य बऱ्यापैकी वर आला होता.

त्याने एक दीर्घ श्वास आत ओढून घेतला. 'एकच तुकडा राहिला आता.'

भिंतीच्या कडेजवळ असलेल्या थडग्यांच्या रांगेतून तो धावत गेला. त्याच्या आईचा उजवा हात त्याने आपल्या काखेत धरला होता. चादरीत गुंडाळलेला हा पहिला तुकडा. कबरीच्या पायथ्यापाशी येऊन तो कोसळला. आजूबाजूला पाहिलं. दूर अंतरावर त्याला एक आकृती दिसली. घाईगडबडीत तो त्याचं फावडं, भांड्याचं झाकण विसरून आला होता. त्याने हाताने उकरण्याचा प्रयत्न केला पण जमीन पक्की होती. खड्डा काही केल्या जास्त खोलवर जाईचना. मग त्याने आपल्या आईच्या हाताकडे पाहिलं. सातपदरी कापडात गुंडाळलेला हात. त्याला वाटलं, जर हे वरचं कापडाचं आवरण काढून टाकलं तर या लहानशा खड्ड्यात हात नीट पुरता येईल. म्हणून मग त्याने त्या हातावर गुंडाळलेलं कफन ओरबाडून काढलं आणि बाजूला टाकून दिलं. आगीचा चटका बसावा तसा तो उघडा हात त्याच्या हातातून खाली पडला. त्याला तो पुन्हा हातात उचलून घेण्याचं धैर्य झालं नाही. त्याने वर पाहिलं, आजूबाजूला पाहिलं. आपल्या समोरच्या संगमरवरी लादीच्या बाजूला डोकावून पाहिलं, मगाशी दिसलेला तो माणूस अजून आहे की गेला हे बघायला. पण त्याला कोणी दिसलं नाही. गेला असणार, त्याला वाटलं. कोण होतं काय माहीत!

त्याने खणलेल्या खड्ड्यात आईचा हात कोंबला आणि बाजूची माती त्यावर ढकलून तो झाकून टाकला. मग उठून चालायला लागला. जलद चालत होता. रांगेत शेजारी शेजारी असलेल्या कबरींना ओलांडून तो पुढे गेला. त्या रांगेत प्रत्येक कबरीच्या मागे त्याच्या आईचा एकेक तुकडा विसावला होता. खरं तर तो त्यांनाच ओलांडून पुढे गेला असं म्हणायला हवं. कारण ज्याची कबर होती तो विरुद्ध बाजूला झोपलेला होता – लादीच्या दुसऱ्या बाजूला. इसाने जेव्हा काम शिकायला सुरुवात केली होती, तेव्हा त्याला सांगितलं होतं, 'त्याला साहिदे म्हणतात,' संगमरवरी कबरीची मागची बाजू.

चालताना त्याला चिंता वाटायला लागली की आपण आईचा हात फार खोलवर पुरलेला नाही, आणि म्हणून मग तो वळला आणि भरभर चालणं न थांबवताच त्याने आपल्या खांद्यावरून मागे नजर टाकली. आपण हाताचा भाग उघडा तर नाही टाकला या काळजीने. पण अचानक काय झालं कळलं नाही, तो धाडकन् कशावर तरी आपटला आणि खाली पडला. आपण कशावर आपटलो हे पाहायला त्याने मान वर केली, तर एक माणूस. दाढीवाला माणूस. अंगात पायघोळ झगा घातलेला. देर्दा कब्रस्तानातल्या मशिदीच्या इमामाला ओळखत होता आणि हा तो नव्हता. तो तय्यार होता. देर्दा त्याला पहिल्यांदाच भेटत होता.

तय्यारने शांतपणे देर्दाला आपल्या पायांवर उठून उभं राहत असताना निरखून पाहिलं, जणू काही खूप मोठी कुतूहलजनक गोष्ट त्याला या क्षणी दिसत होती. जणू जगाचा अंत समोर येऊन उभा ठाकला असता तरी त्याला आपली नजर त्याच्यावरून हटवणं शक्य झालं नसतं. तो मुलगा अंगावरची धूळ झटकत असताना त्याने लक्ष देऊन पाहिलं. हृदय उसळी मारून त्याच्या गळ्याशी आलं होतं. भेदरून जाऊन तो

स्वत:च्या मनाला विचारत होता, 'या माणसाने मी काय करत होतो ते पाहिलं तर नसेल?' त्याला आपली नजर वर उचलण्याची हिंमत होईना. त्या माणसाच्या डोळ्यांकडे त्याला पाहायचंच नव्हतं. त्याने आपली मान खालीच लटकत ठेवली, कपड्यांना न चिकटलेली धूळ आपण झटकत आहोत असं दाखवायचा त्याचा प्रयत्न चालू होता. मग तय्यारच्या तोंडातून शब्द उमटले. आपले डोळे अजूनही खालीच झुकवून देर्दाने ते ऐकले. अजूनही तो घाबरलेलाच होता.

'पुढच्या वेळी, नीट काळजी घे.'

मग तो मार्गातून बाजूला झाला आणि चालत लांब निघून गेला. देर्दाने मागे वळून पाहिलं पण तो माणूस निघून गेला होता. काय अर्थ होता त्याच्या बोलण्याचा? मी कशाबद्दल काळजी घेऊ? नक्की काय सुचवायचं असेल त्याला? देर्दा गोठून गेला. त्याच्या पायाखालची माती जणू काही चिखलाने भरलेली दलदल बनली होती. आणि तो उभ्या जागी त्या दलदलीत रुतत जात होता. त्याला आपला पाय उचलताच येईना. मग दलदल सुकली आणि त्याने एक पाऊल उचलले. तसं काही नसणार, त्याने विचार केला. कसं शक्य आहे ते? इतक्या प्रचंड कब्रस्तानात तुम्ही धावत येऊन एका माणसावर आदळता. तो अजून काय म्हणणार यावर? अर्थातच तो, पुढच्या वेळी नीट काळजी घेऊन, बघून चाल असं सांगणार. त्याला हसायला आलं. आपण कारण नसताना घाबरलो होतो याची त्याला खात्री पटली. आपण किती मूर्ख आहोत असं मनाशी म्हणत त्याने डोकं झटकलं. त्याने जर आपल्याला तो हात पुरताना बघितलं असतं तर तो आपल्या दिशेने धावत नसता आला? माझ्या मानगुटीला पकडून त्याने मला पोलिसांच्या ताब्यात दिलं नसतं का? कोण असं कृत्य बघून फक्त इतकंच म्हणेल, 'पुढच्या वेळी जास्त काळजी घे.' तो पुन्हा हसला, आणि चालायला लागला. मग तो थबकला आणि वळून त्याने त्या कबरीकडे पाहिलं. त्याला आपण मरून जावंसं वाटलं. त्याने जिथे नुकताच हात पुरला होता, त्या जागेवर तय्यार उभा होता आणि त्याच्याकडे वळून पाहत होता. मागे वळून निघून जाण्यावाचून दुसरा पर्यायच त्याच्यापुढे नव्हता. आपली पावलं झपाझप उचलत तो चालायला, मग पळायला, मग अजून वेगाने पळायला लागला. त्याला जर आपल्या मागून आणखी कसलाही आवाज आला असता तर त्याच्या पळण्याचा वेग अजून वाढला असता. मात्र मागे फक्त शांतता होती.

कब्रस्तानाच्या फाटकापाशी आल्यावर तो दम खायला जरा थांबला. आपलं डोकं हलवत तो म्हणाला, 'उगीचच,' आणि मग त्याला हसायला आलं. 'आपण उगीचच इतकं घाबरलो!'

'सकाळी सकाळी कशाला हसतो आहेस तू इतका? हे घे, आणि जा माझ्याकरता पाव घेऊन ये.'

रखवालदाराच्या खोपटाच्या खिडकीतून यासिनचा हात बाहेर आला. देर्दाने ते

पैसे घेतले आणि विचारलं, 'सुट्टे पैसे ठेवून घेऊ?' तो अजूनही हसतच होता.

'ठेव, तुझ्याकडेच ठेव, मुला.' यासिन म्हणाला.

पुन्हा एकदा उठायला लागल्यामुळेच यासिनचा मूड भयानक झाला होता. त्याला भूक लागली होती हेही एक कारण होतं. त्याला आपल्याकडचे सुट्टे पैसे देर्दाला देऊन टाकावे लागले हेही कारण असावं. त्याला उठून जेमतेम दोनच मिनिटं झाली होती, पण आत्ताच त्याला खंगून गेल्यासारखं वाटायला लागलं होतं. अजून एक घासही त्याच्या पोटात गेला नव्हता. पाव आणल्यानंतर शिल्लक राहिलेले सुट्टे आणि देर्दा, जाऊ दे दोघांनाही खड्ड्यात!

'हरामजादा,' तो चिडून म्हणाला. मग पुन्हा आपल्या बिछान्यावर येऊन झोपला. तो परत येईस्तोवर जराशी झोप काढावी, फार विचार न करता तो मनाशी म्हणाला. आणि गाढ झोपून गेला.

'अजून काही हवं?' त्याने दुकानदाराला काही उत्तर दिलं नाही. त्याला तो काय विचारतो आहे ते ऐकूही आलं नाही. कारण त्याच्या मनात आता मगाशी त्याने आईच्या हातावरचा कपडा ओरबाडून काढून तिथेच कुठेतरी भिरकावला होता त्याचा विचार येत होता. त्या माणसाला तो दिसला असेल का? म्हणून तर तो तिथे थांबला नसेल?

दुकानातून तो तीरासारखा धावत बाहेर पडला. किंवा अग्निबाणासारखा. त्याहूनही वेगवान. आपल्या लक्ष्यापर्यंत पोचण्याकरता त्याला मार्गातली निदान दहा तरी वळणं अजून पार करायची होती. संपूर्ण कब्रस्तान झपाट्याने ओलांडून तो भिंतीलगतच्या कबरींच्या शेवटच्या रांगेपर्यंत येऊन पोचला. आपण तिथे पोचल्यावर नक्की काय करणार आहोत याचा काहीच विचार त्याच्या मनात नव्हता, पण तिथे पोचल्यावर एक आश्चर्य त्याच्या पुढ्यात उभं ठाकलं होतं. अगदी अनपेक्षितरीत्या. पायघोळ झगा चढवलेला तो माणूस कबरीच्या डोक्याशी उभा होता, जिथे त्याने तो हात पुरला होता त्या कबरीपाशी.

तो ब्रेक लागावा तसा थांबला आणि जवळ दिसलेल्या त्या पहिल्या झाडाच्या आडोशाला लपला आणि मग खोडामागून हळूच मान बाहेर काढत त्याने बाहेर पाहिलं. पण त्याला तिथून काही धड दिसेना. त्यांच्या मधे जवळजवळ पन्नास कबरींच्या रांगा होत्या. चाळीस मीटर. आपण त्या माणसाच्या फार जवळ जाता कामा नये हे त्याला माहीत होतं, पण निदान तो कोणत्या तरी कोनातून दिसायला तर हवाच होता. त्याने अंदाज घेतला, सुरक्षिततेच्या दृष्टीने त्या दोघांमधे निदान वीस कबरींचं अंतर तरी आवश्यक होतं. आसपासच्या झाडांकडे त्याने झटकन् एक नजर फिरवली. त्यांच्या एकमेकांमधे गुंतलेल्या फांद्या पाहिल्या. तिथपर्यंत पोचून त्याला त्या फांद्यांच्या मागे लपता यायला हवं. तिथून त्याला सगळं नीट दिसू शकेल.

खारीच्या चपळाईने, उड्या मारत, अलगद, जलद पावलांनी तो धावला. दर पाचव्या झाडामागे दडून तो परिस्थितीचा अंदाज घेत होता. शेवटी तो त्या हिरव्या पानांच्या गचपणापर्यंत येऊन पोचला. तिथे इतक्या फांद्या एकमेकांमधे अडकून होत्या की झाडांच्या तीन बुंध्यांमधून उगवलेलं ते एकच झाड आहे असं वाटत होतं. त्याने आपला श्वास रोखून धरला. आपली पाठ झाडाला चिकटवून त्याने खोडामागून डोकावलं. डावा डोळा फांद्यांच्या जाळ्यातून फिरला. त्याच्या दृष्टीने इतपत धैर्यही खूपच होतं या क्षणी. पण निदान तो माणूस काय करतो आहे हे बघायला तर पाहिजेच.

कबरीच्या पायथ्याशी झुकून हातातलं एक मोठं पांढरं पाकीट त्या कबरीच्या भोवतालच्या संगमरवरी कडांच्या आतल्या थडग्याच्या मातीमधे तो पुरत होता. कबरीच्या पुढच्या बाजूला एकाच लहानशा फांदीच्या टोकावर उगवलेले दोन लाल गुलाब वाहिलेले होते. त्याने माप घेतलं, आणि त्यांच्यापासून पाच वितींच्या अंतरावर त्याने ते पाकीट पुरलं. थडग्याच्या आतमधे पक्षी त्यांच्याकरता ठेवलेलं पाणी पीत होते, त्यांच्या जवळ. त्याने हाताने माती सारखी केली आणि आजूबाजूला पाहिलं. देर्दाचा एक डोळा लगेच झाडाच्या खोडामागे अदृश्य झाला. आपलं हृदय जोरजोरात धडधडत असल्याचा आवाज त्याला ऐकू येत होता. छातीच्या पिंजऱ्यातून फुटून ते बाहेर येईल इतक्या जोरात धडधडत होतं. तो पुन्हा एकदा झाडाच्या खोडाच्या पायथ्यापाशी कोसळला. पुन्हा वळून तिकडे पाहाण्याचं त्राणच त्याच्या अंगात शिल्लक नव्हतं.

तो अर्धा तास तिथेच पडून राहिला. त्या मुळांमधे, झाडाचाच एक भाग बनून. फक्त त्याचे केस वाऱ्याच्या हलक्या झुळकीने हलत होते, आजूबाजूची पानं हलत होती तसेच. त्याचे गुडघे हनुवटीला चिकटले होते. आणि हाताची घट्ट घडी त्या दुमडलेल्या पायांभोवती पडली होती. पूर्णपणे निश्चल असा तो तिथे पडून होता.

'नालायक, तुला पाव आणायला सांगितलं होतं ना मी मगाशी? कुत्र्या!'

यासिन आपल्याला झोडपून काढतो आहे या गोष्टीमुळे आयुष्यात पहिल्यांदाच त्याला इतका आनंद होत होता. त्या सकाळी यासिन काहीही नाश्ता न करताच घराबाहेर पडला होता आणि इतक्या वाईट मूडमधे होता की देर्दाची पिटाई कधी थांबवूच नये असं त्याला वाटत होतं.

***

तीन ठोशांनंतर तो उठला आणि कब्रस्तानाच्या बाहेर पळाला. दुकानातल्या फळीवरच तो हातातला पाव विसरून आला होता. त्याने रखवालदाराच्या खोपटाच्या उघड्या खिडकीतून तो आत टाकला. 'खिडकी उघडी आहे, आत हात घालून तो टेबलावर ठेव.' यासिनने त्याला सांगितलं होतं. म्हणून देर्दाने तसंच केलं. पडद्यांच्या मागून त्याने पाव आत सरकवला आणि खिडकीजवळ असलेल्या

टेबलावर टाकून पुन्हा पळायला लागला. त्याला ते रक्ताळलेलं फडकं शोधून नाहीसं करायलाच हवं होतं.

त्या एकाच दिवशी पुन्हा तेच दृश्य त्याला दिसलं. कबरीसमोर एक माणूस उभा होता. पण या वेळी हा दुसरा माणूस होता. आखूड बाह्यांचा कमीज त्याच्या अंगात होता आणि डोळ्यांवर चष्मा होता. त्याने आजूबाजूला पाहिलं आणि गळ्यातला टाय सारखा केला. पन्नाशी उलटलेला होता तो.

देर्दा पुन्हा त्याच जागी लपला. त्याने त्या पांढऱ्या पाकिटाकडे पुन्हा तसाच दृष्टिक्षेप टाकला. त्या माणसाने जमिनीतून ते पांढरं पाकीट काढून घेतलं आणि त्या जागी एक पिवळं पाकीट ठेवलेलं त्याने पाहिलं.

त्या माणसाने पृष्ठभागावरची माती सारखी केली आणि पुन्हा आजूबाजूला पाहिलं, मग तो निघून गेला. मधल्या रस्त्यावरून चालत कब्रस्तानाच्या फाटकाबाहेर पडला. तो त्या पायघोळ झग्यातल्या माणसासारखा संथपणे चालत नव्हता. त्याच्या हालचाली जलद होत्या. घाईगडबडीत असल्यासारख्या. त्याने एका मिनिटात त्याचं काम उरकलं आणि आता तो गेलाही. देर्दाला त्याचा चेहरा दिसला होता पण त्याच्या ओळखीतल्या कुणासारखाच तो दिसत नव्हता. त्याची अंगकाठी बारीक होती आणि रंग गोरा होता. चेहरा अगदी निर्विकार. चेहऱ्यावरच्या सुरकुत्यांमधून काहीही बाहेर उमटणार नव्हते आणि आत झिरपणार नव्हते.

देर्दाने तो माणूस दृष्टिआड होईपर्यंत वाट पाहिली. मग तो झाडामागून बाहेर आला आणि सरळ धावत कबरीजवळ गेला. मागच्या बाजूला पोचला. आपल्या गुडघ्यांवर बसत त्याने त्या कापडाची शोधाशोध केली. त्याला ते मिळालं. एक प्रदीर्घ नि:श्वास त्याच्या छातीतून बाहेर पडला. तो पकडला गेला नव्हता. त्याला खदखदून हसायला आलं. खिशातून काडेपेटी काढून त्याने त्यातली एक काडी पेटवली. नाजूकशा त्या काडीतून अग्निज्वाळा झेपावल्या, मग दुसऱ्या हातात त्याने ते फडकं टोकाला धरून उचललं आणि आपल्यापासून लांब धरलं. मग त्या फडक्याचं सुटं टोक त्याने आगीच्या ज्वाळेवर टेकवलं. ज्वाळा वर सरकल्या आणि ते फडकं धडाडून पेटलं. जरा वेळ त्याने ते तसंच हातात धरलं, आणि मग चटके बसायला लागताच खाली टाकून दिलं. फडकं जळून खाक झालं, मग त्याने पायाच्या टाचेने ते चुरमडून टाकलं. काळीकुट्ट राख हवेत उडाली, त्या रक्ताळलेल्या फडक्याचा मागमूसही राहिला नाही.

मग तो कबरीपाशी गेला. कबरीजवळ ठेवलेल्या पाकिटाकडे. कबरीच्या आतल्या थडग्यात जाऊन त्याने आजूबाजूला पाहिलं. कोणीही दिसलं नाही. चपळ हालचाल करुन त्याने खालच्या मातीत हात घालून ते पाकीट बाहेर काढलं. ते टेपने चिकटवलं होतं. एक बरं की कोपऱ्यावरच्या दुकानात मिळते तशीच ती टेप होती, त्यामुळे गरज पडली तर आपण ते पाकीट होतं तसं बंद करू शकू याची त्याला खात्री होती. त्याने ते सावकाशीने, हळू हळू उघडले. पाकीट खराब होणार नाही याची काळजी घेऊन.

आपण बघतो आहोत ते सत्य नाही, याची त्याला खात्री पटली. त्या पाकिटाच्या आत नोटांची एक जाडजूड थप्पी होती. देर्दाने थरथरत्या हातांनी त्यातून पाच नोटा बाहेर काढल्या आणि आपल्या खिशात सरकवल्या. मग त्याने अजून पाच घेतल्या. ते पाकीट उघडं होतं त्यामुळे त्याला मोह आवरता येईना. त्याला आपण जास्तच पैसे काढून घेतो आहोत याची भीती वाटली आणि म्हणून त्याने ते पुन्हा बंद केले आणि टेपवरून आपल्या बोटांचं नख दाबून फिरवत त्याने ते पुन्हा चिकटवलं. ज्या लहानशा खड्ड्यातून त्याने ते पाकीट बाहेर काढलं होतं त्यातच त्याने ते पुन्हा ठेवलं आणि मातीने झाकून टाकलं. त्याला पळायला हवं. तो पळाला. त्याला जोरात पळायला हवं होतं. तो अजून जोरात पळाला. कब्रस्तानाच्या फाटकाबाहेर पडून तो तिथल्या लहानशा रस्त्यावरच्या बसस्टॉपपाशी आला. तिथे तो वाट बघत थांबला. भीतीने गारठून गेला होता. ज्याने ते पाकीट तिथे ठेवलं होतं तो माणूस, किंवा तो पायघोळ झगेवाला माणूस आपल्याला पुन्हा दिसतो की काय या भीतीने त्याला काहीच सुचेना. रस्ता ओलांडताना तो डावीकडे बघायला थांबला नाही, उजवीकडे नाही, त्याने मागेही अजिबात वळून पाहिलं नाही. आपल्या स्वत:च्याच शेपटीमागे पळणाऱ्या कुत्र्यासारखा तो जात होता. बसस्टॉपवरच्या बाकड्यावर बसलेली म्हातारी बाई त्याला म्हणालीही,

'काय झालं आहे पोरा तुला? शहाण्या माणसासारखा बस पाहू एका जागी!' तिने तिच्या बाजूच्या रिकाम्या जागेकडे हात केला. पण देर्दाने तिच्याकडे दुर्लक्ष केलं आणि बस येईपर्यंत अस्वस्थतेनं चुळबुळ करत तो जागीच उभा राहिला.

तिसऱ्या बसमधून तो खाली उतरला. तो ज्या स्टॉपवर उतरला होता त्याचंच नाव समोरच्या प्रचंड मोठ्या इमारतीच्या पाटीवर लिहिलेलं होतं. तो त्या इमारतीच्या प्रवेशद्वारापाशी गेला. लोकं त्या स्टॉपला नुसतंच तुरुंग म्हणून संबोधायचे. दाराजवळच्या शिपायापाशी तो गेला आणि त्याला म्हणाला, मला तुरुंगाशी सोड. मला माझ्या वडिलांना काही तरी द्यायचं आहे, माझ्या आईने त्यांच्याकरता दिलं आहे.' शिपायाने मागच्या भव्य पोलादी दरवाजावर हाताने ठोकलं आणि काही सेकंदांनी तुरुंगाच्या रक्षकाने त्यातून डोकं बाहेर काढून बघितलं.

'काय आहे?'

'माझ्या वडिलांकरता आहे,' देर्दा म्हणाला. 'मला त्यांना काही तरी द्यायचं आहे, माझ्या आईने दिलं आहे.'

'काय आहे ते?'

त्याने आपल्या खिशातून पाच नोटा बाहेर काढून त्याला दाखवल्या. उरलेल्या त्याने खिशातच ठेवून दिल्या होत्या. रक्षकाने मुलाच्या हातातल्या नोटांकडे पाहिलं आणि झट्‌कन त्या किती आहेत मोजलं.

'कोण आहे तुझा बाप?' त्याने विचारलं.

देर्दाने तो पाच वर्षांचा असताना ज्या माणसाला अखेरचं पाहिलं होतं, ज्याचा चेहराही त्याला आठवत नव्हता, त्याचं संपूर्ण नाव त्या रक्षकाला सांगितलं.

'ठीक आहे,' रक्षक म्हणाला. दरवाजाच्या फटीतून फक्त त्याचं बाहेर आलेलं डोकंच तेवढं दिसत होतं. आता एक हात बाहेर आला. त्याने ते पैसे घेतले आणि तो दरवाजा बंद करून घ्यायला लागला. इतक्यात तो मुलगा काहीतरी म्हणाला, आणि तो थांबला.

'कसे आहेत माझे वडील? ठीक आहेत ना ते?'

'हा तुरुंग आहे, पोरा. तुला वाटतं इथे कोणी ठीक असेल असं?' असं म्हणत तो त्या दरवाजाच्या मागे नाहीसा झाला.

ते शब्द त्या पोराच्या कानातून आत शिरले आणि डोळ्यांमधे येऊन दाटले. त्याच्या डोळ्यांमधले अश्रू आता बाहेर वाहणार हे बघताच बाजूचा शिपाई म्हणाला, 'त्याचं काही ऐकू नकोस. तुझे वडील मजेत आहेत, काळजी करू नकोस.' देर्दाने घुटका गिळला, डोकं वर उचललं आणि त्या शिपायाकडे पाहिलं.

'ते चांगले आहेत, हो ना? आणि तुम्ही त्यांना हेही सांगाल का, की माझी आई मेली,' इतकं बोलून तो चालायला लागला.

त्याचा विश्वास होता की तुरुंगात असलेल्या त्याच्या वडिलांचं त्याच्यावर खूप प्रेम आहे आणि ते त्याला कधीही अनाथालयात पाठवणार नाहीत. तो कुणालाच त्याचं गुपित सांगू शकणार नव्हता. त्याचं हे सर्वांत मोठं गुपित फुटलं तर तो आयुष्यभर सगळ्यांकडून वाळीत टाकला जाईल. कारण त्याचं गुपित भयानक होतं, त्याने त्याच्या आईचे तुकडे करून ते पुरून टाकले होते. पण खरं तर ते गुपित त्याच्या चालण्यातूनही लक्षात येत होतं. त्याने त्याचे हात ज्या प्रकारे खिशांमधे खुपसले होते त्यावरून, त्याचं डोकं ज्या प्रकारे झुकलं होतं त्यावरून, प्रत्येक पाऊल टाकताना त्याची पावलं ज्या प्रकारे जमिनीवर घसटत होती त्यावरून, त्याच्या संथ चालीवरून. जणू काही त्याला कुठेही जायचंच नाही आहे, कुठे जाण्याकरता जागाच नाही आहे त्याच्याकडे. किंवा मधेच तो जलद चालायचा, सगळ्यालाच खूप उशीर होतोय असं वाटून आणि शिवाय त्याला येणारा वास. घामाचा आणि एकाकीपणाचा. कदाचित रस्त्याच्या पलीकडून चालणाऱ्या लोकांच्या किंवा बाजूच्या गाड्यांमधून जाणाऱ्यांच्या काही लक्षात आले नसते, पण जर त्यांनी एकदाच त्याच्या चेहऱ्याकडे नजर टाकली असती, तर त्यांच्याही लक्षात यायला वेळ लागला नसता. तो तिथून जात असताना एका जेन्दार्मेने (फ्रेन्च पोलिस) त्याच्याकडे पाहिलं. कदाचित म्हणूनच त्याने त्याचं डोकं हलवलं आणि शिवी घातली, 'कुत्र्यासारखं झालंय आयुष्य. फक् इट!'

आणि मग ती बातमी शिपायाच्या कानापर्यंत गेली आणि पैसे रक्षकाच्या खिशात. दोन्ही तिथून गायब झाले, विस्मरणातही गेले. जिथपर्यंत पोचायला हवं होतं

तिथे काहीच पोचलं नाही. पण देर्दा, आपल्या घराकडे परतताना, आपल्या घट्ट मिटलेल्या ओठांतून मूक उच्चारव करत होता, 'थोडं थांबा आणि बघा, अब्बाजान, बघा, मी तुम्हाला किती पैसे आणून देतो अजून ते!' पुढचे तीन दिवस तो कबरीजवळच्या त्या जागेवरून, जिचा काही लोकं पोस्टाच्या पेटीसारखा वापर करायला लागले होते तिथून, हललाच नाही. पण कोणीही आलं नाही, आणि कोणीही तिथे पाकीट ठेवून गेलं नाही.

पण चौथ्या दिवशी ते घडलं, ज्याची तो वाट पाहत होता. त्याला तो पायघोळ झग्यातला माणूस दिसला. पण या वेळी तो त्या कबरीच्या पुढे न थांबता निघून गेला आणि उजव्या बाजूच्या कबरीसमोर येऊन थांबला. झाडाच्या मागून पाहणाऱ्या देर्दाच्या लक्षात आलं की, जर त्याची आठवण बरोबर असेल, तर त्या कबरीच्या पायथ्याशी त्याचा आईचा अजून एक तुकडा पुरलेला आहे. उजव्या पायाचा तुकडा, गुडघ्यापासून घोट्यापर्यंतचा.

झग्यातल्या माणसाने एक पांढरं पाकीट पुरलं आणि तो सरळ पुढे बघत निघून गेला. देर्दाने एक क्षणभरही वाट पाहिली नाही. तो कबरीपाशी धावला. त्याने ते भलमोठं पाकिट उघडलं, पैशांशिवाय मौल्यवान दुसरं काहीच नाही हा विचार मनाशी करत. पाकिटाच्या आत कागदांचा गठ्ठा होता. कागद आणि छायाचित्रं. त्यावर काही लिहिलं होतं. पायघोळ झगे घातलेल्या दाढीवाल्या माणसांच्या समूहांचे फोटो. काही डोकं झाकलेल्या माणसांच्या चेहऱ्यांवर लाल पेनाने वर्तुळ काढलेलं होतं. त्याच्या जवळच काहीतरी लिहिलं होतं – त्याच लाल पेनाने. पण देर्दाला अजून वाचता येत नव्हतं. जर त्याला वाचता येत असतं तर त्याला शेख गाझी आणि हिदिर अरिफ अशी नावं वाचता आली असती. पण जरी त्याला ती वाचता आली असती तरी त्याला कशाचाच अर्थ लागला नसता. कारण त्याने एम चं नावही कधी ऐकलं नव्हतं. ब्रिटिश गुप्तचर संघटना किंवा इंग्लंडमधल्या हिकमत तारिकत संघटनेचे सदस्य. त्या कागदावरचं प्रत्येक अक्षर जरी त्याला वाचता आलं असतं तरीही त्याला काडीइतकाही उलगडा झाला नसता. कागदांचा तो गठ्ठा, जो पैशांच्या बदल्यात हस्तांतरित केला जात होता तो गुप्तचर संस्थेचा माहिती खजिना होता. कब्रस्तानातल्या फाटकातून या रांगेतल्या कबरींपर्यंत येणारा तो चष्मेवाला माणूस वकिलातीत कोणत्या हुद्द्यावर काम करतो आहे हे जरी त्यातून कळलं असतं तरी त्याला नेमकं काय आणि कशाकरता हे चालू आहे याचा पत्ता लागला नसता. कारण, अर्थातच स्टीव्हनच्या बिझनेस कार्डावर तो इस्तंबूलमधला एम चा माणूस आहे याचा काहीही उल्लेख नव्हता. तो राजनैतिक अधिकारी आहे, इतकंच त्यावर होतं. तय्यारसोबत तो जी ही अदलाबदल करत होता त्याला एम च्या भाषेत डेड ड्रॉप म्हणतात. या हस्तांतरण पद्धतीमधे देणारा आणि घेणारा कधीही समोरासमोर भेटत नाहीत. या तंत्रामुळे आता त्यांचा सेफ डिपॉझिट बॉक्ससारख्या मार्गांचा वापर करण्याचा खर्च वाचत होता. पूर्वी त्याच्या वापरावाचून

गत्यंतरच नव्हते. मात्र जिथे हे हस्तांतरण होते त्या जागी काहीतरी ठेवले आहे किंवा नाही हे सूचित करण्याकरता कोणत्या तरी सांकेतिक खुणेची आवश्यकता असे. स्टीव्हन त्याकरता रस्त्यावरच्या एका दिव्याचा वापर करून घेत असे. अचूक सांगायचे तर रस्त्यावरच्या दिव्याचा खांब. पाकीट ठेवल्यानंतर तो दोन बाईकपैकी एकीचे कुलूप खांबाजवळ ठेवून जाई. एक निळे होते, दुसरे लाल. दोन बाईकची कुलुपे. तय्यार आणि स्टीव्हनमधे त्यांची देवाण घेवाण होई. एक ठेवून जाई, दुसरा उचलून घेई. आणि पुन्हा तसेच. हस्तांतरण सुरक्षित होण्याकरता त्याचा उपयोग होई. असे हस्तांतरण करण्याकरता सर्वांत सुरक्षित जागा म्हणजे कब्रस्तान, कारण तिथे अजिबात वर्दळ नसे. उगीचच कामाशिवाय कोणी तिथे फिरकत नसे. तिथे नजर ठेवून असणारे सगळे डोळे भूमिगत होते. कदाचित स्टीव्हनने हस्तांतरणाकरता कब्रस्तान निवडलं याचं कारण त्याच्यातली काळ्या अद्भुताची, रोमांचकतेची आवड हेही असू शकेल. शेवटी हा मृतांच्या साक्षीने केलेल्या हस्तांतरणाचा प्रकार होता.

तय्यारच्या राजद्रोहाचं कारण खूपच साधं होतं. अगदी एक वाक्य, जे शेख गाझीने अनेक वर्षांपूर्वी उच्चारलं होतं. 'हिदिर अरिफ हा माझा एकमेव वारसदार आहे हे लक्षात ठेवा.' तय्यारने त्याचं अख्खं आयुष्य शेख गाझीच्या पायांवर वाहिलं होतं. तो फक्त सात वर्षांचा होता, तेव्हा तेहरान सेलाहत्तीन नावाच्या माणसाने केलेल्या सशस्त्र गोळीबाराच्या मधोमध घुसून शेख गाझीचे प्राण त्याने वाचवले होते. तो सात दिवस बेशुद्ध होता त्यानंतर. आणि मग शेख गाझी आणि तेहरान सेलाहत्तीनने हातमिळवणी केली त्यालाही तो साक्षी होता, त्या दोघांनी एकमेकांच्या गालांचे चुंबन घेतले होते आणि प्रदेश आपापसात सामजस्याने वाटून घेतला होता. त्यामुळे त्याच्या धार्मिक वडिलांनी कोणे एके काळी म्हटलं होतं त्याप्रमाणे, आता त्याने रडायचं काहीच कारण उरलेलं नव्हतं. स्टीव्हन पुरेसा अनुभवी होता. लाखो दातांच्या रांगांमधून नेमका कोणता दात किडलेला आहे तो त्याला अचूक शोधून काढता येत होता, आणि तो उपटून कसा टाकायचा याचं तंत्रही माहीत होतं. तय्यारने शेवटी स्टीव्हनचा प्रस्ताव स्वीकारलाच. ते काही असो, ज्या दिवशी वारसदार कोण याची घोषणा झाली, म्हणजे अनेक वर्षांपूर्वी तय्यार अशा प्रकारच्या प्रस्तावाची वाटच पाहत होता. तो जे करत होता ती फितुरी नव्हतीच खरं तर. त्याची न्याय्य मागणी तो पूर्ण करून घेत होता. पैशांमधे. देर्दाला हे सगळं समजणं केवळ अशक्य होतं.

त्याने ते कागद पुन्हा पांढऱ्या पाकिटात घालून ते बंद केलं आणि जिथून काढलं तिथेच पुरून ठेवलं. त्यानं तसं केलं नाही तर कदाचित तय्यार त्याला पकडेल. पण देर्दाकडे वाटमारीचा वारसा, लुटारूपणाला आवश्यक असणारी उपजत बुद्धी होती, त्याच्या वडिलांकडून वारसाहक्काने त्याच्यापर्यंत आलेली. काहीतरी विचित्र, आंतरिक प्रेरणेने त्याने त्यातले अर्धे कागद काढून स्वत:कडे ठेवण्याचं ठरवलं. त्याने ते आपल्या टी-शर्टच्या खाली, आपल्या पँटच्या कमरबंदाच्या आत त्याचे कोपरे लपतील अशा

बेताने लपवले. बाकी पाकिटात घालून त्याने ते पटकन पुरून टाकले आणि तो तिथून पळून गेला. पळताना त्याने विचार केला, जर हे कागद खरंच इतके बहुमोल असतील, त्यांच्या बदल्यात पैसे मिळणार असतील, तर त्याला आता कबरी धुण्याचं काम करण्याची काही गरज नाही. आपण त्या पिवळ्या पाकिटातले पैसे आज घ्यायचे नाहीत, त्याने स्वत:शी ठरवले. एका सकाळभरात दोन चोऱ्या त्या लहान मुलाकरता पुरेशा होत्या.

खिशातल्या पाच नोटांच्या जिवावर त्याने पाच दिवस भरपूर खाल्लं, सिगारेटी ओढल्या. त्या रात्री तर सुरैयाच्या आईच्या दारावर टकटक करायलाही तो विसरला. जमिनीवरल्या गादीवर असलेल्या उशीच्या अभ्र्यामधे त्याने पांढऱ्या पाकिटातून काढलेले कागद लपवून ठेवले, त्यानंतर रोज रात्री तो त्यांच्यावर डोकं ठेवून निजायचा आणि श्रीमंत व्हायची स्वप्न पाहायचा. पण लवकरच त्याच्या लक्षात आलं की ही कागदपत्रं कुणाला विकायची असतात हे आपल्याला माहीतच नाही आहे. 'पण ते ठीक आहे,' देर्दा म्हणाला. 'काही तरी मार्ग शोधेन.' आणि मग व्यावसायिक चोर होण्याच्या आपल्या स्वप्नामधून बाहेर येत तो लहान मुलाच्या झोपेमधे गुडुप झाला.

देर्दा झोपला होता तेव्हा स्टीव्हन वकिलातीच्या अतिमहत्त्वाच्या कक्षात बसला होता. आपल्या की पॅडवर गुप्त भाषेतला संदेश टाईप करत होता. प्रत्येक टाईप केलेला शब्द यंत्राच्या आतल्या कागदाच्या पट्टीवर उमटलेल्या छिद्रांमधे रूपांतरित होत होता. यंत्राचं तोंड पिवळ्या बारक्या पट्टीला ओकून बाहेर टाकत होतं, बिळातून बाहेर पडणाऱ्या सापासारखी ती पट्टी पुढे पुढे सरकत होती. वळत होती, गुंडाळली जात होती. गुप्त संदेश लिहून झाल्यावर त्याने पैशांच्या व्यवहाराची पावती तपासून बघावी तशी ती कागदाची पट्टी बारकाईने तपासली. आपला अंगठा आणि त्याच्या बाजूचं बोट वापरून त्याने त्यावरचे आठ आकडे नीट मोजले. मग ती पट्टी पाकिटात टाकून त्याने ते सीलबंद केलं, आणि एम च्या प्रवासी वाहकाची तो वाट पाहू लागला. लंडनहून ते महिन्यातून दोन वेळा येत. त्यांच्या खिशात अर्थातच राजनैतिक पारपत्र असे. गुप्तहेर संघटनेच्या दृष्टीने हे प्रवासी-वाहक खरं तर संदेशवाहक कबुतरांइतकेच प्राचीन आणि कालबाह्य होते. पण स्टीव्हन तसाच होता. पत्र लिहायला आवडण्याइतका जुनाट. गुप्त संदेशाचा खास डिझाइन केलेला इंटरनेट प्रोग्रॅम त्याच्या संगणकावर टाकला होता आणि तो संपूर्णपणे अयशस्वी झाला होता. या गोष्टीची खुशी त्याच्याइतकी दुसऱ्या कोणालाच झाली नाही. आपल्या संदेशामधे टाकण्याचे निवडक शब्द डोक्यात घोळवत असताना तो यंत्रातून बाहेर पडलेल्या पिवळ्या पट्टीला कुरवाळत होता, त्याने जे काही लिहिलं, त्याचा मथळा होता-

हिकमतचा सदस्य, बेझिर, याच्यावर टेहेळणीची गरज आहे.

आणि पुढे त्याने लिहिले -

तुम्ही दिलेल्या हुकुमानुसार एका मजुराचा, ज्याच्यावर पूर्वी खुनाचा आरोप होता, त्याची आणि त्याच्या मुलीची व्हिसाची विनंती फेटाळून लावण्यात आली होती, परंतु उबेदुल्लाह आणि त्याचा मुलगा बेझिर यांच्या माहितीचा सखोल आणि काळजीपूर्वक अभ्यास केल्यावर, मला असे वाटले होते की ती विनंती मान्य करणे फायदेशीर ठरू शकेल. मात्र आता नुकत्याच हातात आलेल्या कागदपत्रांवरून मला असे दिसते आहे की बेझिर हा हिंसाचाराकडे झुकलेला धर्मांध आहे. आणि उबेदुल्लाह हा हिदिर अरिफचा कट्टर समर्थक आहे. त्यामुळे मला असे वाटते की त्याच्यासमोर कोणताही प्रस्ताव मांडणे ही मोठी चूक ठरू शकेल. माझ्या मते तो भविष्यात मुजाहिदी बनण्याची क्षमता अंगात बाळगून आहे, त्यामुळे मी विनंती करतो की लवकरात लवकर बेझिरवर कडक पाळत ठेवण्यात यावी.

स्टीव्हन त्याच्या बेयोग्लूच्या घरी परतला तेव्हा जवळपास सकाळ उजाडली होती. आता आपल्याला झोप लागणे अशक्य आहे हे जाणवून त्याने थॉमस एडवर्ड लॉरेन्सचं सेव्हन पिलर्स ऑफ विज्डम पुन्हा एकदा वाचावं म्हणून हातात घेतलं. बहुधा तो हे हजाराव्यांदा तरी वाचत असेल. वाचत असताना, त्याला पुन्हा एकदा वाटलं की आपण या माणसाचे – जो लॉरेन्स ऑफ अरेबिया म्हणून ओळखला जातो त्याचे इतके जबरदस्त चाहते का आहोत हे आपल्याला कधीच नेमके बोट ठेवून सांगता येणार नाही. असं का याचा त्याने कदाचित दहा हजाराव्यांदा विचार करून पाहिला. कारण, कदाचित तोही एक गुप्तहेर होता म्हणून? किंवा कदाचित तोही त्याच्यासारखाच स्वत:ला वेदना पोचवून त्यातून लैंगिक आनंद मिळवणारा, मॅसोचिस्ट होता म्हणून? अगदी बरोबर, याच दोन कारणांमुळे हे नक्की. पांढऱ्याशुभ्र कापडावर स्वत:ला पुढे मागे घासत असताना त्याने स्मितहास्य केलं. स्टीव्हन त्याच्या बैठकीच्या खोलीतल्या सोफ्यावर लॉरेन्स घालत असे तसा, अरबी शेखासारखा पायघोळ झगा घालून बसला होता. खास दमास्कसच्या शिंप्याकडून शिवून घेतलेल्या पांढऱ्याशुभ्र कापडाच्या पोषाखाच्या आतलं त्याचं शरीर सुखावत होतं.

त्याची साधारण वीसेक पानं वाचून झाली असताना फोनची घंटी वाजली. फोन उचलल्यावर एखाद्या अरब शेखाप्रमाणेच तो त्यात बोलला. पहाटेचे चार वाजले आहेत याची त्याने अजिबात फिकीर केली नाही.

'डॅड!'

आणि मग स्टीव्हनने आपल्या मुलाच्या तोंडावर फोन आपटून बंद केला. गेल्या चार वर्षांत पहिल्यांदाच तो आपल्या मुलाचा आवाज ऐकत होता या गोष्टीची त्याने फिकीर केली नाही. मग पुन्हा फोन वाजला. तीन वेळा. लागोपाठ तीनदा. अगदी जवळून कोणी घंटी वाजवत असावा तसा. स्टीव्हनने पान उलटलं आणि शांतपणे फोनकडे वळून

त्यावर एक दीर्घ आणि कठोर दृष्टिक्षेप टाकला, जणू तो खूप दूर पोचला होता.

***

कब्रस्तानाच्या फाटकातून तो आत गेला तेव्हा सूर्य मावळायला काही क्षणांचाच अवधी होता. तो रखवालदाराच्या खोपटासमोर उभा राहिला.

'यासिन भाई!'

'कशाला इतका ओरडतोस, कारट्या?'

तो जागीच खिळला. यासिन त्याच्या मागे उभा होता. त्याने आपल्या हातातला बग्लामा त्याच्याकडे दिला. त्याच्या काळ्या पेटीसकट.

'त्या माणसाने दुरुस्त केला. त्याने तुम्ही जसं सांगितलं होतं तेच केलं.'

बग्लामा हातात घेताना यासिनने त्याला विचारलं,

'पुरले का दिलेले पैसे?'

'हो, पुरले.'

'काही सुट्टे?'

'तुम्ही उरलेले सुट्टे ठेवून घ्यायला सांगितले होते. मी आख्खा दिवस तुमच्या कामाकरता बाहेर होतो. मला आधीच...'

'ठीक आहे, ठीक आहे,' यासिन म्हणाला.

मग तो त्याच्या खोपटात गेला. दरवाजा बंद करून तो दिवाणावर बसला. काळी पेटी उघडून त्याने आतला बग्लामा बाहेर काढला. दोन दिवसांपूर्वी तो दारूच्या नशेत असताना भिंतीवर आपटला होता. त्याच्या गोलमटोल शरीरावर त्या वेळी हे वाद्य होतं, भिंतीवर आपटल्यामुळे त्याचं हॅन्डल तुटलं होतं.

'जर शरीराला काही झालं असतं तर महागात पडलं असतं खूप, कदाचित वाचवताही नसतं आलं' बग्लामा दुरुस्त करणारा मास्टर देर्दाला म्हणाला होता. मग त्याने नवं हॅन्डल बसवून दिलं होतं. आता यासिन आपल्या हाताच्या पंजात त्या हॅन्डलला कुरवाळत होता. तो ताराही छेडणार होता पण थांबला. 'मला माफ कर,' तो हळू आवाजात म्हणाला. बग्लामाने यासिनला माफ केलं आणि मग तीर्कू चे स्वर रखवालदाराच्या खोपटातून निनादले. देर्दाला ते तीर्कू माहीत होतं. आय डिड इट मायसेल्फ, आय फाउन्ड इट मायसेल्फ (मी ते स्वत: केलं, मी ते स्वत: शोधलं). अजून कुणाला जबाबदार धरता येईल ही शक्यता यासिनच्या बाबतीत नव्हती. कधीच नव्हती. पण असं कोणीतरी होतं ज्याच्यावर देर्दा मात्र खूप चिडला होता. यासिन. 'मला त्याने इतक्या भल्या पहाटे बाहेर पाठवलं!' तो वैतागून म्हणाला. कोणी आलं असेल का, त्याच्या मनात विचार आला. कोणी आलं असेल का त्या कबरीपाशी?

तो पूर्ण आठवडा त्या झाडाच्या बुंध्यापाशी लपून जराही नजर न हलवता कबरीवर लक्ष ठेवून होता, आजची सकाळच अपवाद होती. एकच मार्ग होता ते जाणून घेण्याचा. प्रत्यक्ष जाऊन बघणे.

भिंतीलगतच्या कबरींच्या रांगेपाशी तो आला आणि थांबून विचार करायला लागला. त्याने पहिलं पाकीट ज्या कबरीपाशी लपवलं होतं तिकडे पाहिलं. मग उजव्या बाजूच्या कबरीजवळ गेला. त्यांचा क्रम डावीकडून उजवीकडे असेल का? त्याने मनाशी विचार केला. म्हणजे, ते उभ्या रांगेतल्या कबरींचा वापर करत असतील का? हो, त्याला खात्री पटली. नक्कीच. त्यांना आपल्या लपवायच्या जागेमधे सतत बदल करावाच लागत असणार. कोणाला संशय आला तर? म्हणून ते रांगेत पुढे जात असावेत. डावीकडून उजवीकडे.

आपल्याला वाटतं आहे ते बरोबरच याची त्याला इतकी पक्की खात्री होती की तो सरळ त्या कबरीपाशी गेला, पायथ्याशी थबकला आणि आपली बोटं त्याने थडग्याच्या आतल्या बाजूच्या मातीत खुपसली. त्याने माती जराशी उकरली. शोधलं, आणि त्याच्या हाताला काहीतरी कठीण लागलं. पण ते पाकीट नव्हतं. त्याने त्याचा हात अजून खोलवर खुपसला, आणि त्याच्या हातात काहीतरी पेटीसारखं आलं. त्याने ते बाहेर ओढलं. जमिनीतून एक पांढरी पेटी बाहेर आली. त्या क्षणी देर्दाइतका उत्सुक आणि आनंदी मुलगा पूर्ण पृथ्वीवरही शोधून सापडला नसता. काय माहीत त्या पेटीत काय खजिना दडला असेल ते? कदाचित पाकिटात मावू शकणार नाहीत इतके पैसे!

त्याने झटकन् आजूबाजूला पाहिलं आणि ती पेटी उघडली. ज्या क्षणी त्याने ती उघडली त्याच क्षणी त्याला ती फटकन् बंद करावीशी वाटली. पण त्याला उघडलेलं झाकण बंद करण्याकरता खाच मिळेना. पेटीचे आणि झाकणाचे तुकडे जुळवण्याच्या नादात त्याची पकड सुटली, आणि सगळं जमिनीवर घरंगळलं. पेटी, त्याचं झाकण आणि त्याच्या आईचा डावा हात सगळं खालच्या मातीत पडलं. म्हणजे जे काही त्याच्या आईच्या हाताचं शिल्लक उरलं होतं ते मातीत पडलं. थोडं मांस आणि सगळी हाडं. देर्दाला माहीत होतं हा तिचा डावा हात आहे कारण त्यानेच तो कबरीच्या पायथ्याशी पुरला होता. उलटी होऊ नये म्हणून त्याने एक मोठा आवंढा गिळला. खोल श्वास घेत त्याने आपल्या हृदयाची हालचाल मधेच थांबू नये याकरता आटोकाट प्रयत्न केले आणि चेहरा वाकडा करत आपल्या टी-शर्टच्या कडेवर पकडून त्याने आपला हात पेटीवर धरला आणि झाकण बसवले. मग कबरीच्या दुसऱ्या बाजूला चार पावलं चालत जाऊन गुडघ्यावर वाकून त्याने आधी जो खड्डा खणला होता तो बघितला. पण त्याला फार शोधावं लागलं नाही. तो तिथेच होता, त्याच्या गुडघ्यांमधून आ वासून पाहत.

कोणाला तरी त्याच्या आईचा डावा हात मिळाला होता, त्याने तो पांढऱ्या

पेटीत घातला होता, आणि थडग्याच्या आतल्या मातीत पुरला होता. पण कोणी? देर्दाला तय्यारचं नाव माहीत नव्हतं. 'त्याने पाहिलं होतं!' तो फक्त इतकंच मनाशी बोलू शकला. 'त्या माणसाने नक्कीच मला पाहिलं होतं. म्हणूनच त्याने जास्त काळजी घ्यायला सांगितलं, काळजी घे खूप नाही तर तू पकडला जाशील!'

त्याचं बरोबर होतं. स्टीव्हनच्या सूचना अशा होत्या–

पाकिटाच्या आत आतल्या कागदपत्रांची एक यादी ठेव, आणि ती सुद्धा पाकिटात घाल. म्हणजे मला आत काय आहे त्याची खात्री करून घेता येईल.

स्टीव्हनला या प्राथमिक खबरदारीच्या उपायाचा फायदा झाला होता, त्याने तय्यारला आत नसलेल्या कागदपत्रांबद्दल सावध केलं. आणि त्याने, त्याच्या बाजूने ज्या कुणी त्याला पाकीट पुरताना पाहिलं असण्याची शक्यता होती, अशांची एक यादी बनवली. आणि त्या यादीत फक्त एकाच व्यक्तीचे नाव होते. तो मुलगा, जो लपून छपून कबरीच्या पायथ्याशी काहीतरी पुरत होता. तय्यारने त्या दिवशी देर्दा गुडघ्यावर बसून जिथे खणत होता ती जागा उकरून पाहिली आणि जेव्हा मांसाचा तुकडा त्याच्या डोळ्यांना दिसला, तेव्हा तय्यारसारख्या हट्ट्याकट्ट्या, अनुभवी योद्ध्याच्या पोटातूनही उन्मळून आलं. त्याने ती भावना झटकून टाकली अर्थात, आणि त्या मुलाला गळाला अडकवण्याची एक युक्ती योजली. एक गळ, एक आमिष, एक मासा. तो काही त्या मुलाला शोधण्याकरता धावाधाव करणार नव्हता काय माहीत तो कोण, कुठला, आणि कुठे गेला होता. तो त्याच्या सावजाला एकाच फटक्यात गारद करणार होता. कोणती कबर त्याला जाळ्यात अडकवायला वापरायची इतकंच त्याला ठरवायचं होतं. ज्या कबरीमधून त्या मुलाने कागद चोरले त्या? किंवा, जणू काही सगळं नेहमीप्रमाणेच चालू आहे हे भासवण्याकरता, उजवीकडच्या पुढच्या कबरीत ठेवायचं? दोन शक्यता, एक जुगार. तय्यारने त्याच्या मनातल्या शंकेला दुजोरा दिला, की तो मुलगा चांगलाच हुषार असणार, आणि तो त्यांच्यावर बराच काळ नजर ठेवून असणार. त्याने कागदांच्या जागी ती पेटी लपवली.

ती सर्वांत अचूक युक्ती ठरली. जागा आणि अंदाज अगदी बरोब्बर ठरला होता. देर्दाला वाटलं, अजून कोणी दुसरा हे करूच शकत नाही. नक्की तो झगा घातलेला माणूसच यामागे आहे. जर दुसरं कोणी असतं तर हजारो पोलिस आतापर्यंत इथे येऊन पोचले असते. मी कब्रस्तानात पाय ठेवायच्या आधीच त्यांनी मला पकडलं असतं. पण ती पांढरी पेटी, हा पुरण्याचा खटाटोप. आता काय करू मी, देर्दा मोठ्या आवाजात उद्गारला. जवळजवळ ओरडूनच.

'मी इतक्या मोठ्या लफड्यात अडकलोय!'

मग त्याने आपल्या हातातल्या पेटीकडे पाहिलं. आधी त्याला ती कुठे तरी टाकून द्यावी लागणार होती. मग बाकीचं.

तो भिंतीच्या पायथ्याशी गेला आणि त्याने तिथे जितकं खणता येईल तितकं

खोल खणलं, ती पेटी आत फेकली आणि वरतून माती पसरली. मग उठला आणि कुठेही न बघता वळला. या वेळी आपल्या आईला आपण कुठे पुरलंय हे लक्षात ठेवायचीही त्याला फिकीर वाटेना. काही फरक पडणार आहे का आता त्यामुळे? तो नक्कीच प्रत्येक कबरीसमोर जाऊन प्रत्येक तुकड्यासमोर झुकून फतिहा म्हणणार नव्हता. ते मरू देत, त्याने मनातले विचार झटकले. आता काय करायचं पण? त्या लोकांना हवंय काय माझ्याकडून? 'पैसा?' त्याच्या डोक्यात एकदम विचार चमकला.

'त्यांना त्यांचा पैसा परत हवाय. साल्यांना त्यांचा पैसा परत हवाय. पण आता कुठे आहे त्यातलं काही शिल्लक? मी सगळ्या नोटा खर्च करून टाकल्या आहेत. पण कागद मात्र आहेत अजून माझ्याकडे त्यांचे. मी ते त्यांना परत करून टाकतो. मग कदाचित ते माफ करतील मला. त्यांचे कागद त्यांना परत मिळाले की ते माझा पाठलाग थांबवतील. पण जर नाही थांबवला तर?'

त्या रात्री त्याने ती पेटी पुन्हा त्या आधीच्या खड्ड्याजवळ नेली, त्याच्याकडच्या अभ्र्यात गुंडाळलेले कागद त्याने त्याच्यात भरले आणि ती पुरून टाकली. शक्य होती तेवढी माती नीट पसरली. त्या रात्री त्याच्या डोळ्याला डोळा लागला नाही. हातात सूरा घेऊन तो वाट बघत राहिला, टक्क जागा राहिला, त्याच्या मिट्ट काळोख्या घरात एकटा. शेवटी पहाटेच्या अझानची बांग ऐकू आली, कोणी तरी अंगाई गात असावं आपल्याकरता असं त्याला वाटलं आणि मग त्या आवाजाच्या कुशीत तो गाढ झोपी गेला.

जाग आली आणि तो अनवाणीच घराबाहेर पडला. भिंतीकडे धावत गेला, वर उडी मारली आणि पलीकडे गेला. थडग्याजवळ जाऊन त्याने तिथे खणलं. मग अजून खणलं. थोडं अजून. खणता खणता त्याने माती इकडे तिकडे उडवली. आणि मग तो हसायला लागला, अजून माती उडवायला लागला. शेवटी त्याला खात्री पटली. ते लोक कागद घेऊन गेले होते. आता ते निघून गेले होते! तो पायघोळ झगावाला माणूस येऊन ते कागद घेऊन गेला होता. आता बहुतेक तो पुन्हा कधीच परत येणार नाही. पण मग त्यांचे पैसे? देर्दाला आठवलं आणि त्याचा चेहरा पडला. पैशासाठी कशावरून परत येणार नाहीत ते? खरं तर ते फार नव्हते. पण तरी तो पायघोळ झगावाला माणूस आलाच परत त्याकरता तर? मग माझं काही खरं नाही. देर्दा पूर्ण भेदरला होता. ते नक्कीच मला ठार मारणार. कारण मला त्यांचे पैसे परत करता येणार नाहीत, जीव गेला तरी नाही. कितीही महिने काम केलं तरी मला ते त्यांना देता येणार नाहीत. 'शिट्!' देर्दा किंचाळला. 'फक्!'

त्या दिवसानंतर देर्दाचं आयुष्य बिळातल्या उंदरासारखं झालं. दिवस जसे जसे उलटत गेले तसा तो म्हातारा होत गेला. कारण वेदना भीतीची नसते, भीती असते वाट पाहण्याची. आणि भीतीची वाट पाहत राहणे हे भीतीपेक्षाही भयानक. कुणीतरी लिहून नव्हतं का ठेवलं याबद्दल?

***

‘काय चाललं आहे?’ इसाने विचारलं. ‘कोणाची वाट बघतो आहेस का तू?’

‘नाही,’ देर्दाने उत्तर दिलं.

पण त्याचं फारसं समाधान झालं नाही या उत्तराने. कारण तो आजूबाजूला सारखा बघत होता, झाडांमागे कोणी आहे का ते बघायला मान उंचावत होता. मधेच उठून उभा राहायचा, आणि मग पुन्हा खाली बसायचा. गेला महिनाभर तो असंच वागत होता.

‘मग तू असं सारखं इकडे तिकडे का बघतो आहेस?’

‘तुला काय करायचंय?’ देर्दा भुंकला. मग त्याला वाईट वाटलं.

‘मी तुला काही तरी सांगणार आहे. पण गुपित आहे ते. कुठेही बोलू नकोस.’

‘बरं,’ इसा म्हणाला, ‘सांग मला.’

‘तुला पायघोळ झगा घातलेला एखादा माणूस इथे दिसला तर मला लगेच सांग.’

इसाने देर्दाच्या खांद्यावरून मागे बोट दाखवत म्हटले, ‘तिथे आहे एकजण,’

देर्दाने ताडकन् उडी मारून मागे वळून बघितले. उबेदुल्लाहचा भाऊ याकूप, अंगात लांब, पायघोळ पोषाख घालून मशिदीसारख्या दिसणाऱ्या एका कबरीजवळ उभा होता, त्याचे हात प्रार्थनेकरता जोडलेले होते. देर्दाने इसाकडे पाहिलं.

‘तो हा माणूस नाही! यानेही घातलाय लांब झगा, पण हे बघ मी तुला सांगतो तो कुठे दिसू शकेल ते. आमची भिंत माहीत आहे ना तुला? आमच्या घराची भिंत? तिकडे बघ, भिंतीजवळची ती कबरींची रांग दिसते आहे? ती बघ, सर्वांत शेवटची रांग. तो माणूस तुला तिथे कुठे दिसला तर मला सांग. नक्की सांग. जर मी घरी असलो तर तिकडे येऊन सांग. मी कुठेही असलो तरी, मला शोध बरं का. अल्लाह कसम, खूप महत्त्वाचं आहे हे. कळतंय का?’

इसा हसायला लागला.

‘ठीक आहे, पण इतकं काय आहे महत्त्वाचं? हे गुपित आहे का तुझं?’

‘हे बघ, नुकतंच मी त्या झगेवाल्या माणसाकरता एक काम केलं आहे. कबर साफ केली, त्याचे त्याने मला अजून पैसे दिलेले नाहीत. म्हणून मग मी त्याला शिव्याशाप दिले. तेव्हा त्या माणसाने मला पिटलं. कळलं? आता जर त्या माणसाला मी पुन्हा दिसलो तर तो मला चांगलाच धुऊन काढेल पुन्हा. मी खरंच त्याला खूप घाणेरड्या शिव्या दिल्या आहेत.’

‘खरं की काय?’ इसा उपहासाने म्हणाला. ‘तुला असं वाटतं आहे का की त्या माणसाला तुझ्या मागावर राहण्यावाचून दुसरा काहीच उद्योग नाही? तो विसरूनही गेला असेल. कशाला परत येतोय तो आता?’

‘इन्शाल्ला, बरोबर आहे तुझं,’ देर्दा म्हणाला. मग तो उठून उभा राहिला. हातांचा आडोसा करून त्याने डोळ्यांवर येणाऱ्या सूर्यकिरणांना रोखलं, आणि आजूबाजूची नीट टेहेळणी केली. कबरीच्या कडेला नीट बसत त्याने आपली पाठ मागे टेकवली,

इसाने दिलेली सिगारेट हातात घेतली.

'तरीही, तुला जर त्या तिथल्या कबरींच्या जवळ जर कोणी फिरताना दिसलं तर मला कळव, ठीक आहे?'

इसाने देर्दाची सिगारेट पेटवली, 'नक्की, तू काळजी करू नकोस,' तो म्हणाला. मग त्याने स्वतःची सिगारेट पेटवली, आणि पुढे म्हणाला,

'मला विचारशील तर, तू उगीचच घाबरला आहेस.'

पाच झुरके मारून होईपर्यंत इसा थांबला, मग पुन्हा म्हणाला, 'तुला फेव्जी माहीत आहे ना? तो अनाथालयातून पळालेला मुलगा?' देर्दाने मान हलवली.

'मी त्याला कालं पाहिलं. विचित्रच आहे तो जरा. त्याच्या जवळ ती एक पिशवी असते नेहमी. तुला माहीतेय त्यात काय असतं? त्याने मला काल दाखवलं. एक बाहुली. म्हणजे ती लहान मुलींच्या खेळण्यांमधे असते ना, तशी. त्या बाहुलीच्या अंगावर कपडे होते. मग फेव्झीने ते कपडे काढले. त्या बाहुलीला खऱ्या बाईसारखी छाती आणि कुले होते. अगदी मोठ्या बाईसारखे, माहीत आहे ना? ते जाऊ दे, पण तो म्हणाला, अनाथालयातून तो पळून आला त्याचं कारण ही बाहुली. काय म्हणतात तिला? बार्बो, बार्बा, असंच काही तरी. हां बार्बी, बार्बी. आणि का पळाला माहीत आहे? कारण तिथल्या मुलांनी त्याला ते करताना पाहिलं. म्हणजे बाहुलीला हाताळताना, मग ते फेव्झीवर चढले, कळलं म्हणजे काय ते तुला?'

देर्दा, अजूनही त्याचा एक डोळा आसपास नजर ठेवून होताच, त्याने हातातली सिगारेट कबरीच्या दगडावर चुरमडली. मग विचारलं,

'हं, पण त्या बाहुलीकरता त्याने असली घाण का सहन केली? तिला फेकून का नाही दिलं लगेच? तसं केलं असतं तर त्या मुलांनी त्याला त्रास दिला नसता.'

'थांब, ऐक.' इसा म्हणाला. 'त्याला ती बाहुली कोणी दिली होती, तुला माहीत आहे?'

'मला कसं माहीत असणार?'

'अरे, पंतप्रधानांनी दिली होती त्याला ती!'

'फक्!' देर्दा उद्गारला.

'शप्पथ रे! त्यांच्या शहरात, किंवा गावात, जे काही असेल ते, तिथे पंतप्रधान आले होते. मग ते सगळे त्यांना भेटायला गेले. तो लहान होता तेव्हा. पंतप्रधान खेळणी वाटत होते. म्हणून मग सगळी मुलं धक्काबुक्की करत, पुढे जात होती घ्यायला. तेव्हा त्याला ती जमिनीवर पडलेली मिळाली. आधी त्याला कळलंच नाही ते नक्की काय आहे. मग त्याला का कुणास ठाऊक ती फेकून देता येईना, किंवा कुणाला द्यावीशीही वाटेना. म्हणजे, कसंही असलं तरी पंतप्रधानांनीच नाही का दिली ती त्याला? पण तिथल्या मुलांनी, त्याच्याकडे ती पाहिली. आणि ती मुलींच्या खेळण्याची गोष्ट, हो की नाही? त्यांनी तिला सगळीकडे हात लावला. फेव्झीला त्याबद्दल काही

करता आलं नाही अर्थातच. मग ते फेव्झीला हात लावायला लागले सगळीकडे. आणि तो...'

देर्दाने वळून इसाकडे पाहिलं.

'काय रे, तूही काही केलंस का?'

बऱ्याच वेळाने इसाने प्रश्नानेच उत्तर दिलं.

'तुला करायचं आहे?'

'झक् मार तिकडे,' देर्दा म्हणाला. 'मला त्याच्याकडून कशाला काय हवंय?'

'तू त्याला पाव नेऊन दे, आणि मग फेव्झी...'

'अजिबात नाही,' देर्दा म्हणाला.

'सगळेचजण करतात, असं फेव्झी म्हणाला. फूटबॉलच्या मैदानावरची मुलंही येतात. पण तू ती बाहुली बघायला हवीस, अगदी खऱ्या बाईसारखीच आहे. आणि फेव्झी, तिला त्याच्या हातांनी...'

'मर जा तिकडे!' देर्दा म्हणाला. त्याच्या पोटामधे ढवळून आलं होतं. इसाने दिलेल्या पावाच्या बदल्यात फेव्झीने त्याला जे काही केलं त्या कल्पनेनं नाही. त्याला फेव्झीने अनाथालयात त्याच्या बाबतीत जे झालं असं सांगितलं होतं त्यावर विश्वास ठेवल्यामुळे. कदाचित ते खरंही असेल. कदाचित ते संडासात फेव्झीवर चढलेही असतील. पण देर्दा स्वत:सोबत कधीही बार्बी बाळगणार नव्हता. आपण जे काही केलं ते उगीचच, निरर्थक असं त्याला काही क्षण वाटून गेलं. अनाथालयाला तो उगीचच इतका घाबरला होता. आपल्या आईचे आपण तुकडे केले आणि ते कब्रस्तानात पुरले, ते सगळं उगीचच केलं ही भावना काही केल्या मनातून जाईना. त्या पायघोळ पोषाख केलेल्या माणसाचे पैसे त्याने चोरले, नंतर इतक्या मोठ्या संकटात सापडला तेही सगळं उगीच झालं. आणि हे सगळं झालं त्याला कारण फेव्झी. आणि त्याची ती मूर्ख बाहुली. कारण त्याला ती बाहुली मिळाली म्हणूनच त्याचं डोकं फिरलं.

'त्या फेव्झीला जाऊन झवतो आता बरोबर!' देर्दा चिडून मोठ्याने म्हणाला, मनातले विचार आपण इतक्या मोठ्याने उच्चारतो आहोत याचं भानही त्याला राहिलं नाही.

त्यावर इसाने त्याच्या थेट डोळ्यांमधे पाहिलं आणि म्हणाला, 'आता कसं म्हणालास, मित्रा.'

***

'उठ, जागा हो!'

सायप्रसच्या झाडांच्या सावलीत तो पाय ताणून झोपला होता, दोन थडग्यांमधल्या एका जागेत – जी नव्याने येणाऱ्या मृताची वाट पाहत अजून रिकामीच पडली होती. देर्दाने डोळे उघडले तेव्हा त्याला त्याच्या अंगावर झुकलेला इसा दिसला.

‘काय झालंय?’

‘तुझ्या त्या कबरींच्या जवळ कोणी तरी आहे. पण बाई आहे ती.’

देर्दा पटकन उडी मारून ऊठला. सवयीने जवळच्या प्लास्टिक बादल्या आणि ब्रश त्याने उचलून घेतला आणि इसासोबत निघाला. त्याचं काळीज उडी मारून तोंडात येऊन बसलं होतं, ओठ गच्च दाबून तो कसंबसं त्याला मागे ढकलत होता. पण त्या कबरींच्या जागी ते पोचले आणि त्याला दिसलं की एक बाई समोर उभी आहे, तेव्हा तोंड उघडून आपल्याला काही तरी बोलणं भागच आहे हे त्याच्या लक्षात आलं.

‘ठीक आहे, तू जा आता.’

‘नक्की ना?’ इसाने विचारलं.

‘हो, तू जा तुझ्या कामाला,’ देर्दा म्हणाला.

इसा निघून गेला, देर्दा तिथेच त्या झाडांच्या मागे त्याच्या नेहमीच्या टेहेळणीच्या जागेवर लपून बसला. त्या बाईला पाहताना तो झाडावरच्या पानासारखा थरथर कापत होता.

जिथे त्याच्या आईचा डावा स्तन आणि बरगड्यांचा पिंजरा पुरला होता त्या कबरीच्या समोर ती स्त्री उभी होती. त्या तुकड्यांनी त्याला तोडताना सर्वांत जास्त त्रास दिला होता. ती बाई त्या जागी अगदी स्तब्ध उभी होती, समोरच्या संगमरवरी लादीकडे टक लावून पाहत. देर्दाला वाटलं ती नेहमीच्या कब्रस्तानात येणाऱ्या लोकांपैकीही एक असू शकते. तिला आता कोणत्याही क्षणी रडू फुटेल असं तिच्या चेहऱ्याकडे बघून वाटत होतं. तिने कबरीच्या संगमरवरी कडांना स्पर्श केला आणि आपलं तोंड हातांनी झाकून घेतलं. देर्दाला तर आता पूर्ण खात्रीच पटली. आणि आता तो झाडांमधल्या त्याच्या गुप्त जागेमधून बाहेर पडणार, इतक्यात त्याला जे दिसलं ते पाहून तो चक्कर येऊन खालीच पडला. जेमतेम स्वत:ला सावरत त्याने डोळे चोळले आणि समोरचा पानांचा पसारा दूर सारत नीट बघितलं. त्या बाईने तिच्या बॅगेतून एक पांढरं पाकीट काढलं आणि ते तिने कबरीच्या आतल्या मातीच्या पृष्ठभागावर ठेवलं. ‘फक्!’ त्याच्या तोंडातून चीत्कार बाहेर पडला.

त्या बाईने हाताने लहानसा खड्डा खणला. पाकीट आत राहील इतका खोल झाल्यावर तिने ते आत टाकलं आणि मग आजूबाजूला पाहिलं. देर्दाने झटकन् आपलं डोकं झाडाच्या मागे ओढून घेतलं. आता काय करू मी? त्याने पुन्हा पुन्हा मनाशी विचार केला. आता मी नेमकं काय करणार आहे? मी काय करणार आहे? आणि मग त्याच्या मनात एक विचार चमकला. जर मी आत्ता तिच्याशी बोलायला गेलो तर? आत्ता तिच्याजवळ जाऊन मी सगळ्याचं स्पष्टीकरण दिलं तर? जर मी त्यांचे पैसे त्यांना परत करू शकत नाही असं सांगितलं तर? तिच्या पायाशी लोळण घेऊन मी तिची माफी मागितली तर? विनवणी केली तर? कदाचित तिचं मन मी वळवू शकेन.

मग ती त्या पायघोळ झगेवाल्याशी त्या बाबत बोलेल. हो, असंच करायचं! तो स्वत:शीच बोलला. असं केलं तर नक्की उपयोग होईल. आता घाबरून राहायचा कंटाळा आला आहे! जे काय होईल ते होईल. आता मला पर्वा नाही.

देर्दा त्या झाडामागची सुरक्षित जागा सोडून बाहेर आला, फासावर जायला तयार असलेल्या कैद्यासारखा – ज्याला माहीत आहे आपण निष्पाप आहोत, तरीही आपली मान उंचावून तो त्याला कायद्याने सुनावलेली मृत्युदंडाची शिक्षा भोगायला जात आहे. टाकलेल्या प्रत्येक पावलासोबत त्याची भीती कणाकणाने विरघळत गेली. त्या बाईच्या मागून तो पुढे आला. त्याने एक खोल श्वास घेतला, आणि म्हणाला,

'माफ करा.'

त्या बाईने नुकतीच जमिनीतल्या खड्ड्यात ठेवलेल्या पाकिटावर माती लोटली होती. त्याच्या आवाजाने ती वळली आणि स्वप्नातून जागं व्हावं तसं त्या समोरच्या मुलाकडे तिनं पाहिलं.

'मी ते कागद घेतले होते. आणि थोडेसे पैसे. मी कागद परत केले होते. पण आता माझ्याकडे ते पैसे मात्र नाहीत. मला माफ कराल का त्याबद्दल? मी काहीही करीन त्या बदल्यात.'

तो बोलत असताना ती बाई त्याला डोक्यापासून पायाच्या नखापर्यंत निरखत होती. त्याची पादत्राणं, केस, त्याच्या हातातल्या बादल्या आणि ब्रश, त्याचे डोळे आणि दात. ती स्वत:च्या विचारात गढली होती आणि त्याच वेळी त्या मुलाचाही विचार करते आहे असं वाटत होतं. ती काही बोलेल असं वाटेना, तेव्हा देर्दा पुढे म्हणाला,

'कृपा करा माझ्यावर, अल्लाहच्या नावाखातर!'

त्या बाईने त्यावर मान हलवली आणि त्या कबरीच्या दिशेने हात केला. देर्दाला काही कळलं नाही. त्याच्या डोक्यात आली ती पहिली गोष्ट त्याने विचारून टाकली.

'मी ही कबर स्वच्छ करू असं सांगता आहात का तुम्ही?'

त्या बाईने पुन्हा कबरीकडे इशारा केला आणि होकारार्थी मान हलवली. देर्दाने पुन्हा विचारलं नाही.

'ठीक आहे,' तो म्हणाला. 'एकच मिनिट, मी पाणी घेऊन येतो.'

तो वेगाने धावत गेला. या गोष्टीचा निकाल इतक्या झटपट आणि सहज लागेल असं त्याला वाटलंच नव्हतं, प्रचंड खूश झाला होता तो. आता कबर स्वच्छ धुतली की त्याच्यावरचं ऋण फिटून जाईल. तो चौक़ातल्या कारंजाकडे धावला आणि अपुरा श्वास ओढून घेत त्याने बादली भरायला लावली. मग कुठेही न थांबता, कब्रस्तानाच्या फाटकासमोरून जाणारा मुख्य रस्ता न घेता तो मधल्या जवळच्या मार्गिकांना ओलांडत धावत गेला. पण कबरींजवळच्या झाडाच्या गचपणाजवळ, जिथे तो आधी लपला होता, तिथपर्यंत येऊन तो पोचला आणि एकदम थबकला. ती बाई तिथे नव्हती.

त्याने चारी बाजूंना मान वळवून पाहिलं. कुठेच नाही. तो कब्रस्तानाच्या फाटकापर्यंत गेला. ती जर जात असेल तर त्याला नक्की दिसेल ती जाताना. तिला गाठून तिच्याशी बोलायलाच हवं होतं. पुन्हा एकदा सगळं स्पष्ट झाल्याची, आता सगळं ठीक असल्याची त्याला खात्री करून घ्यायची होती. आता त्याला अजिबात भीती वाटत नव्हती. कारंजापुढून जाताना त्याने हातातल्या बादल्या तिथेच टाकल्या. त्यांचं त्याला ओझं होत होतं. आणि मग सुसाट धावत तो कब्रस्तानाच्या फाटकापाशी येऊन थांबला. पण तिथे कोणीच नव्हतं, ती बाई नव्हती, कोणीच नव्हतं. कब्रस्तानाच्या फाटकाबाहेर येऊन त्याने मुख्य रस्त्याच्या दोन्ही बाजूंना पाहिलं. जणू काही ती हवेत विरघळून गेली होती. कदाचित ती गाडीत बसून आली असेल, आणि त्यात बसून निघून गेली असेल? त्याला वाटलं. पण आता आपण नक्की काय विचार करायला हवा ते त्याला कळेना. एकदम गोंधळून गेल्यासारखं वाटायला लागलं. मात्र एक गोष्ट त्याने मनाशी पक्की ठरवली होती, काय वाट्टेल ते झालं तरी कबरीच्या तळाशी लपवलेल्या त्या पाकिटाला तो स्पर्शही करणार नव्हता. पण या व्यतिरिक्त मात्र त्याला खरंच काही माहीत नव्हतं. आपल्याकडून त्यांची नक्की काय अपेक्षा आहे हे त्याला माहीत नव्हतं. त्याला हेही माहीत नव्हतं की ती बाई आणि तो यांच्यात खरंच समझौता झाला होता की नव्हता. 'तिने त्या कबरीकडे बोट दाखवलं,' देर्दा मोठ्या आवाजात स्वत:शीच बोलत होता. तिने ज्या पद्धतीने हातवारे केले होते तसे तो करून पाहत होता आणि त्या वेळी ती नेमकी कशी दिसत होती हे आठवून पाहत होता.

'तिने असंच केलं होतं नक्की. त्या तिकडे बोट केलं. मग मी विचारलं, ती स्वच्छ करू का मी? त्यावर तिने मान हलवली... अशाच पद्धतीने हे सगळं झालं, बरोबर?'

त्याचा तिच्या सोबत झालेला एकतर्फी संवाद इथेच संपत होता. जे झालं ते समजायला सोपं होतं. आणि म्हणूनच त्याची पक्की खात्री होती. त्याच्यावरचं ऋण फिटलं होतं. फक्त एक अट होती. देर्दाला ती कबर पाण्याने स्वच्छ धुऊन काढायची होती. तो आनंदाने हसला. पळायला लागला, उगीचच. कारंजाजवळून जाताना तिथली बादली उचलायला तो थांबला तेवढाच. मग त्यानंतर कबरीपाशी येईपर्यंत तो कुठेच थांबला नाही. त्याने आजूबाजूला पाहिलं. कोणी तरी आपल्याला नक्की बघत आहे याची त्याला जाणीव होत होती. तो त्याचा शब्द पाळतो आहे की नाही यावर त्यांचं लक्ष असणारच. कबरीच्या दगडावर त्याने थोडं थोडं पाणी शिंपडायला सुरुवात केली. मग त्याने वर मान करून दूरवर एक नजर टाकली.

'बघा, तुम्ही मला जे करायला सांगितलंत ते मी नीट करतो आहे!' त्याला ओरडून सांगावंसं वाटलं. तो अजिबात काही कसूर ठेवणार नव्हता आपल्या कामात. स्वच्छ आणि नीटनेटकं करणार होता. आजूबाजूच्या झाडांची कबरीवर पडलेली पानं

त्याने एकेक करून उचलली. मग आपण शिंपडून ओल्या केलेल्या कबरीच्या दगडावरची धूळ, माती त्याने ब्रशने घासून काढली, अगदी आदरपूर्वक तो हे सगळं करत होता. आदरपूर्वक आणि काळजीपूर्वक. नक्कीच कोणत्या तरी महत्त्वाच्या व्यक्तीची ही कबर असणार, त्याच्या मनात विचार आला. जर तशी नसती तर, फक्त ती स्वच्छ धुतल्याने कसं काय त्याच्यावरचं कर्ज फिटणार होतं?

कबर स्वच्छ करत असताना देर्दामधे मुक्तीची, स्वतंत्रतेची जाणीव भरून आली. तो त्याच्या अंतर्मनात साचून राहिलेल्या भीतीवर मात करत होता. एकेक करून त्याच्या काळजात पडलेल्या गाठी सुटत होत्या, चेहऱ्यावर कायमस्वरूपी कोरलं गेलेलं चिंतेचं, दडपणाचं जाळं विरून जात होतं, आणि इतकं चांगलं, निर्भर तर त्याला गेले कित्येक महिने वाटलंच नव्हतं. आणि आनंदीही.

सकाळच्या सूर्याची किरणं त्याच्या डोळ्यांमधे झिरपली आणि तो हसऱ्या चेहऱ्यानेच उठला. त्याला त्याच्या वडिलांचं स्वप्न पडलं होतं. खरं तर जागेपणी त्याला त्यांचा चेहराही कधी आठवला नव्हता, पण स्वप्नात असताना त्याला कळलं होतं की हेच ते. ते तुरुंगातून सुटले होते आणि दोघे मिळून नाश्ता करत होते सकाळचा. देर्दाने उठून कपडे केले. त्याने पाव आणि आदल्या रात्रीचं उरलेलं चीज खाल्लं. मग आपल्या बादल्या आणि ब्रश उचलून तो दरवाजातून बाहेर पडला. डावीकडे वळून आपल्या घराच्या भिंतीच्या कडेने चालत गेला आणि कब्रस्तानाची भिंत सुरू झाल्यावर थांबला. खाली वाकला, बऱ्याच वर्षांपूर्वी त्याने भिंत मधोमध फोडून एक मोठं भोक पाडलं होतं, त्यातून जात त्याने कब्रस्तानात पाऊल ठेवलं. मृतांची संख्या दुपटीने, चौपटीने वाढली होती आणि आता कबरी अगदी भिंतीलगत येऊन चिकटल्या होत्या. त्यांच्या जाळ्यातून वाट काढत तो नव्या कारंजाजवळ गेला. आपल्या बादल्या भरून तो त्या कबरीच्या समोर आला आणि तिथेच थांबला. एखादं पवित्र कार्य करावं तशी अत्यंत श्रद्धेने त्याने ती कबर धुऊन काढली. ते पाकीट अजूनही थडग्याच्या मातीमधे आहे का नाही याची त्याला अजिबात कल्पना नव्हती. कारण त्याला ते माहिती करुनच घ्यायचं नव्हतं. त्यांनी जे करायला सांगितलं होतं तेवढंच तो करत होता. कबर चकचकीत, स्वच्छ ठेवत होता.

आता धुळीचा एकही कण कबरीवर नाही याची खात्री पटल्यावर त्याने आपला हात संगमरवरावरून फिरवला आणि हसला. मग त्याने आपल्या पावलांखाली असलेल्या दगडी रस्त्याकडे पाहिलं. त्याच्या पावलांखाली असलेल्या रस्त्याच्या आतमधे त्याच्या आईची डावी बरगडी आणि हृदय होतं. तो रस्ता सगळ्या कबरींच्या मधून जात होता, त्याच्या आईचे पुरलेले सगळे तुकडे आपल्या पोटामधे लपवून. तो कबरीवर झुकला, त्याने तीवरून हळुवारपणे आपला हात फिरवला, आणि अस्फुट स्वरात म्हणाला,

'पुन्हा भेटू आपण उद्या.'
देर्दा सोळा वर्षांचा होता.

***

'काय रे, कसा आहेस?' रेम्झीने विचारलं.

'मी ठीक, तुला बराच वेळ वाट पाहायला लागली का?'

'नाही, नाही. चल, जाऊ या आता.'

ते दोघे कब्रस्तानाच्या फाटकातून बाहेर पडले. बस नुकतीच बसस्टॉपवर येऊन थांबत होती, त्या दोघांनी धावत जाऊन ती पकडली. उडी मारून ते दोन पायऱ्या चढले आणि मग एकमेकांसमोर उभे राहिले, वरच्या चामडी पट्टीला पकडून. वयाच्या मानाने विलक्षण बुद्धिमान असणारा रेम्झी पहिल्यांदा बोलला,

'पैसे चांगले देतात ते, पण काम त्या मानाने बरंच कठीण आहे.'

'ते ठीक आहे,' देर्दा म्हणाला.

'ते थोडे जरा – म्हणजे, तुला माहीतच आहे, त्यामुळे उगीच हट्टीपणा, आपलंच खरं करणं अशा प्रकारचं काही करू नकोस.'

'अजिबात नाही रे, मी कशाला करीन तसं? तो मूर्खपणाच होईल. जोवर ते मला माझे पैसे नीट देताहेत, मला काही फिकीर नाही. मी कशाचीच पर्वा करत नाही.'

'आणि,' रेम्झी म्हणाला, 'तुझ्यावर त्यांची मर्जी बसली तर ते तुला विक्री केन्द्रही चालवायला देतील, मग तुझं उत्पन्न वाढेल.'

'तू काय करतोस?'

'मी गोदामातल्या यंत्रांवर काम करतो.'

रेम्झीचं बुद्धिकौशल्य मालकांच्या पटकन् लक्षात आलं. तो गुंतागुंतीची यंत्रंही फार सहजतेनं हाताळे, त्यातल्या यांत्रिक बाबी त्याला पटकन उलगडत हे त्यांनी पाहिलं.

'सध्या तरी, मी फक्त सामान चढवायचं काम करणार, बरोबर ना?' देर्दाने विचारलं.

'होय. गोदामामधून तुला सामान मिळेल, मग तू ते व्हॅनमधे चढवायचंस. मग तू ते सामान विक्री केन्द्रांवर नेऊन पोचवायचंस. चल, आपल्याला इथेच उतरायचं आहे.'

बसमधून उतरून ते मुख्य रस्त्याच्या पलीकडे असलेल्या जराशा उदास दिसणाऱ्या रस्त्यावरून चालत गेले आणि एका तीन मजली इमारतीसमोर आले. रेम्झीने देर्दाचा हात खेचला. तो समोरच्या दरवाजाकडे घाईघाईत चालला होता. 'अरे तिकडे नाही, खालती चल,' रेम्झी त्याला एका जिन्याच्या दिशेने नेत म्हणाला. इमारतीच्या बाजूला असलेला एक जिना खालच्या तळघरात जात होता.

ते त्या जिन्याने खालती गेले. तळाशी आल्यावर रेम्झीने तिथल्या लोखंडी दरवाजावर हाताने ठोकले. आतून उत्तरादाखल एक आवाज आला. घोगरा, खरखरीत आवाज.

'कोण आहे?'

'रेम्झी.'

दार उघडलं आणि छपाईखान्याचा तीव्र वास त्यांच्या नाकात घुसला. तो वास बाहेर पसरत गेला तेव्हा रेम्झी आणि देर्दा आत गेले. उघडलेल्या दरवाजाच्या बाजूला एक चष्मा लावलेला माणूस उभा होता. तरुणपणीच म्हातारा झाल्यासारखा दिसणारा. जणू काही एक दिवस अचानक त्याच्या अंगावर वृध्दत्व येऊन कोसळलं होतं.

'हा आहे का तुझा मित्र?' तोंडातल्या काही रिकाम्या पडलेल्या दातांच्या जागांमुळे त्या माणसाचे शब्दही सुटे सुटे, मधे अंतर ठेवून आले. त्याच्या तोंडातले ते दातही बहुतेक एका रात्री अचानक गायब झाले होते.

'हो,' रेम्झीने उत्तर दिलं. मग तो देर्दाकडे वळला, 'हे सुलेमान भाई,' त्याने ओळख करून दिली, 'माझे बॉस. इथलं सगळं हेच बघतात.'

त्याने छापखान्यातल्या सगळ्या यंत्रांच्या पसाऱ्यावरून आपला हात फिरवला.

बाहेरून वाटलं होतं त्यापेक्षा इमारतीचं तळघर खूपच मोठं होतं. बहुधा इमारतीच्या रुंदीपेक्षा ते दुप्पट मोठं असावं. किंवा कदाचित एकावर एक रचून ठेवलेल्या पुस्तकांमुळे तसा भास होत असावा. हजारो पुस्तकं आणि प्रचंड छपाई यंत्रं.

'कोणी आलं नाहीये का अजून?' रेम्झीने विचारलं.

'नाही,' सुलेमान म्हणाला. 'मी सुद्धा आत्ताच उठलो. चहा ठेव, आपण सगळेच घेऊ. तुझं नाव काय?'

'देर्दा.'

'हे बघ, पोरा, तुला कल्पना आहे का आम्ही इथे काय करतो?'

'रेम्झीने मला थोडंफार सांगितलेलं आहे,' देर्दा म्हणाला.

त्या गोदामातली एकमेव भिंत जी पुस्तकांच्या थप्प्यांनी झाकून गेलेली नव्हती, तिला लागून असलेल्या कमरेच्या उंचीइतक्या दोन कपाटांसमोर रेम्झी उभा होता. त्यांतल्या एकावर स्टोव्ह होता. दुसऱ्यावर एक लहानसं किचन सिंक, त्यात एक नळ, जो सारखा ठिबकत होता. कपाटांच्या शेजारी फ्रिज होता. रेम्झीने पाणी उकळत ठेवलं. डेपोतलं हे म्हटलं तर तात्पुरतं स्वयंपाकघरच. सुलेमान ते घर म्हणूनही वापरत होता. त्याच्या हातातल्या सिगारेटमधून बाहेर पडणारी धुराची वलयं, चहाच्या भांड्यातल्या वाफेमधे मिसळून जात होती. सुलेमानने खाकरून खोकून घसा साफ करत सकाळचं आन्हिक उरकलं आणि मग तो म्हणाला.

'मला तू काही तरी मूर्खासारखं काम केलेलं एकदाही ऐकू यायला नको आहे. कळलं? अगदी एकदाही नाही.'

‘हो, कळलं,’ देर्दा म्हणाला.

‘इस्राफिल येईल इथे लवकरच. माझ्यापेक्षा तोच तुला तुझं काम नीट समजावून सांगेल. पण मी एक गोष्ट तुला आधीच नीट स्पष्टपणे सांगतो आहे. आता, तू कधी तरी काही तरी गडबड होऊन अडचणीत येणारच पण जर का तू पोलिसांना इथे काय चालतं याची खबरबात दिलीस, तर ते तुझी खैर करणार नाहीत. तुला समजतंय का मी काय सांगतो आहे?’

‘काळजी करू नका.’ देर्दा म्हणाला.

‘चूक! मी काळजीचीही काळजी करणार नाही आहे. तो विचार तू करायचा आहेस. जर नीट धाडसाने तू तुझं काम केलंस, मर्दासारखं, तू तुझं तोंड बंद ठेवलंस, तरच तुला तुझे पैसे मिळतील.’

‘ठीक,’ देर्दा म्हणाला.

त्याला गोदामाची, किंवा सुलेमान जे काही सांगत होता, त्याची अजिबात फिकीर वाटत नव्हती. त्याला इथे फक्त थोडे पैसे कमवायचे होते. कारण आता तो कब्रस्तानातलं काम करायला खूपच मोठा झाला होता. त्याच्या चेहऱ्यावरच्या करुण भावांमुळे आता कोणी फसणार नव्हतं. आणि शेवटी, पैशांकरता पसरले जाणारे हात पसरले जातच नव्हते आता. बहुतेक वेळा हात तिथे आलेल्यांच्या डोक्यावरच धरले जायचे. कब्रस्तानामधे नेहमी येणाऱ्यांच्या मानाने देर्दा खूपच उंच होता, शिवाय आलेले लोक शोकमग्नतेनं जरा वाकलेलेच असायचे. आणि शिवाय कब्रस्तानाची भिंत बहुतेक सगळीच ढासळलेली होती, आणि आता तिची पुनर्बांधणी होणार होती. काहीजण असंही म्हणत होते की आता यासिनला जायला सांगणार आणि खाजगी सुरक्षारक्षक इथे तैनात केले जाणार. एकदा ते आले की आतमधे मुलांना प्रवेश नाकारला जाणार.

लवकरच कब्रस्तानातली मुलं इतिहासजमा होणार. तो दिवस फार लांब नव्हता. मातीच्या रस्त्यांवर आता दगडी फरशा बसवल्या गेल्या होत्या, ज्या लांब लांब बसवलेल्या फरशा होत्या, त्यांच्या मधे सिमेंट-खडीचं मिश्रण भरलं होतं. काळ बदलत होता. मुलांना हद्दीबाहेर ठेवलं जाणार, कब्रस्तानाच्या भोवती उभारल्या जाणाऱ्या नव्या भिंतींच्या बाहेर. मृतांच्या जिवावर रोटी कमावणं आता बंद होणार. नजीकच्या काळात कब्रस्तानात एकही मूल दिसलं नसतं. जेमतेम महिन्याभराच्याच कालावधीत हे घडून येईल. त्यामुळे आपलं पोट भरण्याच्या उद्देशाने नवीन कामं मिळवण्याच्या मागे इथला प्रत्येकचजण लागला होता. इसा संगमरवराच्या लादीवर कोरीवकाम करणाऱ्याकडे प्रशिक्षण घ्यायला गेला होता, फेव्झी शहरामधे गायब झाला होता, आणि रेम्झीला काही नातेवाईकांच्या ओळखीतून एका गोदामामधे पुस्तकांच्या चोरट्या छपाईचं काम मिळालं होतं.

त्याने जेव्हा या कामाबद्दल देर्दाला सांगितलं तेव्हा पुस्तकांचं काम असे शब्द ऐकताच देर्दा वैतागून त्याच्या अंगावर ओरडला होता, ‘यार, माझी चेष्टा करतो आहेस

का तू? तुला माहीत आहे मी वाचूही शकत नाही.' पण रेम्झी त्याला म्हणाला होता, 'अरे तुला तिथे जाऊन पुस्तकं नाही वाचायची, ती पुस्तकं उचलून इकडे तिकडे घेऊन जायची आहेत.'

एका खोक्यावर लांब कागद अंथरून त्यावर रेम्झीने बाहेर जाऊन आणलेलं सिमित आणि चहा ठेवून ते नाश्ता करायला बसले होते. कोणीच काही बोलत नव्हतं. सध्या सर्वांत जास्त विकल्या जाणाऱ्या एका कादंबरीच्या छपाईतला तो न कापलेल्या पानांचा कागद होता.

इतक्यात लोखंडी दरवाजा सताड उघडला गेला आणि राक्षसासारखा दिसणारा एक माणूस आत आला. सुलेमानने खोक्यावरचा तीळ सांडलेला कागद कोपराला धरून उचलला आणि आपल्या मुठीने चुरगाळून टाकला. मग वर पाहत म्हणाला, 'हा बघा, इस्राफिल आलाच.'

इस्राफिलने अंगातला कोट उतरवला तेव्हा त्याच्या कमरेला बांधलेलं पिस्तुल चमकलं. रेम्झी उभा राहिला. देर्दानेही त्याचं अनुकरण केलं.

'भाई इस्राफिल, हा देर्दा आहे. मी तुला म्हणालो होता ना माझ्या मित्राबद्दल, तोच हा. पुस्तकांची खोकी उचलायला...'

इस्राफिलने देर्दाकडे आणि त्याच्या अपराधी नजरेकडे पाहिलं आणि विचारलं,

'तुझे वडील काय करतात?'

'ते तुरुंगात आहेत.' देर्दाने उत्तर दिलं.

'ठीक आहे.'

आपल्या या उत्तरावर कोणी जराही आश्चर्यचकित झालं नाही, हा अनुभव देर्दाला आयुष्यात पहिल्यांदाच येत होता. इस्राफिलने अशा तऱ्हेने आपली मान हलवली होती की जणू तुरुंगात असणे ही एक अगदी सामान्य गोष्ट होती. तो अधिक काही विचारेल याकरता देर्दाने तरीही थोडी वाट पाहिली. पण इस्राफिलने काहीच विचारलं नाही. कारण त्याच्या दृष्टीने तुरुंग हे दुसरं घर होतं. रेम्झीने त्याला आणून दिलेला चहा त्याने एका घोटात प्यायला आणि मग म्हणाला,

'व्हॅन नऊच्या सुमाराला येते. त्यात काय भरायचं हे ते सांगतील. मग तू व्हॅनमधून जाऊन विक्री केन्द्रांमधे सामान पोचवायचंस. आवश्यकता असेल त्याप्रमाणे तुला तीन किंवा चार खेपा कराव्या लागतील. संध्याकाळी विक्री केंद्रांवरून माल उचलायचा आणि इकडे घेऊन यायचा, हे तुझं काम. आणि काम झटपट करायचं. विक्री केंद्रांच्या इथे उगीच रेंगाळायचं नाही, समजलं?'

'होय.' देर्दा म्हणाला.

इस्राफिलने सिगरेट पेटवली आणि हातातला रिकामा ग्लास रेम्झीकडे दिला. मग म्हणाला,

'हे बघ, तुला इथे काम मिळालं कारण तुझ्या मित्राने तुझी खात्री दिली आहे.

मेहनत कर आणि कमाई कर.'

'होय भाई, तसंच करीन मी.' देर्दा म्हणाला.

मग इस्राफिलने देर्दाकडे तीक्ष्ण नजरेनं बराच वेळ रोखून बघितलं आणि तीन वेळा प्रदीर्घ, खोल श्वास घेतले. अजून काहीही बोलण्याची त्याला गरजच नव्हती. कारण इस्राफिलच्या देहातून दहशत ढगासारखी तरंगत बाहेर पडत होती आणि पूर्ण गोदामात त्या ढगाची छाया पसरली होती. ढगाच्या थंडगार, दमट स्पर्शाने देर्दा पुरेसा थरारला आहे याची खात्री पटल्यावर मग इस्राफिल वळला आणि पुस्तकांच्या रांगांच्या चक्रव्यूहात गडप झाला.

अर्ध्या तासानंतर देर्दा प्रत्येकी चाळीस पुस्तकांनी भरलेली दोन खोकी वाहून नेत होता. लोखंडी दरवाजा उघडून तो बाहेर पडला, जिन्याच्या बारा पायऱ्या चढला आणि मग ती खोकी त्याने जिन्याच्या तोंडाला लागून उभ्या असलेल्या, चारी बाजूंनी बंदिस्त असणाऱ्या व्हॅनच्या आत ठेवली. अशा एकूण सात खेपा मारल्यानंतर त्याला आजच्या दिवसातले एक ज्ञान झाले की चौदा खोकी आत ठेवल्यावर व्हॅन पूर्ण भरते. त्यानंतर त्याने फ्रिजच्या बाजूला ठेवलेला पाण्याचा खुजा पूर्ण उलटा करून पेला भरला आणि गटागटा घशात रिकामा केला. कपाळावरचा घाम पुसला, आणि ओरडून 'येतोय!' म्हणाला, आणि मग धावत जिना चढून चालकाच्या बाजूच्या बैठकीवर उडी मारून बसला. त्याचे स्वागत नाकाखाली सिगरेट खुपसून केले गेले. 'पेटव ही.'

सिगरेट घेऊन त्याने ती डॅशबोर्डवरच्या लायटरने पेटवली. मग तो आणि त्याची तासाभरापूर्वीच ज्याच्याशी ओळख झाली होती तो अब्दुल्ला, या दोघांनी व्हॅन रस्त्याच्या बाजूने बाहेर काढली आणि ते मुख्य रस्त्याला लागले. मुख्य रस्त्यावर येताच एक गोष्ट अगदी स्वच्छ झाली ती म्हणजे अब्दुल्ला हा बडबडखोरीचं चोरटं व्यसन असणारा माणूस होता. काही माणसांना भरमसाठ बोलायला हवं असतं, पण ही माणसं चारचौघांमधे किंवा आजूबाजूला माणसांची गर्दी असताना तोंडातून चकार शब्दही काढत नाहीत, गुपचूप बसून रहातात आणि सगळे निघून गेल्यावर, जेव्हा एखादाच, एकटादुकटा माणूस त्यांच्या तावडीत सापडतो तेव्हा मात्र लगेच त्यांच्या तोंडाचा नळ सुटतो. शब्द अखंड गळायला लागतात. आपल्या मनात येणारी प्रत्येक गोष्ट बोलून दाखवल्याशिवाय त्यांना चैन पडत नाही. हा क्षण येईपर्यंत जे काही त्यांनी आपल्या मनात दाबून ठेवलेलं असतं ते सगळं त्यांना दुसऱ्याच्या कानात ओकून टाकायचं असतं. तो आजूबाजूच्या आत्ताच उठून गेलेल्या लोकांबद्दलच्या गावगप्पा सांगतो, तिथे आता उपस्थित नसलेल्या लोकांनी आधी विचारलेल्या प्रश्नांची उत्तरं त्याला आता सुचायला लागतात. हेच कारण होतं अब्दुल्लाच्या सहवासात कुणालाही एकटं राहणं आवडत नसण्याचं. मात्र देर्दाकडे दुसरा पर्यायच नव्हता. रोज व्हॅनमधे तो दिवसातले असंख्य तास अब्दुल्लाच्या सहवासात एकटाच असे. अब्दुल्लाचं सलामीचं

वाक्य 'हे पेटव' पासून सुरू व्हायचं आणि मग पुढे संपूर्ण वेळ त्याच्या तोंडातून धबाधबा बाहेर कोसळणाऱ्या शब्दांच्या महापुराखाली देर्दा गुदमरून जाई. अब्दुल्लाची बडबड तरीही थांबतच नसे.

त्यांचा पहिला थांबा असे विद्यापीठाच्या वरच्या बाजूला असलेल्या पादचारी पुलावर थाटलेलं विक्री केंद्र. रेम्झीने हे काम जरा कष्टाचं आहे असं का सांगितलं ते देर्दाला इथे आल्यावर कळलं. त्या वरच्या हवाई पुलावर जाण्याकरता त्याला चौसष्ट पायऱ्या चढायला लागत, आणि प्रत्येक पायरी चढत असताना तो त्या वरच्या विक्री केन्द्राला शिव्या घाली. एकदा त्याने एकदम तीन खोकी वरती नेली तेव्हा आपण काय भीषण प्रकार करतो आहोत याची त्याला कल्पनाही आली नव्हती. जेव्हा बोटांनी घट्ट पकडून ठेवलेला शेवटचा खोका त्याने तिथे टाकला तेव्हा त्याच्या पायांतून कळा येत होत्या. सारुहान नावाचा एक दाढीधारी तरुण त्या विक्री केन्द्राच्या बाहेर उभा होता. त्या हवाई पुलावरून दिसणाऱ्या विद्यापीठामधे तो शिकत होता. त्याच्या म्हणण्यानुसार तो गणिताचा विद्यार्थी होता. इतकं माहीत करून घ्यायला देर्दाला पूर्ण दोन आठवडे वर-खाली अशा अगणित खेपा कराव्या लागल्या.

शहरातल्या सगळ्या गल्लीबोळांमधे, कानाकोपऱ्यांमधे, सगळ्या खरेदी विभागांमधे ही विक्री केंद्रं होती. तिथले विक्रेते हे साधारण सारुहानच्याच वयाचे असत. देर्दाला येताना पाहताच, ते त्यांच्या भोवती असलेल्या चौकटींच्या भिंतींना रेलून उभे असत ती जागा सोडून पुढे येत आणि त्यांनी अंथरून ठेवलेल्या ताडपत्रीवर देर्दाने टाकलेली खोकी उघडून बघत. आणि मग पटापट आतली पुस्तकं बाहेर काढून बघत. देर्दाच्या चेहऱ्याकडे ते फार क्वचित बघत. पण हातातलं काम झाल्यावर मात्र ते आवर्जून देर्दाला 'आभार, मित्रा!' असं म्हणून धन्यवाद देत. यापेक्षा जास्त काही असं फक्त सारुहान बोलत असे. कधी कधी तो 'काय चाललंय नवीन?' असं विचारे, कधी कधी, 'काय गोठवून टाकणारी थंडी पडलीय इथे!' अशा अर्थाचं काही म्हणे. हवामान कसं आहे त्यानुसार खोकी विक्रीकेन्द्रासमोर ठेवली जात, जर पाऊस पडत असेल तर रात्र पडेपर्यंत खोकी व्हॅनमधेच ठेवून चकरा मारत बसाव्या लागत.

दिवस संपला की देर्दा कधी रेम्झीसोबत, कधी एकटाच कब्रस्तानाजवळच्या त्याच्या घरी परते. आता त्याला गेल्या पाच वर्षांपासून चालू असलेलं कबर धुण्याचं, ती नीटनेटकी, स्वच्छ राखण्याचं त्याचं कर्तव्य पार पाडण्याकरता अजूनच लवकर उठावं लागे. पहिली दोन वर्षं तो मनातून खरंच घाबरलेला असायचा की एक ना एक दिवस तो पायघोळ झगेवाला माणूस परत आलेला आपल्याला दिसेल. पण नंतर त्या माणसाचा चेहरा त्याच्या स्मृतीतून पुसला जायला लागला. आणि मग अखेर उरली फक्त कबर. ज्या भीतीतून त्याने ही कबर धुवायला सुरुवात केली होती ती कधीच त्याच्या मनातून नष्ट झाली, आता देर्दाच्या दृष्टीने कबरीची स्वच्छता ही श्वास घेण्याइतकीच गरजेची आणि सहज झाली होती. त्याची ती सवय बनली होती. ती

सवय त्याच्या जगण्याचा सकारात्मक आधार बनली होती. कदाचित जर एखाद्या प्राध्यापकांच्या परिषदेमधे देर्दाची ही केस चर्चेला आली असती, तर त्याच्या या वर्तणुकीचे मानसिक विश्लेषण होऊ शकले असते. या वर्तणुकीला मानसशास्त्रामधे एक विशिष्ट नाव आहे, ज्याची सुरुवात ऑब्सेसिव्ह ने होते आणि शेवट कंपल्सिव्ह ने होतो. एका तऱ्हेने देर्दाची ही सणकी वृत्तीच होती. मात्र देर्दाला या कशाच्याच भानगडीतून जाण्याची वेळ आली नव्हती. तो आणि त्याची कबर, इतकंच सत्य होतं आणि अस्तित्व होतं त्याच्या दृष्टीने. कबर धूत असताना त्याला मानसिक शांती लाभत असे जी इतर कोणत्याही गोष्टीतून त्याला मिळत नव्हती. कदाचित तो त्याकडे आपल्या कृत्याची भरपाई या दृष्टीनेही बघत असावा. तुकडे केलेल्या आपल्या आईला पुरत असताना त्याने दुसऱ्याचे पैसेही चोरले होते. 'मी खरंच फार थोडक्यात सुटलो,' कधी कधी तो कबरीकडे बघत म्हणे. तेरा वर्षांचा असल्यापासून तो कबरीशी बोलत असे. आपण नक्की कुणाशी बोलत आहोत हेही त्याला कळत नसे. अल्लाह, त्याचे वडील, त्याची आई की तो स्वत:! कदाचित तो कबरीच्या दगडाशी बोलत होता. संगमरवरी दगड. देर्दा त्या संगमरवरी दगडाशी बोलत होता कारण तो संपूर्ण एकटा होता. इतर कोणीही त्याच्याजवळ नव्हतं ज्याच्याशी तो बोलू शकेल. देर्दा एकाकी होता. तीन वर्षं, रोज पहाटे.

प्रत्येक ऋतूमधे तो कबरीजवळ फुलझाडं लावी. पण थडग्याच्या आतमधे मात्र तो अजिबात काहीही लावत नसे. कबरीसमोर त्याने डेझीच्या फुलांची रांग केली होती. कबरींमधे झोपलेल्या मृताचे नातेवाईक जेव्हा तिथे भेट द्यायला येत तेव्हा त्यांना ती फुलझाडं पाहून काय वाटत असेल हे देर्दाला माहीत नव्हतं. त्याने कधीही तिथे कोणालाही आलेलं पाहिलं नव्हतं, कारण तो भल्या पहाटे त्या कबरीची स्वच्छता करे. आणि मग तो शक्यतो दिवसभर तिच्या आसपासही जायचं टाळत असे. रोज पसरत जाणाऱ्या कब्रस्तानाच्या अगदी दुसऱ्या बाजूच्या कोपऱ्यांपर्यंत तो आपल्या रोटीच्या शोधार्थ फिरत राही. प्रत्येक सकाळी, तो तिथे जाई तेव्हा 'काय कसं काय?' असं कबरीला विचारे, मात्र संभाषण पुढे चालू ठेवण्याकरता उत्तरंही त्यालाच तयार ठेवावी लागत. 'मी ठीक आहे,' तो तिच्या वतीने म्हणे. आणि मग तो स्वत:च बोले, 'मी सुद्धा तसा बराच आहे. काल बरं का, मला थोडं काम मिळालं, आणि त्यामुळे मग मला रात्री उपाशीपोटी झोपायला लागलं नाही. तुला या डेझी आवडल्या ना?'

देर्दाला संगमरवरी दगडाच्या वतीने प्रत्येक वेळी उत्तर द्यावं लागे. निघायच्या वेळी तो आवर्जून, 'उद्या भेटू नक्की,' असं सांगे. त्या दगडासोबत त्याची इतकी मैत्री झालेली आहे याची कल्पना कुणालाच नव्हती. अर्थात होतंच कोण तिथे असे अंदाज बांधायला. वडिलांना भेटायला जाण्याची त्याला खूप भीती वाटे. त्याला वाटे, कदाचित त्याच्यामुळे तो पायघोळ झगेवाला, आणि त्याची माणसंही त्याच्या वडिलांपर्यंत पोचतील, आणि त्यांना काही इजा पोचवतील. आपण वाट पाहणंच जास्त सोपं आहे

असं त्याने नंतर ठरवून टाकलं. तो धीराने वाट पाहत होता, एक ना एक दिवस वडील तुरुंगातून सुटतील आणि घरी येतील. पाच वर्षं उलटून गेली, पाच वर्षं देर्दा वाट पाहाणारं एक यंत्र बनून गेला. आधी तो घाबरून पायघोळ झगेवाल्या माणसाची वाट पाही, मग व्याकुळतेनं वडिलांची वाट पाहत राहिला. वाट पाहताना, हळू हळू त्याच्यात त्या सहनशील दगडाचे गुणधर्म उतरले. पांढराशुभ्र, वाट पाहाणारा दगड आणि पांढराशुभ्र वाट पाहाणारा संगमरवरी तुकडा.

***

'तो कायमच असा असतो का?'

'कोण?' सारुहानने विचारले.

देर्दा जवळच विकायला ठेवलेल्या गजराच्या घड्याळांकडे बघत होता. अचूक सांगायचं तर तो त्यांच्याकडे बघतो आहे असं वाटत होतं, पण खरं तर तो त्यांना ऐकत होता. कोणत्याही वेळाचा गजर लावून ठेवलेल्या त्या वीसएक घड्याळांच्या इलेक्ट्रॉनिक कल्लोळामुळे तिथल्या हवेचा कण न कण गजबजून गेला होता. बाजूच्या तिपाईवर बसलेला माणूस आपल्याला कानच नाहीत अशा आविर्भावात शांतपणे वृत्तपत्र वाचत होता. जणू काही तो त्या अवकाशाचा एक भाग होता जिथे कोणत्याही घड्याळाचं अस्तित्वच कधी नव्हतं.

सारुहानला देर्दा कुणाबद्दल बोलत आहे हे लक्षात आले. 'तो? तो माणूस साफ वेडा आहे. आम्ही आधी अक्षरशः त्याला मारायला धावायचो, पण काही परिणाम होत नाही त्या जंगली माणसावर हे लक्षात आलं. हरामखोर नक्कीच मनोरुग्ण असावा. विकृत माणसासारखा तो या घड्याळांना वेगवेगळ्या वेळांच्या चाव्या मारून ठेवतो आणि मग सकाळपासून रात्रीपर्यंत नुसता तिथे निर्विकारपणे बसून राहतो.'

'पण सहन कसं होतं तुम्हाला हे?'

सारुहान हसायला लागला. त्याने त्याला आपल्या कोटाच्या वरच्या खिशातून बाहेर आलेले हेडफोन्स दाखवले.

'यांच्यामुळे. मी गाणी ऐकत राहातो. त्याच्या बॅटऱ्या साल्या कधी मरत नाहीत. आईची दलाली करीन मी त्यांच्याकरता, तुला सांगतो.'

घड्याळांजवळच्या माणसाने आपल्या हातातल्या पेपरचं पान उलटलं आणि ते दोघे त्याच्याबद्दल बोलत आहेत हे कळलं असल्याचं दाखवून देण्याकरता त्याने सारुहानकडे बघून मान हलवली. सारुहान हसत त्याला म्हणाला, 'काही नाही, आम्ही म्हणतो आहोत किती मंजूळ आवाज येतो आहे त्यांचा. मग तो पुन्हा देर्दाकडे वळला.

'अब्दुल्ला काय करतो आहे?'

'तो पैसे गोळा करण्याकरता जातो आहे म्हणाला. इथेच थांबायला सांगून गेला

आहे मला. काय माहीत कधी परत येईल?'

'आता हा माणूस सुद्धा एक वेगळ्याच तऱ्हेचा वेडा. तुला एक सांगतो देर्दा, प्रत्येक जण आणि प्रत्येक गोष्ट तऱ्हेवाईकच असते. आता हेच काम बघ ना, कसलं आहे काम, यार? पण काय करणार आपण तरी? इथे आपण असे नुसते उभे असतो, कारण आपल्याला उभं राहणं भाग आहे. आपण स्वतःला सांगत राहतो की निदान तीन कुरुस तरी मिळणारच आपल्याला. पाऊस येवो, चिखल होवो, नाही तर पूर येऊन इथे सगळा राडा होवो, आपण आपले उभेच इथे.'

'तुला एक गोष्ट विचारू का मी?' देर्दा त्याला म्हणाला. 'ही पुस्तकं विकणं बेकायदेशीर आहे असं का म्हणतात?'

'लंबी कहानी,' सारुहान म्हणाला. 'मरो ती, तुला वाचायला हवंय का एखादं? मी देतो तुला एक.'

'नाही, राहू दे. तरी पण आभार तुझे,' आपल्याला वाचता येत नाही हे सांगायला त्याला भयंकर संकोच वाटला.

'एक घे रे, माझ्यातर्फे तुला भेट!'

पुस्तकं मांडून ठेवलेल्या ताडपत्रीवर सारुहान झुकला आणि त्याने एक जाडं पुस्तक उचललं.

'हे घे, कोणी विकत घेतच नाही हे नाही तरी. आणि तुझा ते ओझं इथे आणायचा, पुन्हा परत न्यायचा त्रासही वाचेल. आपण कोणती पुस्तकं विकायची ते निवडता आलं असतं तर किती बरं झालं असतं! त्यांनी कोणती पुस्तकं छापायची हे जर मला ठरवता आलं असतं ना, तर किती तरी पैसे कमावू शकलो असतो मी आजवर. सगळी निरुपयोगी पुस्तकं छापत बसतात ती लोकं. हा, आता काही चांगली विकली जातात. पण हे? महिन्यातून एखादं जरी विकलं गेलं ना च्यायला तरी चमत्कारच मोठा. आणि जड किती आहे हे. सोन्याच्या विटेसारखं. बघ ना, घे हे.'

सारुहानने पुढे केलेलं पुस्तक देर्दाने अगदी नाखुशीने स्वीकारलं. पण ते उघडून बघायचीही त्याची हिंमत झाली नाही. कारण त्यात जे लिहिलं आहे त्याबद्दल सारुहानने काही विचारलं असतं तर त्याला वाचता येत नसल्याचं बिंग क्षणार्धात फुटलं असतं. त्याने विषय बदलला आणि विचारलं की त्याची किंमत काय आहे? पण सारुहानचं लक्ष नव्हतं, तो स्वतःच्या खिशात काहीतरी धुंडाळत होता. 'थांब, मी त्या वेड्याकडून सिगरेट पेटवून आणतो,' असं म्हणत तो त्या पागल घड्याळ विक्रेत्याकडे गेला. देर्दा एकटाच राहिला. त्याने हातातल्या पुस्तकाचं मुखपृष्ठ पाहिलं, आणि तो गोठलाच.

जगात त्याला जे दोन शब्दच फक्त ओळखता येऊ शकत होते त्यांच्याकडे तो टक लावून पाहत राहिला. त्याला ती अक्षरं ओळखता येत होती कारण गेली पाच वर्षं तो रोज आपल्या गुडघ्यांवर वाकून जो संगमरवरी दगड स्वच्छ धुऊन साफ करत होता, त्यावर हीच अक्षरे, हेच दोन शब्द कोरले होते. हेच दोन शब्द देर्दाच्या मेंदूवरही

कोरले गेले होते. त्या अक्षरांमधून कोणता शब्द बनतो ते त्याला माहीत नव्हतं, शब्दांमधली अक्षरं कोणती ते त्याला माहीत नव्हतं, पण त्याच्या स्मृतीमधे या अक्षरांची वळणं कोरली गेली होती. आणि त्यांतलं प्रत्येक वळण, आकार त्याच्या हृदयावर उमटलेला होता. त्या अक्षरांचा नाद त्याला माहीत नव्हता. ती कशी उच्चारायची हे त्याला माहीत नव्हतं. आणि आजवर ते जाणून घ्यायचा विचारही कधी त्याच्या मनात डोकावलेला नव्हता. लोक ज्या वस्तूंची नावं घेतात त्याच गोष्टी आपल्याला माहीत होतात. आणि कबरीच्या दगडावर लिहिलेलं नाव काही कधी कोणी मोठ्यांदा बोलून दाखवत नाहीत. पण आता त्याच्या समोर ते दोन शब्द होते, पुस्तकाच्या मुखपृष्ठावरून ते त्याच्याकडे रोखून पाहत होते. थेट देर्दाच्या नजरेत नजर मिसळून.

'काय झालं? घेणार आहेस ना तू ते?' त्याला तो प्रश्नच कळला नाही कारण त्याने तो ऐकलाच नव्हता. आपलं डोकं वर करून त्याने सारुहानच्या नजरेला नजर भिडवली.

'मला वाचायला शिकव.'

दुसऱ्या दिवशी सकाळी तो कबरीकडे गेला, हातात पुस्तक घेऊन.

'हे बघ,' तो म्हणाला, 'मला तू मिळालीस. तुझं नाव काय, तुला माहीत आहे का?'

मग तो हसला. त्याने पहिल्या शब्दावरून आपलं बोट फिरवलं आणि म्हणाला, 'ओगुझ...' मग त्याने दुसऱ्या शब्दाला स्पर्श केला.

'अतय... ओगुझ अतय.'

काम संपल्यानंतर ते पुलाजवळच्या एक कॉफीहाऊसमधे भेटायचे. डेपोमधे शेवटचा खोका नेऊन टाकल्यावर अब्दुल्ला घरी जाताना त्याला जवळच्या बसस्टॉपवर नेऊन सोडत असे. तिथून जाणाऱ्या सगळ्या बसेस त्या पुलावरूनच जातात हे माहीत झाल्याने, तो जी पहिली बस येईल त्यात उडी मारून चढायचा. सारुहान अर्थातच त्याला फुकटात शिकवत नव्हता. देर्दाला जो पगार मिळतो त्यातला पाचवा भाग त्याला या शिकवणीची फी म्हणून द्यायचा असं दोघांमधे ठरलं होतं. त्यामुळे महिन्यातून पाच दिवस देर्दा रात्री रिकाम्या पोटी झोपी जाई. पण त्याला त्याची पर्वा नव्हती. भूक या विषयाची आणि त्याची आजवर चांगली ओळख होतीच, आणि शिवाय सारुहान जे शिकवत होता तेही त्याला भराभर समजत होतं.

'सर्वांत आधी,' देर्दा सारुहानला म्हणाला होता, 'या पुस्तकाचं नाव काय आहे ते मला म्हणून दाखव.'

'तुतुनान्मायान्लार. द आऊटसायडर. बाहेरचा.'

त्यानंतर मग, देर्दा तुतुनान्मायान्लारच्या कल्पनाविश्वात रमून जायला लागला. या पानांवर काय लिहिलं असेल बर? तो स्वत:ला विचारी. पुस्तकाच्या पानांचा एक

भाग तो अंगठ्याने वर उचलायचा आणि उरलेली शेकडो पानं फडफडवत उलटून बघायचा. सिनेमाच्या चित्रफितीसारखा. कधी कधी तो आपल्या चेहऱ्यालगत पुस्तक धरून त्या पानांचा वारा आपल्या गालांवर घेई. डोळे मिटून तो वारा चेहऱ्यावर अनुभवत असताना त्याच्या बंद पापण्यांआडच्या स्वप्नांमधे तुतुनान्मायान्लारचं जग उलगडे.

सारुहान जेव्हा त्याला म्हणाला, 'यार, या राक्षसी पुस्तकाचं काय करणार तू नक्की? अजून तुला तुझं नावही नीट लिहिता येत नाहीये.' तेव्हा देर्दा हसला. 'सोड ना तो विषय,' असं म्हणत. कॉफी हाऊसमधल्या एका टेबलावर ते बसले होते आणि तो अक्षरं लक्षात ठेवण्याचा प्रयत्न करत होता. त्या दिवसापर्यंत त्याला ती अक्षरं म्हणजे निरर्थक आकार वाटायचे. सारुहानसोबत जेव्हा तो मोबदल्याचं ठरवत होता, तेव्हा शिकवणीच्या पैशांमधे किती चहा पिता येईल हेही त्याने आधीच ठरवून घेतलं होतं. त्यांच्यात असं ठरलं होतं की पहिल्या पाच चहांचे पैसे शिकवणी म्हणून देर्दा देईल आणि मग पुढच्या प्रत्येक चहाचे पैसे सारुहान आपल्या खिशातून भरेल. पण तो कधी सहावा चहा प्यालाच नाही.

सकाळच्या वेळात, देर्दा कब्रस्तानातल्या संगमरवरी लादीवर लिहिलेली अक्षरं वाचायचा सराव करे. एकदा त्या मृतांची नावं कळली की मग तो त्यांची आयुष्यं कशी असतील याची कल्पना रंगवायला लागे. या आधी कबरी म्हणजे त्याला फक्त संगमरवर आणि माती असं वाटे. आता तो आकडेही वाचायला लागला. जन्म आणि मृत्यूच्या मधे पन्नास वर्षांचं आयुष्य आहे याची जाणीव त्याला दोन तारखांच्या मधल्या एका लहानशा रेषेवरून जेव्हा पहिल्यांदा झाली तेव्हा तो विलक्षण चकित होऊन गेला. जणू काही त्या क्षणाला, तेवढ्याच एका क्षणापुरतं का होईना त्या मृताचं सारं आयुष्य त्याच्या डोळ्यापुढे जिवंत झालं.

संध्याकाळी घरी परतताना सारुहानने दिलेली चित्रांची पुस्तकं तो वाचे. तुतुनान्मायान्लार वाचण्याची एक धगधगती आसक्ती त्याच्या मनात पेटत होती, पण त्याने स्वत:ला आणि सारुहानलाही वचन दिलं की तो तसं करणार नाही. जोवर तो एकही चूक न करता वाचू शकत नाही, तोवर तो त्या पुस्तकाला हातही लावणार नाही. मात्र देर्दाकडून ते वचन घेण्यामागे सारुहानचा एकमेव उद्देश हाच होता की एक शिक्षक म्हणून आपण किती निरुपयोगी आहोत हे देर्दाला लवकर कळून येऊ नये. देर्दाला जर कळलं की सारुहानला काहीही धड शिकवता येत नाही, तर तो त्याची शिकवणी थांबवेल.

आणि, शेवटी सारुहानच्या गलथान शिकवण्याचा अर्थ एकच, तो म्हणजे देर्दाला खूप दिवस शिकवणी घ्यायला लावायची, म्हणजे सारुहानला पैसे मिळत राहणार. जे दोन महिन्यांमधे शिकता आलं असतं त्याकरता देर्दाला पाच महिने लागले. अर्थात इतका वेळ लागतो आहे याला आपणच जबाबदार आहोत अशी त्याची खात्री होती. कोणताही सात-आठ वर्षांचा मुलगा वाचताना दिसला की

देर्दाला त्याच्या बुद्धिमत्तेचं कौतुक वाटायचं.

तो रोज सकाळी आपण करत असलेल्या प्रगतीचा तपशील ओगुझ अतयच्या कानावर घालायचा, त्याच्या थडग्यापाशी बसून तो लहान मुलांच्या गोष्टीच्या पुस्तकातले धडे त्याला वाचून दाखवायचा. डेझी फुलांचा मौसम संपून आता बराच काळ लोटला होता, कबरीभोवती आता व्हायोलेटची फुलं फुलली होती.

संध्याकाळी घरी परतताना रस्त्यावरच्या सगळ्या पाट्या वाचता यायच्या, आणि मग सारं जग आपल्या मालकीचं झालं आहे असं त्याला वाटायचं. जणू आपण शब्दांनी विणलेल्या गालिचावर बसून उडत घरी चाललो आहोत. गार, बोचऱ्या वाऱ्यांनी सुकलेल्या त्याच्या तोंडाला तहान असायची ती फक्त ज्ञान प्राशनाची.

आणि मग एका संध्याकाळी आपला फायदेशीर ठरलेला शिकवणीचा वर्ग कितीही प्रयत्न केला तरी फार लांबवता येत नाहीये अशी सारुहानला खात्री झाली. देर्दाने वाचून संपवलेलं मुलांचं पुस्तक सारुहानने 'ठीक आहे' असं म्हणत मिटवलं. देर्दाने एकही शब्द चुकीचा वाचला नव्हता. शेवटची ओळ वाचेपर्यंत तो एकदाही अडखळला नव्हता, मग सारुहानने आपल्या शिष्याकडे पाहिलं.

'उत्तम, व्यवस्थित वाचू शकतो आहेस आता तू.'

आणि ते खरंच होतं. देर्दा वाचू शकत होता. पण तो तेवढंच करू शकत होता. सारुहानने, त्याच्या शिकवण्याच्या सर्व मर्यादेसकट एक अशक्य वाटणारी गोष्ट साध्य केली होती, त्याने देर्दाला फक्त वाचायचे कसे हे शिकवले होते. देर्दाने सगळी अक्षरं आणि शब्द पाठ केले होते, स्वत:च्या स्मृतीत बिंबवून ठेवले होते, मात्र या शिकवणीच्या काळात त्याने एकदाही आपल्या बोटांमधे लेखणी धरली नाही. कारण सारुहानच्या मते शिकवणीचा जो मोबदला ठरवला गेला होता त्यात त्याने ते शिकवणं अंतर्भूत नव्हतं. आणि आता जर देर्दाला तेही शिकावंसं वाटत असेल, तर ठीक आहे. त्याकरता नव्याने मोबदला ठरवला जाऊ शकतो. सारुहानला अजून पैसे मिळवण्याची इच्छा होती. देर्दाच्या शिकवणीच्या काळात पैसे मिळवण्याची सारुहानला लागलेली तहान अजून वाढली होती. त्याला स्वत:च्या शिकवणीतल्या मर्यादा लक्षात आल्या होत्या आणि देर्दाला लिहिता येत नाही आहे हेही तो जाणून होता. आता या व्यवहारात नफा कमवायची संधी होती.

'आणि लिहिण्याचं काय? तुला तेही नको का शिकायला?' सारुहानने आपल्या स्वरातून कळकळ दर्शवली.

देर्दा हसला.

'मी कशाला शिकू कसं लिहायचं ते? मी काय लिहिणार आहे? मला नाही गरज वाटत लिहिणं शिकायची!'

'ओह, मग मरू दे.' सारुहान थोडं त्याला, थोडं स्वत:ला उद्देशून म्हणाला. आणि मग पहिल्यांदाच त्याने सहावा चहा पिण्याचा उत्साह दाखवला, 'चल, आता

एकेक चहा होऊन जाऊ दे,' तो देर्दाला म्हणाला. काही झालं तरी तो त्यांच्या शिकवणीचा शेवटचा दिवस होता.

***

अर्धांगवायू झालेल्या माणसासारखा देर्दा झोपला होता. जमिनीवरच्या कोब्यावर तो पडला होता, त्याचे हात दोन्ही बाजूला पसरलेले, जणू एखाद्या अदृश्य सुळावर त्याला चढवलं गेलं आहे. प्रत्येक वेळी श्वास आत घेताना, आणि बाहेर सोडताना त्याच्या छातीवरचं तुतुनान्मायान्लार खाली वर होत होतं. त्याने सातशे पानी पुस्तक वाचून संपवलं होतं. आणि आता तो छताकडे नजर लावून पडला होता. त्याच्या आयुष्यातली ही पहिली कादंबरी. आणि त्यातून त्याला जो बोध झाला होता तो एका धूलिकणात सामावून गेला होता. तो एक धूलिकण त्याच्या मनोविश्वात सैरावैरा फिरत होता, पण अजून असे अनेक धूलिकण त्याच्या छातीवर स्पंदन पावत असलेल्या तुतुनान्मायान्लारच्या पानांमधे अडकून होते. आणि त्या सगळ्या धूलिकणांच्या एकत्रित वजनाचा भार त्याला पेलवत नव्हता. त्याला श्वास घ्यायला त्रास होत होता. त्याला वाक्याचा अर्थ शब्दश: कळला नाही अनेक वेळा, पण त्याचा मथितार्थ पुस्तक वाचताना त्याला समजला होता. त्यातल्या भावनाही त्याला जाणवल्या होत्या. ओगुझ अतयचा शब्द न् शब्द देर्दाला समजला नव्हता, पण जे लिहिलं आहे त्याही पलीकडचं अजून खूप शिल्लक आहे ही आंतरिक जाणीव त्याला होती. आणि म्हणूनच कदाचित तो त्या पल्याडच्या शोधात होता. केवळ समजण्याच्या, आणि न समजण्याच्या मर्यादेपलीकडे तो पोचत होता. त्यातली नावं, प्रसंग, संघर्ष, कादंबरीतले निवेदक या सगळ्यांचा भोवरा त्याच्या मेंदूत गिरमिटासारखा फिरत होता, आजूबाजूचं विश्व त्याच्याकरता बदलून जात होतं, अगदी त्याच्या घराच्या भिंतीही आपला रंग बदलताहेत असं त्याला वाटलं. आपल्या घराच्या छतावर इंद्रधनुष्याचे सात रंग उमटलेले देर्दाला दिसले, जणू काही तो आत्ता पावसाच्या धारांमधे भिजत होता.

आपल्या बंद डोळ्यांआड त्याने एका माणसाला पाहिलं. प्रत्येक वेळी आपले डोळे बंद केले की त्या एकाच माणसाचं ठळक अस्तित्व त्याला जाणवायचं. फक्त एक माणूस. पुस्तकातल्या सगळ्या नावांचं, पात्रांचं अस्तित्व त्या एकातच सामावलेलं होतं जणू काही. तुरगूत, सेलिम, हे सगळे जणू काही त्या एकाच माणसात भरून राहिले होते. चांगुलपणातून जन्मलेला माणूस. किंवा कदाचित भग्न काचांचे तुकडे. कदाचित हवेतच कोरली गेलेली अक्षरं. मग तो एक काळोखा दगड त्यावर भिरकावतो. तो माणूस हजारो बारीक तुकड्यांमधे विखुरतो किंवा नुसताच विरघळून जातो. त्याला जो अनुभव आला त्यात काळोख एक दगड बनून त्याच्या मुठीत आला आणि मग तो माणूस वाळूच्या पुतळ्याप्रमाणे कोसळला. बर्फासारखा वितळला आणि मग तो फक्त

त्या पुस्तकाच्या आतच शिल्लक राहिला. देर्दाला फक्त एवढंच समजलं. त्याला ते दगड कबरींवरचेच आहेत असंही वाटलं. आपला छातीवर श्वासांच्या लयीत वर-खाली होणाऱ्या पुस्तकावर त्याने विश्वास ठेवला आणि आपले डोळे मिटून घेतले, आधीसारखी एकदाही उघडझाप न करता.

(हाताने लिहिलेल्या भागाची सुरुवात)

द ट्रान्सप्लान्ट (पुनर्रोपण)

कब्रस्तानातल्या घराचा दरवाजा आपल्या खांद्याच्या एका जोरदार धक्क्याने लोटून ॲप्रनमधल्या त्या तीन पांढऱ्या व्यक्ती आत घुसल्या. त्यांच्या हातात स्ट्रेचर होतं. आतमधे घुसल्यावर त्यांनी देर्दाच्या भोवती कडं केलं. तो तिथे मृतवत्, अंगात भुसा भरून ठेवल्यासारखा पडला होता. एकाने त्याच्या अंगावर वाकून त्याची नाडी बघितली आणि तो जिवंत असल्याची खात्री झाल्यावर त्याने आजूबाजूला नजर टाकत देर्दाच्या छातीवरचं पुस्तक उचलून घेतलं.

त्याच क्षणाला देर्दाचे डोळे खाडकन उघडले. त्याने ओरडण्याचा प्रयत्न केला. 'काय चाललंय इथे? कोण आहात तुम्ही?' पण त्याचा प्रयत्न अयशस्वी झाला. त्याच्या घशातलं स्वरयंत्र त्याच्या हातांच्या बोटांसारखंच निकामी झालं होतं. एकही बोट उचलता येईना त्याला. देर्दाच्या डोळ्यांमधली बुबुळं तेवढी त्याच्या अंतर्मनातून उमटलेल्या आज्ञा पाळत होती. देर्दा बघण्यावाचून काहीही करू शकत नव्हता. फक्त त्याचा श्वासोच्छ्वास चालू होता. आपलं पुस्तक डब्यात जाऊन पडत असतानाचं दृश्य पाहताना त्याने तीन श्वास आत ओढून घेतले आणि तीन बाहेर टाकले. टिटॅनियमचा डबा हातात घेतलेला माणूस दाराकडे सरकला, बाकीच्यांनी देर्दाला स्ट्रेचरवर हलवले. हल्ला पूर्णपणे नियोजनबद्ध होता.

घराबाहेर उभ्या असलेल्या रुग्णवाहिकेमधे स्ट्रेचर सरकवलं गेलं आणि आपल्या तोंडावर ऑक्सिजनचा मुखवटा घालत आहेत हे देर्दाला दिसलं. त्याच्या पापण्या जडावल्या, वजन डोळ्यांना पेलवेना आणि डोळे आपोआप मिटले गेले.

पापण्या पुन्हा जरा सैलावल्या. देर्दाने उघडमीट करत डोळे उघडले तेव्हा आपल्याला रुग्णवाहिकेमधून बाहेर काढून विमानाच्या सामान कक्षात ठेवले जात असल्याचे दृश्य त्याला दिसले. आणि मग पुन्हा ऑक्सिजनचा मुखवटा त्याच्या चेहऱ्यावर घातला गेला.

या वैद्यकीय विमान सेवेच्या उड्डाणाला नऊ तास आणि पंधरा मिनिटं लागली आणि मग ते कॉक हवाईतळावर उतरवलं गेलं. इंधन भरून झाल्यावर विमानाच्या चाकांनी जमिनीच्या पृष्ठभागावर जोरदार घर्षण करत पुन्हा उड्डाण केलं आणि मग चार तासांनी ते मनिलामधे उतरलं. संपूर्ण प्रवासात देर्दाच्या डोळ्यांची आणि अंतर्मनातल्या

जाणिवांची उघडमीट चालली होती. त्याला जरा भान यायचं की पुन्हा बेहोशी.

इस्तंबूलमधे झाली होती तशी देर्दाची उचलबांगडी आता विमानातून रुग्णवाहिकेमधे झाली. रस्ता आधी सिमेंट आणि खडीचा गुळगुळीत होता, मग मातीचा कच्चा रस्ता सुरू झाला. रुग्णवाहिका खाच खळग्यांमधून गचके खात जात होती. प्रवास कष्टदायक होता. मात्र प्रवासाचा शेवट स्वप्नातल्यासारखा झाला. रस्त्याच्या अखेरीला झाडांचा दाट पडदा होता. त्याच्या मागे शेवाळी-हिरवा टेकाडासारखा उंचवटा होता, त्यावर स्ट्रेचर ठेवले गेले. त्या शेवाळी-हिरव्या टेकडीच्या टोकावर एक शुभ्र-धवल घर होतं, घराच्या दरवाजाच्या जागी काळभोकासारखा दिसणारा गोल होता. आणि त्याच्यासमोर रुंद उतारावर हजारो लोकं लांबलचक सर्पासारख्या रांगेमधे उभी होती. रांगेतल्या प्रत्येक माणसाच्या हातामधे काही तरी होतं. काही तरी...

घणघण आवाज करत रुग्णवाहिका त्या हातामधे काही तरी धरलेल्या माणसांच्या रांगेला कापत उतारावरून सावकाश चढत वर गेली. पांढऱ्या घरासमोर आल्यावर ती थांबली. देर्दाला रुग्णवाहिकेमधून बाहेर काढण्यात आलं आणि जणू काही तो पिसासारखा हलका असावा इतक्या अलगद त्याला त्यांनी उचललं आणि मग त्या घराच्या दरवाजामधून त्यांनी त्याला इतक्या वेगाने आत नेलं की त्याला आपण म्हणजे एखादा अग्निबाण असावा असा भास झाला. त्याच्या मागोमाग त्या माणसांची आणि त्यांच्या हातातल्या वस्तूंची रांगही घुसली, बाहेरच्या मार्गिकेपासून आतला कॉरिडॉर अलग झाला.

कॉरिडॉरच्या शेवटी जिथे रांग सुरू होत होती तिथे एक बंद दरवाजा होता, त्याच्या समोर येऊन ते थांबले. त्यांच्या समोर रांगेत पहिलीच, एक लहानशी मुलगी उभी होती, तिने आपल्या कुशीत एक गुबगुबीत मांजर धरलं होतं. आता दरवाजा उघडला की पहिल्यांदा तीच आत जाणार हे उघड होतं. देर्दाला घेऊन जाणाऱ्या लोकांपैकी एकाने खाली वाकत त्या मुलीच्या कानात कुजबुजत सांगितलं, 'तातडी आहे.'

त्या लहान मुलीने, तिच्या वयाला न साजेसा पोक्तपणा दाखवला आणि ती बाजूला झाली, देर्दाचं स्ट्रेचर उघडलेल्या दारातून आत नेण्यात आलं.

आतल्या खोलीमधे एक शस्त्रक्रियेचं टेबल होतं आणि दोन प्रौढ पुरुष होते. एक जण जिवारो इंडियन होता, दुसरा फिलिपिनी. शस्त्रक्रियेच्या टेबलावरची पांढरी चादर ते बदलत होते. चादर पसरून त्यांनी तिच्यावरच्या सुरकुत्या तळहाताने सारख्या केल्या आणि मग वर बघितलं. याच खुणेची ती देर्दाला वाहून आणणारी माणसं वाट पाहत होती. जराही वेळ न घालवता त्या प्रौढ पुरुषांनी देर्दाला त्या शस्त्रक्रियेच्या टेबलावर, जणू तो कणकेचा गोळा असावा तसे ढकलले. देर्दाच्या अंगात फक्त पायजमा होता.

टिटॅनियमचा डबा हातात घेतलेल्या माणसाकडे त्यांच्यातला इंडियन गेला आणि त्याने झाकण वर करून त्या डब्यात डोकावले. आतलं पुस्तक पाहताच त्याने विचारलं,

‘याची लहान आवृत्ती नाहीये का?’

डबा धरलेल्या माणसाने मान हलवली. इंडियनने हताश सुस्कारा सोडला आणि पुस्तक आपल्या उजव्या हातात घेत तो त्याची पानं चाळायला लागला. मग आपला डावा हात पुस्तकावर ठेवत त्याने बोटं एकमेकांवर घासली, त्याबरोबर सोनेरी रंगाची पूड त्या पुस्तकावर सांडली. ती पूड पुस्तकावर पसरत गेली आणि ते पुस्तकही हळू हळू पूर्णपणे सोनेरी झालं, त्याचा आकारही आक्रसला, लहान झाला आणि मग तुतुनान्मायान्लार हाताच्या मुठीमधे मावेल इतक्या आकाराचं झालं.

मग इंडियनने ते आक्रसलेल्या आकाराचं पुस्तक फिलिपिनोला नेऊन दाखवलं. त्याने मान हलवली आणि डोळे मिटून घेतले. आणि मग त्याने आपला सुरीसारखी धारदार नखं असलेला बदामी आकाराचा हाताचा पंजा देर्दाच्या डाव्या बरगडीत खुपसला. आतलं मांस उचकटलं गेलं तसा देर्दा जोरात किंचाळला. पण त्याला काहीही जाणवत मात्र नव्हतं. आणि आपण किंचाळलो हाही त्याला फक्त भास झाला होता. तसंही आपण किंचाळावं इतक्या वेदना त्याला झालेल्याच नव्हत्या आणि आपलं तोंडही त्याला किंचाळता यावं इतकं उघडता येत नव्हतं. भेदरलेल्या नजरेनं त्याने त्या सुकलेल्या चेहऱ्याच्या फिलिपिनोकडे पाहिलं. त्या प्रौढ माणसाने त्याच्या शरीरावर केलेला छेद आपल्या दोन्ही हातांनी रुंदावून धरला होता आणि बाकी सगळी माणसं त्याकडे बघत होती. रक्ताचा एकही थेंब बाहेर आला नव्हता आणि देर्दाचा श्वासही नेहमीसारखाच चालू होता. पण रक्त न येण्याची किंवा श्वास अपुरा होण्याची इतरही अनेक कारणं होती. खरं तर तिथेच आणि त्याच वेळी मरून जाण्याकरताही त्याच्याकडे चांगली कारणं होती. आणि त्यांपैकी एक कारण तर तिथे त्याच्या नाकाखालीच दिसत होतं. देर्दाची दृष्टी देर्दाच्या हृदयावर पडली, ते त्याच्या डोळ्यांपासून जेमतेम हातभर अंतरावर होतं.

इंडियनने ते हृदय फिलिपिनोच्या हातातून आपल्या हातात घेतलं आणि आपल्या हातातलं पुस्तक त्याच्या आता रिकाम्या झालेल्या हातांमधे सोपवलं. फिलिपिनोने त्याचा हात उंचावला आणि डोळे बंद केले, आता तो फक्त त्याच्या बोटांच्या टोकांनी पाहत होता. देर्दाच्या त्वचेवरचा छेद त्याने हाताने पडदा बाजूला करावा तसा उघडला आणि आपला जो मोकळा हात होता त्याच्या मदतीने त्याने ते पुस्तक देर्दाच्या मांसामधे पुरलं. त्याच्या हृदयांना आजवर ज्या नसा, झडपा जोडल्या गेल्या होत्या त्या सर्व पुस्तकांच्या भोवती झेपावून आल्या. त्यांचं एक जाळं पुस्तकाच्या भोवती निर्माण झालं, पूर्ण पुस्तक त्याखाली झाकलं गेलं. फिलिपिनोने मग आपला हात काढून घेतला, तुतुनान्मायान्लार जिवंतपणे धडधडायला लागलं. रक्ताचा पुरवठा त्याच्यामार्फत शरीराला पूर्ववत् सुरू झाला आणि देर्दाला नवजीवन मिळालं. त्याच्या फुफ्फुसांमध्ये पहिल्या श्वासाची ताजी हवा भरलेली इंडियनने पाहिली आणि लगेच त्याने टेबलाखाली ठेवलेली कचऱ्याची बादली आपल्या पायाचा तळव्याने खटका दाबून उघडून त्यात

देर्दाचे हृदय फेकून दिले. तो मांसाचा तुकडा आता निरुपयोगी झाला होता.

शुभ्र-धवल इमारत

मनिलाच्या उत्तरेला नव्वद कि.मी. अंतरावर असणारी ही पांढरी इमारत म्हणजे कोणतं देऊळ नव्हतं, ज्यात चमत्कार घडून येतात. ते फक्त एक घर होतं, पांढऱ्या शुभ्र रंगाचं. त्या प्रशस्त घरात एक अरुंद खोली होती आणि एक लांबलचक कॉरिडॉर होता. आकाशाला भिडणाऱ्या उत्तुंग इमारतीसारख्या दिसणाऱ्या या घराला एकही खिडकी नव्हती. इमारतीच्या आकाराचं, आतमधे एकच खोली असणारं ते एक स्मारक होतं.

मध्यंतरी बसलेल्या भूकंपाच्या जबरदस्त धक्क्यात फिलिपाइन्समधे विध्वंसक उलथापालथ झाली आणि त्याच वेळी अचानक कुठूनतरी ही इमारत त्या जागी अवतीर्ण झाली. जगभरातल्या लोकांच्या झुंडीच्या झुंडी या इमारतीच्या दर्शनाकरता लोटत होत्या आणि आपण नक्की काय पाहिलं याचा अर्थ लावण्याचा प्रयत्न करत लोक परत जात. मात्र कोणालाच, अगदी एखाद्या शास्त्रज्ञालाही त्या इमारतीच्या अशा अचानक अस्तित्वाबद्दल काही तर्कशुद्ध स्पष्टीकरण देता येत नव्हतं. त्या इमारतीला दरवाजाही नव्हता. बराच काळ गेला पण काहीच नवी माहिती समोर येईना, तसा लोकांचा त्यातला रस हळू हळू संपत गेला आणि मग इमारत बघायला येणाऱ्या झुंडीही थांबल्या.

तीन वर्षांनंतर उन्हाळ्यातल्या एका सकाळी, वय झालेला फिलिपिनो इमारतीसमोर आला. त्याने आपला तळहात इमारतीवर टेकवला आणि वाट पाहत इमारतीला रेलून तो उभा राहिला. कोणी विचारलं की तो म्हणे, 'मी कोणाची तरी वाट पाहत आहे, पण कोणाची ते मात्र मला सांगता येणार नाही'. आपण फक्त आपल्या हाताच्या तळव्याचा वापर करून रक्तहीन शस्त्रक्रिया करतो असा दावा तो करत असे, पण म्हणूनच त्याचा समावेश देशातल्या इतर अनेक लबाड, फसवणूक करणाऱ्यांमधे झाला होता. तब्बल दोन वर्षं तो अशी वाट पाहत उभा होता. या काळात भिंतीवर टेकवलेला आपला तळहात त्याने एकदाही बाजूला केला नाही, किंवा त्याचं वय होतं त्यापेक्षा अजून एका दिवसानेही वाढलेलं कुणाला जाणवलं नाही.

त्यानंतर मग उन्हाळ्यातल्या एका सकाळी, एक इंडियन त्या इमारतीजवळ आला. तोही त्या फिलिपिनोइतकाच वयस्कर होता. त्याच्या कमरेच्या पट्ट्याला एक कवटी लोंबकळत होती. आक्रसून आता ती तळहाताच्या आकाराची झाली होती. तो ॲन्डीज पर्वतांमधून आला होता. आपण ज्यांचा जीव घेतलेला आहे, त्यांच्या आत्म्यांनी आपल्यावर सूड उगवू नये म्हणून तो त्यांची मस्तकं आक्रसवून लहान करायचा आणि मग त्यांना स्वत:च्या शरीरावर वागवायचा. ॲमेझॉनच्या खोल, हिरव्यागार अरण्यात त्याचे वास्तव्य होते, जिवारो जमातीचा इंडियन होता तो.

त्याला आपण कशाकरता तिथे आलो आहोत आणि काय करायचं आहे याची पूर्ण कल्पना होती असं दिसलं, कारण अगदी सहजतेनं, जराही संकोच न करता तो त्या फिलिपिनोच्या हाताच्या चार मीटर इतक्या जवळ अंतरावर गेला, त्याचे तळहात इमारतीवर टेकले होते. भिंतीवर जिथे त्याने आपले दोन्ही तळहात दाबून धरले होते, बरोबर त्याच ठिकाणी, भिंतीला एक भगदाड पडले, त्यातून तो आत गेला आणि उजव्या बाजूला वळत नाहीसा झाला. आणि मग अशा तऱ्हेने त्या इमारतीचा दरवाजा उघडला गेला, एखाद्या प्रचंड गुहेचा आ वासलेला असावा तसा. कधीही तो बंद झाला नाही. त्या दोन म्हाताऱ्यांनी त्यांच्या पुढ्यात आलेल्या कॉरिडॉरमधे प्रवेश केला आणि मग त्याच्या शेवटच्या टोकाला असलेल्या खोलीमधे ते पोचले. इमारतीने त्यांच्या कानामधे कुजबुजत त्यांचं कार्य काय आहे ते सांगितलं, आणि मग ती म्हणाली, 'थांबा! इथेच थांबा. ते येतील तुमच्याकडे.'

'कोण?' फिलिपिनोने विचारले.

'ज्यांना आपल्या आयुष्याचा अर्थ समजला आहे ते. आपलं आयुष्य कोणत्या गोष्टीकरता वाहून घ्यायचं हे ज्यांना समजलं आहे ते. ज्यांना जगण्याचं प्रयोजन समजलं आहे ते. ते येतील. तुम्ही त्यांची हृदयं बाहेर काढा आणि मग त्या जागी ती गोष्ट, ते प्रयोजन बसवा. आणि मग त्यांची काढलेली हृदयं तुम्ही फेकून द्या.'

'पण,' इंडियनने विरोध दर्शवत विचारले, 'हृदय नसलं तर ते जिवंत कसे राहतील?'

'बघाल तुम्ही!' इमारत म्हणाली.

'आणि कोणीच आलं नाही तर?' फिलिपिनोने शंका व्यक्त केली. 'कोणी एखाद्या गोष्टीला इतकं वाहून घेतलेलं असेल की ज्याकरता आपलं हृदयही गमवायची तयारी ते दाखवतील?'

'तेही, बघाल तुम्ही!' इमारतीने उत्तर दिलं.

'पण ज्यांना आपल्या आयुष्याचा अर्थ, जगण्याचं प्रयोजन सापडलेलंच नाही, त्यांचं काय?' इंडियनने विचारलं. 'त्यांचं काय होणार?'

'त्यांच्या बाबतीत काय, ते तर जोवर जगत राहातील, फक्त सडत राहातील. आणि त्यांच्या छातीतला तो मांसाचा तुकडाही सडेल. जगत राहतीलच ते, पण जिवंत मात्र नसतील कधीच.'

फिलिपिनोने एक शेवटचा प्रश्न विचारला. 'पण आत्ता का? या आधीही किती तरी जणांनी आपलं आयुष्य कशाला ना कशाला तरी वाहून घेतलेलं होतंच, मग हे सगळं आत्ताच करायची गरज का भासते आहे?'

इमारतीने उत्तर दिलं, अखेरचं 'कारण एक मुलगा जन्माला आला आहे, त्याचं नाव देर्दा!'

'कोण?' इंडियनला विचारायचं होतं, पण एखाद्या अदृश्य शक्तीने जणू काही त्याला खिळवून ठेवलं आणि मग तो त्या इमारतीच्या बाहेर खेचला गेला.

द फर्स्ट (पहिला)

तो वृद्ध इंडियन उतारावरून धावत गेला, मातीच्या कच्च्या रस्त्यावरून जात मग तो जंगलाच्या आत दिसेनासा झाला. झाडांच्या भिंती पार करत तो एका खेड्यात आला. तिथे जमिनीवर काहीही हालचाल न करता पडून राहिलेल्या एका मुलाभोवती गावातली लोकं जमली होती. मुलगा श्वास घ्यायलाही धडपडत होता. त्याच्या वळलेल्या मुठीतून एका कागदाच्या तुकड्याची दोन टोकं दोन्ही बाजूंनी बाहेर डोकावत होती. इंडियनने आजूबाजूला जमलेल्यांना मदतीची विनंती केली आणि तो त्या मुलाला घेऊन पांढऱ्या इमारतीच्या आतल्या अरुंद खोलीमधे गेला. फिलिपिनोने त्या मुलाची घट्ट वळवून बंद केलेली मूठ जबरदस्तीने उघडली आणि त्यातला कागद बाहेर काढला. मग त्याचं हृदय फाडून काढत तिथल्या रिकाम्या पोकळीत त्याने तो कागद ठेवला. बाहेर काढलेल्या हृदयाच्या जागी दुसरी वस्तू बसवण्याचा पहिला प्रयोग त्या इमारतीच्या आत घडून आला आणि हृदयाच्या जागी बसवली गेलेली ती वस्तू म्हणजे अमेरिकन डॉलरची नोट होती. काही तासांपूर्वीच एका पर्यटकाकडून त्याला बक्षिसीदाखल मिळालेली ती एक चुरगाळलेली नोट होती. ज्या क्षणी त्या फिलिपिनो मुलाने आपल्या हाताच्या तळव्यावर टेकवली गेलेली ती डॉलरची नोट बघितली त्याच क्षणी त्याने आपल्या जगण्याचं प्रयोजन निश्चित केलं – पैसा.

सोबत आलेल्या गावकऱ्यांनी त्या मुलाला नवजीवन मिळालेलं पाहिलं. त्यांच्यातले दोन वयोवृद्ध आपल्या गुडघ्यांवर बसले आणि त्यांनी आदराने त्या चमत्कारी मुलासमोर आपलं मस्तक झुकवलं. आणि मग त्या इंडियनने त्यांना सांगितलं, जे कोणी त्यांचं सारं आयुष्य कोणत्या तरी उद्दिष्टासाठी वाहून घेतील, त्यांना स्वत:ची ओळख कधी ना कधी तरी पटेल. मग ते इतरांना मार्गदर्शन करतील, आणि मग असे उद्दिष्टप्राप्त हजारोंच्या संख्येने वाढतील.

जगभरातले असे कोट्यवधी लोक ज्यांना आपल्या आयुष्याचा अर्थ उमजला आहे, त्यांना या पांढऱ्या इमारतीमधे आणण्यात येतं, आणि मग इथे त्यांची हृदयं उपसून काढली जातात आणि कचऱ्यात फेकून दिली जातात.

काही काळानंतर, जागतिक आरोग्य संघटनेने या हृदयांना जतन करून गरजेनुसार त्यांचं पुनर्रोपण करता येऊ शकेल, असं त्यांना कळवलं. मात्र इमारतीने ठामपणे एकच उत्तर दिलं– हृदयं फेकून द्या!

द लास्ट (अखेर)

कब्रस्तानातल्या आपल्या घरी आल्यावर देर्दाचे डोळे उघडले. तो भानावर

आला. पांढरा ॲप्रन घातलेल्या त्या तिघांनी त्याला पुन्हा तो जसा आणि जिथे होता तिथेच परत आणून सोडलं आणि ते आपल्या मागे दरवाजा बंद करून घेत निघून गेले. भानावर आल्यावर पहिल्यांदा त्याचे हात आपल्या छातीवरील पुस्तकाकडे गेले, पण तिथे ते नव्हतं. तो धडपडून उठला आणि घरभर त्याने ते पुस्तक धुंडाळलं, पण तुतुनान्मायान्लार त्याला घरात कुठेही सापडलं नाही. त्याने घराचा कानाकोपरा तपासला होता, पण मग अचानक त्याने आपलं शोधणं थांबवलं आणि तो हसायला लागला विचित्र वाटेल असं खदखदून हसायला लागला तो. मला हवंय कशाला ते पुस्तक? त्याने स्वत:लाच विचारलं. माझ्याकडून जरी ते हरवलं गेलं असेल तरी इतकं भयंकर असं काय घडलं आहे त्यात? मी तर आधीच वाचून पूर्ण केलं आहे ते.

त्या दिवसानंतर देर्दाने कधीही तुतुनान्मायान्लारचा शोध घेतला नाही आणि पांढऱ्या इमारतीचा तर विचारही त्याच्या मनात आला नाही. त्याला जे काही आठवत होतं ते तुकड्यातुकड्यांतून आपण काही तरी स्वप्नात पाहिलं असावं तसं. घडलं होतं ते हेच, की ज्या दिवशी देर्दा जन्माला आला होता, त्याच दिवशी ती इमारत अचानक तिथे अवतीर्ण झाली होती. त्याच जागी, जिथे देर्दाने ती पाहिली आणि मग देर्दा जेव्हा तिथे जाऊन पुन्हा परत आला, ती इमारत आपल्या जागेवरून हळू हळू नाहीशी होत गेली. त्या शेवाळी-हिरव्या टेकडीने तिला सावकाशपणे आपल्या अंतरंगात गिळंकृत करून टाकावं तशी ती इमारत आपल्याच जागेवर हळू हळू खचत नाहीशी होत गेली. इतक्या हळू हळू की त्या दोन वृद्ध व्यक्तींना आणि आतल्या मार्गिकेमधे खोळंबून उभ्या असलेल्या हजारो जणांना इमारतीमधून बाहेर निघून जाण्याइतका वेळ मिळावा. मार्गिकेमधली लोकं इमारतीच्या त्या काळ्या छिद्रामधून बाहेर पडली, त्यांनी त्यांचे जीव सुखरूप वाचवले आणि आपल्या आयुष्याचा उमजलेला अर्थ सोबत घेऊन ते आपापलं आयुष्य जगण्याकरता निघून गेले. मात्र ते दोन वृद्ध होते त्याच खोलीमधे थांबले, एकमेकांकडे समाधानाने हसून बघत. त्यांच्या कार्याची पूर्तता झालेली होती आणि आता आयुष्याची अखेर होण्याची वेळ जवळ आलेली होती. मृत्यू. अखेरची चिरशांती. ते दोघेही ही गोष्ट जाणून होते. त्यांना या गोष्टीची जाणीव होती की आपण जे अखेरचं हृदय उपसून काढलं ते देर्दाचं होतं. देर्दा, हे नाव त्यांनी असंख्य वर्षांपूर्वीच ऐकलं होतं. एकच गोष्ट अशी होती, जी त्यांना समजलेली नव्हती. म्हणूनच मग, इंडियनने प्रश्न विचारला,

'ते पुस्तक कोणतं होतं?'

फिलिपिनोने स्मितहास्य केलं. आणि तो म्हणाला-

'मला माहीत नाही, पण नक्कीच ते असं पुस्तक असणार..' एक आवंढा गिळून तो म्हणाला, 'असं पुस्तक असणार, की ज्याचा वाचनातून लाखो लोकांना आपल्या आयुष्याचा अर्थ सापडलेला असणार.'

(हाताने लिहिलेल्या भागाची अखेर)

'त्याने अजून काही लिहिलं आहे का?'

'होय, बहुतेक. आमच्याकडे त्याने लिहिलेलं दुसरं काही नाही, पण पुस्तकांच्या दुकानात असणार नक्की.' सारुहान म्हणाला.

मग त्याने पुलाजवळच्या दुकानाचा पत्ता त्याला समजावून सांगितला. देर्दा धावतच तिकडे जायला निघाला. अब्दुल्ला यायच्या आत परतणं त्याला भाग होतं. पुस्तकांच्या दुकानात जाण्याची त्याची ही पहिलीच वेळ. एक बाई आतून कुठून तरी एकदम त्याच्यासमोर येऊन उभी राहिली.

'काय हवं आहे?'

'मला ओगुझ अतयच्या...'

त्याचं वाक्य पूर्ण व्हायच्या आतच, ती बाई वळली आणि दुकानाच्या अंतर्भागात गेली. देर्दाही तिच्या मागोमाग गेला. दोघेही पुस्तकांनी भरलेल्या एका कपाटाजवळ उभे राहिले आणि तिने तुतुनान्मायान्लार उचललं.

'माझ्याकडे हे आहे,' देर्दा म्हणाला. त्या बाईला कसं कळणार की ते त्याच्या आतमधे आहे.

'ठीक आहे, मग हे घे,' तिने त्याच्या हातात वेटिंग फॉर फिअर आणि प्रकाशित झालेली इतर काही जर्नल्स ठेवली.

'आमच्याकडे इतकंच आहे.'

पुस्तकांची किंमत कळताच त्याने खिशातून काही चुरगळलेल्या, मळलेल्या नोटा काढल्या आणि अक्षरशः त्या तिच्यासमोर फेकून तो लगबगीने दुकानाबाहेर पडला आणि धावायला लागला. अब्दुल्ला आपली व्हॅन रस्त्याच्या कडेला लावतच होता, त्या वेळी तो जेमतेम पोचला. डेपोमधे परतताना प्रत्येक लाल सिग्नलला अब्दुल्ला देर्दाकडे इतक्या तिरस्कारयुक्त नजरेने पाहत होता की, शेजारी कोणी वाचत बसलेला असताना कसं वाटू शकतं याची कल्पना देर्दाला आली. वाचत बसलेल्याशी तुम्ही बोलू शकत नाही.

त्या रात्री, कब्रस्तानातल्या आपल्या घरात असलेल्या एकुलत्या एका मिणमिणत्या दिव्याच्या उजेडामधे रात्रभर जागून देर्दाने वेटिंग फॉर फिअर संपवलं. त्या रात्री अखेरीला देर्दाने, तो ज्या दगडाशी गेली तीन वर्षं बोलत होता, त्याचा आवाज ऐकला. पुस्तकातल्या 'रेल्वेत काम करणाऱ्यांचं स्वप्न' या शेवटच्या कथेतलं, शेवटचं वाक्य असं होतं–

'मी इथे आहे, प्रिय वाचका, तू कुठे आहेस?'

'मी इथे आहे!' देर्दा आक्रोशत म्हणाला.

आणि मग तो घराच्या बाहेर गेला भिंतीतल्या भगदाडातून पलीकडे जात, त्या मिट्ट अंधारात धावत तो थेट ओगुझ अतयच्या थडग्यापाशी आला. कबरीच्या दगडाजवळ बसून, तो अस्फुट आवाजात म्हणाला, 'इथे आहे मी.'

'हे बघ, इथे आहे मी. मी इथे आहे. तुझ्याजवळ. मी कायमच इथे तुझ्या जवळ होतो. कायम. हे बघ, आत्ताही मी इथेच आहे...'

देर्दा रडत होता. आपण का रडतो आहोत हे त्याला माहीत नव्हतं. पण तो रडत होता. कदाचित आपण इतकी वर्षं एकाकीपणात काढल्याचं दुःख त्याच्या उरात असेल. कदाचित ओगुझ अतयने स्वतः त्याच्याकडे पाहून विचारलं होतं, मी इथे आहे, तू कुठे आहेस?. कदाचित त्याला तेव्हाच रडू फुटत असेल जेव्हा तो एकटा असतो. कदाचित तो तेव्हाच रडू शकत असेल, जेव्हा तो ओगुझ अतयजवळ असतो. पण देर्दा रडत होता. रडता रडताच तो ओगुझ अतयच्या कबरीजवळ फुललेली व्हायोलेट्सची फुलं कुरवाळत होता. त्याचं रडू आता आणखीनच अनावर झालं, कारण आपण का रडतो आहोत हे त्याला समजत नव्हतं. हुंदके देत असतानाच तो अस्फुट आवाजात म्हणत होता:

'मी इथे आहे, मी इथे आहे, मी इथे आहे...'

वेटिंग फॉर फिअरमधल्या कथा नेमक्या कशासंदर्भातल्या आहेत हे त्याला नीट सांगता आलं नसतं, कथांच्या संकल्पना त्याला सांगता आल्या नसत्या. त्याची शब्दसंपत्ती खूप तोकडी होती. आपल्या मनात आलेले विचार शब्दांमधे स्पष्ट करून मांडण्याकरता, उमजलेल्या अर्थाची संगती वाक्यांमधे लावण्याकरता जी बौद्धिक क्षमता विकसित व्हावी लागते ती त्याची होऊ शकलेली नव्हती. पण तो जे म्हणाला होता, ते हेच होतं– जीवनाच्या अंतिम टप्प्यापर्यंत मी तुझ्यासोबत आहे आणि त्याही पल्याड, मृत्यूनंतरच्या जगातही मी तुझ्या सोबत आहे. इथेच. कायम. आकाश, किंवा त्याही पलीकडच्या अदृष्टाखाली मी तुझ्याशेजारी बसून आहे, तुला सोबत करत. तुझं रहस्य, दगडावर खोदलेल्या शब्दांच्या ओळींमधून व्यक्त होणाऱ्या तुझ्या चांगुलपणाला मी सोबत करत आहे, आणि त्या शब्दांच्याही पलीकडची तुझ्यातली गूढ शांतता, जिला कोणतंही नाव दिलं जाऊ शकत नाही तिच्या सोबतही मी आहे. अज्ञाताच्याही पल्याड, केवळ भावनेच्या अनुभूतीतून जिथे पोचू शकतो ती ही जागा. त्या जागेवर, जिथे त्याने आजवर कधी नावही ऐकलेलं नाही अशा वाद्यांमधून उमटलेलं अभिजात संगीत त्याला ऐकू येत होतं. त्या जागी अद्भुत प्रकाशाचे कवडसे त्याच्या डोळ्यांमधून पाझरणाऱ्या चमकदार थेंबांवर पडत होते आणि त्यांचं रूपांतर इंद्रधनुषी स्फटिकांमधे होत होतं. अशी जागा, जिच्या वर्णनाला ज्ञानी–अज्ञानी कोणाचेच स्पष्टीकरण पुरेसे पडणार नव्हते, अशी ती जागा. तिथे ओगुझ अतय होता, या इथे. त्याच्या वेदना, त्याची दुःखं हे सहनशक्तीच्या पलीकडे गेल्यावर तो इथे कोसळला होता, याच जागी कोसळला होता.

कदाचित तो कोसळला नव्हता. कदाचित तो विशिष्ट क्षण गुरुत्वाकर्षणाचे सारे नियम तोडून टाकणारा होता. या जागी तुम्ही आधार मिळवत नाही, इथे तुम्ही अवकाशात विहार करायला शिकता.

त्या रात्री देर्दा दोन थडग्यांच्या मधल्या जागेत झोपला, व्हायोलेट्‌सच्या फुलांना कुरवाळत तो निद्राधीन झाला.

***

देर्दा ओगुझ अतयचं जर्नल वाचत होता.

'हल्ली मला खूप निराश वाटतं...'

देर्दा रडवेला झाला.

'काहीही झालेलं असलं तरी, माझी अपेक्षा फक्त इतकीच की मला जरासा तरी आदर दिला जावा...'

देर्दा निराश होऊन म्हणाला, 'अर्थातच, त्याला आदर द्यायलाच हवा ना.'

'प्रागतिक, पुरोगामी, कोणत्याही प्रकारची चळवळ ही अर्धवट ज्ञानाने शहाण्या झालेल्या काही मूठभर लोकांवर आपलं वर्चस्व राखून असते, म्हणूनच मग त्यांना पुढची अनेक वर्षं बदलत्या काळाशी सुसंगत वास्तव स्वीकारून आपल्यात नव्याने सुधारणा करण्याची गरज भासत नाही. आपलं वर्चस्व अबाधित राहावं म्हणून मग ते अनेक खेळ खेळायला लागतात, लोभी व्यापारी जसा आपल्या धंद्यात टिकून राहण्याकरता असंख्य लबाड क्लृप्त्या करतो तसे...'

देर्दाला आपण कुणाला उद्देशून आपला राग व्यक्त करतो आहोत हे कळत नव्हतं, पण तो चिडला होता.

'कुजक्या हिरड्यांचे आहेत ते, त्यातून निखळून पडलेल्या सडक्या दातासारखे..'

देर्दा स्वत:शी म्हणाला, 'होय!'

'जग भोंदू लोकांनी भरलं आहे...'

पुन्हा देर्दा स्वत:शी ओरडून बोलला, 'होय!'

'या रस्त्यावर एक-दोन कबरी असायला हव्या होत्या. रोज कामावर जात असताना आपली भेट मृत्यूशी होऊ शकली असती तर...'

देर्दाला हसू आलं. त्याला वाटलं ओगुझ अतयला काय वाटतं ते आपण नीट समजू शकत आहोत. दोघांदरम्यान एक अदृश्य बंध निर्माण झाला आहे याची त्याला खात्री झाली.

'मी काय लिहीत आहे ते त्यांना का समजून घेता येत नाही? असा एकही माझ्या आसपास नाही ज्याला ते समजू शकेल...'

देर्दा पुन्हा चिडला. 'मलाही ते समजू शकत नाही. पण हे बघ, मी मात्र तुझ्या आसपासच आहे,' तो आश्वासक स्वरात म्हणाला.

'प्रत्येकच देशात मूर्ख लोक असतात– मला असं म्हणायचं आहे की, प्रत्येक देशातल्या साहित्यप्रेमी लोकांमधे. ते परदेशी पुस्तकांकरता धडपडतात. त्यांना माझं अस्तित्वही ठाऊक नाही. आणि मी, याच लोकांमधे माझ्या पुस्तकांना समजून घेणारे अनेक वाचक असतील, ते माझ्यापर्यंत झुंडीने येऊन पोहोचतील याची वाट बघतो आहे. किती मूर्ख आहे मी...'

देर्दाला पुन्हा उदास वाटलं.

'मला इथे, उपऱ्यासारखं वाटत आहे..'

आणि देर्दाने, त्याच्या खोल मनातून उन्मळून बाहेर आलेले शब्द उच्चारले, 'मला सुद्धा..'

'मला भीती वाटते आहे की, अखेरीला मी सुद्धा आशा सोडून देईन; ते जास्त दारुण असेल..'

देर्दा अतीव दु:खाने रडत होता. पानं उलटताना त्याला आपल्या डोळ्यांमधले अश्रू त्या पानांवरून पुसावे लागत होते. ओगुझ अतयच्या जर्नलच्या शेवटी लेखकाच्या आयुष्याच्या वेगवेगळ्या टप्प्यांवर काढलेली छायाचित्रं होती, त्यांच्यावरही सांडलेले अश्रूंचे थेंब त्याने पुसून कोरडे केले. ओगुझ आपल्या अगदी निकट आहे असं त्याला वाटत होतं. इतकं दु:खी आणि उदास त्याला कधी वाटलं नव्हतं.

ओगुझ अतय आपल्याइतकाच दु:खी आणि एकाकी होता याची त्याला खात्री पटली. १९७७ मधून १९३४ वजा करायला त्याला अर्ध्याहून अधिक तास लागला. ४३७ त्याला जेव्हा उत्तर मिळालं– तेव्हा त्याच्या मनात आलं – 'किती तरुणपणी..' त्याने कब्रस्तानातल्या प्रत्येक कबरीतल्या मृतांवर, जे ४३ हून अधिक वर्षं जगले होते त्यांच्यावर, एक कठोर दृष्टिक्षेप टाकला, मनातल्या अनाकलनीय रागाला आणि द्वेषाला वाट करून देत. कदाचित, त्याचा मनात विचार आला, कदाचित यांच्यापैकीच काही ते मूर्ख असतील, ज्यांच्याबद्दल ओगुझ अतयने लिहिले आहे. त्याने आपल्या थडग्यात चिरविश्रांती घेत असलेल्या एकाचे वय मोजून पाहिले आणि तो खेकसला, '७० वर्षं जगला हा क्षुद्र जीव!' मग त्याने अजून थोडी आकडेमोड केली. 'म्हणजे त्याच्याहून सदतीस वर्षं जास्त.' आपली मान उंचावत त्याने आकाशाकडे पाहिलं. तिथे, जे कोणी असेल, त्याला हे समजू शकेल. देर्दाचे आणखी एक स्वप्न भंग पावले होते, मोजता येणार नाही इतक्यांदा.

आपल्या अंधाऱ्या घरात त्याने तीनही पुस्तकं एकावर एक रचून ठेवली आणि त्यांचा उपयोग त्याने डोकं टेकवण्याकरता करायला सुरुवात केली. डोकं टेकवून तो पाठीवर रेलून बसला आणि वरच्या धुरकट छताकडे पाहत स्वत:शी म्हणाला, 'अजून, मला

अजून जाणून घ्यायचं आहे. मला त्याच्या संदर्भातली प्रत्येक गोष्ट जाणून घ्यायची आहे.'

त्याला त्रेचाळिसाव्या वर्षी मृत्यू का आला? त्याच्या जर्नलमधे त्याने आजारपणाचा उल्लेख केला आहे. तो ज्या रुग्णालयांमधे उपचाराकरता गेला होता त्यांचाही उल्लेख आहे. त्याची शस्त्रक्रियाही झाली होती. देर्दाची आई जशी मेली तसा तो नक्कीच मेला नसणार. शक्यच नाही. ओगुझ अतयने अखेरच्या क्षणी त्याचे डोळे मिटून घेतले तो क्षण आणि त्या मागची कारणे नक्कीच खूप वेगळी असणार. कदाचित लोकांकडे खूप जास्त वेळ पाहत राहिल्यामुळे त्याचा मृत्यू झाला असणार. इतर लोकांच्या डोळ्यांच्या आरपार बघत, त्यांच्या पलीकडचं जग बघण्याच्या प्रयत्नांमुळे पण याबद्दल त्याला नक्की खात्री कशी करून घेता येणार? कुणाला विचारू शकतो तो याबद्दल? अर्थातच सारुहानला.

'जर समजा आपल्याला लेखकाच्या आयुष्याबद्दल जाणून घ्यायचं असेल, तर काय करायला लागतं?'

'त्याकरता आत्मचरित्रं असतात ना,' सारुहान म्हणाला.

'कुठे असतात?'

'कुठे असतील असं तुला वाटतं? पुस्तकांच्या दुकानात.'

'हे जे आत्मचरित्र असतं, ते पुस्तक असतं?'

'देर्दा, कृपा कर आणि माझ्या डोळ्यांसमोरून दूर हो. आधीच माझं डोकं या भयानक घड्याळांमुळे फिरलंय.'

देर्दा पुन्हा त्याच दुकानात गेला पुलाच्या पायथ्यापासून पाचच पावलांवर ते होतं. तीच बाई पुन्हा त्याच्यासमोर येऊन उभी राहिली. या वेळी तिचा चेहरा हसरा होता. शेवटी, देर्दा एक चांगल्या पुस्तकांचा ग्राहक होता.

'काय मदत करू मी तुला?'

'फक्त.. एकच सेकंद..' असं म्हणत त्याने खिशातून कागदाचा तुकडा बाहेर काढला. कागदाचाही नाही खरं तर, खोक्याच्या झाकणाचा तळहाताएवढा तुकडा होता तो. सारुहानने त्यावर जे लिहिलं होतं ते त्याने दुकानातल्या बाईला दाखवलं.

'आत्मचरित्र. ठीक आहे, पण कोणाचं?'

देर्दाने स्वत:चंच नाव सांगावं अशा थाटात सांगितलं.

'ओगुझ अतय.'

'बघते हं.' असं म्हणत ती बाजूच्या टेबलावर असलेल्या संगणकासमोर जाऊन बसली. त्यावर तिने काहीतरी टाइप केलं आणि मग देर्दाकडे बघितलं.

'आहे, एक आहे शिल्लक आमच्याकडे.'

देर्दाला तिथेच सोडून ती कपाटं धुंडाळायला गेली. आपल्या उजव्या हाताची

बोटं ती पुस्तकांच्या मध्यकण्यावरून सराइतपणे फिरवत होती, मग तिला हवं होतं ते सापडलं आणि तिने ते ओढून बाहेर काढलं. तिच्या मागोमाग आत आलेल्या देर्दाच्या हातामधे तिने ते सोपवलं. अशी जाडी पुस्तकं खूप महाग असतात हे देर्दाला माहीत होतं. आपल्या खिशामधे असलेले पैसे पुरेसे नाहीत हे त्याच्या लक्षात आलं. लहान मुलाने विचारावं तसं त्याने विचारलं,

'जर मी हे वाचून तुम्हाला परत आणून दिलं तर?'

ती बाई हसायला लागली. 'तुला खरंच असं वाटतं की अशा गोष्टी शक्य असतात?' हे म्हणतानाच ती थांबली, आणि ओरडली.

'अरे, ए, कुठे जातोस तू? थांब!'

देर्दा दुकानापासून चार पावलं लांब पोचला होता आणि गर्दीतून रस्ता कापत जात होता. आता तो धावायला लागला. त्याला माहीत होतं की त्या बाईला स्वत: धावत येऊन त्याला पकडणं शक्य नव्हतं, पण तरी त्याने आपला वेग कमी करण्याचं धाडस केलं नाही. देर्दा मांजरासारख्या चपळाईने जिन्यापर्यंत धावत आलेला सारुहानने एकट्यानेच पाहिला. त्या वेळी तो पुलाच्या कठड्याला टेकून सिगारेट पीत उभा होता. देर्दा गर्दीत मिसळून जाताना, मग त्यांच्यामधून, त्यांना धक्का लागून न देता सटकताना आणि लहान मुलाच्या अधिरतेनं धावत सुटलेला त्याने वरून पाहिलं. मग ती बाई दुकानाच्या बाहेर येऊन इकडे तिकडे चिंताग्रस्त चेहऱ्याने पाहत उभी राहिलेलीही सारुहानला दिसली.

'वेडा आहे हा मुलगा,' तो हळू आवाजात पुटपुटला. मागे वळत त्याने घड्याळ विक्रेत्याकडे पाहिलं. तो एकेक घड्याळ खोक्यातून बाहेर काढत होता, त्याची चावी फिरवून गजर लावत होता, आणि मग त्यांना जमिनीवर अंथरलेल्या ताडपत्रीवर मांडून ठेवत होता. 'अरे देवा,' सारुहान उद्गारला. त्याने वैतागाने डोकं हलवलं. त्या माणसाच्या नजरेतून ते सुटलं नाही.

'तुला काय करायचं आहे? काही त्रास आहे का तुला?'

'नाही, काही नाही. मी फक्त असं म्हटलं की आज याची भरपूर घड्याळं विकली जावोत.'

आपल्या कोटाच्या वरच्या खिशातून बाहेर लटकत असलेले हेडफोन्स काढून सारुहानने ते कानात अडकवले आणि आजूबाजूच्या जगाचा आवाज खंडित करून टाकला. रेनिंग ब्लड मधल्या सुरीच्या मदतीने.

***

तो कब्रस्तानाच्या फाटकातून आत शिरत होता इतक्यात त्याला एक आवाज ऐकू आला.

'कुठे जातो आहेस तु?'

गडद निळ्या रंगाचा पोषाख घातलेला एक तरुण सुरक्षा रक्षक यासिनच्या खोपटाबाहेर उभा होता.

'कुठे जातो आहेस म्हणजे काय?'

'कुठे जातो आहेस?'

'घरी.'

'यापुढे कब्रस्तानाच्या आतून घराकडे जाता येणार नाही. बंदी आहे.'

देर्दाने त्या तरुण सुरक्षा रक्षकाकडे काही वेळ रोखून पाहिले. शांतपणे. मग त्याने विचारले.

'यासिन भाई कुठे आहे?'

'मला कोणीही यासिन भाई वगैरे ठाऊक नाही.'

देर्दा कब्रस्तानाच्या फाटकातून बरेच आठवडे झाले आत गेला नव्हता त्यामुळे त्याला या कशाची कल्पना नव्हती. यासिन आणि त्याचे गेल्या चोवीस वर्षांचे काम या दोघांनाही तिथून काढून टाकले होते, त्यामुळे आपला बग्लामा घेऊन तो निघून गेला होता. यासिनने केलेली ही पहिलीच गोष्ट ज्याचा त्याला पश्चात्ताप झाला होता. मृतांच्या भोवती वाट पाहत बसण्यापेक्षा काहीही चांगलेच असा विचार करून तो निघून गेला होता. त्यानंतर तो त्याच्या गावी गेला, आपल्या वृद्ध आईला त्याने मिठीत घेतले. 'पोरा, इतकी वर्षं काय केलंस, कुठे होतास?' आईने विचारले. 'काही नाही,' त्याने उत्तर दिले. 'मी उभं राहून फक्त वाट बघितली.'

'बरं, पण आता काय करणार आहेस तू?'

'उभं राहून थकून गेलो आहे मी. काहीतरी करीन मी, काही तरी नक्कीच.'

'ते ठीक आहे, पण काय?'

'अम्मी, आत्ताच आलो आहे मी. घरी येण्याचा कुणाला पश्चात्ताप होईल असं वागू नकोस.'

पण त्यानंतर यासिनने इकडे तिकडे उभं राहाण्याखेरीज काहीच केलं नाही. अगदी तो मेला त्या दिवसापर्यंत. तो काही काळ तिथे राहिला, जमिनीच्या पोटात. जणू काही तो आलाच नव्हता, जणू जमिनीच्या वर असलेल्या इतर लोकांपेक्षा तो वेगळा होता. कारण बाकी सर्वांनी काही तरी केलं होतं. अगदी त्यांच्या मृत्यूनंतरही. काही जण स्वर्गात गेले, काही मातीत मिसळून निसर्गाचा भाग बनले, काही जणांचा पुनर्जन्म झाला. यासिनसारखं गेल्यावर पूर्णपणे नाहीसं होण्याचा धोका कोणीच पत्करू शकत नव्हते. आपला काहीही माग मागे न ठेवता हरवून जाण्याचं धैर्य त्यांच्यापैकी कोणातच नव्हतं. या पृथ्वीवरून दुसऱ्याच्या निघून जाण्याचा साक्षीदार कुणालातरी बनायलाच हवं होतं. त्यांच्या अस्तित्वाचा सन्मान करण्याकरता. यासिन सोडून प्रत्येकाच्या आतमधे एक पिरॅमिड पुरलेलं होतं. एका अर्थी, प्रत्येकाने आपल्या मनात

अमरत्वाची योजना आखलेली होती. पण यासिनने असंख्य मृत्यू पाहिलेले होते, जणू काही त्याने आपलं संपूर्ण आयुष्य युद्धभूमीवर व्यतीत केलं होतं. जणू काही तो या ग्रहावर जिवंत राहिलेल्या शेवटच्या माणसाचा मृत्यू होईपर्यंत थांबला होता, आणि म्हणूनच कदाचित निघून जाताना त्याच्या मनात कसलीही भीती नव्हती. कारण आपल्या जगण्याची भीती त्याला आयुष्यभर वाटलेली होती.

नव्याने उभारलेल्या कब्रस्तानाच्या भिंतीच्या आसपासच्या परिघात देर्दा बराच फिरला. आपल्या घरासमोरच्या दरवाजावरून तो पुढे पुढे चालत गेला. कोपऱ्यापर्यंत गेला, झाडांच्या फांद्यांमधून वाट काढत पुढे गेला. आणि त्याला शंका होती तसंच झालं होतं. भिंतीमधलं भगदाड बुजवण्यात आलं होतं. आत्ता ते बुजवलं होतं, पण त्याच सकाळी त्याने त्या भगदाडातून दोनवेळा ये-जा केली होती. एकदा बाहेर आणि एकदा पुन्हा आत येण्याकरता. पण आता त्याच्या घरासमोर असलेली ती भिंत पूर्णपणे अभंग झाली होती. त्यांनी त्याच्या आणि ओगुझ अतयच्या मधोमध कॉन्क्रीट ओतलं होतं. मागे वळून तो झाडांच्या दिशेने चालत गेला. हातातलं पुस्तक घट्ट छातीशी चिकटवून, फांद्यांपासून पुस्तकाला जपत तो फांद्या चुकवत पुढे गेला. आपण आता रोज सकाळी काय करणार, त्याला कळत नव्हतं. अर्थात नव्या भिंतीची उंची कब्रस्तानाच्या सुरक्षिततेची संपूर्ण हमी घेणारी नव्हतीच. पण त्यांनी भिंतीच्या वरच्या भागावर काटेरी तारा लावल्या होत्या. आता तो भिंतीवरून उडी मारूनही पलीकडे जाऊ शकत नव्हता. 'मला आता नवं भगदाड पाडायला हवं.' तो खिशातून चावी बाहेर काढत म्हणाला. 'तसंच वाटलं तर मी घराच्या आतल्या बाजूनेही भोक पाडू शकतो.'

त्याने दार उघडलं तर समोरच जमिनीवरच्या गादीवर एक पुरुष दिसला – अंगावर लांब चड्डीशिवाय दुसरं काहीही न घातलेला. अंगाने कृश, डोक्यावरचे केस पांढरे झालेला, सुरकुतलेली मान आणि अंगातली पांढरी लांब चड्डी सोडली तर पूर्ण उघडा. त्याचे पाय आणि हाताचे तळवे जमिनीवर टेकलेले. तो वर-खाली होत होता, जोर-बैठका काढाव्यात तसा. देर्दाला त्या माणसाच्या दोन्ही बाजूंना बारीक, काटकुळे पाय दिसले आणि लहानशी, नाजूक पावलं. पायांच्या टाचा जमिनीवरून वर उचललेल्या. दोन्ही व्यक्ती विव्हळत होत्या. एक जण वेदनेने, दुसरा सुखाने. दोघांपैकी कोणीही दरवाजा उघडल्याचा आवाज ऐकला नव्हता. पण जेव्हा देर्दाने एक कर्कश किंचाळी मारली, तेव्हा ते दोघेही वाऱ्याने ढलप्या उडाव्या तसे एकमेकांपासून विलग झाले. एकाने स्वतःला आपल्या हातांनी झाकून घेतले, दुसरीने गादीवरच्या चादरीने स्वतःला झाकले.

'काय करत आहात तुम्ही इथे, भडव्यांनो?' देर्दा ओरडला.

'देर्दा, मी तुझा बाप!' तो माणूस म्हणाला.

'बाप रे, इतक्या जोरात का ओरडतो आहेस तू?'

'सुरैया?' देर्दा आश्चर्याने थक्क झाला.

***

देर्दा शांतपणे पाहत होता, त्याच्या वडिलांनी पैसे मोजले आणि ते सुरैयाच्या पसरलेल्या तळहातावर ठेवले. तो घरातल्या एकुलत्या एका खुर्चीवर बसला होता. आपलं कोपर एकुलत्या एका टेबलावर टेकवून. त्याचं कोपर जिथे टेकलं होतं तिथे ओगुझ अतयच्या पुस्तकांचा गठ्ठा होता. त्याने शरमेने त्या पुस्तकांकडे बघितलं. त्याला ओगुझ अतय करता शरम वाटली. ओगुझ अतयची शरम, त्याच्याकरता शरम. जास्त काळ त्याला तिकडे बघवेना. ठरलेली रक्कम आपल्या हातात आली हे बघताच सुरैयाने आपल्या हाताची मूठ घट्ट बंद केली, आणि त्याच्याकडे बघत म्हणाली, 'असा बैलासारखा आत घुसलास. छान केलंस हं.' तिचं तोंड बोलताना एखाद्या हट्टी, लाडावलेल्या मुलीसारखं दिसत होतं. तो काहीच उत्तर देत नाही हे पाहून ती निघून गेली. त्या पांढऱ्या केसांच्या माणसाने आपल्या लांब चड्डीवर आता पायजमा चढवला होता, त्याची नाडी त्याने बांधली, पण बटणं लावायची तसदी घेतली नाही. तसाच चालत तो देर्दाजवळ आला, त्याचे दोन्ही हात पसरलेले आणि चेहऱ्यावर या कानापासून त्या कानापर्यंत रुंद हास्य होतं.

'माझ्या मुला! माझा शेर!'

देर्दाने आपल्या बळकट हातांनी त्या पुढे येणाऱ्या माणसाला अडवलं आणि मागे ढकललं. वडील एक-दोन पावलं मागे झाले. त्यांचा चेहरा कडवट झाला आणि ते किंचाळले.

'गाढवा, पशू कुठला. इतक्या वर्षांनी बाप आला आणि हे असं स्वागत स्वत:च्या बापाचं? का, त्या मुलीला घरात आणलं म्हणून! मला तर, तुझीही चांगलीच घसट दिसली तिच्यासोबत, आं.'

आणि मग एकदम निर्लज्जासारखा तो हसायला लागला.

'गाढवा, काय, असंच आहे ना? तुझी छावी आहे ना ती? आं? चल, चल, खरं सांग, सांग पाहू, म्हणून रागावलास ना तू? बरं, बरं. आता आपण तिला हात नाही लावणार हां. चल उठ, इकडे ये. ये, कुशीत घेऊ दे तुला.'

देर्दाच्या कोपरांना धरून त्याला आपल्याजवळ खेचत तो मोठ्या आवाजात ओरडला, 'पोरा!' देर्दाच्या भोवती त्याच्या हातांचा विळखा पडला, पण त्याच्या मुलाचे हात मात्र दोन्ही बाजूला नुसतेच लटकत राहिले, मुडद्यासारखे. तो माणूस मग पुन्हा मागे झाला आणि मुलाच्या खांद्याला धरून म्हणाला, 'थांब असाच, बघू दे तरी

तुझ्याकडे. किती मोठा झालास तू. आं? वा, तू तर घोड्यासारखा बळकट झाला आहेस. छान! पोरा, मस्त दिसतोस.'

हे बोलत असतानाच तो लाडाने मुलाच्या गालावर हलक्या चापट्या मारत होता. त्या प्रत्येक चापटीनंतर देर्दा जरासा थरथरला, आणि मग अखेरीला तो बोललाच.

'अम्मी मेली.'

त्या माणसाचा पुढची चापटी मारायला उचललेला हात हवेतच लटकला.

'मेली? मला वाटलं ती गावी निघून गेली. त्या मुलीने तसंच सांगितलं मला.'

'मी सगळ्यांना तसंच सांगितलं आहे,' देर्दा म्हणाला. 'ती गावी गेली असं मी त्यांना सांगितलं. पण ती मेली. पाच वर्षांपूर्वी. मग मी तिचे तुकडे केले.'

त्या माणसाचे हात देर्दाच्या खांद्यावरून गळून पडले आणि ते काही पावलं मागे सरकले.

'तुकडे कशाचे?'

'माझ्या आईचे. मग मी तिला पुरलं.'

'काय बोलतो आहेस तू, पोरा?'

'मी तिचे तुकडे केले कारण मला अनाथालयात जायचं नव्हतं. मग तिला मी पुरून टाकलं. म्हणजे कुणाला ती मेली आहे हेच कळणार नाही.'

'बाप रे, काय बोलतो आहेस तू?'

'तुम्ही मला जसे वाटत होता तसे अजिबात नाही आहात, तुम्हाला माहीत आहे का हे?'

'हे बघ मुला, नीट सांग मला. कुठे आहे तुझी अम्मी?'

'ती मुलगी फक्त तेरा वर्षांची आहे.'

'हे बघ, देर्दा, आधी या गोष्टी स्पष्ट होऊ देत.. नीट मर्दासारखा बोल. कुठे आहे अम्मी? अरे, काय केलंस काय तू त्या बाईचं?'

'बरं, निदान तुम्हाला ती धड शरीरसुख तरी देऊ शकली का?'

आणि यावर जेव्हा त्याचा बाप 'मादरच्योत!' असं किंचाळला तेव्हा देर्दाची मूठ त्यांच्या शिवी देण्याकरता उघडलेल्या तोंडात जाऊन रुतली. वडिलांचे दात निखळून आपल्या बोटांवर आल्याचं देर्दाला जाणवलं. त्याने त्याची मूठ बाहेर काढली आणि दुसरा हाताचा बुक्का तितक्याच वेगाने त्यांच्या चेहऱ्यावर नेऊन आदळला. या वेळी मूठ थेट नाकावर जाऊन रुतली. वेगवेगळ्या ठिकाणची अनेक हाडं तुटली असावीत. त्या माणसाच्या वयस्क चेहऱ्यावरून गरम रक्ताचे ओघळ वाहायला लागले. तो मागे व्हायच्या प्रयत्नात जमिनीवरच्या गादीवर अडखळला आणि खाली पडला. देर्दा एका गुडघ्यावर वाकला आणि त्याने एका हाताने त्याच्या वडिलांचे केस पकडून त्यांना वर बघायला लावलं आणि दुसऱ्या हाताने त्याने एक शेवटचा ठोसा थेट चेहऱ्यावर मारला. आणि मग सगळं शांत झालं. त्या माणसाने एकदाही आपले हात बचावासाठी वर

उचलले नाहीत, किंवा त्याच्या काळपट लाल रक्ताने भरलेल्या तोंडातले दात निखळले तेव्हा शिव्यांचा वर्षाव केला नाही. तिथे पूर्ण शांतता पसरली.

देर्दाने वडिलांच्या केसांवरची आपली पकड सैल केली आणि विचारलं,

'काय, मेलास की काय?आं? मेलास तू?'

तो जरा वेळ थांबला. त्याने ऐकण्याचा प्रयत्न केला. वडिलांच्या अर्धवट उघड्या ओठांमधून श्वासाचा आवाज येतो आहे की नाही हे त्याला कळेना. तो काय बोलला, तेही त्यांना ऐकू गेलं का, ते समजलं नाही. त्याने त्या माणसाला शिव्या घालायला सुरुवात केली. त्याने वडिलांच्या काखेत हात घालून त्यांना खेचत गादीवर नेलं आणि त्यांच्या डोक्याखाली एक उशी सरकवली. थोड्याच वेळापूर्वी तो पांढऱ्या केसांचा माणूस त्या गादीवर वर-खाली करत होता, सुखाचे अनेक क्षण भोगत. आता तो तिथे मुडद्यासारखा पसरला होता. किंचित थरथरते श्वास त्या मुडद्याच्या तोंडातून यायला लागले. म्हणजे तो होता अजून. बाप-मुलगा आमने सामने आले होते आज. त्यांनी डोळ्याला डोळा भिडवला होता. त्यांना नक्कीच बरंच काही दाटून आलं असणार, पण कोणीच एकमेकांच्या डोळ्यात बघू शकलं नाही.

पांढरे केस असलेल्या त्या माणसाचं नाव होतं सेलाल. त्याच्या वाटमारीच्या दिवसांत पडलेलं एक टोपण नाव अजून त्याला चिकटून होतं: द टिक. मात्र स्वतःच्या मुलाच्या संगमरवरासारख्या कठीण मुठीच्या फटकाऱ्यांपासून त्याला हे काहीही वाचवू शकलं नव्हतं. त्याचं नाव, किंवा टोपण नाव, त्याने तुरुंगात घालवलेले दिवस, हे काहीच त्याला बचावाकरता उपयोगी पडलं नाही. अकरा वर्षं तो आतमधे होता. अकरा वर्षं त्याच्या हातांना बाईच्या शरीराचा स्पर्श झाला नव्हता. त्याने खिशात हात घालून अकरा वर्षं तिथेच घरात शिरायची वाट पाहत पडून असलेल्या चावीला बाहेर काढून स्वतःच्या घरात प्रवेश केला. चावी कुलुपात घालत असतानाच त्याला डोळ्यांच्या कोपऱ्यातून सुरैया दिसली होती. सुरैया आपल्या घराच्या दरवाजाबाहेर बसली होती, दोनच घरं पलीकडे. 'इकडे ये,' त्याने तिला म्हटलं. आणि सुरैया आली. त्याने काही विचारण्याआधीच तिने तिची किंमत त्याला सांगितली. तिच्या आईने तिला जसं शिकवलं होतं, आणि ती गेले वर्षंभर जे करत होती तेच तिने केलं. जेव्हा कब्रस्तानातल्या त्यांच्या कामावर बंदी आली, तेव्हा सुरैय्याने फक्त कामाचं क्षेत्र बदललं. आणि तसंही या तिच्या कामात कमाई कितीतरी जास्त होती. तिच्या वडिलांना कसलीच फिकीर नव्हती. कारण कोणत्याही दिवशी, दिवसाच्या कोणत्याही प्रहरी ते कधीच शुद्धीवर नसायचे. शुद्धीवर असते तरीही काही फरक पडला नसताच. शेवटी, फक्त सलवार थोडी खाली करायला, आणि पुन्हा वर करायला जर इतके पैसे मिळत असतील, तर कोण रस्त्यावर जाऊन टिश्यू पेपरचे खोके विकेल? आणि तसंही शेजारपाजारचे सगळेच पुरुष सुरैयाच्या प्रेमात होतेच की! हातात चॉकोलेटचे डबे घेऊन ते तिच्या घराच्या दारापुढे रांगा लावत नव्हते का? मग पैसे कमावण्यात काय वाईट आहे?

सुरैयाने सेलालला सुद्धा विचारलं होतं,

'माझ्यावर प्रेम करतोस ना तू?'

'अर्थातच,' सेलालने उत्तर दिलं होतं, 'तुझ्यासारख्या मुलीवर कोण नाही प्रेम करणार?'

सुरैयालाही पुरुष आवडायचे. तिला तिरस्कार वाटायचा तो फक्त देर्दाचा. कारण देर्दा तिच्याकडे न पाहता मान फिरवून निघून जात असे. एकटा तोच होता ज्याचं सुरैयाकडे लक्षही नसे. फार फार तर तो थंडपणे 'सलाम,' इतकंच म्हणे, आणि निघून जाई. 'त्याला मुलंच आवडतात, समलिंगी आहे तो बहुतेक,' ती त्याच्या पाठीमागे जो भेटेल त्याच्याकडे कुजकटपणाने म्हणायची. तिच्याच वयाच्या दोन मुलींकडे, ज्या तिच्यासारखंच काम करायच्या. त्या खदाखदा हसायच्या जेव्हा सुरैया संतापाने देर्दाच्या पाठीकडे बघून असं म्हणायची. देर्दाकडे पाहताना तिचे डोळे तिरस्काराच्या आगीने धगधगायचे, कारण तिचं देर्दावर प्रेम होतं आणि त्या रस्त्यावरून जाणारा तो एकटाच असा होता ज्याने तिला नग्न पाहिलं नव्हतं. खरं तर म्हणूनच जेव्हा त्याने तिला त्याच्या वडिलांसोबत पकडले तेव्हा तिला इतका आनंद झाला होता. तिचा आनंद अजूनच द्विगुणित झाला जेव्हा नंतर त्यांच्या घरातून शिव्यांचे आवाज यायला लागले. त्याला मत्सर वाटतो आहे, तिच्या मनात आलं. मग ती उठली आणि देर्दाच्या घराकडे जाऊन तिने दारावर टकटक केली. देर्दाने दरवाजा उघडला.

'काय आहे?'

आठ वर्षांची सुरैया आणि त्याच्या वडिलांच्या खाली स्वत:च्या पाठीवर झोपलेली तेरा वर्षांची सुरैया, त्याच्या डोळ्यांसमोरून ती सगळी दृश्यं विजेसारखी चमकून गेली.

'मला आवाज ऐकू आले बरेच. म्हणून म्हटलं काय चाललं आहे ते जाऊन पाहावं.'

'केव्हापासून हे करते आहेस?'

'काय करते आहे मी?' सुरैयाला हसायला आलं. ती काय करते हे तिला देर्दाच्या तोंडून ऐकायचं होतं. त्याला त्या गोष्टीचा दंश झालेला पाहायची तिची इच्छा होती. कदाचित तिला स्वत:लाही त्यातून दुखवून घ्यायचं होतं. कदाचित तिला साऱ्या जगालाही दुखवायचं होतं. पण देर्दा काहीच म्हणाला नाही. त्याने पुन्हा तेच विचारलं, पण एकही शब्द न उच्चारता – फक्त तिच्याकडे नजर टाकत. त्याच्या प्रश्नांचे तीक्ष्ण किरण त्या मुलीच्या डोळ्यांमधे जाऊन रुतले.

'तुला काय करायचंय पण?' अखेर सुरैया म्हणाली. 'तुला का काळजी? आहेस कोण तू? माझा मित्र की अजून कोणी?'

'तुझा आईला हे माहीत आहे का?'

सुरैया अजूनच हसायला लागली.

'इतका मूर्ख आहेस तू, तुला माहीतेय ते!'

देर्दाला यावर काय बोलावं सुचेना. त्याला जे बोलायचं होतं त्याकरता त्याला माहीत असलेले शब्द पुरेसे नव्हते. या तेरा वर्षांच्या मुलीसमोर आपण इतके लहान आहोत असं त्याला वाटायला लागलं, काही न करता शांत राहण्यावाचून त्याच्याकडे पर्याय नव्हता. तिला हसताना बघण्यावाचून काहीही नाही. त्याला वाटलं, प्रत्येक जण, प्रत्येक व्यक्ती, अगदी त्या क्षणी जन्माला आलेलं मूलही, वाईट आहे. प्रत्येक जण वाईट आहे, तो स्वत:शीच म्हणाला. प्रत्येकजण! नुसते वाईट नाही, त्यांची दया यावी इतके वाईट आहेत. घृणा यावी इतके वाईट. मुलं, वृद्ध, अपंग, आजारी, सगळेजण.

'तुझे वडील कुठे आहेत?' त्या मुलीने विचारलं. आपली मान ताणत तिने देर्दाच्या मागे आणि आजूबाजूला पाहाण्याचा प्रयत्न केला.

'तुम्हा सगळ्यांना उद्ध्वस्त करून टाकणार आहे मी.'

'आं?'

दरवाजा तिच्यावर इतक्या जोरात आपटला की ती काही पावलं मागे धडपडली. ती किंचाळली,

'काय म्हणालास तू? नालायक, विकृत आहेस तू.'

देर्दा दरवाजा बंद करून मागे वळला आणि आपल्या वडिलांजवळ आला, ते जमिनीवर पडले होते. त्यांच्या रक्ताळलेल्या चेहऱ्याजवळ तो आला. आपलं उजवं पाऊल त्याने सेलालच्या चेहऱ्यापासून जेमतेम हातभर अंतरावर हवेत उंचावून धरलं. जर सेलालला त्या क्षणी शुद्ध आली असती आणि त्याने आपले डोळे किलकिले करत उघडले असते, तर त्याला सगळं जग आपल्या मुलाच्या बुटाच्या मागे गायब झाल्याचं दिसलं असतं. पण त्याला शुद्ध आली नाही. तो फक्त हळू आवाजात कण्हला. एक मिनिटभर, जे एका वर्षाइतकं प्रदीर्घ वाटलं, देर्दाच्या मनात आपल्या वडिलांच्या चेहऱ्याला ठेचावं की नाही याचा निर्णय होत नव्हता. शेवटी त्याने दया दाखवायचा निर्णय घेतला आणि आपलं पाऊल बाजूला केलं. टेबलाच्या बाजूच्या खुर्चीवर तो जाऊन बसला आणि त्याने चोरून आणलेलं पुस्तक हातात घेतलं. मुखपृष्ठावर ओगुझ अतयच्या अर्कचित्रांपैकी एक होतं. आपल्या ओठांजवळ ते नेऊन तो हळू आवाजात पुटपुटला,

'माफ करून टाक त्यांना!'

मग त्याने पुस्तक उघडून वाचायला सुरुवात केली. 'ओठ हलवू नकोस तुझे,' सारुहान तिथे असता तर त्याला म्हणाला असता. 'जेव्हा तू मनातल्या मनात वाचतोस तेव्हा तोंडाने शब्द उच्चारायची गरज नसते.' पण देर्दा पुस्तक मनातल्या मनात वाचत नव्हता. तो आपले ओठ हलवत होता कारण सगळ्या जगाने ऐकावं अशी त्याची इच्छा होती आणि म्हणूनच तो वाचत असलेले शब्द उच्चारत होता. वाचत असतानाच त्याने मान वर करून कब्रस्तानाच्या भिंतीकडे पाहिलं. 'साले कुत्तरडे,' तो म्हणाला, 'मी तुम्हा सगळ्यांना नष्ट करून टाकणार आहे.'

त्याने तीन पानं वाचून संपवली आणि मग मागे वळून दार लावून घेण्याचे कष्टही न घेता तो घराबाहेर पडला. त्याने त्याची पुस्तकं स्वत:सोबत घेतली होती. सुरैया आणि तिच्या आईने देर्दाला घराबाहेर पडून निघून जाताना पाहिलं, आणि त्यांनी हातात जमिनीवरचे दगड उचलून घेतले आणि तो जणू काही लूत भरलेला कुत्रा असावा अशा तऱ्हेने त्या तिथे त्याची वाट पाहत जरा वेळ थांबल्या. मग त्या त्याच्या घरात धावत गेल्या आणि एक मरणप्राय किंकाळी फोडत त्या तिथे पडलेल्या माणसाच्या डोक्यापाशी जमिनीवर फतकल मारून बसल्या. पण मग त्यांच्या लक्षात आले की तो अजून जिवंत आहे, तेव्हा मग त्यांनी त्यांच्या आक्रोशाला आवर घातला.

'जा, पटकन् जाऊन कापूस घेऊन ये,' सुरैयाची आई म्हणाली. सुरैया गेली. बाकी काही असो, सेलाल आता काही वाटमाऱ्या नव्हता. आता तो पैसे देणारा ग्राहक होता. आणि तुरुंगातूनही तो नुकताच आला होता. एक दिवसही झाला नव्हता. बाईसाठी तो किती तहानलेला असेल काय माहीत? सुरैयाच्या आईने सेलालचे खिसे उलटे पालटे केले, पण ते रिकामे होते, म्हणून मग ती उघड्या दरवाजातून आवाज देत ओरडली,

'मदतीला या कोणी तरी!'

कोणी तरी येताना हायड्रोजन पेरॉक्साईडही घेऊन यावं असं तिला वाटलं. तिचं बरोबर होतं. कापसाची पट्टी बांधणं महाग पडलं असतं.

***

'होतास कुठे, पोरा? काल रात्री मुलांनी सगळा माल हलवला.'

त्याला हे सांगता येईना की अकरा वर्षं आणि हजारो स्वप्नांनंतर त्याने आपल्या वडिलांना काल पहिल्यांदा पाहिलं आणि त्यांचं स्वागत त्याने त्यांचा चेहरा चांगला रक्तबंबाळ होईपर्यंत फोडून केलं आणि मग तो आपलं घर कायमचं सोडून बाहेर पडला. 'मला माफ करा, सुलेमान भाई,' इतकंच त्याला बोलता आलं.

'ठीक आहे, पण काय झालं आहे, या वेळी तू इथे काय करतो आहेस?'

आता निदान तो हे तरी सांगू शकेल की त्याला राहण्याकरता जागा नाही.

'मी घर सोडलं. जर इथे..'

सुलेमानने त्याला मधेच थांबवलं. दरवाजा उघडून वाट करून देत तो म्हणाला, 'आत ये.' देर्दा डेपोच्या आत गेला. त्याच्या कानावर प्रश्न पडला.

'भूक लागली आहे का?'

देर्दा गप्प राहिला. आणि मग दीन स्वरात म्हणाला, 'होय.'

'सकाळच्या नाश्त्यातले उरलेले काही पाव तिथे आहेत. बस आणि खा ते तुला हवे असेतील तर.'

सुलेमानने गोदामात रिकाम्या खोक्यांमधून आपलं जग तयार केलं होतं. त्याने त्यांच्यावर कागद पसरून व्होडका आणि खायचे पदार्थ मांडून ठेवले होते आणि आता सकाळ होईपर्यंत तो त्याच्या लहानशा जगात राहणार होता. टेबलाच्या टोकाला जाऊन तो हातात ग्लास घेऊन बसला. आपल्या दोन्ही हातांमधे धरलेल्या पेस्ट्रीचा एक मोठा लचका त्याने तोडला, आणि वर देर्दाकडे पाहत सुस्कारा सोडला. मग व्होडकाचा एक मोठा घोट घेऊन म्हणाला, 'आता काय करणार आहेस तू?'

देर्दा शिळ्या पावाचा दगडासारखा कडक झालेला तुकडा कसाबसा स्वत:च्या घशात ढकलण्याचा प्रयत्न करत होता. प्रयत्नपूर्वक तो गिळत त्याने विचारले, 'काही दिवस मी इथे राहू शकतो का?'

'किती दिवस?'

'अगदी थोडे. मी काही तरी सोय करीनच.'

सुलेमानचा त्यावर विश्वास नव्हता. पण त्याला ते फार महत्त्वाचं वाटलं नाही. काहीही असलं तरी रात्रीच्या सन्नाट्यात कोणी तरी व्यक्ती, जिच्याशी तो बोलू शकेल अशी अकस्मात उगवली होती. त्याला दिसलं की देर्दा आपल्या काखेखालून काही पुस्तकं बाहेर काढून एका खोक्यावर ठेवत आहे.

'मुला, एखादा माणूस जेव्हा घर सोडतो, तेव्हा त्याच्या हातात साधारणपणे एक पिशवी तरी असते. तू फक्त ही पुस्तकं घेऊन बाहेर पडलास?'

'होय,' देर्दा म्हणाला.

'आणि आहेत तरी कोणती ही पुस्तकं?'

त्याला बसल्या जागेवरून दिसत नव्हतं तिथपर्यंतचं. नाही तर त्याला ती लगेच ओळखता आली असती. त्यातलं एक पुस्तक तर तो गेली कित्येक वर्षं छापत होता. देर्दाने नाव सांगितलं.

'यात वेटिंग फॉर फिअर आहे, ओगुझ अतयचं..'

'ह्म्म, ओगुझ अतय... त्यांनी त्या माणसाला फुकट मारून टाकला.' सुलेमान म्हणाला.

देर्दाने अशा तऱ्हेने विचारलं जसं काही त्याला त्याच्या भूतकाळातलं एखादं रहस्य कळणार होतं.

'का?'

'तुला सांगतो, त्या काळात मी चळवळीत खूप गुंतलो होतो. ते असो, तर त्या वेळी एक दिवस, आमच्यातल्या एकाने तुतुनान्मायान्लार आणलं. आम्ही ते वाचलं, त्यातले विचार, तत्त्वज्ञान वगैरे. आणि आम्ही म्हटलं, खड्ड्यात घाला. आम्ही इथे खांद्याला खांदा लावून मातृभूमीकरता लढतो आहोत आणि हा माणूस उठतो आणि त्याच्या डोक्यात जे विचार चालतात त्यानुसार सगळं स्पष्ट करून समोर ठेवतो, आम्हांला असं काही कधीच समजलं नसतं नाही तर. आणि काय विचार त्याचे, तुला

सांगतो. ते जाऊ दे. चल, तू सुद्धा पी हे जरा. थोडी ऊब येईल अंगात तुझ्या.'

देर्दाला त्या क्षणी त्या सगळ्या मूर्खांबद्दल ओगुझ अतयने जे लिहून ठेवलं होतं ते आठवलं. त्याने विचारलं,

'तुम्ही जे चळवळीबद्दल आत्ता सांगत होता, कसली होती ती चळवळ, भाई?'

'उजव्या आणि डाव्यांमधला वाद रे मुला. तुला या जगाची काही माहिती नाही. भयंकर! लोक एकमेकांच्या जिवावर उठले होते, अगदी तुमचा रस्ता कुठला, आम्ही कुठून चालायचं यावरही भांडणं निघायची. लोक सुरे भोसकायचे एकमेकांच्या पोटात, आणि पाठीत. आणि त्याने या सगळ्याचं स्पष्टीकरण, त्याची कारणमीमांसा इतकी अचूक मांडून ठेवली, आणि म्हणूनच आम्ही म्हणतो, तुम्ही मिळवा ते. आमच्या विरुद्ध, असं मी म्हणेन. फक्त आमच्याच नाही, सगळ्यांच्याच विरोधात जा. काळाच्या, अगदी काळाच्याही विरोधात. चल उठ, पोरा. नुसता उभा नको राहूस असा तिथे. जा तो ग्लास घेऊन ये तुझ्याकरता.'

हात धुण्याच्या जागेजवळ चहाचे काही ग्लास ओळीने मांडून ठेवले होते, देर्दाने त्यांतला एक उचलला आणि सुलेमानने त्याच्या रात्रीच्या जेवणाचा जो सरंजाम मांडून ठेवला होता तिथे गेला. सुलेमानने बाटली उलटी करून उंच, जवळ जवळ त्याच्या तोंडाच्या उंचीपर्यंत उंचावली आणि त्यातून व्होडका ओतली. देर्दा ते कुतूहलाने बघत होता.

'चल, आता बघ काय होतं,' सुलेमान म्हणाला. आपला ग्लास उंचावून त्याने देर्दाच्या ग्लासाला टेकवला, किणकिण आवाज आला. पहिला घोट गिळताच देर्दाचा चेहरा कसानुसा झाला, घसा जळला. आणि मनही.

'मग काय झालं?'

'काय होणार मग? त्या माणसाने या सगळ्याबद्दल असं खूप लिहून ठेवलं, पण कोणालाच पर्वा नव्हती त्याच्या लिखाणाची. मग तो मेला, आणि सगळं खतम्. कधीची बरं ही गोष्ट?' छताकडे बघत त्याने आठवायचा प्रयत्न केला. आणि जेव्हा देर्दाने उत्तर दिलं तेव्हाही तो तसाच बघत राहिला. त्याची नजर त्या वेळी कशावरही नव्हती.

'..'

'बघ, आता,' सुलेमान म्हणाला, 'वेळ कसा बघता बघता उडून जातो ते. किती वर्षांचा होतो मी तेव्हा? जवळपास त्याच वयाचा. त्यानंतर मग आम्ही आत गेलो. तुरुंगात. आणि तिथे मला त्याचा पुन्हा शोध लागला. मग मी त्याची पुस्तकं वाचली, या वेळी परिपक्व मनाने. वाचलं आणि मला समजलं. जसं मगाशी म्हणालो होतो, या माणसाला खरोखरच समजत होतं, त्याला माहीत होतं. हे बघ, मला अजूनही खरं तर फारसं माहीत नाही, पण मला इतकं माहीत आहे की या माणसाकडे जीवनदृष्टी होती. त्याच्याकडे जीवनविषयक भाष्य होतं. समजतं आहे का तुला मी काय सांगतोय ते. असा विलक्षण बुद्धिमान माणूस एकदाच जन्माला येतो. तो अजूनही काही लिहिणार

होता... असं त्या वेळी काही जण म्हणायचे, काय असेल ते?'

देर्दाला माहीत होतं, ओगुझ अतय जर असा अकाली गेला नसता तर त्याने काय लिहिलं असतं. ज्या कोणी त्याचं जर्नल वाचलं आहे त्यांना ते नक्कीच माहीत होतं.

'द सोल ऑफ तुर्की. (तुर्कस्तानचा आत्मा)'

'हा,' सुलेमान म्हणाला, 'हो हेच. तुर्कस्तानचा आत्मा. नावच किती समर्पक आहे! पण बघ नंतर काय झालं ते. तुर्कस्तानजवळ आत्मा आहे का अजून शिल्लक? तुर्कस्तानचा आत्मा विकला गेला आहे. अनेक वर्षांपूर्वी तो विकला गेला. त्या दलालांनी सौदा केला आत्म्याचा. तुला सांगतो, या देशाचा आत्मा त्या हरामजाद्यांच्या तिजोरीत बंद झाला आहे. चल मुला, एका घोटात संपव!'

देर्दाचा चेहरा पुन्हा कडवट झाला, कसानुसा झाला. व्होडकाने आग प्रज्वलित केली, पण त्याच्या थकलेल्या शरीराने आणि मनाने त्या आगीला विझवून टाकलं.

'भाई, तुमची हरकत नसेल तर मी झोपू का?'

सुलेमानने हनुवटीच्या झटक्याने देर्दाच्या झोपण्याच्या जागेकडे निर्देश केला.

'ती खोकी ओढून घे, आणि त्यावर झोप.'

देर्दाने खाली पडलेली खोकी ओढून एकमेकांना जोडली, आणि त्यावर अंग टाकलं. आपले डोळे मिटून घेताच त्याला ओगुझ अतयचा चेहरा दिसायला लागला. त्यांनी त्या माणसाला फुकट मारून टाकलं. सुलेमानचे शब्द त्याच्या कानांमधे घुमत होते. त्याने डोळे उघडले आणि विचारलं,

'सुलेमान भाई, तुम्ही जर त्यांना आता पाहिलंत तर ओळखू शकाल?'

'अं?'

'म्हणजे, ती माणसं ज्यांनी त्याला मारून टाकलं, तुम्ही म्हणालात ना! जी कोण होती ती, तुम्ही जर आता त्यांना पाहिलंत तर ओळखू शकाल?'

'डोळे मीट बाबा, झोपून जा,' सुलेमान म्हणाला. आणि मग मोठ्यांदा हसला.

'आणि काय रे, काय करणार आहेस तू त्यांचं?'

'मी त्या सगळ्यांना कापून टाकणार, अगदी सगळ्यांना.' देर्दाने उत्तर दिलं. तो अशा स्वरात ते म्हणाला जणू तो पावाची लादी कापण्याबद्दल बोलत आहे. आणि म्हणूनच कदाचित सुलेमानला त्यावर काय प्रतिक्रिया द्यावी ते सुचलं नाही.

***

'हा मुलगा इथेच झोपणार आहे का?' इस्राफिलने विचारलं. मग तो देर्दाकडे वळला.

'इथे झोपणार आहेस तू?'

'जर चालणार असेल तर, फक्त काही दिवसांकरता,' देर्दा म्हणाला.

'ठीक आहे,' इस्राफिलने परवानगी दिली. 'रहा इथे. म्हणजे निदान तुम्ही

एकमेकांवर लक्ष ठेवू शकाल.' मग तो सुलेमानकडे हात करत म्हणाला, 'याला जास्त दारू पिऊ देऊ नकोस.' त्याने सुलेमानकडे पाहिलं.

'सुलेमान, अल्लाह कसम! हे बघ, तू इथल्या सगळ्या कामकाजाची जबाबदारी घेतली आहेस. असं काही स्वत:बरोबर करून घेऊ नकोस जे तुला नंतर दुरुस्त करता यायचं नाही. एक दिवस दारूच्या नशेत तुझी शुद्ध हरपेल, आणि मग तुझ्या सिगारेट्सच्या थोटकांमुळे ही सगळी जागा आगीत जळून खाक होईल. किती भसाभसा ओढतोस तू त्या सिगारेट्स.'

'बरं, बरं. तू तुझं बघ,' सुलेमान वैतागून म्हणाला आणि छपाईच्या यंत्रांजवळ जाऊन उभा राहिला. इस्राफिलने आपला एक हात देर्दाच्या खांद्यावर टाकला आणि तो हसला.

'तुला पिस्तुल चालवता येतं का?'

'नाही, भाई.' देर्दा म्हणाला.

'आता जर तू इथेच राहणार आहेस, तर मग या जागेची रात्री राखणही करायला हवी तुला. सुलेमानला कशाचीही शुद्ध नसते. त्यामुळे काही भानगड झाली तर निस्तरण्याकरता आता आम्हांला तुझ्यावरच भरवसा ठेवायला लागणार आहे. बरं ते जाऊ दे, रहा इथेच. आम्ही व्यवस्था करू. अब्दुल्ला अजून आला नाही?'

'नाही आलेला अजून तो, भाई,' असं तो म्हणणार होता इतक्यात त्याला गोदामाच्या दारावर दोन थापा ऐकू आल्या. तो लगेच तिकडे गेला आणि त्याने आतून हाक दिली.

'कोण आहे?'

'रेम्झी, मी रेम्झी.'

देर्दाने कडी काढली आणि लोखंडी दरवाजा आत ओढून उघडला. रेम्झी बाहेर हसत उभा होता.

'देर्दा, यार, सेलाल भाईंचं डोकं तू लालेलाल करून टाकलंस एकदम! यार, किती वर्षं तू त्यांना पाहिलंही नव्हतंस आणि आता आल्या आल्या त्यांना इतकं पिटून काढलंस?'

'तुझे वडील बाहेर आले?' इस्राफिलने विचारलं.

देर्दाला होकार देण्यावाचून गत्यंतर राहिलं नाही. त्याने नाखुशीने मान हलवली. आपले वडील तुरुंगातून बाहेर आले याबद्दल, किंवा आपण त्यांना पिटून काढल्याबद्दल त्याला काही बोलायची इच्छा नव्हती.

'मी त्यांना शुभेच्छा देणार होतो, पण आता त्याचा फारसा काही उपयोग होणार नाही असं दिसतंय.'

'आमच्यात थोडी मारामारी झाली.' देर्दा म्हणाला, अगदी हळू आवाजात. त्याला शरम वाटत होती. पण इस्राफिलची प्रतिक्रिया अनपेक्षित होती.

'झकास केलंस!' तो म्हणाला. 'खरा पुरुष बनायचं असेल, तर आधी बापाशी झगडा करावाच लागतो.' त्याचे या बाबतीतले विचार स्पष्ट होते. मग तो पुढे म्हणाला, 'देर्दा, कसला चक्रम खोपडीचा आहेस तू.' मग तो रेम्झीला म्हणाला,

'चल, चल, असा नुसता उभा नको राहूस. जा सुलेमानला मदत कर.'

देर्दाही रेम्झीच्या मागोमाग जायला लागला, पण इस्राफिलने त्याच्या खांद्याला धरून थांबवलं.

'तुझ्याकडे पैसे आहेत?'

त्याच्याकडे नव्हते, पण तो म्हणाला, 'आहेत.' इस्राफिलने त्याच्या खिशातून पिस्तुल बाहेर काढलं आणि देर्दाच्या हातात दिलं.

'बरं, हे घे, तुझ्याकडेच ठेव.'

'आभारी आहे, भाई.' देर्दा म्हणाला. आणि त्याने इस्राफिलकरता दरवाजा उघडून धरला. अब्दुल्ला जिन्याच्या वरच्या बाजूला व्हॅन लावत होता. तो जिना चढून वर आला, तसा इस्राफिल हसला आणि अब्दुल्लाला ओरडून म्हणाला,

'आपो, या मुलाकडे लक्ष ठेव! बघ त्याच्याकडे, हरामखोराने आपल्या बापाला अक्षरश: संपवलाय!'

अब्दुल्लाने खोटं हास्य चेहऱ्यावर खेळवलं, शक्य होईल तितकं ते रुंदावलं. आणि मग इस्राफिल गेल्यावर तो त्याच्या नेहमीच्या आवाजात खेकसला, 'देर्दा, चल लवकर, आधीच उशीर झाला आहे आपल्याला.'

त्या रात्री, नेहमीप्रमाणे बेकायदेशीर छपाईच्या जगावर पडदा पडला आणि त्या जागी खोक्यांची दुनिया उभारली गेली आणि पहिली गोष्ट झाली ती म्हणजे कामानंतरच्या श्रमपरिहारार्थ व्होडकाचा सरंजाम मांडला गेला. पण आज बाटलीच्या जवळ फक्त एकच ग्लास होता.

'तू नाही का पिणार काही?' सुलेमानने विचारलं.

'नाही,' देर्दा म्हणाला. त्याने त्याला आपल्या हातातलं पुस्तक दाखवलं. 'मी जरा वेळ वाचत बसतो.'

'तुला ठीक वाटेल ते.'

आदल्या रात्रीपर्यंतच्या त्याच्या आयुष्यातली भुतं त्याच्या आतमधे अजूनही जागी होती. जर तो त्यांच्याबद्दल बोलला, तर त्याला इतरांसारखी झोप लागेलही. पण देर्दाला सुलेमानच्या आतल्या भुतांबद्दल माहीत नव्हतं. त्याला कसं काय माहीत होतं? त्याच्या मनात राहून राहून विचार येत होता, त्याला त्या वेळच्या क्रांतिकारकांबद्दल इतकं कसं काय माहीत होतं? या मुलाला या सगळ्याची इतकी माहिती कशी? त्याने अधाशी उग्रपणे पूर्ण ग्लास आपल्या तोंडात उपडा केला. त्याला झिंगून बेहोश व्हायचं होतं, नेहमीपेक्षा जास्त बेहोश. पण देर्दामुळे त्याच्या बेहोशीच्या

दिवास्वप्नांमधे अडथळा येत होता, त्याच्या हातातल्या पुस्तकांमधल्या काही नावांबद्दल तो येऊन विचारत होता. त्याने ओगुझ अतय आणि द मेन हू सेव्हड् द वर्ल्ड बद्दल विचारलं. त्यांना तर भाषण स्वातंत्र्यही नव्हतं. त्याने काही लहान संघटनांमधल्या माणसांबद्दल विचारलं, जे होते समाजवादी पण इतरांनी आपल्याला यथार्थवादी समजावं अशी इच्छा करायचे. आणि सुलेमान या सगळ्याबद्दल इतक्या आत्मीयतेनं, जिवंतपणानं बोलला की ते भलंमोठं गोदाम कालयंत्रातून जणू भूतकाळातल्या त्या दिवसांमधे पोचलं. त्याने त्याला माहीत होत्या त्या सगळ्या गोष्टी सांगितल्या. त्याला जे माहीत नव्हतं त्याबद्दलचे त्याचे विचारही त्याने बोलून दाखवले. पण प्रत्येक नाव घेऊन झालं की, तोच प्रश्न,

'अजून जिवंत आहे का हा?'

'मला काय माहीत? तो मेला असणार, बहुतेक.' सुलेमान त्यावर म्हणायचा. 'हे बघ, एक नवीन पुस्तक आलं आहे. तिथे आहे. कालच छापलं मी ते.' कधी कधी तो सांगे. देर्दा पुस्तकावर पेनाने खुणा करत होता. तो त्याच्या समोर असलेल्या पुस्तकाची पानं दुमडत होता, आणि ती जोरजोरात उलटत होता. तो शरीरात प्राणवायू खेचून घेत होता आणि उच्छ्वासावाटे विषारी फूत्कार सोडत होता त्या असंख्य नावांच्या रचलेल्या चितेवर. अचानक सुलेमानच्या लक्षात आलं की देर्दा यादी बनवतो आहे, तो ज्या व्यक्तींना ठार मारणार होता त्यांच्या नावांची यादी.

'अरे, नक्की काय चाललंय काय तुझं, पोरा?'

देर्दाने वर बघितलं, पण तो काहीच बोलला नाही. कितीही प्यायलेला असला तरी सुलेमान ते विसरू शकला नाही.

'वेडा आहेस का तू पोरा? जगात इतकी लोकं आहेत, या लोकांचा आणि तुझा काय संबंध? तू यांना कापून टाकणार आहेस किंवा तसलंच काही तरी पुन्हा मला तुझ्या तोंडून ऐकायचं नाही आहे, कळलं?'

देर्दाने आपली नजर जमिनीवर खिळवली, आणि तो म्हणाला.

'तुम्ही म्हणालात ना की त्यांनी त्याला उगीचच मारलं.'

'हो, पण...' सुलेमान म्हणाला. पुढे तो त्याचं वाक्य पूर्ण करणार होता पण देर्दा उठून उभा राहत होता, आणि तो काहीतरी बोलणार आहे हे सुलेमानच्या लक्षात आलं.

'इथे काय लिहिलं आहे, तुम्हाला माहीत आहे? बघा, या सगळ्या पुस्तकात काय लिहिलंय ते वाचा. त्यांनी त्या माणसाला ठार केलं. ओगुझ अतयला ब्रेन ट्यूमर झाला होता, असं ते म्हणाले होते, बरोबर? आणि मग तो गेला. इतक्या तरुण वयात मरण पावला. बास. खलास. हा ट्यूमर वगैरे सगळं धादांत खोटं. तुम्ही ज्या हरामखोरांबद्दल बोलत होता, ट्यूमर ते होते. हा माणूस अतीव दुःखामुळे मेला. अजून कळलं नाही तुम्हाला? हे बघा, इथे लिहिलं आहे. त्यांनी उठून त्या माणसाला शिव्या

नाही घातल्या. त्यांनी काय केलं माहीत आहे तुम्हाला? काहीही नाही! त्यांनी काहीही केलं नाही. असंच, जसा एखादा कुत्रा जवळून निघून जातो ना, तसं. त्यांनी मागे वळून पाहण्याचेही कष्ट घेतले नाहीत त्याच्याकरता. आणि म्हणून मेला हा माणूस. कोणीही लक्षही दिलं नाही. आणि त्यांचं हे वागणं खपवून घ्यायचं? सांगा मला तुम्हीच. ज्याचा अंतरात्मा जागृत आहे तो हे असं वागण खपवूनं घेईल? साल्यांनो, हा माणूस तुमच्या थेट नजरेसमोर मेला.'

देर्दा लहान मुलासारखा रडत होता. कारण तो खरंच लहान मुलगा होता. अगदी नुकताच जन्मलेला तान्हा खरं तर. त्याच्या अंगाभोवती गुंडाळलेल्या दुपट्याइतकंच त्याचं जग होतं. सुलेमान त्याला समजावत होता, तेही त्याला ऐकू येत नव्हतं. 'शांत हो, मुला, खाली बस! जा जरा चेहऱ्यावर पाणी मारून ये.' नुकताच जन्मलेला देर्दा, त्याचे डोळे आत्ताच उघडले होते, पण कानांना अजून ऐकण्याची शक्ती प्राप्त झाली नव्हती.

'त्यांना सगळ्यांना मी एक एक करून शोधणार आणि खतम करून टाकणार प्रत्येकाला!' त्याने शेवटचं वाक्य उच्चारलं. सुलेमानचा आवाज आता त्याला ऐकू आला.

'शहाण्या माणसासारखा खाली बस. मला उठायला लावू नकोस तुला बसवण्याकरता. गप्प रहा. अमली नशा तर नाही करत तू, पोरा?'

देर्दाने सुलेमानकडे असं पाहिलं की जणू काही तो पृथ्वीतलावरील एका अतिदुर्गम भागातल्या, घनदाट अरण्यातून आलेला हिंस्र, शिकारी प्राणी आहे.

'नाही,' तो म्हणाला, 'मी ठीक आहे. खरं सांगायचं तर कधी नव्हे इतका ठीक आहे.'

त्यानंतर ते फार काही बोलले नाहीत. देर्दाने स्वतःला पुस्तकामधे गाडून घेतलं. वाचताना तो स्वतःशीच पुटपुटत होता. मधूनच डोकं हलवत होता. पालथ्या हाताच्या मुठीने डोळ्यांतून वाहणारे अश्रू पुसत होता. शिव्याही देत होता. आणि हे सगळं करत असाताना स्वतःतल्या आंतरिक अग्नीला प्रज्वलित करत होता.

सकाळी, सुलेमान खोकत जागा झाला आणि त्याने पाहिलं तर देर्दा अजूनही वाचत होता. त्याला काही तरी सांगावंसं त्याला वाटलं, पण त्याने तो विचार मनातून काढून टाकला. त्याच्याकडे बघत असताना त्याला स्वतःची आठवण झाली. स्वतःच्या आयुष्याची, क्रांतीच्या ऐन भरातल्या त्या भारावलेल्या दिवसांची. भारावलेल्या आणि काळोख्याही. छळ, दंगली, त्या सगळ्या रात्री – जेव्हा ते चोरून पत्रकं वाटायचे मित्रांनी केलेला दगा, काही धोके त्यांनी खाल्ले, काही त्यांना मिळाले, आयुष्य काय शिकवत असतं आपल्याला, देर्दाला काय धडे मिळाले आहेत आयुष्याकडून? भडवं आयुष्य, तो स्वतःशीच म्हणाला, हरामजादी आहे जिंदगी.

त्यापुढच्या आठवड्यात रात्रीच्या वेळी सुलेमान आणि देर्दा एकमेकांशेजारी

मुकाट बसून राहायचे. एकजण व्होडका पीत बसे, दुसरा अखंड वाचत बसे. नंतर एक दिवस, देर्दा औद्योगिक विभागातल्या एका दुकानात गेला आणि हातात स्प्रे पेंटचा डबा घेऊन बाहेर आला. त्याला काळा रंग हवा होता. पण तो संपला होता. अखेर त्याने लालवर समाधान मानलं. त्या रात्री तो बाहेर गेला. सुलेमानला सांगून गेला, की ‘मला काहीतरी काम आहे बाहेर,’ तेव्हा सुलेमान त्याला म्हणाला, ‘येताना सिगारेट्स घेऊन ये.’

देर्दा खूप वेळ चालत राहिला. आपण आयुष्यभर चालतो आहोत असं त्याला वाटलं. शेवटी तो पूल आला, जिथे सारुहान पुस्तकं विकायचा. जवळ जवळ तास भर तो चालला होता. रेम्झीकडून मागून घेतलेला मफलर त्याने गळ्यातून काढला आणि आपल्या चेहऱ्याभोवती गुंडाळला आणि मग हातातला रंगाचा डबा हलवला. ज्याच्याकडून तो विकत घेतला त्याने अशाच सूचना दिल्या होत्या. पाच पावलांनंतर त्या पुस्तकांच्या दुकानाचा दरवाजा होता, जिथून त्याने पुस्तक चोरलं होतं. त्याने पुलाच्या दोन्ही बाजूंच्या जिन्यांकडे जाऊन पाहिलं. मग आजूबाजूला नजर टाकून आसपास कोणीही नसल्याची खात्री करून घेतली आणि मग त्याने रंगाच्या फवाऱ्याने मोठा ओ काढला. पुस्तकांच्या दुकानाच्या काचेच्या दरवाजावरच. बाकी सगळं पत्र्याच्या तावदानांनी बंद केलं होतं.

त्याला फक्त चार शब्द लिहिता येत होते: त्याचं नाव, त्याचं आडनाव, आणि ओगुझ अतय. पण त्याने हा ओ इतका मोठा रंगवला की बाकी काही लिहायला जागाच उरली नाही. ओगुझकरताही नाही आणि अतयकरताही. त्याला लिहायचं होतं पूर्ण नाव पण आता त्याला फक्त आद्याक्षरांवरच समाधान मानायला लागणार होतं. त्याने त्या ओ च्या बाजूला इतकीशीही जागा सोडली नव्हती की जिथे तो लहान का होईना अ लिहू शकेल. देर्दाने उत्साहाच्या भरात गडबड केली होती. त्याची घाईच झाली खूप.

पण आता त्याच्याकडे तिथे उभं राहून विचार करण्याइतका वेळही नव्हता. आता ओ च्या जवळ अ लिहायला फक्त एकच जागा शिल्लक होती आणि ती म्हणजे ओ च्या पोटामधे. त्याने ओ च्या आत अ रंगवला, मग काही पावलं मागे जात आपली कला अभिमानाने निरखून पाहिली. ओ च्या आतमधे अ. लालभडक. कदाचित हे चिन्ह इतरांच्या दृष्टीने काही वेगळंही सूचित करत असेल, पण देर्दाच्या मते ती ओगुझ अतयची सही होती.

ओ च्या पोटात काढलेला अ त्याला इतका आवडला की त्यावरून आपली नजर हटवायलाही त्याला जरा वेळच लागला. पण इतक्यात रस्त्याच्या टोकाकडून आपल्या अंगावर लाल-निळ्या प्रकाशाचे पडणारे झोत त्याला जाणवले, आणि तो रस्त्याच्या विरुद्ध दिशेने पळत सुटला. पोलिसांच्या हाती तो पडणार नव्हता, निदान अजून तरी नाही.

त्याने ओगुझ अतयची सही चितारायला बाकी सगळ्या जागा सोडून पुस्तकांचं दुकान निवडलं, कारण त्याला असं वाटत होतं की ओगुझ अतयच्या वतीने त्याला ज्या माणसांवर सूड उगवायचा होता ती सगळी नावं कदाचित याच दुकानात सापडू शकतील. खरंही होतं बहुधा ते. त्याला त्यातले कोणीही कुठे राहतात हे माहीत नव्हतं, अर्थात ते अजून जर जिवंत असतील तरच. पण त्यांचा उल्लेख दुकानातल्या कोणत्या ना कोणत्या तरी पुस्तकात निश्चित झाला असणार. पुस्तकांच्या दुकानातल्या कपाटांमधे ते आरामात पहुडून विश्रांती घेत असणार. एकमेकांच्या शेजारी.

एक तिरपं स्मित त्याच्या चेहऱ्यावर तरळत होतं. रस्ते मागे पडले, जिने बदलले. त्या स्मिताचं रूपांतर हास्यात झालं. तो जितका हसत होता, तितकाच त्याचा पळण्याचा वेग वाढत होता. त्याच्या पळणाऱ्या पायांखालच्या रस्त्यावर त्याचं हास्य निनादत राहिलं. अखेर, अखेर त्याला ओगुझ अतयकरता काहीतरी प्रत्यक्ष करता आलं होतं. त्याची कबर आता तो साफ करू शकत नव्हता, पण निदान पुस्तकांच्या दुकानावर तरी तो त्याच्या सहीचा ठसा उमटवू शकला होता. धावत जाताना तो आजूबाजूच्या दुकानांकडे लक्षपूर्वक पाहत होता. अजून दोन पुस्तकांची दुकानं त्याला दिसली. तो थांबला आणि हातातला डबा हलवला. खरं तर त्याला तसं करायची गरजच नव्हती. त्याच्या धावण्याच्या वेगामुळे डबा चांगलाच हलवला गेला होता. त्याने आणखी दोन ओ च्या पोटांमधे अजून दोन अ रंगवले, आणि रात्रीच्या अंधारामधे त्यांना विरघळत ठेवलं.

'काय रे पोरा, होतास कुठे?' सुलेमानने विचारलं.

देर्दा हसला.

'तुमच्या सिगारेटींकरता उघडं दुकान शोधायला मला दोन तास लागले.'

आज देर्दाच्या हातात पुस्तक नाही हे पाहून अब्दुल्लाने सुटकेचा श्वास सोडला. 'हे पेटव' त्याने अंगावर भुंकल्यासारखी सूचना केली. काहीतरी वेगळं वाटतं आहे या मुलात, त्याच्या मनात विचार आला. स्वत:शीच हसत तो खिडकीबाहेर पाहत होता. हवा चांगलीच गार होती, पण तरी त्याने खिडकी उघडीच ठेवली होती, त्याचा एक हात व्हॅनच्या छतावर होता, आणि मधेच हात हलवून त्या हातातली सिगारेट तो झटकत होता. पुलापाशी आल्यावर त्याला दिसलं की पुस्तकाच्या दुकानाच्या दाराबाहेर तीन माणसं उभी आहेत. त्याने जिच्याकडून ओगुझ अतयचं आत्मचरित्र घेतलं होतं ती त्यातली एक होती. व्हॅन पुलाच्या दुसऱ्या बाजूला उभी होती, त्यामुळे त्यांना देर्दा दिसण्याची काहीच शक्यता नव्हती. दारावर असलेल्या चिन्हाकडे बघत ते आपापसात चर्चा करत होते. कमरेवर हात ठेवून. बहुधा ते आता हे कोण धुणार याबद्दल बोलत असतील, देर्दाच्या मनात आलं. किंवा हे कशाने, कसं धुतलं जाईल याचाही विचार करत असतील. हसत हसत तो

पुलाच्या पायऱ्या चढून वर गेला, हातात दोन खोकी घेऊन.

'काय चाललंय?' सारुहानने विचारलं. 'आज अगदी खुशीत दिसतो आहेस.'

'छान, एकदम झकास आहे मी,' देर्दा म्हणाला. परत खाली जात असताना आज त्याने कधी नव्हे ते त्या घड्याळवाल्याकडेही एक हॅलो फेकलं. एरवी तो त्या दिशेने नजरही टाकत नसे. त्याला त्या सतत वाजणाऱ्या घड्यांळाचा तिटकारा वाटे. पण त्या सकाळी सगळंच वेगळं होतं, नेहमीसारखं काहीच नव्हतं. त्याला कालची रात्र पुन्हा परतून यावी असं वाटत होतं. त्याला पुन्हा रस्त्यावरून धावायचं होतं, प्रत्येक पुस्तकांचं दुकान शोधून काढायचं होतं, आणि त्यावर पुन्हा एकदा ओगुझ अतयची सही रंगवायची होती. सगळ्या पुस्तकाच्या दुकानांमधल्या काचांवर, आणि कदाचित प्रत्येक रस्त्यावरही.

मनात हेच विचार घोळवत तो जिन्याच्या पायऱ्या दोन दोन उड्या मारत उतरत होता. आणि समोर जे दिसलं, त्याला वाटलं आपल्या नजरेचाच काही खेळ आहे की काय! तो जागच्या जागी थांबला, समोरच्या चिन्हाकडे टक लावून निरखत. त्याचा विश्वास बसत नव्हता. रस्त्यापलीकडच्या त्या इमारतीवर, तिच्या भिंतीवर काळ्या कुळकुळीत रंगाने रंगवलेलं एक चिन्ह होतं. ओ च्या पोटात असलेला अ. देर्दाच्या चिन्हापेक्षा किंचितच वेगळं, म्हणजे त्या अ चे पाय ओ च्या आतून अगदी जरासे बाहेर आलेले. यावर काय विचार करावा त्याला सुचेना. पण कोणी? त्याच्या मनात एकच प्रश्न उमटला, पण कोणी केलं हे?

अब्दुल्लाने जोरात मारलेली हाक त्याला स्पष्ट ऐकू आली, पण तरीही तो तसाच न हलता उभा राहिला. आपले डोळे त्या चिन्हावर खिळवून.

'ओये, डिंग डाँग, इकडे ये आता. कशाला थांबला आहेस तिथे? चल ये, इकडे, अजून बरंच काम राहिलं आहे.'

'मला माहीत होतं,' देर्दा म्हणाला, त्याच्या चेहऱ्यावर हसू होतं. आपली मूठ घट्ट वळत, तो जिन्यावरून उड्या मारत उतरला.

'मला माहीत होतं! मला माहीत होतं!'

'ए मुला, काय माहीत होतं तुला?' अब्दुल्लाने त्याच्याकडे चमत्कारिकपणे बघत विचारलं आणि तो व्हॅनच्या समोरून रस्ता ओलांडत ड्रायव्हरच्या जागेवर जाऊन बसला.

'काही नाही,' देर्दा म्हणाला. व्हॅनमधे बसून त्याने दरवाजा लावून घेतला. त्या वेळी त्याने सिगारेट समोर धरली.

'पेटव ही.'

'बरं, ठीक आहे तर मग!' अब्दुल्ला जास्त काही बोलला नाही.

एक खोल झुरका ओढल्यावर देर्दाने आपलं डोकं मागे टेकवलं आणि तो विचारात

गढला. आयुष्यात पहिल्यांदाच तो एकटा नव्हता. हो, तो मनात म्हणाला. कोणी तरी अजून आहे तिथे कुठेतरी. कदाचित काही लोकं. माझ्यासारखीच लोकं. ओगुझ अतयचा सूड उगवायला रस्त्यावर उतरलेली लोकं. कदाचित प्रत्येक वळणावर असतील ती. त्याने नि:श्वास टाकला. मला भेटायला हवीत ती. अजूनही त्याचा संपूर्ण विश्वास बसलेला नव्हता. आपल्याला चिन्ह बरोबर तसंच रंगवायचं हे कळलं यावर त्याचा अजून विश्वास बसत नव्हता. म्हणजे हे असं होत असतं तर, त्याच्या मनात आलं. याचा अर्थ मनात विशिष्ट भावना असल्या की हातांना कळतं कसं व्यक्त व्हायचं त्याला अनुसरून, मग ते बरोबर कृती करतात स्वत:हून. लाल सिग्नलला ते थांबले तेव्हा त्याने समोरून चालणाऱ्यांचे चेहरे निरखून पाहिले. यां पैकी कोण? कोण असेल ते? कदाचित सगळेच असतील, स्वत:शीच हसत तो म्हणाला.

थोड्याच दिवसांपूर्वी देर्दाला वाटत होतं की या पृथ्वीच्या पाठीवरचा प्रत्येकजण अंतर्बाह्य वाईट आहे, पण आता, काही क्षणांकरता का होईना पण त्याला हा विश्वास वाटला होता की सगळेजण चांगले असू शकतात. त्याने मनोराज्य रंगवलं होतं की सगळी लोकं, सगळी मानवजात ओगुझ अतयवर प्रेम करते, कारण देर्दाचा हा ठाम विश्वास होता की ओगुझ अतय म्हणजे अंतर्बाह्य चांगुलपणा. जे काही चांगलं आहे ते त्याच्यातूनच उत्पन्न झालं आहे. त्याच्या जर्नलच्या शेवटी जी छायाचित्रं होती ती त्याच्या डोळ्यासमोरून तरळून गेली, विशेषत: शेवटचं. त्या छायाचित्रात ओगुझ अतय थेट देर्दाच्या डोळ्यांमधे रोखून बघत होता. कदाचित हा फक्त त्याच्याच अंतरात्म्याचा आवाज असू शकेल जो त्याच्या कानांमधे निनादत होता. मी एकटा नाही.

दरम्यान अब्दुल्ला त्याला काही तरी सांगत होता जे देर्दाच्या अजिबात कानात शिरलं नव्हतं. बहुधा तो गेला अर्धा तास अखंड बोलत असणार, मगाशी ते त्या रहदारीच्या गोंधळात अडकून पडले होते तेव्हापासून. हल्ली तो सिगारेट ओढत नसल्यामुळे रात्रभर त्याला किती खोकला येत असतो आणि किती वेळा कफ थुंकायला जावं लागतं या विषयावर तो मगाशी बोलत होता, आणि अजून बोलतच होता. देर्दाचं त्याच्या बोलण्याकडे इतकं कमी लक्ष होतं की मधेच त्याने आपल्या खिशातून एक सिगारेट काढली आणि अब्दुल्लाला देऊ केली. आणि तेही खुशीत. जणू काही तो आपण एकटे नाही याबद्दलचा आनंद साजरा करत होता. जणू काही आज त्याचा वाढदिवस होता आणि आत्ता विझवण्याकरता जवळ मेणबत्त्या नसल्याने, तो त्या ऐवजी सिगारेट पेटवत होता.

'अजून एक पेटव.'

अब्दुल्लाने सिगारेटकडे पाहिलं आणि मग देर्दाच्या हसऱ्या चेहऱ्याकडे.

'अगदी बरोबर, पोरा,' सिगारेट घेत तो म्हणाला, 'आता मरायचंच असेल तर निदान हिला ओढता ओढता तरी मरू.'

कदाचित अशा गैरसमजांतूनच जीवन सुंदर बनतं. पण जेव्हा ते गैरसमज असतात तेव्हाच.

***

आणि नंतर अजून तीन रात्री सह्यांच्या मोहिमेत व्यतीत झाल्या. वर्तमानपत्रांचे स्टॅन्ड्स, पुस्तकांची दुकानं, बसस्टॉप्स – जिथे कुठे तो भिंतीसमोर एकटा असे, तिथे तो स्वत:ला ओगुझ अतयच्या सहीसोबत जोडून घेई. तीन रात्री देर्दाने ओगुझ अतयच्या सहीचा ठसा त्याला शक्य असेल त्या प्रत्येक जागेवर उमटवला. आणि दिवसाचा वेळ अजून जागा शोधण्यात, जिथे तो ओगुझ अतयच्या सहीचा ठसा उमटवू शकेल. अब्दुल्लाच्या व्हॅनच्या खिडकीतून बाहेर बघत असताना त्याची नजर अशा जागा धुंडाळत असे. त्याला आणखी चार चिन्हं दिसली जी त्याने काढलेली नव्हती. त्याला आणखी चार स्वप्नं पडली. कोणी केलं असेल ते? जणू काही अचानक तो एखाद्या रहस्यमय भूमिगत संघटनेचा भाग बनला होता. इतक्या रहस्यमय की त्या संघटनेचे सदस्यही एकमेकांना ओळखत नाहीत. अशा संघटनेचं नाव काय असू शकतं यावर त्याने विचार केला. काय बरं असेल? आणि अचानक त्याला सारुहानने त्याच्याकडून वाचून घेतलेल्या एका लहान मुलांच्या पुस्तकाचं नाव आठवलं. त्याचं नाव होतं द ओगुझ तुर्क्स. देर्दाने स्मित केलं. का नाही, असं म्हणत त्याने त्यावर जरा वेळ विचार केला. थोड्या वेळाने हे सर्व तो विसरूनही गेला, पुन्हा त्याबद्दल विचारही केला नाही त्याने. काही असो, त्याला वाटलं, महत्त्वाचं हे आहे की तो एकटा नव्हता. कारण त्या दिवसापर्यंत सर्वांत महत्त्वाची गोष्ट हीच होती की तो एकटा होता.

चौथ्या दिवशी काही काम नव्हतं. इस्राफिल म्हणाला होता, 'आज कुठे बाहेर जायला नको, तिथे सगळीकडे खूप गोंधळ आहे.' नंतर, त्याने सुलेमानला याबद्दल विचारलं तेव्हा तो म्हणाला, 'हे बघ, पोरा, आपण एकटेच हे काम करतो असा तुझा समज आहे का? पिसाळलेले खूप कुत्रे मोकाट सुटलेले आहेत, ज्यांच्या तोंडातून लाळ गळत असते.' आता त्याच्यासमोर पूर्ण रिकामा दिवस पडला होता जो कशाने तरी भरून काढायला हवा होता. तेव्हा देर्दाला त्याच्या जुन्या मित्राची, इसाची आठवण आली. त्याला किती तरी दिवसांमधे तो भेटला नव्हता. खरं तर त्याला कब्रस्तानातल्या आपल्या घराच्या आसपासही जाण्याची इच्छा नव्हती फारशी. याचं कारण तो वडिलांना घाबरत होता म्हणून नाही. त्यांना तर त्याने आपल्या स्मृतींमधून पूर्ण खोडूनही टाकलं होतं. निदान देर्दाला तरी तसं वाटत होतं. त्याच्या अंतर्मनाने त्यांच्या स्मृतीला ढकलत ढकलत लांब, त्याच्या कातडीवर नेऊन ठेवलं होतं, आणि मग त्याने त्यांना तिथून उचकटून पायदळी तुडवलं होतं. आणि मग शेवटी तो ते विसरून गेला. अजून एक

कारण होतं ज्याकरता तो कब्रस्तानाच्या आसपास जाणं टाळत होता. ओगुझ अतयमुळे शरमिंदा होता. काय माहीत, किती दिवस आता त्याची कबर झाडलीही गेली नसेल. काय माहीत, चारी दिशांनी किती मृतांची धूळ उडून त्याच्या कबरीवर साचून राहिली असेल. आणि व्हायोलेट्सच्या फुलांचं काय झालं असेल, काय माहीत! कोमेजून गेली असतील. रोपटी तरी शिल्लक असतील का तिथे आता त्यांची?

आणि म्हणून, दोनदा बस बदलून आणि तीन मुख्य रस्ते पार करुन तो संगमरवर कापणाऱ्यांच्या दुकानांपाशी आला. त्यांतल्या एका दुकानात इसा संगमरवरी धुळीच्या ढगात बसला होता. देर्दाला तो पिठाच्या गिरणीत काम करणाऱ्यासारखा वाटला. चेहरा सगळा पांढराशुभ्र.

'देर्दा! होतास कुठे इतके दिवस, यार?' म्हटलं, 'काय मेला बिला की काय हा? कुठेच दिसला नाही.'

त्यांनी एकमेकांना घट्ट मिठी मारली. संगमरवरी धुळीने देर्दाही माखला.

'अरे, माफ कर!' इसा पटकन म्हणाला आणि आपल्या अंगावरची धूळ झटकून टाकायला लागला, टीशर्टमधून दिसणाऱ्या त्याच्या उघड्या हातांवरची धूळ झटकली जाताच तिथली कातडी आता कमी पांढरी दिसायला लागली. त्याचा डावा हात जरा जास्तच गडद दिसत होता. पांढरा रंग उडून जाताच त्या हातावरचं गोंदण नीट दिसायला लागलं. ती त्याच्या स्वत:च्याच हस्तकौशल्याची कमाल होती. त्याने शिवणाच्या सुईने गोंदवून घेतलं होतं स्वत:ला.

'अरे, काय हे?' देर्दाने त्याचा डावा हात हातात घेतला आणि नीट न्याहाळून पाहिलं. प्रयत्नपूर्वक त्याने ते शब्द वाचले.

'उगवत्या पहाटेवर माझा काही प्रभाव नाही, आणि हे कोणी समजूही शकत नाही.'

'याचा अर्थ काय पण?'

'मरो ते!' इसा त्या गोंदवलेल्या अक्षरांकडे बघत म्हणाला, 'डोकं फिरलं होतं माझं, उगीच काहीतरी लिहिलं आहे, झालं.'

मग एकदम झटका बसावा तशी त्याने मान वर केली.

'तुला वाचता येतं?'

'होय!' देर्दा म्हणाला.

'चांगलं आहे, यार. आता तुला प्राथमिक शाळेचं प्रमाणपत्र मिळेल.'

'छे,' देर्दा म्हणाला. 'मी काय करू ते घेऊन? पण बरं का, विद्यापीठात प्रवेश घ्यायचा विचार आहे माझ्या डोक्यात.'

दोघंही हसले. मग देर्दाने पुन्हा इसाचा हात हातात घेऊन ते गोंदण पाहिलं.

'दुखतं का खूप?'

'नक्कीच दुखलं असणार, पण तुला म्हटलं ना, माझं डोकं फिरलं होतं.'

अक्षरांची वाकडी वळणं, अनियमित आकार बघता तो म्हणतो ते खरंच

असणार. कोपरापासून मनगटापर्यंत येईपर्यंत अक्षरं लहान होत गेली होती. फारशा सुबक काम न करणाऱ्या रंगाऱ्याने रंगवलेली अक्षरं दिसतात तशी. किंवा देर्दाने त्या रात्री जेव्हा पहिल्यांदा ओगुझ अतयची सही शोधली त्या वेळेसारखी. इसाचा अक्षरांच्या मधल्या अंतराचा अंदाज चुकला होता. अंतर कमी कमी होत गेलं होतं, आणि मग त्याला जे लिहायचं होतं ते सगळं मावावं म्हणून तो पुढची अक्षरं लहान लहान करत गेला होता.

'कसं केलंस नेमकं तू हे?' देर्दाने विचारलं.

'सुईने.' इसा म्हणाला, 'साध्या सुईने फक्त.'

'पण हे रंग कुठले वापरलेस?'

'तुला ते तेलकट रंग माहीत आहेत? कृत्रिम हिरवळीच्या पिचकरता वापरतात ते? तेच वापरले मी. काळा रंग घेतला की मग तो असा निळा दिसायला लागतो. ते जाऊ दे, मला सांग, तुझं काय चाललं आहे सध्या? रेम्झीकडून थोडंफार कळलंय. काही दिवसांपूर्वी भेटला होता तो. तू पायरेटेड पुस्तकांच्या कामात आहेस न?'

'पायरेट?'

'तेच म्हणतात त्याला.'

'शक्यच नाही.'

'देर्दा, गाढवा, तू अजिबात बदलला नाहीस. तुला अजून ढिम्म कळत नाही कशातलं. तू जे काम करतोस त्याचं स्वरूपही तुला माहीत नाहीये. बर, जरा थांब.'

इसाने कारखान्याच्या आत ओरडून सांगितले, 'मास्तर, थोड्या वेळाने येतो!'

ज्या दिशेकडे तोंड करून तो ओरडला होता तिथे फक्त संगमरवराच्या धुळीचे ढग तरंगताना दिसत होते, बाकी काही नाही. पण मागे दोघंजण तोंडावर मास्क लावून होते. ते संगमरवराची एक मोठी लादी करवतीने कापत होते. त्या ढगांमधल्या एकाने आपला मोकळा हात वर केला. इसा देर्दाला म्हणाला, 'चल, जाऊ या इथून. जाऊन काही तरी पिऊ या.'

इसाने अंगातल्या शर्टवर चामडी जाकिट चढवलं. मग ते कारखान्यातून बाहेर पडले. चालताना दोघेही काही बोलत नव्हते. एकमेकांकडे लक्ष गेलं की दोघांनाही हसू यायचं. शंभरएक पावलं चालून गेल्यावर इसा म्हणाला, 'थांब इथे,' देर्दा थांबला. त्याने वर पाहिलं, 'अरे, हे तर हत्यारांचं दुकान.'

'तो मालक मेला. त्याच्या मुलाने आता इथे दारूचं दुकान काढलंय, चल आत.' इसा म्हणाला.

आणि मग अशा तऱ्हेने देर्दाने त्या हत्यारांच्या दुकानात पुन्हा पाय ठेवला, जिथून तो अनेक वर्षांपूर्वी, बाहेरच्या काचेच्या कपाटात ठेवलेली कुऱ्हाड चोरून पळाला होता, आपल्या आईचे तुकडे करता यावे म्हणून. पण आता आतमधे खिळ्यांनी भरलेले खण नव्हते किंवा पत्र्याच्या बादल्याही नव्हत्या. त्या जागी चार लहान टेबलं

आणि प्रत्येकाच्या दोन बाजूंना दोन दोन डुगडुगणारी स्टुलं होती. हत्यारांच्या दुकानाच्या मालकाचा दारुडा मुलगा अचानक कुठूनतरी आला.

'वा, वा, वा! इसा, लवकर आलास आज.'

'आलो खरा लवकर. महमूद, हे बघ, हा माझा जुना मित्र. अगदी लहानपणापासूनचा.'

तसं बघितलं तर तो अजूनही लहान मुलगाच होता, ते दोघंही. महमूदने पुढे केलेला हात देर्दाने हातात घेतला आणि मान हलवली. दोघेही चौथ्या टेबलाकडे जाऊन तिथल्या स्टुलांवर बसले. महमूदने बाहेरच्या दारापाशी असलेल्या बारमधून दोन बिअर घेतल्या आणि दोन ढांगांमधेच त्यांच्यापाशी येऊन त्याने त्या त्यांच्यासमोर ठेवल्या. आणि आता जायला वळणार इतक्यात त्याने आपल्या कपाळावर हात मारून घेतला.

'अरे, शिट्, तू काय पिणार हेही विचारलं नाही मी.'

इसा हसला.

'आता त्याकरता स्वत:ला मारून घेऊ नकोस. बिअरच हवी होती.'

मग त्याने देर्दाला विचारलं, 'चालेल ना बिअर तुला?'

'चालेल,' देर्दा म्हणाला.

महमूद जाऊन बारच्या मागच्या स्टुलावर जाउन बसला. त्याने काउंटरच्या खाली हात घालून व्होडकाचा ग्लास बाहेर काढला. हत्यारांचं दुकान, ज्याचा आता नेल बार बनला होता, त्यात तीन ग्लास उंचावले गेले. आपल्या वडिलांच्या आठवणींखातर, असं म्हणत त्याने वडिलांना आठवत ग्लास तोंडाला लावला. दर वेळी तो असाच प्यायचा. अर्थात तो हे मनातल्या मनात म्हणायचा.

'चल, आता सांग मला,' इसा म्हणाला, 'काय करतोस काय तू तिथे जाऊन? एक दिवस सरळ उठलास, आणि आम्हांला सोडून गेलास.'

'तसं नाही, यार,' देर्दा म्हणाला. 'मी सोडून गेलो म्हणजे काय? माझा बाप अचानक उगवला एक दिवस. आमचं लगेचच वाजलं. आणि मग मी उठलो, मागे दार आपटलं आणि निघून गेलो. नशीब, रेम्झीमुळे मला काही तरी काम मिळालं, नाही तर वाट लागली असती माझी. पैसा नाही, राहायला जागा नाही. मी राहतोही तिथेच आता. तुझं काय चाललंय?'

'मी काय करणार? म्हणजे, काही अर्थ नाही. गाढवासारखा काम करतो मी, मग इथे येऊन गाढवासारखा पितो.'

सुरुवातीला, त्यांना बिअरचे घोट घेण्याकरता आपलं बोलणं मधून मधून थांबवावं लागत होतं. आता ते पीत होते कारण बोलण्यासारखं काही शिल्लक नव्हतं. दोघांपैकी कोण काही तरी वेगळं, खरं बोलणार होतं? देर्दा ओगुझ अतयबद्दल बोलणार होता का? की इसा त्याने त्याची गोष्ट जिथे अर्धवट सोडून दिली होती तिथून पुन्हा सांगायला सुरुवात करणार होता? जेव्हा देर्दा त्याला खड्ड्यात जा, म्हणाला होता?

त्या गुप्त खजिन्याची गोष्ट जी त्याने वयाच्या दहाव्या वर्षी सांगायला सुरुवात केली होती, पण अजूनही तो ती पूर्ण करू शकला नव्हता. आणि खरं तर, त्या गोष्टीमुळेच तर तो संगमरवराशी बोलायला लागला होता ना? आणि त्या गोष्टीमुळेच त्याने आपल्या हातावर ते कोरून घेतलं होतं. आणि त्याने आपल्या त्वचेत खोदलेल्या प्रत्येक छिद्रामधे कबरींचा रंग भरला होता. हे सगळं त्या गोष्टीमुळे. पण आता काय फरक पडणार होता त्याने? प्रत्येकाकडेच अशी एक गोष्ट नसते का? जी ते सुरू करतात पण कधीच पूर्ण होऊ शकत नाही? कारण कुणालाच ती ऐकण्यात रस नसतो. पण ती सांगायची गरजच काय, जर तुम्ही ती पाण्यातून वाहून टाकू शकलात? संडासाच्या टाकीतल्या पाण्यातून, किंवा गटाराच्या पाण्यातून. दारूने भरलेल्या गटारातून?

त्यांनी न मागताच दुसरी बिअर त्यांच्या टेबलावर आली. त्यांची पहिलीही पूर्ण संपली नव्हती. तिसरीही तशीच आली. दुसरी पूर्ण संपली नव्हती तेव्हाच. मधेच एकदा, इसा कारखान्यात गेला आणि मास्तरांना सांगून आला, 'आज माफ करा मला,' त्याची भरपाई म्हणून, 'मी उद्या उशिरापर्यंत काम करीन,' असंही. परत आला तेव्हा तो हसत होता.

'चला, मास्तर काही बोलला नाही.'

दोघेही हसले. आणि पुन्हा नेलमधे तीन ग्लास उंचावले गेले. दिवस हळू हळू मावळला. दरम्यानच्या काळात बारचा दरवाजा सात वेळा उघडला आणि सात वेळा बंद झाला. संगमरवर कापणारे अजून सात कामगार आत आले. त्यांत एक इसाच्या कारखान्यातला मास्तरही होता. तो त्याच्या हाताखाली काम शिकणाऱ्या कामगारापासून दूर बसला. बहुधा त्याला त्याचं तोंड बघायची आता इच्छा राहिली नव्हती. तो या सगळ्याला वैतागलेला होता. पण सर्वांत जास्त तो वैतागला होता आपल्या घराला. त्या घरात असलेल्या त्याच्या बायकोला. ज्यांचे चेहरे त्याला बघायला आवडत नव्हते त्या सगळ्यांपासून तो दूर जाऊन बसला. हे सगळे चेहरे बघणं आपल्याला सहन करता येईल याची खात्री पटेपर्यंत त्याने दारू ढोसली.

मग इसा आपल्या हातातला दारूने भरलेला ग्लास उंचावत मोठ्या आवाजात म्हणाला, 'हा संगमरवराकरता!' नेलमधल्या प्रत्येकाच्या डोक्यात या क्षणी फक्त दारूचाच विचार होता. आपण दगडाच्या नावाने दारू पिणार आहोत का आणखी कशाच्या, त्यांना ढिम्म फरक पडणार नव्हता. ते नुसतेच मोठ्यांदा हसले आणि त्यांनी पेला आपल्या घशात रिकामा केला. काही जणांनी एका घोटातच दारूचा तळ गाठला आणि मग रिकामे ग्लास उंचावत ते ओरडले, 'महमूद!' पण तोही त्याच्या बारमधल्या ग्राहकांइतकाच प्यायलेला होता. तोही ओरडला, 'मी येतोय,' मग त्याने एक पाऊल उचललं, पण आपल्या पावलाखालची जमीनच गायब आहे असं त्याच्या लक्षात आलं, तोवर तो दाणकन् खाली आपटला होता. सगळेजण खिदळले. दोन कामगारांनी त्याला आधार देऊन वर उचललं. चार बिअर संपवेपर्यंत देर्दा आणि इसामधले

बोलण्याचे सगळे विषय संपले होते आणि ते नेलमधल्या वातावरणाची मजा घेत बसून होते. एक जण प्रत्येकाचं बोलणं मन लावून ऐकत होता. संगमरवर कापणाऱ्यांची मनोगतं. तर दुसरा कबरींच्या, शोककाळातल्या सर्वांत जास्त थकवून टाकणाऱ्या कहाण्या ऐकत राहिला.

मग एकामागोमाग एक स्टुलं रिकामी झाली. फक्त महमूद आणि ही दोघं मुलं उरली. आणि मग देर्दाने बोलायला सुरुवात केली.

'एक जण आहे ओगुझ अतय नावाचा...'

'कोण हा? तुझ्या नात्यातला वगैरे?' इसाने विचारले.

'नाही, यार...'

इतके लिटर बिअर प्यायल्यावर देर्दाच्या घशाला मोकळ्या हवेची गरज भासायला लागली. गुदमरल्यामुळे त्याला श्वास धड घेता येईनासा झाला. तो आपलं बोलणं स्पष्ट करून सांगायचा प्रयत्न करत होता, पण उपयोग होईना.

'नाही, तसं नाही, हा माणूस..'

'कोण?' इसाने मधेच विचारलं पुन्हा. 'कोण माणूस? तुझा बॉस?'

देर्दाला हसू कोसळलं.

'अरे, यार, बॉस काय? हे बघ.. मी काय म्हटलं, ओगुझ!'

मग तो आपल्या डाव्या हातावर आपल्या उजव्या हाताची बोटं टेकवत अक्षरं काढायला लागला 'ओ गु झ' – प्रत्येक अक्षरावर बोटं आपटत आणि अचानक तो बोलायचा थांबला, एकदम स्तब्ध झाला.

'हा, कळलं आता, ओगुझ,' इसा म्हणाला.

देर्दा आपल्या बोटांकडे पहिल्यांदाच पाहत असल्यासारखं पाहत होता. जणू त्याच्या मनात त्याबद्दल काही विचार चालले असावे. मग त्याने इसाकडे पाहिलं.

'हे शक्य आहे, दोस्त!' तो म्हणाला.

'कशाला ओरडतो आहेस उगीच, बोल पटकन्!'

'अरे, हे शक्य होतं आहे.'

'काय शक्य होतंय, लवकर बोल.'

'हे बघ,' त्याने आपल्या डाव्या हाताच्या पहिल्या बोटाने उजव्या हाताची करंगळी पकडली आणि मग प्रत्येक पुढच्या बोटाला पकडत तो अक्षरं मोजायला लागला, अगदी कर्कश वाटणाऱ्या मोठ्या आवाजात ओरडत, 'हे बघ, लौकर.. ओ गु झ आणि अ त य.' उरलेली अक्षरं त्याने उजव्या हाताच्या बोटाने डाव्या हाताच्या बोटांना पकडत मोजली. इसाला काहीही कळलं नाही.

'तू काय वेडाबिडा झाला आहेस का? कशाबद्दल बोलतो आहेस?'

'तुझ्याकडे सुई आहे का बोल दोस्ता, सुई?'

'कशाला हवी तुला सुई?'

‘अरे यार, गोंदवून घ्यायला!’

‘भडव्या, जास्त चढलीय तुला दारू!’

तेव्हढ्यात महमूद अडखळत पावलं टाकत हातात अजून दोन बिअर घेऊन आला. त्याने ओसंडून वाहणारे बिअरचे ग्लास टेबलावर हिंदकळवत आपटले, आणि मग त्या नेल बारच्या मालकाने दारूने जड झालेल्या शब्दांमधे ऐकवलं.

‘एक प्याला जास्त प्यायल्याने काही जीव जात नाही कुणाचा.’

***

जुनाट कॅसेट प्लेअरच्या तितक्याच जुनाट स्पीकरमधून दिलरुब्याचे कर्कश वाटणारे तीव्र स्वर निनादत होते. आतली कॅसेटही जुनीच होती. त्यातून निघणाऱ्या स्वरांची वर्तुळं छतावरून लोंबणाऱ्या तीन दिव्यांभोवती रेंगाळून कारखान्यातल्या धुळीत मिसळून जात होती. आणि मग मुनीर नुरेत्तीन सेल्ककचा दिलरुब्याच्या स्वरांवरही मात करणारा उंच आवाज उडत आला.. ‘उगवत्या पहाटेवर माझा प्रभाव नाही..’ असं म्हणत. इसाने कारखान्यातल्या मास्तराच्या टेपवरून पहिल्यांदा हे गाणं ऐकलं होतं. जणू काही पहिल्या दोन ओळी त्याच्याकरताच लिहिल्या होत्या. त्याचा विश्वास होता की त्या त्याच्याकरताच लिहिल्या आहेत, आणि म्हणूनच त्याने त्या आपल्या हातावर कोरून घेतल्या होत्या. त्याने कवी काहित सित्की तारान्कीचं किंवा संगीतकार मुनीर नुरेत्तीन सेल्ककचं नाव ऐकलं असण्याची काहीच शक्यता नव्हती. ‘कॅसेट टेप’ हा शब्दच फक्त त्याला माहीत होता, पण तितकंच त्याच्या दृष्टीने पुरेसंही होतं. ‘मास्तर, टेप इथेच राहू द्या. मला ती रात्री ऐकायची आहे.’ असं तो म्हणाला होता, त्या दिवशी. आणि आजही तो तीच टेप ऐकत होता. पण या वेळी त्याच्यासोबत देर्दाही ते गाणं ऐकत होता.

‘वेदना होतात यार ऐकताना!’

‘होय, खूप वेदना होतात,’ इसा म्हणाला.

इसाने आपल्या बोटांच्या चिमटीत दोन सुया धरल्या होत्या, त्याच्या चेहऱ्यावर दडपण होतं. त्याने स्टोव्हच्या ज्वाळेवर त्या सुया तापवल्या. आणि मग त्याने त्या सुया एका प्लास्टिकच्या ताटलीत काढलेल्या काळ्या रंगामधे बुडवल्या, आणि मग स्टुलावर नीट सावरून बसत त्याने देर्दाने पुढे केलेला डावा हात पकडला. देर्दाच्या पहिल्या बोटावर तो रबर बॅन्डने बांधलेल्या दोन्ही सुया शिवण मशीनसारखा भराभर चालवू लागला. सुयांची रंगात बुडलेली दोन टोकं जसजशी त्वचेत घुसत गेली तसा काळा रंग रक्तात मिसळत गेला. थोड्या थोड्या वेळाने इसा देर्दाचं बोट एका मळक्या कापडाच्या चिंधीने पुसत होता. तसं केलं नाही तर आपण काय लिहितो आहोत हे त्याला नीट कळलं नसतं. चिंधीने पूर्ण बोट पुसून काढताच अ अक्षर बोटावर लालभडक मांसाच्या तुकड्यासारखं टसटशीत उमलून आलं.

इसाच्या कपाळावरून घामाचे थेंब पडत होते. त्याच्या पोटात गेलेली बिअर बाहेर पडत होती. पण देर्दाला काही जाणवत नव्हतं. तो एकाग्रतेनं इसाने त्याच्या उजव्या हाताच्या मुठीवर जे काढलं होतं त्याकडे बघत होता. मुठीत मिटून घेतलेल्या त्याच्या बोटांवर अक्षरं होती– ओगुझ.

'आता हे झालं पूर्ण,' इसा म्हणाला. पालथ्या हाताने त्याने आपलं कपाळ पुसलं, आणि मग म्हणाला–

'पण असं उपयोगाचं नाही. तुझ्या हाताची मूठ वळ, कातडी चांगली ताणली जायला हवी.'

देर्दाने रक्ताळलेल्या अ कडे पाहिलं, मग त्याने मूठ वळून आपला हात इसाच्या आणि त्याच्या मधे असलेल्या टेबलावर ठेवला. पुढचं अक्षर होतं त. पुढे वाकून इसाची पाठ आणि मान दुखायला लागली आणि दारूने धुंदावलेले दोन्ही डोळे ताणल्यामुळे ठणकायला लागले. तो ताठ झाला आणि मग पोक काढून टेबलावर झुकला. आपल्या समोर असलेल्या मुठीतल्या मधल्या बोटाच्या कातडीत त्याने रंगात बुडवलेल्या सुया खुपसल्या. पुन्हा पुन्हा.

'आता तुला तुझा हात पुढचे निदान तीन दिवस धुता येणार नाही, पाण्याचा थेंबही लागता कामा नये,' इसाने त्याला सूचना दिल्या. देर्दाची मूठ आपल्या हातात घेऊन तो अभिमानाने आपली कला निरखून पाहत होता.

'काही तासांनी खूप खाज यायला लागेल. पण सहन कर, अजिबात खाजवू नकोस. तसं केलंस तर सगळं निघून येईल. त्याला अजिबात स्पर्श न करता तसंच राहू दे, नाही तर मग रंग साकळायचा नाही.'

'इसा, तुझे खूप आभार,' देर्दा मनापासून म्हणाला, 'तू माझ्याकरता हे जे केलंस ते मी कधीही विसरणार नाही,'

'छोड यार, आभार कसले? मधून मधून तोंड दाखवत राहा तुझं आणि बिअर प्यायला घेऊन जा. बास, बाकी काही नको.'

देर्दा पहाटेच्या अझानच्या वेळी गोदामावर परत आला. दोन्हीही एकमेकांसोबतच आत गेले. पण तो आत शिरताच त्याला सुलेमान दिसला. तो अजूनही पीत होता. व्होडकाची बाटली टेबलावर होती.

'इस्राफिल आला होता, तुझी चौकशी करत होता.'

काहीच बोलायचं नाही म्हणजे आपण दारू प्यायली आहे हे कोणाच्या लक्षात येणार नाही, अशी युक्ती देर्दाने मनाशी योजली होती. पण आता त्याला मौन सोडायलाच लागलं.

'काय हवं होतं त्याला?'

‘तो म्हणाला तू रात्रभर बाहेर राहू शकत नाहीस. जिथे राहत आहेस तिथेच रात्रभर राहायला हवं.’

‘का?’

‘ते लोक या जागेवर हल्ला करणार आहेत. तो तरी असं म्हणत होता.’

‘कोण?’

‘तुला कोण वाटतं? कोणता तरी गुंड, त्याचं नाव हनीफ, कचरेवाला हनीफ’

देर्दाला हसू आवरेना, तो खळखळून हसला.

‘हां, हस असाच,’ सुलेमान म्हणाला. ‘पण जेव्हा त्याची माणसं दार ठोकायला येतील तेव्हा कुठे असणार आहेस तू?’

देर्दाने गंभीर झाल्याचा आव आणला, पण त्याला ते फार काळ जमेना. त्याला अजूनही हसू येत होतं. तरी कसंबसं विचारलं,

‘त्यांना काय हवं आहे?’

सुलेमानने आपल्या गळ्यावर हातातला ग्लास फिरवला. देर्दा खोकी लावून आपलं अंथरूण तयार करत होता.

‘हे,’ सुलेमान म्हणाला.

देर्दाने वळून त्याच्याकडे पाहिलं. त्याचे डोळे भट्टीत भाजलेल्या मातीच्या भांड्यासारखे लालभडक दिसत होते.

‘हे?’

‘होय, हे’ सुलेमानने सर्व पुस्तकांच्या दिशेने हात फिरवला. आणि मग छपाईयंत्रांच्याही. ‘हे सगळं, खूप पैसा आहे या धंद्यात, पोरा. आणि खूप पैसा असला की खूप संकटं येतातच, कळलं?’

सुलेमान गप्प झाला. त्याने डोकं खाली केलं. त्याच्या डोळ्यांना काही तरी दिसत होतं ते तो निरखून पाहायला लागला. बोटं, आणि त्यावर अक्षरं. तो जिथे बसला होता तिथून त्याला ते काय आहे नीट दिसत नव्हतं, म्हणून त्याने विचारलं–

‘काय आहे ते?’

देर्दाने त्याचा उजवा हात उचलून, त्यावरचं गोंदण स्वत: आधी नीट पाहिलं. आपण जणू ते पहिल्यांदाच पाहत आहोत अशा तऱ्हेने त्याने पाहिलं. मग त्याने सुलेमानकडे नजर वळवली.

‘हे? हां, ही अक्षरं आहेत काही, विशेष नाही.’

‘बघू दे!’ सुलेमान म्हणाला. ‘बघू तरी तू काय लिहून घेतलं आहेस स्वत:वर.’

‘ओगुझ.’

मग त्याने आपला दुसरा हात उचलून त्याला दाखवला. ‘आणि हे अतय.’

सुलेमान हसायला लागला. ‘गाढव आहेस. काय आहेस तरी काय तू पोरा? आणि इझ्राफिल तुला पिस्तुल द्यायला निघाला होता! मुला, तू आमची सगळ्यांची

डोकी उडवणार!'

देदा त्याच्यासमोर आपला थकलेला चेहरा सरळ ठेवण्याचा आटोकाट प्रयत्न करत उभा होता.

'चल आता, झोप जरासा. आत्ता येतील सगळे.'

त्या दोन तासांच्या झोपेदरम्यान देर्दाने त्याच्या मार्गात येणाऱ्या प्रत्येकाला ओगुझ आणि अतय ने बुकलून काढले. स्वप्नातल्या क्षणांमधे तो खोलवर बुडून गेला.

***

'काय झालं? थंडी वाजते आहे का तुला?' इस्राफिलने विचारलं. फक्त बोटं उघडी ठेवणारे काळे मोजे देर्दाने हातात घातले होते.

'नाही,' देर्दा म्हणाला, 'माझ्या हातांना खूप घाम येतो आणि मग खोकी उचलताना ती सटकतात, म्हणून हे घातलेत.'

पण त्याने हे मोजे घातले होते कारण त्याच्या हातावरच्या या गोंदणामुळे सगळ्यांचं लक्षं वेधलं जात होतं आणि त्याच्यावर प्रश्नांचा भडिमार होत होता. शेवटी त्याने गोदामाजवळच्या रस्त्यावर दर रविवारी भरणाऱ्या बाजारातून ते विकत घेतले होते.

'बरं, ठीक आहे,' इस्राफिल म्हणाला. 'माझ्याबरोबर चल.'

'पण अब्दुल्ला येईल आता,' देर्दा म्हणाला.

'त्यांची काळजी नको करूस, ते बघून घेतील. तू माझ्याबरोबर चल,' इस्राफिल गोदामातून बाहेर पडत म्हणाला. देर्दा त्याच्या मागोमाग दोन पावलं सोडून चालत होता. ते दोघे एका वीस वर्षं जुन्या मर्सिडीजमधे बसले. मुख्य रस्त्यावर खूप रहदारी होती, त्यामुळे खूपच हळू प्रवास होत होता. इस्राफिल अगदी शांत होता. त्यामुळे देर्दाही काही बोलला नाही. पण ते शहराबाहेरच्या महामार्गावर आले, आणि इस्राफिलचा जाडाभरडा आवाज देर्दाच्या कानाच्या पडद्यांमधून आत घुसला.

'किती वर्षांचा आहेस तू?'

'साधारण सतरा.'

'तुझी आई कुठे आहे?'

'ती या जगात नाही.'

'तुझ्या वडिलांना तू पुन्हा भेटलास का नंतर?'

'नाही,' देर्दाने उत्तर दिलं.

'आता ऐक, तू मला तुझा मोठा भाऊ समजू शकतोस. त्यामुळे उगीच संकोच करू नकोस, किंवा अवघडही वाटू देऊ नकोस. कशाची तुला गरज असली, काही हवं असेल... किंवा काही अडचणी आहेत का?'

'नाही भाई,' देर्दा म्हणाला. इस्राफिलशी बोलत असताना त्याचं लक्ष खिडकीबाहेर होतं. इस्तंबूलचा हा चेहरा त्याने आधी कधीच पाहिला नव्हता. गगनाला भिडणाऱ्या काचेच्या इमारतींकडे तो अचंब्याने पाहत होता.

'तसं असेल तर देर्दा, चांगलंच आहे. तुला माझ्याकडून काहीच नको आहे, पण जर मला तुझ्याकडून काही हवं असेल तर, मागू का?'

देर्दा चामड्याच्या सीटला टेकून ताठ बसला होता. समोरच्या काचेच्या खिडकीतून दृश्य नजरेत साठवून घेत होता. इस्तंबूलची सामुद्रधुनीसुद्धा तो आयुष्यात पहिल्यांदाच पाहत होता. आणि आता तर ते पुलाच्या दिशेने चालले होते. ज्याच्याबद्दल त्याने आजवर खूप ऐकलं होतं, पण तो कधीच ओलांडला नव्हता.

'देर्दा!' इस्राफिलने त्याची तंद्री मोडली. 'मी विचारतो आहे की जर मी तुझ्याकडे काही मागितलं तर तू देशील का?'

'नक्की, नक्कीच.' त्याने जराही विचार न करता उत्तर दिलं. तो अजूनही सामुद्रधुनीकडेच पाहत होता, इस्तंबूलच्या खोल अंतरंगामधली खळबळ त्या लाटांमधे परावर्तित होते आहे असं त्याला वाटलं.

'एक जण आहे,' इस्राफिलने आपलं बोलणं पुढे चालू ठेवलं, 'गुंड, हनीफ कचरावाला म्हणून ओळखतात त्याला.'

देर्दाने दोन्ही हात डॅशबोर्डवर ठेवले होते. पाठीचा कणा सरळ, ओठ दातांवरून मागे घेतलेले. बुबुळं बाहेरच्या दृश्यांवर स्थिरावलेली, ती दृश्यं जशी हलतील तशी हलणारी. आपण जर उजव्या बाजूला वळून पाहिलं तर डावीकडचं दृश्य नजरेआड होईल, जे त्याला नको होतं. त्याच वेळी रस्त्यावरची रहदारी दुभंगली आणि मर्सिडीजच्या पुढच्या टायर्सनी सामुद्रधुनीच्या पुलावर झेप घेतली. देर्दाचं हृदय इतक्या जोरात धडधडायला लागलं की त्याने आपल्या तोंडावर चक्क हात ठेवला, बाहेर ऐकू जायला नको कुणाला म्हणून. खालच्या पाण्यावर तरंगणारी शुभ्र बेटं त्याला दिसली. पांढरी जहाजं. त्याने क्षितिजरेषेकडे पाहिलं. सगळंच इतकं देखणं दिसत होतं. आकाशही विलक्षण सुंदर दिसत होतं. त्याने सीटवर आपल्या बाजूला बसलेल्या इस्राफिलकडे पाहिलं. त्यानेही हे सगळं बघावं असं त्याला वाटलं. अगदी क्षणभरच. आणि मग तो आपल्या आनंदात आणखीनच बुडून गेला. त्याच्या चेहऱ्यावरचं हास्य इतकं विलोभनीय, की काळजात कळ यावी. गडद निळ्याभोर पाण्यापासून ते चौसष्ट मीटर उंचीवर होते. पांढऱ्याशुभ्र, मऊ ढगांच्या रांगाच्या रांगा त्यांच्यावर तरंगत होत्या.

'तर मग, तू त्याला गोळी घालशील ना, माझ्याकरता?'

देर्दाला काहीच कळेना.

'काय?' त्याने इतकंच विचारलं. त्याच्या चेहऱ्यावर अजूनही हसू तरळत होतं.

'तो हनीफ नावाचा गुंड. तू त्याला गोळी घालणार आहेस.'

या वेळी तो पूर्ण भानावर आला. सगळं स्पष्टपणे कळण्याचा क्षण आणि पूल संपून जाण्याचा क्षण एकच होता आणि पुन्हा इस्तंबूलमधल्या कुरूपतेने आसमंत व्यापला. देर्दाची नजरही.

'होय, भाई!'

इस्राफिलने खुशीचा हुंकार भरला आणि आपल्या हाताची मूठ देर्दाच्या गुडघ्यांवर टेकवली.

'छान, योग्य निर्णय. तुझं भलं होईल.'

मग इस्राफिल मोकळं हसला.

'अरे, घाई काय आहे तुला? जरा वेळ थांब तिथेच, आम्ही येतोच आहोत.'

देर्दा मोज्याच्या वरून त्याच्या हातावर गोंदवलेल्या अक्षरांवर बोटं चोळत होता. अगदी थोडाच वेळ अजून, तो मनात म्हणाला. ओगुझ अतयकरता.

'तिथे अगदी थोडाच वेळ लागेल,' इस्राफिल म्हणाला. देर्दा हसला.

ते एका मातीच्या कच्च्या रस्त्यावर वळले, तो रस्ता उतारावरील द्राक्षांच्या बागेकडे जात होता. इतक्यात समोर एक प्रवेशद्वार आलं, त्याच्यावर लोखंडी खिळे बसवलेले होते. ते त्याच्यासमोरच थांबले. इस्राफिलने हातातल्या रिमोट कंट्रोलने बागेचा तो दरवाजा उघडला आणि मर्सिडीज आत नेली. देर्दाला भुंकण्याचा आवाज आला, दोन काळेभोर कुत्रे गाडीच्या दोन्ही बाजूंनी उड्या मारत धावत होते, देर्दाकडे असे बघत होते, जणू त्याला फाडून काढायचंय त्यांना. 'माझी पिल्लं आहेत ती,' इस्राफिल म्हणाला. गाडी थांबली, तशी दोन्ही कुत्रे इस्राफिल बसला होता त्या दरवाजापाशी झेपावले. आपल्या मालकाच्या हाताखाली यायला दोघेही इतके अधीर झाले होते की एकमेकांना मागे लोटत होते, आधी पुढे जाण्याकरता झगडत होते.

खाली उतरून देर्दाने आधी त्या दोन मजली इमारतीकडे पाहिलं आणि मग घराच्या दर्शनी भागी असलेल्या पूर्ण काचांच्या दरवाजातून बाहेर येत असलेल्या काळ्या सुटातल्या व्यक्तीला.

'तय्यार भाई, आलो आम्ही!' इस्राफिल ओरडून म्हणाला. कुत्र्यांच्या डोक्यावर थोपटत तो पुढे चालत गेला. देर्दाने तय्यारला ओळखलं नाही. कारण आता त्याच्या अंगावर पायघोळ झगा नव्हता, आणि त्याच्या सगळ्या चेहऱ्याला झाकून टाकणारी ती दाढीही नव्हती. मात्र तय्यारने देर्दाच्या चेहऱ्यावर खिळवलेली आपली नजर हटवली नाही. हा चेहरा आपण नक्कीच आधी पाहिलेला आहे याची त्याला खात्री होती. पण कुठे? अर्थात त्याला घाई नव्हती. ते आठवेल हे नक्कीच. दोन दिवस पुरेसे होते त्याकरता. या घरात, एकमेकांसोबतच ते राहणार होते पुढचे दोन दिवस. शहराबाहेर, या घरात तो देर्दाला पिस्तुल चालवायला शिकवणार होता. महामार्गावरून या घरात यायला

कोणत्याही बाहेरच्या माणसाला पूर्ण एक तास लागला असता, शंभर किलोमीटर चालून यायला लागलं असतं. एकांत होता, सुरक्षिततताही होती.

***

'हा बघ, हा देर्दा.' इस्राफिलने त्याच्या खांद्यावरून हात घालत त्याला पायऱ्यांवरून वरच्या दरवाजाकडे नेलं. 'माझ्या भावासारखा आहे,' तय्यारकडे पाहत तो डोळे मिचकावत म्हणाला. तय्यारच्या प्रचंड देहामुळे अर्धा दरवाजा व्यापला होता. तय्यारने पुढे केलेल्या हातात देर्दाने आपला हात दिला.

'आणि हा आमचा तय्यार भाई.' इस्राफिल देर्दाला म्हणाला.

तय्यारने आपल्या हातातला देर्दाचा हात सोडला नाही. तो काही न बोलता देर्दाच्या डोळ्यांमधे रोखून पाहत होता. त्याला काय करावे कळेना. आपला हातही त्याला सोडवून घेता येत नव्हता. जणू काही त्याचा हात समोरच्या जाड, गुबगुबीत मांसात रुतला गेला होता. दोघांचे हात घट्ट अडकलेले आणि दोघांच्याही नजरा एकमेकांवर गोठलेल्या. शेवटी इस्राफिलने दोघांना बाजूला केले. दोघांच्या खांद्यावर आपला एकेक हात ठेवत तो म्हणाला, 'चला, आत जाऊ या.'

आतमधे घराची प्रशस्त बैठकीची खोली, त्यात दोन कोच, दोन भलीमोठी कॉफीची टेबलं, निदान सहा खुर्च्या, दोन-तीन टेलिव्हिजन सेट, आणि एक गोल जेवणाचं टेबल, त्याच्या भोवती खुर्च्या. दोन पावलं आत चालताना देर्दाला दिसलं ते एवढंच. आतल्या सामानाची नक्की संख्या, किंवा हॉलचा आकार नक्की केवढा याचा अंदाज आपल्याला नेमका आला असं त्याला वाटलं नाही. पण होतं ते जरा जास्तच आहे असं त्याला वाटलं. उगीचच जादा वस्तू भरून ठेवल्यासारखं.

'देर्दा, आरामात बस. मी येतोच,' असं म्हणून इस्राफिल आत गेला, मग वर चढला, आणि दिसेनासा झाला. तेव्हा कुठे देर्दाला वरच्या मजल्यावर जाणारा जिना कुठे आहे ते दिसलं.

तय्यार आत्ता पहिल्यांदा बोलला, 'बस खाली, आता बोलू या.'

इस्राफिलच्या मागे लावलेली नजर देर्दाने काढून घेतली आणि तय्यार ज्या कोचाकडे निर्देश करत होता तिथे जाऊन तो बसला. तय्यारने खिशातले हात बाहेर काढले आणि अंगातलं जाकिट बाजूला केलं. त्याच्या कमरेच्या वर दोन पिस्तुलांची टोकं दिसत होती.

'मी तुला कुठे पाहिलं आहे?'

'मला? माहीत नाही.' देर्दा म्हणाला.

'तू कधी क्रेमेन्दागला होतास का?'

'नाही.'

'जाऊ दे, ते आपण नंतर बघू,' तो देर्दाच्या समोरच्या कोचावर बसत म्हणाला. त्याने आपले दोन्ही हात विशाल पंखांसारखे कोचावर पसरले आणि डोकं मागे टेकवलं, एक पाय दुसऱ्यावर ठेवला. त्याचे डोळे, पोलादी जाळ्यांप्रमाणे देर्दाच्या भोवती रोवले गेले.

'तुझ्या वडिलांचं नाव काय?'

'सेलाल,' देर्दाने उत्तर दिले.

'सेलाल? बरोबर, इज्राफिल म्हणाला होता, आत्ताच तुरुंगातून बाहेर आलेत. बरोबर?'

'होय,'

'मी आठवायचा प्रयत्न करतोय की तुला कुठे भेटलोय आधी, फक्त एक मिनिट दे मला. किती वर्षांचा आहेस तू?'

'सतरा.' उगीच किती महिने सांगून त्याला गोष्टी गुंतागुंतीच्या कराव्याशा वाटल्या नाहीत. ज्या क्षणापासून त्याने याला पाहिलं होतं, तेव्हापासून त्याला त्याच्या काळ्या कुळकुळीत नजरेचं दडपण जाणवत होतं. त्याखाली तो दबून जात होता. त्याचे दोन डोळे दोन पिस्तुलांसारखे वाटत होते. उत्तर देऊन झाल्यावर त्याने चटकन आपली नजर वळवली आणि डोकं खाली केलं. पोलादी जाळ्याच्या ओझ्याखालून त्याची सुटका होत नव्हती. तोही विचार करत होता, तय्यार त्याला कसा काय ओळखत असावा? आपण जर याला आधी बघितले असले तर नक्कीच हा लक्षात राहिला असता आपल्या, तो स्वत:शी विचार करत होता. त्याला तय्यारचे प्रश्न विचारांच्या नादात ऐकू आले नाहीत.

'काही कल्पना? तय्यार विचारत होता, या वेळी आवाज उंचावून.

देर्दाने पटकन् वर पाहिलं. 'कसली कल्पना?' विचारत.

'तुला काही कल्पना आहे का तुला काय करायचं आहे त्याची, असं विचारतो आहे मी.'

'होय भाई,' देर्दा म्हणाला, 'एक माणूस आहे, त्याला..'

'कोण माणूस?'

'एक जण हनीफ कचरावाला नावाचा.'

'आणि तू त्याला काय करणार आहेस नेमकं?'

'त्याला गोळी घालणार आहे.'

'आणि कशावरून मी पोलिसातला नाही ?' तय्यारने विचारलं. त्याच्या तोंडातून धबधब्यासारखे प्रश्न कोसळत होते. त्यांचा वेग इतका होता की देर्दाच्या चेहऱ्यावर फटकाऱ्यासारखे ते बसत होते. त्याच्या कपाळावर घाम जमा झाला होता. पोलिस शब्द ऐकताच तो बाकी प्रश्न विसरला आणि त्याला आपल्या कपाळात कोणी तरी

घण घालतंय असं वाटायला लागलं. काय बोलावं ते त्याला सुचेना. आधी त्याने नजर खाली झुकवली आणि मग आपले खांदे आक्रसून घेतले, इतके की जणू तो आपल्या पायाखाली असलेल्या गालिच्यांमधल्या धाग्यांत लपून जाऊ पाहत होता. त्याचं डोकं खांद्याच्याही खाली पडलं.

'जर तुला कोणी असं काही विचारलं, तर तू खरंच असं सांगून टाकशील की तू त्या माणसाला गोळी घालणार आहेस म्हणून?'

देर्दाने आणखीनच अंग चोरून घेतलं.

'ठीक, तर मग, कोण आहे हा माणूस? आणि तू त्याला काय करणार आहेस?'

देर्दाच्या तोंडून फुटलेला आवाज जेमतेमच त्याच्या ओठांपर्यंत येऊन पोचत होता. त्याला त्यापेक्षा मोठ्या आवाजात बोलवतच नव्हतं, आणि बोलला तेही फक्त, 'मला माहीत नाही,' इतकंच.

'आता कसं बरोबर!' तय्यार म्हणाला. 'काही बोलू नकोस. फक्त ऐक. तुला जर काही शिकायचं असेल, तर तुला आधी ऐकायला शिकलं पाहिजे.'

त्याने पायांची घडी बदलली आणि हात खाली घेतले. एक हात कमरेवर आणि दुसरा गुडघ्यांवर ठेवला.

'आता हा हनीफ, तो अशा प्रकारचा माणूस आहे, की जर आपण त्याला मारलं नाही, तर तो आपल्याला मारेल. फक्त तो मला मारणार नाही. तो इस्राफिल भाईला मारेल. तुला मारेल. त्या गोदामामधे असलेल्या तुम्हा सर्वांना तो गोळी घालून ठार मारेल, कळतंय तुला?' त्याने विचारले.

देर्दाला आपण यावर काय प्रतिसाद द्यावा ते कळेना. त्याने फक्त मान हलवली. ते त्याने बरोबरच केलं.

'छान! तो किनाऱ्यावर राहतो, माल्तेपेमधे. इस्राफिल तुला त्याचं घर दाखवेल. आधी तू तो कुठे राहातो, कसं राहतो याबद्दलचे सगळे तपशील गोळा करायचे. मग इस्राफिल तुला जायला सांगेल. तू सकाळी जायचंस आणि तिथे वाट बघत थांबायचंस. कधी गेला आहेस का तू तिकडे?'

त्याने आपली मान उजवीकडून डावीकडे हलवली. तय्यार त्यांच्यामधे असलेल्या कॉफी टेबलवर झुकला आणि त्यावर अदृश्य शाईने केल्यासारख्या खुणा करायला लागला. ज्या बोटाने तो खुणा करत होता ते पिस्तुलाच्या नळीसारखं जाड होतं.

'हा रस्ता किनाऱ्यालगत जाणारा. या बाजूला घरं आहेत आणि या बाजूला समुद्र. समुद्राच्या जवळून एक लहान रस्ता जातो. समजलं?

त्याने मान हलवली.

'हनीफ साधारण दुपारच्या वेळी घरातून बाहेर पडतो, पण तू तिथे सकाळपासूनच त्याच्यावर नजर ठेवत थांबायचंस. तो पुढच्या दारातून बाहेर पडेल. रस्ता ओलांडेल. मग समुद्राच्या किनाऱ्यावर चालण्याकरता जाईल..'

तय्यार बोलत असताना, देर्दाच्या मनात विचार आला की या माणसाला आपण भेटलो आहोत हे खरंच असावं. पण असं त्याला फक्त जाणवलं. या माणसाच्या चेहऱ्यावरून, शरीरयष्टीवरून त्याला ही जाणीव व्हायला लागली, पण त्याहीपेक्षा जास्त त्याच्या आवाजातून. आपण हा आवाज नक्कीच ऐकला आहे आधी. पण कुठे त्याला ते आठवेना. आता तो तय्यार बोलत असताना त्याच्या डोळ्यांकडे पाहायला लागला.

'तू सोबत कुणालाही न्यायचं नाहीस. घराच्या समोरच्या रस्त्यावर दिव्याचा एक खांब आहे. रस्ता ओलांडून तिथे जा. समुद्राच्या बाजूला तू वाट बघत थांबशील.'

एक सेकंद तय्यारला असं वाटलं की या मुलाचे डोळे काही वेगळंच पाहताहेत. त्याचं आपल्या बोलण्याकडे लक्ष आहे का हे तपासायला त्याने विचारलं,

'मग, काय करशील तिकडे जाऊन?'

'मी रस्त्याच्या पलीकडे समुद्राच्या बाजूला जाऊन थांबेन.'

'बरोबर, छान.'

मग देर्दाला आपल्या मागून पावलांचा आवाज आला. इस्राफिल येत होता. देर्दाच्या जवळून जाताना त्याने त्याचे खांदे दाबले आणि म्हणाला, 'तय्यारभाईचं बोलणं नीट लक्ष देऊन ऐक.' मग तो त्याच्यासमोर असलेल्या आरामखुर्चीवर बसला. तय्यार पुन्हा बोलायला लागला–

'मग तो घरातून बाहेर पडेल. रस्ता ओलांडून तो तू जिथे आहेस तिकडे येईल. मग तो चालायला लागेल. तू आता त्याच्या मागे जाशील.'

तय्यारने मधेच बोलणं थांबवत इस्राफिलकडे पाहिलं.

'याला काही टी शर्ट्स आणि स्पोर्ट्स शूज दे. तिथे तो असा नाही जाऊ शकणार, हनीफला नक्की कळेल काही तरी गडबड आहे.'

'ठीक आहे, ते मी बघतो सगळं,' इस्राफिल म्हणाला.

तय्यार पुन्हा देर्दाकडे वळला आणि जणू काही आत्ताच सुचावं त्याप्रमाणे तो ताठ झाला आणि त्याने कमरेतून एक पिस्तुल काढलं.

'यात सहा गोळ्या आहेत. तू त्याच्या मागून जायचंस आणि या सहा गोळ्या त्याच्यावर झाडायच्यास. दोन त्याच्या डोक्यात, उरलेल्या चार त्याच्या खांद्याच्या मधोमध, कळलं?'

'हो, कळलं.' देर्दा म्हणाला. पण त्याचं मन पूर्ण कोरं होतं. त्यामुळे त्याने गप्प राहायचं ठरवलं. त्याला खांद्याच्या मधोमध म्हणजे नक्की कुठे ते कळलं नाही. खरं तर तय्यारने पिस्तुल बाहेर काढल्यापासूनच त्याचं लक्ष ऐकण्यावरून उडालं होतं. पिस्तुलावरच नजर खिळली होती. त्यामुळे कान बंद झाले होते आपोआप.

देर्दाला ज्या शस्त्रावरून आपली नजर हटवावीशी वाटत नव्हती ते फक्त स्मिथ्स ॲन्ड वेस्सन कंपनीचं कॅलिबरचं पिस्तुल नव्हतं. ते देर्दाच्या सूडाचं साधन होतं. त्याच्या साहाय्याने तो भूतकाळातले हिशेब चुकते करणार होता. देर्दा मनोराज्यात रंगला आहे

हे तय्यारच्या लक्षात आले.

'बघ,' तो म्हणाला. त्याने पिस्तुलाचा खटका दाबून सहा काडतुसं आपल्या हातावर ओतली. मग मनगटाच्या एका झटक्याने पुन्हा खटका बंद केला, मग रिकामं पिस्तुल त्याने देर्दाच्या हातात दिलं.

'हे घे.'

देर्दाने पिस्तुल हातात घेतलं.

'आता उभा रहा.'

तो उभा राहिला.

'इस्राफिल तू सुद्धा उभा रहा.'

इस्राफिलही उभा राहिला.

'इस्राफिल आता तू फिरायला गेल्यासारखा चाल. आणि तू त्याचा दरवाजापासून पाठलाग कर. मग तुला सांगितलं त्याप्रमाणे दोन गोळ्या त्याच्या डोक्यात घाल, आणि चार पाठीत. ठीक आहे? चल, मला दाखव कसं करायचं ते.'

इस्राफिल हॉलमधे चालायला लागला. देर्दा त्याच्या मागे जायला लागला. तीन पावलांनंतर त्याने पिस्तुल उचललं आणि खटका दाबला. एका मागून लगेच दुसरा.

'नाही, असं नाही,' तय्यार म्हणाला. त्याने इस्राफिलला जागेवर उभं राहायला सांगितलं. मग त्याने इस्राफिलच्या पाठीवरच्या एका भागावर आपला हात ठेवला.

'हे बघ. खांद्याच्या मधोमध, म्हणजे बरोबर या जागी. जराही खाली नाही. आता पुन्हा मागे जा. तुम्ही दोघंही. इस्राफिल आधी तू चालायला लाग, मग तू जा. पुन्हा करून बघू या.'

तय्यारने सांगितलं तसं त्यांनी केलं, आणि देर्दाने तीन पावलं चालल्यावर पिस्तुल उचललं. सहा वेळा त्याच्या बोटांनी रिकाम्या पिस्तुलाचा खटका दाबला, मग त्याने तय्यारकडे पाहिलं.

'या वेळी बरोबर केलंस. पण पुढच्या वेळी, जास्त काळजी घे.' आणि अचानक देर्दाला कब्रस्तानातली ती सकाळ आठवली. आपण धावता धावता त्या माणसाच्या अंगावर आपटलो होतो ते त्याला आठवलं. आणि तो माणूस काय म्हणाला होता ते त्याला आठवलं. तोही हेच म्हणाला होता, 'पुढच्या वेळी, काळजी घे.' आणि त्याचे काळे कुळकुळीत डोळे देर्दाच्या डोळ्यांमधे घुसले होते. आणि आता तो पुन्हा देर्दाकडे पाहत होता. देर्दाचा विश्वास बसेना. पण त्याला तो ठेवावाच लागला. कारण ते खरं होतं. किती तरी वर्षं, तो त्या पायघोळ झगेवाल्या माणसाची भीती मनात बाळगून होता, आणि हा माणूस, ज्याचं नाव तय्यार. घेतलेल्या प्रत्येक श्वासागणिक घामाचे हजारो थेंब त्याच्या शरीरावर तरारून उठले. मनातली भीती घामावाटे शरीराच्या प्रत्येक रंध्रातून पाझरत राहिली. पोटात असह्य कळ आली, जणू काही सारं शरीर त्यामुळे फुटून जाणार. हातातलं पिस्तुल थरथरलं.

तय्यार उभा राहिला, आणि देर्दाला वाटलं त्या माणसाला त्याच्या मनातले विचार वाचता येत आहेत. त्याला कळलं आहे की देर्दाला तो आठवतो आहे. तय्यार त्याच्या जवळ यायला लागला तसा देर्दा त्या जागेतून बाहेर पडायला मार्ग शोधायला लागला. पण सुटकेचा एकही मार्ग सापडेना. तो चालला नाही, पळाला नाही, की किंचाळलाही नाही. फक्त थरथर कापत भीतीची वाट पाहत राहिला.

'चल माझ्याबरोबर,' तय्यारने देर्दाच्या हातातलं पिस्तुल घेतलं. 'बाहेर जाऊन नेम धरण्याचा सराव करू या. तुझ्या हाताला पिस्तुलाची सवय व्हायला हवी.'

***

इस्राफिलने पुढच्या बागेतले कुत्रे त्यांच्या घरात बंद करून ठेवले होते. पिस्तुलाच्या आवाजाने ते किती बिथरतात हे त्याला माहीत होते. आणि त्यात देर्दाला ते ओळखत नव्हते, कोणत्याही अनोळखी व्यक्तीच्या हातात पिस्तुल दिसले तर त्याला फाडून काढण्याचे प्रशिक्षण त्या कुत्र्यांना दिले होते. अर्थात मनगटापासून हात तोडून काढण्याच्या त्यांच्या कौशल्याचं श्रेय काही फक्त प्रशिक्षणाला नव्हतं. आपल्या मालकाच्या सवयी त्यांनी आत्मसात केल्या होत्या इतकंच. काही दृष्टिहीनांकरता कुत्रे डोळ्यांचं काम करतात. या कुत्र्यांना डोळे ओरबाडून त्यांना दृष्टिहीन बनवण्याचं प्रशिक्षण होतं. जगात लाखो लहान मुलं सैनिक बनलेली आहेत, तसेच हे बागेतले कुत्रे. त्यांच्या जन्मजात क्रौर्याला अजून वरच्या पातळीवरील क्रौर्यापर्यंत नेले होते. रायफलच्या उंचीएवढे बालसैनिक आणि हे बागेतले शिकारी कुत्रे यांच्यातला फरक एकच – ते म्हणजे त्यांना मिळणारे बक्षीस. पण खरं तर बक्षिसातही फार फरक नव्हताच. एकाला शिजवलेलं मांस मिळायचं दुसऱ्याला कच्चं. मुलं कच्च मांस खाऊ शकत नाहीत. जर खाऊ शकत असते तर त्यांनी त्यांच्या शत्रू बालसैनिकांचे देह खाल्ले असते. त्यांना पाळणं अजूनच फायदेशीर झालं असतं म्हणजे.

ते मागच्या बागेत गेले, इथे कुत्र्यांच्या भुंकण्याचा आवाज ऐकू आला नसता. ते झाडांमधून चालत एका वाळूच्या ढिगाऱ्यापाशी आले. तय्यारने खिशातून काडतुसं काढली आणि ती पिस्तुलात भरली. मग त्याने शस्त्र देर्दाच्या हातात दिले. इस्राफिल जरा लांब होता, ओठांमधे धरलेली सिगारेट वाऱ्याच्या झोतातही पेटवण्याचा प्रयत्न करत होता. देर्दाने आपल्या हातातल्या पिस्तुलाकडे पाहिलं आणि त्याला तय्यारचा आवाज ऐकू आला.

'ठीक, आता या वाळूच्या ढिगावर तू कसा नेम धरतोस ते पाहू. तुझ्या हाताची पकड कशी आहे तेही बघू.'

तय्यार इस्राफिलच्या बाजूला जाऊन उभा राहिलेला देर्दाने पाहिला. आता दोघंही देर्दाच्या मागे उभे होते. देर्दाने वाळूच्या ढिगाकडे पाहिलं. त्या दोघांमधे आता

कोणी नव्हतं.

'एकदम शांत रहा,' तय्यार म्हणाला. 'तुझा हात वाकवू नकोस. खटका दाबायच्या आधी श्वास घे आणि तो रोखून धर, कळलं?'

देर्दा काहीच बोलला नाही म्हणून तय्यारने पुन्हा विचारलं,

'ऐकू आलं का तुला?'

'हो मी ऐकलं.' देर्दा सावकाश आपला हात उंचावत म्हणाला. त्याने वाळूच्या ढिगावर नेम धरला.

'एक पाऊल पुढे घे,' तय्यार म्हणाला. 'तुझ्या आणि हनीफच्या मधे तितकं अंतर असायला हवं.'

देर्दाने त्याला सांगितलं तसं केलं आणि खोल श्वास घेऊन तो पकडून ठेवला. त्याला भीती वाटत होती. तय्यारने त्याची अस्वस्थता ओळखली आणि तो ओरडला,

'घाबरू नकोस, मार गोळी!'

देर्दा जागेवरून मागे वळला आणि त्याने खटका दाबला. त्याने आपला हात वाकवला नाही, खालीही केला नाही. तीन गोळ्या तय्यारच्या छातीत आणि दोन इस्त्राफिलच्या खांद्यांच्या मधोमध. जेव्हा तो पळून जायला लागला, शेवटची गोळी घराच्या मागच्या भिंतीवर जाऊन आदळली.

त्याने त्याचे बारीक केलेले डोळे जेवढे उघडता येतील तेवढे मोठे केले आणि त्याला दोघेजण जमिनीवर वेड्यावाकड्या ढिगाऱ्यांसारखे कोसळलेले दिसले. त्यांना बघताच त्याने डोळे घट्ट बंद करून घेतले. तय्यार किंवा इस्त्राफिलच्या शरीरांमधे थोडीतरी धुगधुगी असेल अशी त्याची अपेक्षा होती. पण बागेत सन्नाटा होता. कुत्र्यांच्या भुंकण्याचाही आवाज येत नव्हता.

देर्दाने मान वर केली आणि रोखून धरलेला श्वास सोडला. त्याने वर आकाशाकडे पाहिलं. त्याच्या डाव्या गालावर पावसाचा एक थेंब पडला. मग दुसरा कपाळावर पडला. 'एकदम शांत रहा.' तय्यार म्हणाला होता. त्याने त्याला जसं सांगितलं तसंच केलं होतं. कितीतरी वर्षांनंतर देर्दा पहिल्यांदाच शांतपणे श्वास घेत होता. दोन मृतदेहांपासून दोन पावलांवर. निष्पाप पावसाखाली. घशातून छातीपर्यंत जाळत जाणारी भीती आता नव्हती.

आधी त्याने आपल्या कमरेच्या पट्ट्यात पिस्तुल अडकवलं. मग त्याने हातातले मोजे काढून जमिनीवर भिरकावले. ओगुझ आणि अतय हवेत उंचावले. ज्यांनी पाहिलं नव्हतं त्या सर्वांना पाहू दे.

कुत्र्यांना जाणवलं की त्यांचा मालक आता जिवंत नाही आणि त्यांनी भुंकायला, मग विव्हळायला सुरुवात केली. त्यांच्या डोळ्यांमधे रक्त उतरलं. कारण बालसैनिकांप्रमाणेच त्यांच्या डोळ्यांमधे रडण्याकरता अश्रू नसतात.

***

वकिलातीमधलं स्टीव्हनचं काम ज्या दिवशी संपलं आणि त्याने इस्तंबूलचा निरोप घेतला, त्याच दिवशी तय्यारने हिदिर अरिफला फोन करून आपला गिदो आगावर असलेला संशय व्यक्त केला. त्यांचं त्या वेळचं संभाषण असं होतं–

'गिदोचं आपल्या पाठीमागे काही तरी चाललं आहे. हल्लीच तो मला भेटायला आला होता. तुमच्या इस्तंबूलमधल्या कामांचा जो प्रमुख आहे त्याची चौकशी करत होता. इथे त्या माणसाचं बरंच नाव आहे. मी एकंदर रागरंग बघून त्याला थोडीफार माहिती दिली. मी लक्ष ठेवीन असंही सांगितलं. त्यावर त्याने आपल्यातला करार, व्यवहार काय आहे याबद्दल विचारणा केली. उघड आहे की तो मला त्याच्या विश्वासात घेऊ पाहतो आहे, मी त्याच्याकरता खबऱ्याचं काम करावं अशी त्याची अपेक्षा आहे.'

'हरामखोर माणूस आहे तो, त्याला काही इमान नाही.'

'अगदी बरोबर.'

'मग आता तू काय करायचं ठरवलं आहेस?'

'त्याला सांगणार आहे तुला हवं असेल ते कर, त्याच्या सूचनांप्रमाणे वागावं म्हणतो. बघू या तरी त्याची नक्की योजना काय आहे.'

'चांगली कल्पना आहे,' हिदिर अरिफ म्हणाला होता. 'पण याचा सुगावाही माझ्या वडिलांना लागता कामा नये. तू त्या हरामखोराच्या मागे जातो आहेस याबद्दल त्यांना एरवी काहीही कळण्याची शक्यता नाही..'

'तू याबद्दल फार काही करू नकोस. मी काही तरी सबब शोधून काढीन. मी असं सांगीन – अल्ला याबद्दल मला माफ करेल – की परदेशातल्या कामकाजावर थोडं लक्ष ठेवतो आहे मी.'

तय्यारने फोन ठेवला आणि पुन्हा उचलला. या वेळी त्याने गिदोचा नंबर फिरवला.

'बोला, तय्यारभाई!'

'माफ करा भाई. पण मला एक गोष्ट तुमच्या कानावर घालायची आहे.'

'सांग काय ते.'

'या हिदिर अरिफने दुहेरी डाव खेळून मला फार मोठा धोका दिला आहे. माझे वडील जर यात नसते तर मी त्याची मान मुरगाळली असती. मी काय म्हणतो, मला हे सगळं वाया नाही घालवायचं. तुम्ही जर इस्तंबूलमधे माझ्याकरता काही गोष्टी केल्या.. म्हणजे मला तुमच्यावर विसंबून राहता येऊ शकेल का?

'अर्थातच तय्यार, योग्य विचार आहे, काही वेगळं मनातही आणू नकोस.'

मग शेवटी तय्यारने स्टीव्हनला फोन केला. त्याने एम ला जी सेवा पुरवली होती त्या बदल्यात स्टीव्हनने त्याला ब्रिटिश निवासी परवाना देण्याचं कबूल केलं होतं.

स्टीव्हनने त्याला सांगितलं होतं, 'काळजी करू नकोस, आम्ही त्या संदर्भात लगेच कारवाई करू.' पण हे लगेच लांबतच चाललं होतं. दरम्यानच्या काळात तय्यारने हिकमत संघटनेला सोडचिठ्ठी दिली होती, आणि त्याबरोबरच दाढी, पायघोळ पोषाखाचाही त्याग केला होता. हिदिर अरिफ आणि गिदो या दोघांनाही एकमेकांविरुद्ध भडकावले होते. पण या सगळ्यामुळे तोही संकटात यायला लागला. कारण हिदिर अरिफ आणि गिदो आगा यांना लवकरच खऱ्या परिस्थितीची कल्पना यायला लागली. आणि आता अशी वेळ आली की तय्यारचं ज्यूडोतलं कौशल्यही त्याच्या उपयोगाला येईना. शेख गाझीने स्वत:च्या मुलालाच आपला वारस घोषित कसा केला हे त्याने पाहिलं होतं. एकंदरीतच सगळ्यांनी तय्यारपासून लांब राहणं पसंत केलं. याचा अर्थ म्हाताऱ्याला कसली तरी कल्पना आली होती. कदाचित तो जेव्हा तय्यारला म्हणाला की 'तुझ्या डोळ्यात पुन्हा अश्रू येणार नाहीत,' तेव्हा त्याचा अर्थ असा होता की, 'तू पुन्हा रडणार नाहीस, कारण तुझ्यामुळे बाकीचे सगळे रडतील,' आणि असा माणूस कुणालाच आपल्याजवळ नको असतो ज्याच्या मुळे रडायची पाळी येते.

तय्यारने आधी स्वत:ची त्यांच्या नियमांमधून सुटका करून घेतली, मग त्याला त्याच्या संघटनेतल्या लोकांनी एकटं पाडायला सुरुवात केली. एम कडून मिळालेले सगळे पैसे त्याने वेगवेगळ्या गुन्हेगारी कारवायांमधे गुंतवले, ज्यात त्याला खूप वर्षांपासून भाग घ्यायचा होता. यापैकीच एक होती चोरट्या पुस्तकांची बेकायदेशीर छपाई, ज्यांची देर्दाने हमाली केली, आणि हा धंदा वाचवण्याकरता त्याने हनीफ कचरावालाला मारण्याची योजना आखली.

तय्यारला हे कसं माहीत असणार, की अनेक वर्षांपूर्वी ज्या मुलाला त्याने जेमतेम अर्धा तास पाहिलं होतं, तोच हजारो वर्षांनंतर येऊन त्याला अर्ध्या तासाच्याही आत ठार मारेल?

देर्दाला हे कसं माहीत असणार, की तय्यारला मारून तो फक्त त्याच्या एकट्याच्याच नाही तर अनेकांच्या वतीने सुड उगवतो आहे.

इस्राफिलला हे कसं माहीत असणार, की त्याने तय्यारला आणि देर्दाला कधीही समोरासमोर आणायला नको होतं.

हनीफ कचरावालाला हे कसं माहीत असणार, की देर्दामुळेच तो अजूनही जिवंत आहे.

मानवजातीला हे कसं माहीत असणार की या सगळ्या घडामोडींचा परिणाम नेमका कसा होणार आहे?

आणि या सगळ्याला उत्तर एकच – त्यांना हे माहीत असण्याची काहीही शक्यता नव्हती.

कदाचित म्हणूनच आयुष्य चालू राहते. कुणालाच आपल्या पुढ्यात काय वाढून

ठेवले आहे याची आधी कधीही कल्पना येत नाही म्हणूनच जीवन चालू राहते. जर एखाद्या माणसाला आपल्या प्रत्येक कृत्याचा काय परिणाम होणार आहे हे आधीच कळलं तर तो बहुधा त्याचं आयुष्य तिथल्या तिथेच संपवून टाकेल. भीतीने. आपलं हृदय भीतीने धडधडत असताना कोणतंही नवं कृत्य करायला तो धजावणार नाही. प्रत्येक कृत्याचा अखेरचा परिणाम जर अपरिहार्यपणे फक्त वेदनेतच होणार असेल, आणि जर स्त्री-पुरुषांना याची आधीच जाणीव झाली, तर मानववंशाची वृद्धी होऊच शकणार नाही. पण बहुधा हे याहूनही भयंकर असावं. कदाचित त्यांना याची जाणीव असावी आणि तरीही ते आपली कृत्यं करीतच आहेत. अखेरीला तो मानव आहे आणि जगण्याला घट्ट पकडून राहण्याची त्याची नैसर्गिक प्रेरणा आहे. जगण्याकरता तो काहीही करेल. वेळ पडली तर जन्म झाल्यावर आईच्या मृतदेहाला तिथेच सोडून तो जुळ्याच्या शरीराला तसंच चिकटूनही बाहेरच्या जगात जगायला जाऊ शकतो, कारण तो अजूनही जिवंत असतो, जन्मदात्री मेली असली तरी.

***

देर्दा आता अकरा वर्षांचा राहिला नव्हता. मृतदेह हलवण्याकरता त्याला ते कापण्याची गरज राहिलेली नव्हती, तरी ते सोपं नव्हतं. आधी तय्यारला त्याने कसंबसं ओढून नेलं, आणि मग इस्राफिलला. त्या दोघांनाही त्याने वाळूच्या ढिगाऱ्यापाशी नेलं. तिथे त्याने दोघांचे खिसे उलटेपालटे केले. त्याला एक पैशांचं पाकिट, एक पिस्तुल आणि काडतुसांचा खोका सापडला. त्याला कार चालवता येत नव्हती त्यामुळे त्याने इस्राफिलच्या खिशातल्या मर्सिडीजच्या चाव्यांना हात लावला नाही.

मग त्याने घराभोवती आणखी एक फेरी मारली. त्याला एक फावडं मिळालं ते घेऊन तो त्या निष्प्राण देहांजवळ आला, हातातल्या फावड्याने त्याने वाळू उकरायला सुरुवात केली, वाढत्या पावसात ती झपाट्याने चिखलात रूपांतरित व्हायला लागली होती. काही मिनिटांनी तिथे एकही मृतदेह उरला नाही. अगदी जमिनीच्या पोटात नसतील तरी कुठेतरी ते गाडले गेलेच.

घरात जाऊन त्याने आपल्या मागे दरवाजा बंद करून घेतला. पाऊस थांबेपर्यंत त्याला आत राहणे भाग होते. आधी तो त्या प्रशस्त बैठकीच्या खोलीत गेला. मग तो बऱ्याच मागे असलेल्या भिंतीआडच्या जिन्यावरून वर चढला. दुसऱ्या मजल्यावरच्या कॉरिडॉरमधून चालत त्याने बाजूच्या पहिल्याच खोलीचा दरवाजा उघडला. आत मोठा दुहेरी पलंग होता आणि त्याच्यावर एक भव्य छायाचित्र. सोनेरी चौकटीत एक कृष्ण-धवल छायाचित्र. इस्राफिल त्याच्या पुढ्यात बसलेल्या एका स्त्रीच्या खांद्यावर हात ठेवून उभा होता. तिच्या हातात एक बाळ होतं. तिघेही हसत होते. ते बाळ सुद्धा. देर्दा जिन्यावर चढावं तसा त्या पलंगावर चढला, आणि त्यावरच्या गादीत पावलं

रुतवत तो थेट त्या छायाचित्राजवळ गेला. त्या बाळाच्या अगदी जवळ, नाक टेकेल इतक्या जवळ तो गेला आणि रडायला लागला. आपल्या उजव्या हाताचं बोट त्या बाळाच्या चेहऱ्यावर फिरवत तो पुटपुटला, 'माफ कर मला.' जे काही झालं त्यात इस्राफिलचा काही दोष नव्हता, तो उगीच मारला गेला. अर्थात शेवटी इस्राफिलनेच देर्दाची योजना त्या माणसाला मारण्याकरता केली होती. त्यानंतर देर्दा तुरुंगात कुजत पडला असता. पण सध्या देर्दाच्या मनात फक्त तय्यारसंदर्भातलेच विचार असल्याने त्याच्या हे डोक्यातच आलं नाही. आपल्या बोटांवरच्या ओगुझकडे पाहत तो म्हणाला, 'तू सुद्धा मला माफ कर.' आणि तो आपल्या गुडघ्यांवर कोसळला. त्याच्या हुंदक्यांनी तो पलंग गदगदून हलत होता. त्या छायाचित्राकडे बघत तो रडत होता, त्यावर आपल्या हातांचे तळवे पुन्हा पुन्हा टेकवत होता. डोळ्यांतले अश्रू संपून गेले तेव्हा तो लहान मुलासारखा अंगाची जुडी करून आपण मारून टाकलेल्या माणसाच्या पलंगावर झोपून गेला. झोपेत असताना मात्र त्याच्या मनात मगाशी ज्वाळेप्रमाणे उफाळून आलेल्या पश्चात्तापाची कणभरही जाणीव उरली नाही.

किचनमधल्या फ्रिजमधे त्याला जितकं कच्च मांस मिळालं ते सगळं त्याने बाहेर काढलं आणि ते बाहेरच्या हॉलमधल्या फरशीवर विखरून टाकलं. मग पूर्ण घर बऱ्याच वेळा धुंडाळून कसाबसा मिळवलेला दोरीचा बिंडा हातात घेऊन तो बागेत गेला. जायच्या आधी बाहेरच्या दरवाजाच्या आड त्याने एक खुर्ची सरकवून ठेवली, वाऱ्याने तो दरवाजा बंद होऊ नये म्हणून. देर्दाला पाहिल्यावर कुत्र्यांनी लगेच भुंकायला सुरुवात केली. तो जसजसा त्यांच्या पिंजऱ्याजवळ यायला लागला तसतसा त्यांच्या भुंकण्याचा आवाज मोठा होत गेला, त्यात भीतीचीही छटा मिसळली. जोरजोरात उड्या मारत ते त्यांची डोकी पिंजऱ्याच्या तारेवर आपटत होते.

देर्दाने दोरीचं एक टोक पिंजऱ्याच्या सरकत्या लोखंडी दाराला बांधलं, आणि मग तो मागे पावलं टाकत बागेभोवती असलेल्या लोखंडी कुंपणापर्यंत चालत गेला. चालताना तो हातातली दोरी सोडवत होता. कुंपणापाशी पोचल्यावर त्याने हातातला संपत आलेला दोरीचा बिंडा जमिनीवर टाकून दिला आणि कुंपणावर हात टेकवून तो उडी मारून बागेबाहेर गेला. मग खाली वाकून त्याने टाकून दिलेल्या दोरीचं टोक कुंपणाच्या गजांमधून हात घालत आपल्याकडे खेचलं. पहिल्या फटक्यात यश मिळालं नाही, पण दुसऱ्यांदा दिलेल्या झटक्यात कुत्र्यांच्या पिंजऱ्याचा दरवाजा उघडला आणि एका झेपेत कुत्रे पिंजऱ्यातून बाहेर उडी मारून बागेत पोचले. देर्दाच्या दिशेने जीव खाऊन धावत सुटले. त्या अनोळखी व्यक्तीला ते फाडून काढणार होते. कुंपणाच्या लोखंडी गजांमधून आधी त्यांनी बाहेर जाण्याचा, आणि मग गजांवरून उडी मारण्याचा प्रयत्न केला. पण त्यांना त्या अनोळखीला पकडणं शक्य झालं नाही. तो आधीच अर्धा कि.मी. लांब जाऊन पोचला होता. 'जा आत,' तो तिथूनच मागे पाहत ओरडला. 'आत जा, आत तुमच्याकरता अन्न ठेवलंय.' मग त्याने मान वळवली आणि तो पुढे

चालायला लागला. क्षितिजरेषेवर दिसणाऱ्या महामार्गाच्या दिशेने.

महामार्गावर पोचल्यावर त्याला तीन दिशांना जाणारे तीन रस्ते दिसले. कोणत्या दिशेला जायचं आहे त्याला माहीत नव्हतं. पण आपल्या अस्वस्थ मन:स्थितीतही त्याला मर्सिडीज कोणत्या रस्त्यावरून आली ते आठवलं, आणि तो रस्ता ओलांडून पलीकडे गेला. तो पुन्हा इस्तंबूलला परत जाणार होता. फक्त एकच गोष्ट त्याची तिकडे करायची अजून राहून गेली होती. आपल्या आयुष्यातली त्याला करायची होती ती ही शेवटची गोष्ट. त्यानंतर मग त्याला कसलीही फिकीर राहणार नव्हती. आता आधी त्याला कोणत्या तरी गाडीला थांबवणं भाग होतं. एक लाल ट्रक थांबला.

'तुला कुठे जायचं आहे?'

'इस्तंबूल.'

'चढ आत!'

ट्रकचालक कोणी तरी म्हातारा होता.

'या भागात काय करत होतास मुला?' त्याने काळजीने विचारलं, 'जंगली कुत्रे फिरत असतात इथे, शापित जागा आहे ही.'

देर्दा दोन मृतदेहांना जबाबदार होता हे त्याच्याकडे बघून कळत नव्हते. मुलगाच तर होता तो, जो सतराव्या वर्षी, आपल्या आयुष्यातली शेवटची चकमक अनुभवायला चालला होता. पण तो मनातून खूप घाबरलेलाही होता. कारण त्याला स्वच्छ व्हायला वेळच मिळाला नव्हता. त्याने आधी त्याच्या प्रश्नाचं काहीच उत्तर दिलं नाही, मग अचानक त्याने विचारलं,

'तुम्हाला बेयोग्लू नावाची जागा माहीत आहे का?'

तो वृद्ध माणूस हसायला लागला.

'मी तुला जे सांगतो आहे त्याकडे तुझं लक्ष नाहीये का? बेयोग्लूमधे जाऊन तुला काय करायचं आहे?'

'माझे वडील तिथे माझी वाट बघत आहेत.'

'काय करतात तुझे वडील?'

'ते लेखक आहेत,' देर्दा म्हणाला.

'काय नाव त्यांचं? मला माहीत असेल कदाचित.'

'ओगुझ अतय.'

'नाही ऐकलं कधीच.'

क्षणभर देर्दाला वाटलं आपल्या शर्टाच्या खालून पिस्तुल बाहेर काढावं आणि या माणसाच्या डोक्यात गोळ्या घालाव्या. ओगुझ अतयला ओळखत नसल्याबद्दल. पण त्याने तो विचार डोक्यातून काढून टाकला. त्या माणसाचा दोष नसावा. ज्यांनी ओगुझ अतयकडे दुर्लक्ष केलं होतं, त्यांच्यापैकी कोणी आता ट्रक निश्चित चालवत

नसणार. असा विचार करून मग त्याने म्हाताऱ्याला माफ करून टाकलं. 'ऐकाल लवकरच,' तो त्याला म्हणाला, 'माझ्या वडिलांबद्दल तुम्ही लवकरच ऐकाल.'

ट्रकवाला हसायला लागला.

'हो तर, का नाही? ऐकू या.'

मग त्यांच्यात नंतर काही संभाषण झालं नाही.

तो ट्रकमधून उतरला तेव्हा सूर्य इस्तंबूलचा निरोप घेऊन जाण्याच्या गडबडीत होता. म्हाताऱ्याने त्याला बेयोग्लूला कसं जायचं ते समजावून सांगितलं होतं, पण त्याचा काही उपयोग नव्हता. तो ज्या रस्त्यांची, चौकांची नावं तो घेत होता, ती देर्दाला माहीत नव्हती. त्याला फक्त बेयोग्लू माहीत होतं. एवढं एकच नाव. सारुहानने त्याला सांगितलं होतं, 'त्याने लिहिलेलं सर्व साहित्य आणि रेखाचित्र, सगळं बेयोग्लूमधे आहे. एक मयखाना आहे विशिष्ट, प्रसिद्ध आहे तो. काय त्याचं नाव.. कोलाक? कोराक? जाऊ दे, असंच काहीतरी आहे.'

त्याने रस्त्यातली पहिलीच टॅक्सी थांबवली. 'बेयोग्लू.'

तक्सीम चौकात आल्यावर ड्रायव्हर म्हणाला, 'पोचलो आपण'. देर्दा कारच्या खिडकीतून सगळीकडे शोधक नजरेनं पाहत होता. 'कुठे आहे?' त्याने विचारलं. ड्रायव्हरने स्वत:ला शांत करण्याकरता एक खोल श्वास घेतला, आणि मग इस्तिक्लाल रस्त्याकडे बोट दाखवत म्हणाला, 'तिथून पुढे जा. तो सगळा बेयोग्लू आहे.'

देर्दा टॅक्सीतून उतरून गर्दीच्या दिशेने चालत गेला, इस्तंबूलमधे एवढे लोक राहतात याचं आश्चर्य त्याच्या मनात होतं. कित्येक वर्षं तो कब्रस्तानात राहत होता, जिथे माणसं दिसायची ती फक्त सुट्ट्यांच्या दिवशी. इतक्या गर्दीत, कलकलाटात तो भांबावून गेला होता. खरं तर देर्दा तिथे गेला होता, आपला तोल घालवण्याच्याच उद्देशाने. पण बेयोग्लू त्याला सहन होईना. त्याच्या चारी बाजूंनी लोकांचे लोंढे वाहत होते, आणि इस्तिक्लालवरच्या दिव्यांचा झगझगीत प्रकाश त्याच्या एका डोळ्यात घुसून दुसऱ्यातून बाहेर पडत होता. आपण कोणत्या दिशेने चाललो आहोत त्याला काही समजत नव्हतं. किती लोकांच्या पावलांवर त्याचं पाऊल पडलं ते मोजणं त्याने सोडून दिलं. तो फक्त पुढे चालत होता. आपण कुठे जातो आहोत माहीत नसलं तरी रस्त्यावरून पुढे चालणं भागच होतं त्याला.

एका दुभाजकावर तो थबकला आणि रस्त्याच्या कडेला तोंडातलं पान थुंकणाऱ्या एका मवाल्याला थांबवून त्याने विचारलं.

'मी कोलाल नावाच्या एका जागेच्या शोधात आहे.. तुला माहीत आहे का ती कुठे आहे? मयखाना आहे तो.'

तो देर्दाच्याच वयाचा मुलगा होता. त्याने आपल्या छातीवर त्याला थांबवण्याकरता टेकलेल्या हाताकडे पाहिलं, आणि मग तो हात ज्याचा होता

त्याच्याकडे. देर्दाच्या चेहरा बेयोग्लूच्या लोकांच्या मनात ज्यांच्याबद्दल दहशत असते त्यांच्यासारखा दिसत होता. तो मुलगाही घाबरला.

'मयखाना?' त्याने विचारलं.

'कोलाक, कोराक, अशाच नावाचा.'

'नाही, मला माहीत नाही,' तो मुलगा म्हणाला.

'ठीक आहे, तुला ओगुझ अतय माहीत आहे?'

'अं, हो.. हो... पण...'

तो हे का विचारतो आहे असं त्याला देर्दाला विचारायचं होतं, पण देर्दा निघूनही गेला होता. त्याला जर माहीत असतं तर आपल्या एका 'हो' मुळे कोणाचा तरी जीव वाचू शकतो तर तो असा अडखळला आणि चाचरला असता का? देर्दा दहा मीटर पुढे जाईपर्यंत तो मुलगा त्याला निरखून पाहत राहिला, मग त्याला तो दिसेना. देर्दा गर्दीत मिसळून गेला होता. आणि गर्दीने देर्दाला आपल्यात सामावून घेतले होते.

त्यानंतर त्याने अजून सात जणांना विचारलं, आणि सातही वेळा उत्तर मिळालं, 'अं.. नाही माहीत.' एका लहान रस्त्याच्या टोकाला सांडपाण्याचा वास येत होता, तिथे एकजण भाजलेले चेस्टनट्स विकत बसला होता, देर्दाने त्याला मयखाना कुठे आहे असं विचारलं. या वेळी त्याला वेगळं उत्तर मिळालं. 'इथून खाली गेलास की कोराक नावाची एक जागा आहे. खाली जा, उजवीकडे वळून तिसऱ्या रस्त्यावर.' त्याच्याकडून त्याने काही चेस्टनट्स विकत घेतले. चालता चालता तो ते सोलत होता. त्याने जसं सांगितलं होतं तसाच तो त्या रस्त्यावरून खाली चालत गेला. मग उजवीकडे वळला, जिथे वळायचं होतं. पाच पावलं चालून गेला, आणि मग फूटपाथच्या वर त्याला एक पाटी थेट त्याच्याकडे रोखून बघताना दिसली. एक प्रकाशमान पाटी. त्याच्यावर कोराक असं लिहिलं होतं. त्याने हातातली चेस्टनटची कागदी पुडी चुरगाळून खाली फेकली आणि तो आत शिरला.

तो आत शिरताच एक वेटर त्याच्या जवळ आला. वेटरने घातलेल्या निळ्या स्वेटरच्या कॉलरखालून लाल टाय बाहेर डोकावत होता.

'काय हवंय?'

देर्दाने आपल्या डाव्या हाताने वेटरच्या छातीवर धक्का मारून त्याला बाजूला ढकलले, मग आपला उजवा हात स्वत:च्या कमरेत खुपसून त्याने पिस्तुल बाहेर काढले आणि पहिल्या दोन गोळ्या छतावरून लटकणाऱ्या जुनाट झुंबराच्या दिशेने झाडल्या. तय्यारने त्याला जसं शिकवलं होतं तसंच. आपला हात न वाकवता.

***

पिस्तुलाच्या गोळ्यांचा आवाज मयखान्यात इतक्या जोरात घुमला की काही क्षण लोकांना आतल्या किंकाळ्याही ऐकू येत नव्हत्या. एकमेकांना ढकलून देत टेबलाखाली लपण्याकरता पुढे सरकताना कधी तरी त्यांचे कान भानावर आले. आणि मग त्यांना देर्दाचा आवाज ऐकू आला. तो जागच्या जागी गोठून उभ्या असलेल्या वेटरच्या अंगावर ओरडत होता.

'सगळी टेबलं पुढे ओढ, प्रत्येकाला समोर उभं कर! चल, पटापट!'

वेटरला आपल्या कपाळावर देर्दाच्या हातातल्या पिस्तुलाच्या तापलेल्या नळीचा स्पर्श जाणवला आणि तो घाबरून मागे सरकला. 'हो, भाई, करतो!' असं म्हणत तो घाईघाईने वळला आणि टेबलं सरकवायला लागला, ज्यांच्या खाली आणि मधे लोक लपले होते.

'उभा रहा, गाढवा, उठ!' देर्दा किंचाळला.

'तुझं थोबाड दाखव मला, मला सगळ्यांचे चेहरे बघू देत.'

तो जिथे उभा होता, तिथून त्याला बऱ्याच जणांचे चेहरे दिसत होते, त्यांत एक तरुण मुलगा होता. तो टेबलाखालून बाहेर आला होता पण भीतीने अजूनही खाली वाकून उभा होता. आपले हात त्याने वर केले होते आणि त्याचं डोकं लटलट कापत होतं. त्याने सात पेग रिचवले होते पण ऐकलेल्या दोन स्फोटक आवाजांनी त्याची नशा खाडकन् उतरली होती.

'फक् ऑफ!' देर्दा ओरडला, 'जा, बाहेर पळ इथून, फक् ऑफ!'

आधी त्याला काही कळलंच नाही. आणि मग पिस्तुलाची दिशा पाहताच त्याच्या स्पष्टपणे लक्षात आलं, तो देर्दाच्या अंगावरून सरळ दरवाजाबाहेर पडला, आपले हात खाली न घेता आणि डोकं तसंच हलवत तो पळाला. तो जाताच देर्दाचं लक्ष दुसऱ्या तरुणावर गेलं.

'तू सुद्धा जा, काय बघतोस मूर्खासारखं? फक् ऑफ!'

तो सुद्धा मयखान्याच्या बाहेर पळाला. देर्दा टेबलांच्या मधून फिरत सगळ्या तरुण मुलांना बाहेर हुसकावत होता. 'जा, झक् मारा जाऊन!' तो किंचाळत होता. बारा पुरुष आणि नऊ स्त्रिया रडत रडत कोराक बाहेर पडल्या. आता उरले होते फक्त तिघे जण, साठ ते पंचाहत्तर वयोगटातले, ते सगळे एकाच टेबलाभोवती बसले होते.

देर्दा त्यांच्याजवळ गेला आणि एका दाढीवाल्या माणसाला त्याने विचारलं.

'काय काम करतोस तू?'

त्या माणसाने आपलं तोंड काही तरी बोलायला उघडलं. हे बघ, ऐक! पण देर्दा किंचाळला.

'तुला विचारलं, काय काम करतोस?'

त्या दाढीवाल्या माणसाच्या शेजारी असलेला चष्मा लावलेला एक माणूस मधेच म्हणाला, 'तुझी जी काही समस्या असेल, ती आम्ही सोडवू. हे बघ, हा पत्रकार

आहे. पण हा काही मार्ग नव्हे!'

देर्दा जोरात हसला.

'असं म्हणतोस?'

त्या दाढीवाल्या माणसाने जेव्हा पाहिलं की देर्दा हसतो आहे, आणि त्याच्या चेहऱ्यावर रोखलेलं पिस्तुल आता बाजूला झालं आहे, तेव्हा त्याच्या चेहऱ्यावर क्षणभर सुटकेचा भाव तरळला. 'खरं आहे, मुला, तुला जे काही सांगायचं असेल ते मी मांडीन. फक्त सांग मला!'

'म्हणजे त्याची समस्या ऐकण्याकरता, तुझ्या थोबाडावर कोणीतरी पिस्तुल टेकवायची गरज होती, असंच ना?' देर्दा गरजला.

'कोणाची?' दाढीवाला आणि चष्मेवाला दोघांनीही एकदमच विचारलं.

'जर मी त्याचं नाव घेतलं, तर तो तुम्हाला आठवेल, हरामखोरांनो?'

त्यांच्यातल्या ज्याने अजून एकही शब्द उच्चारला नव्हता, तो जाडा माणूस, अचानक उत्साहाने मोठ्या आवाजात म्हणाला, 'तू सांग तर. सांग, कोणाबद्दल आहे हे?'

देर्दाने आपला श्वास रोखला, पिस्तुलाची नळी दाढीवाल्या माणसावर रोखली, आणि खटका दाबला. त्याने त्या पत्रकाराच्या तोंडात गोळी घातली होती. त्याने बोलण्याकरता तोंड उघडलं होतं, 'वेडेपणा करू नकोस उगीच,' आणि गोळी त्याच्या उघडलेल्या तोंडातून थेट मानेत घुसली आणि तिथून मागच्या भिंतीवर जाऊन आपटली. गुडघे मोडल्यासारखा तो माणूस खाली कोसळला आणि बाजूचा चष्मेवाला माणूस टेबलाखाली लपायला लागला. आता फक्त जाडा माणूस समोर उभा होता. देर्दाने त्याच्याकडे रोखून पाहिले आणि त्याच्या डाव्या डोळ्यात गोळी घातली. त्याचे दोन्ही हात जिथे डोळा होता आधी, त्या काळ्या भोकावर दाबले गेले आणि तोही खाली कोसळला. देर्दा खाली वाकला आणि त्याने टेबलाखालच्या चष्मेवाल्याला गोळी घातली. त्याने आपले हात स्वतःच्या संरक्षणाकरता वर उचलले होते, त्यामुळे पिस्तुलातून सुटलेली गोळी त्याच्या तळहातात आणि एका गुडघ्यात घुसली.

देर्दा उभं राहून किंचाळला.

'आज, तुम्हाला ओगुझ अतयकरता कापून काढलं आहे, कळलं कुत्तरड्यांनो! ओगुझ अतयकरता!'

मग तो मागे फिरला आणि दरवाजाच्या दिशेने धावला, वाटेतल्या खुर्च्यांना ठोकरत. कोराकच्या बाहेर गोळा झालेल्या लोकांवर आपलं पिस्तुल रोखून तो ओरडत होता 'बाजूला व्हा मार्गातून! बाजूला व्हा! फक् यू!' लोक धडपडत बाजूला पळाले, एकमेकांच्या अंगावर कोसळले. आणि देर्दा धावायला लागला, आपण कुठे जातोय हे माहीत नसताना. त्याला पोलिसांच्या गाडीचा सायरन ऐकू आला, समोर दिसलेल्या पहिल्या अंधाऱ्या गल्लीत तो घुसला.

त्या रात्री, सकाळ होईपर्यंत देर्दा पळत होता. तो पकडला गेला नाही हा चमत्कार होता, कारण इस्तंबूलमधले सगळे पोलिस त्याच्या पाठलागावर होते.

***

योगायोग म्हणा, किंवा दैवाचा विचित्र खेळ म्हणा, तो ज्या रस्त्यांवरून पळत सुटला, ते सगळे त्याच पुलाच्या दिशेने जाणारे होते, जिथे सारुहान बेकायदेशीरपणे छापलेली पुस्तकं विकायचा. पहाटेचा पहिला प्रकाश पडला तेव्हा तो पुलाच्या पायऱ्या चढत होता, एम्पायर स्टेट बिल्डिंग चढून जाणाऱ्या किंग काँगसारखा. पुलाच्या वर पोचल्या पोचल्या त्याला समोर घड्याळवाला दिसला. तो आज नेमका लवकर का आला होता, माहीत नाही. त्यांनी एकमेकांना पाहिलं आणि घड्याळवाल्याने ओळख दाखवायला मान हलवली. मग तो पुन्हा मान खाली घालून आपल्या हातातल्या घड्याळांचे गजर लावण्यात गढून गेला.

सारुहान जिथे आपली पुस्तकं विकायचा त्या जागी देर्दाने आपलं अंग झोकून दिलं आणि तो पुलाच्या कडेला लावलेल्या लोखंडी गजांना टेकला, आपले पाय त्याने ताणून सरळ केले. गेल्या कित्येक तासांमधे तो आत्ता एका जागेवर स्थिरावला होता. त्याने आपल्या एका खिशात हात घातला. मग दुसऱ्या. तो सिगारेट शोधत होता. त्याने वर पाहिलं आणि घड्याळवाल्याला हाक मारली.

'सिगारेट आहे का तुझ्याजवळ?'

घड्याळवाल्याने वर पाहिलं. 'जरा थांब,' असं म्हणत त्याने हातातलं गजर लावून झालेलं घड्याळ खाली मांडून ठेवलं आणि तो देर्दाकडे आला, त्याचा हात अंगावरच्या रेनकोटाच्या खिशात खुपसलेला होता. त्याने सिगारेटचं पाकीट बाहेर काढलं. आणि जेव्हा तो देर्दापासून दोन पावलांवर आला, त्याने दुसऱ्या खिशातलं रिव्हॉल्वर बाहेर काढलं आणि मुलाच्या कपाळावर टेकवलं, जो अजूनही पुलाच्या भिंतीला टेकून जमिनीवर पाय पसरून बसला होता.

'खाली झोप,' तो शांतपणे म्हणाला. जणू काही तो त्याला खाली झोपून एक डुलकी काढायला सांगत होता.

देर्दाने तो म्हणाला तसं केलं आणि जमिनीवर आडवा पडला.

त्या रात्री इस्तंबूलमधल्या प्रत्येक रस्त्यावरचं वळण पार केलेल्या देर्दाला, त्याला ज्या वेळी विद्यापीठाच्या आवारात तैनात केलेल्या साध्या कपड्यांमधल्या पोलिसाने अटक केली, त्या वेळी फक्त एकच प्रश्न विचारावासा वाटला–

'आता, मला तुझ्याकडून सिगारेट मिळणार आहे की नाही?'

***

पोलिसांचे ताब्यात घेण्याचे, कबुलीजबाबाचे सोपस्कार अजून पूर्णही झाले नव्हते. वकील त्याला नुकतेच भेटून गेले होते, आणि देर्दाची बातमी सगळ्या वृत्तपत्रांमधे झळकली सुद्धा, सगळ्या टेलिव्हिजन वाहिन्यांवरुन फक्त देर्दा आणि देर्दाची कहाणीच प्रसारित होत होती. ज्या दाढीवाल्याला त्याने गोळी घालून ठार केले होते, तो देशातला एक महत्त्वाचा पत्रकार होता. आणि जे जखमी झाले होते, सध्या इस्पितळात ज्यांना जिवंत ठेवण्याची धडपड सुरू होती, ते दोघे लेखक होते. त्यांच्या कादंबऱ्या प्रसिद्ध होत्या. तो जाडा फार काही जानामाना नव्हता पण तो चष्मेवाला अनेक पारितोषिकांचा मानकरी होता. त्यामुळे लोकांना अगदी बारीक सारीक तपशिलांमधेही रस होता. सगळ्यांत पहिला आणि महत्त्वाचा प्रश्न होता: हा हल्ला दहशतवादाशी संबंधित होता का?

सुरुवातीला देर्दाने पोलिसांना आपल्या कबुलीजबाबात जे सांगितलं ते इतकं हास्यास्पद वाटलं होतं की पोलिसांना याच्यामागे दहशतवाद्यांचाच हात असावा याची खात्री पटली होती. पण त्याने जे तपशील पुरवले, त्याच्या बोटांवर गोंदवलेली अक्षरं, आणि कबुली देताना त्याच्या विचारांमधली सुस्पष्टता, ती इतकी होती की त्याने स्वत:च या केसमधल्या महत्त्वाच्या बाबींकडे लक्ष वेधून घेतले पोलिसांचे, हे सगळं पाहिल्यावर तो जे सांगत होता त्यावर त्यांचा विश्वास बसला आणि त्यांनी त्याचा कबुलीजबाब नोंदवून घेतला.

'मी...' देर्दा त्यांना म्हणाला, 'मी त्यांना गोळ्या घातल्या ओगुझ अतयकरता. मला ते कोण होते माहीत नाही. मला त्याची पर्वाही नाही. मला लेखकाला, किंवा पत्रकाराला ठार मारायचं होतं, मी त्यांच्या शोधात होतो. ते तिथे होते. म्हणून मी त्यांना गोळ्या घातल्या.'

'पण कोण आहे हा ओगुझ अतय?' निवृत्तीच्या जवळ आलेल्या एका पोलिसाने विचारले. देर्दाच्या मनगटावर बेड्या अडकवलेल्या होत्या, पण तरीही त्याने त्याच्यावर झेपावण्याचा प्रयत्न केला. 'ए गाढवा!' तो ओरडला. त्याच्या मागे उभ्या असलेल्या दोघा पोलिसांनी त्याच्या खांद्याला धक्का मारत त्याला जबरदस्तीने जमिनीवर पाडलं आणि गप्प बसवलं. मग त्यांतल्या एकाने विचारलं, 'ओगुझ अतयचा या सगळ्याशी काय संबंध?'

'तुम्हाला माहीत आहे? ओगुझ अतय का मेला, माहीत आहे तुम्हाला? दु:खाने मेला! आणि कोण होतं त्याच्या दु:खाला कारणीभूत? कोणी त्याला ही वेदना दिली, इतक्या नैराश्यात ढकललं? त्या वेळी जे जिवंत होते त्यांनी, ज्यांनी त्याची कधीही पर्वा केली नाही त्यांनी. ते कारणीभूत होते ओगुझ अतयच्या दु:खाला आणि मरणाला. तुमचा माझ्यावर विश्वास नसेल तर जा आणि वाचा त्याची सगळी पुस्तकं. आणि मग त्याच्या आयुष्याबद्दल वाचा. मी त्या हरामखोरांना ठार केलं ते त्याच्या वतीने सूड उगवण्याकरता.'

'ठीक आहे, पण तुला तुझ्या कृत्याचा कोणत्याही प्रकारे पश्चात्ताप होत नाही?' त्यांनी त्याला विचारलं होतं.

'त्यांचा जर ओगुझ अतयशी काहीही संबंध नसेल, तर मला थोडाफार पश्चात्ताप होईल.' हे बोलल्यावर देर्दा जरा थांबला, विचार करत.

'पण खरं तर, नाही, अजिबात नाही. कारण त्या काळी जे जिवंत होते आणि ज्यांना ओगुझ अतयबद्दल माहिती होती, आणि तरीही त्यांना त्याचं काय होतं आहे हे दिसलं नसेल, तर मग ते कोणीही का असेनात, ते गुन्हेगारच आहेत. त्यामुळे मला पश्चात्ताप वगैरे काहीही होत नाही. मात्र मला कशाचा पश्चात्ताप वाटतो आहे, सांगू का? ते दोन हरामखोर मी तिथून जाण्याआधी मरायला हवे होते.'

'तुझा ओगुझ अतयशी काय संबंध आहे?' देर्दा त्या प्रश्नावर हसला.

'तुझा काय संबंध याचा अर्थ काय? आम्ही ओगुझ तुर्क आहोत!'

या उत्तरामुळे त्यांचा या चौकशीतला उत्साह नव्याने वाढला. अजून उजेडात न आलेल्या एखाद्या दहशतवादी संघटनेचा बुरखा फाडायला पोलिस उत्सुक होते. त्यांनी विचारलं,

'कोण आहेत हे ओगुझ तुर्क्स? संघटना आहे का ही? तुम्ही किती जण सदस्य आहात या संघटनेमधे?'

'हे बघा, मलाही ते माहीत नाही. म्हणजे, ते आहेत आजूबाजूला कुठेतरी हे नक्की. पण ते कोण आहेत, किती लोक आहेत, मला काहीच कल्पना नाही. पण त्याचं चिन्ह मात्र सगळीकडे चितारून ठेवतात ते आणि आम्ही जोडलेले राहतो.'

त्यावर त्यांनी विचारलं, 'कोणतं आहे ते चिन्ह?' देर्दाने एका कागदाच्या तुकड्यावर ओ आणि त्याच्या पोटात अ चितारून दाखवला. एक पोलिस त्यावर म्हणायला लागला, 'पण हे तर..' पण बाकीच्यांनी त्याचा हात खेचून त्याला गप्प बसवलं. मग विचारलं.

'तू तिथल्या सगळ्या तरुण मुलांना मयखान्याबाहेर पाठवून दिलंस. का?'

'ओगुझ अतयचा मृत्यू ज्या साली झाला. त्या वेळी, ही मुलं जन्मलीही नसतील. किंवा अगदी लहान असतील. म्हणून मी त्यांना जाऊ दिलं.'

'तुझ्याकडे शस्त्र कुठून आलं?'

'तय्यार नावाच्या माणसाकडून.'

'आता कुठे आहे तो?'

'मी त्याला कुठेतरी पुरलं, पण जर आता तुम्ही मला ती जागा दाखवायला सांगितली तर, विश्वास ठेवा, मला दाखवता येणार नाही. म्हणजे कुठे ते माहीत आहे, पण तिथे कसं जायचं हे मला माहीत नाही.'

'तुला अजून काही सांगायचं आहे का?'

'मी इस्राफिल नावाच्या आणखी एकाला ठार केलं. खरं तर मला त्याला गोळी

घालायची नव्हती, पण तो तिथे होता, त्यामुळे... पण खरं तर मला त्याचे आभार मानायचे होते, तो मला सामुद्रधुनीच्या पुलावरून घेऊन गेला.'

'अजून काय केलं आहेस तू?'

'मला माहीत नाही. मी माझ्या वडिलांनाही बुकलून काढलं. त्यांच्या तोंडावर ठोसा मारला आणि त्यांचं नाक मोडलं.'

न्यायाधीशांनी देर्दाच्या केसमधे विशेष रस घेतला. त्यांनी पोलिसांकडचा कबुलीजबाब नीट अभ्यासला आणि तो मुलगा मानसिक दृष्ट्या आजारी असावा का यावर विचार केला. पण त्यांना एकट्यांना ते ठरवता येणं कठीण गेलं, त्यामुळे त्यांनी ही केस एका ओळखीच्या मानसोपचार रुग्णालयाकडे पाठवली. आणि तिथेही उच्चशिक्षित प्राध्यापकांमधे या केससंदर्भात दोन तट पडले. काहींच्या मते देर्दा त्याने त्याच्या मनोराज्यात रचलेल्या जगामधे मश्गुल आहे. त्या स्वप्नरंजित दुनियेतला तो एकटाच रहिवासी आहे. तर बाकीच्यांना वाटत होते तो फक्त एक खुनी मनोवृत्तीचा गुन्हेगार आहे. पण जेव्हा नंतर त्यांना समजलं की देर्दाने त्याच्या आईच्या मृतदेहाचे किती तुकडे केले होते आणि त्या वेळी त्याचं वय काय होतं, तेव्हा या दोन वेगवेगळ्या मतांच्या तज्ज्ञांचे एकमत झाले. अर्थात अजूनही नेमक्या निर्णयावर येणं अवघड होतं. बऱ्याच गोष्टींचा तपास चालू होता. उलगडा झाला नव्हता, पण देर्दाची मानसिक स्थिती सामान्य नव्हती. इतर निरोगी मनोवृत्तीच्या लोकांपेक्षा तो वेगळा होता यात काहीच शंका नव्हती. अगदीच काही नाही, तर सामान्य मनोवृत्तीची, तथाकथित निरोगी मनाची माणसं अनेक गोष्टी मनात ठेवतात ज्यामुळे ती अडचणीत येऊ शकतात, किंवा त्याकरता इतरांना दोषी ठरवतात. उठून लोकांवर गोळीबार नक्कीच करत नाहीत.

बाल-न्यायालयामधे या केसची सुनावणी झाली, त्या वेळी प्रत्येक बारीक सारीक गोष्टही टेलिव्हिजन पत्रकारांनी वृत्तांकित केली. टेलिव्हिजन वाहिन्यांनी ओगुझ अतयवर चित्रित केलेले लघुपट दाखवले आणि तुतुनामायान्लारवर चर्चासत्रं भरवली. काहींच्या मते जिवंत असताना ओगुझ अतयवर निश्चितच अन्याय झाला होता, मात्र अनेकांचे मत होते की ही गोष्ट त्याच्या मृत्यूला कारणीभूत झाली असे मानणे अतिरंजित होते आणि त्याच्या मृत्यूच्या कारणाचा साहित्याशी काहीही संबंध जोडता येणार नाही. इतक्या कमी कालावधीत ओगुझ अतय इतक्या सविस्तरपणे माध्यमांद्वारे चर्चिला गेला की त्या लाल ट्रकच्या ड्रायव्हरनेही त्याचे नाव अनेकवार ऐकले आणि त्याने ज्याला इस्तंबूलला सोडलं तो पोरगा कुणाला आपले वडील म्हणत होता हेही त्याला समजलं.

पण नंतर थोड्याच काळानं वाहिन्यांच्या प्रमुखांच्या आणि वार्ताहरांच्या लक्षात आलं की हे कार्यक्रम आणि अशा चर्चांना पूर्वीसारखा प्रेक्षकवर्ग मिळेनासा झाला आहे, त्यामुळे त्यांनी पुन्हा आपला मोर्चा देर्दाकडे वळवला. आपल्या कार्यक्रमांमधून त्यांनी शाळेत न जाणाऱ्या किंवा जाऊ न शकणाऱ्या मुलांच्या समस्यांवर चर्चा करायला

समाजतज्ज्ञांना आमंत्रित केलं. कब्रस्तानात काम करणारी मुलं किंवा लहान मुलांवर होणारे अत्याचार या विषयांवर चर्चा आयोजित केल्या गेल्या. प्रेक्षकांचाही सहभाग घेतला गेला आणि जरी प्रत्यक्ष या केसशी काही संबंध नसला तरी लैंगिक अत्याचार आणि अंमली पदार्थांच्या सेवनाचे वाढते प्रमाण यावरही चर्चा केल्या गेल्या.

'ओगुझ अतयचं नाव आणि अशा प्रकारचा हिंसाचार या दोन्हींचा एकत्रित संबंध कसा काय जोडला जाऊ शकतो? यावर विश्वास बसणंही कठीण आहे. आपल्याकडच्या रस्त्यांवर काय भयंकर परिस्थिती आहे यावर विचार केला जावा.' अशा प्रकारच्या भावनात्मक विधानांना प्रसिद्धी दिली गेली. मग त्यांच्याकडे दुर्लक्ष केले गेले. देर्दाच्या थक्क करून सोडणाऱ्या, घाबरवूनही टाकणाऱ्या मनोविश्वाबद्दल, कल्पनाशक्तीबद्दल प्रत्येकाची काही ना काहीतरी स्वतंत्र मते होती. विशेषत: जेव्हा सुरैया आणि सेलाल कॅमेऱ्यासमोर बोलले त्यानंतर. सेलालने अश्रूभरल्या डोळ्यांनी आपली कहाणी कथन केली.

'त्याने मला गोळी घातली! माझा एकुलता एक मुलगा, मी किती तरी वर्षं त्याला पाहिलाही नव्हता आणि त्याने मला जवळजवळ ठारच मारले होते! हा मुलगाच असा आहे विचित्र, तो जे वागतो ते योग्य नाही. मी इथल्या सगळ्या शहाण्या-अनुभवी लोकांना आवाहन करतो की- मला माझी पत्नी परत मिळवून दिली जावी. तिचं दफन विधिपूर्वक करायला हवं आहे. रोज रात्री ती माझ्या स्वप्नात येते.'

बोलला नाही तो फक्त इसा. वृत्तपत्र किंवा टेलिव्हिजनच्या वार्ताहरांनी जंग जंग पछाडलं पण त्याने तोंड उघडलं नाही. सगळे शब्द त्याने गिळून टाकले घशात. कारण कदाचित तो त्याची गोष्ट ज्या एकमेव व्यक्तीला सांगू शकला असता, ज्या एकमेव व्यक्तीला त्याला त्याची गोष्ट सांगायची होती, ती व्यक्ती हातात मायक्रोफोन घेऊन त्याच्या चेहऱ्यासमोर नाचणाऱ्या सगळ्या लोकांच्या मागे लपवली गेली होती.

रुग्णालयातून बाहेर पडलेल्या त्या दोघांपैकी, जाड्या माणसाचा एकच डोळा शिल्लक होता आणि चष्मेवाल्या माणसाच्या शरीराचा तोल कायमचा ढळला होता. मरेपर्यंत त्याला एका पायावर लंगडतच चालावं लागणार होतं. आणि जेव्हा ते रुग्णालयातून बाहेर पडले तेव्हा त्यांना घरी जायची खूप घाई झाली होती. त्यांना त्यांचं नवं पुस्तक लिहायचं होतं. त्यांपैकी एकाने लिहिलं त्याचं नाव 'अ सिंगल बुलेट आणि दुसऱ्याने लिहिलं 'कोराक लाइफ'. आणि दोघांनीही पहिल्या पानावर अर्पणपत्रिका लिहिली: ओगुझ अतयच्या स्मृतींना अर्पण. कारण जेव्हा त्या दोघांमधे बोलण्याची ताकद आली होती तेव्हापासून ते दोघेही, तो जाडा माणूस आणि चष्मेवाला माणूस त्यांना ओगुझ अतयबद्दल किती आदर वाटतो याबद्दलच अखंड बोलत होते. पण त्यांना तरीही संशय होता की ऐकणाऱ्या लोकांचा अजूनही त्यावर पुरेसा विश्वास बसलेला नाही, म्हणून मग त्यांनी आपलं पुस्तकंही त्यालाच अर्पण करून टाकलं,

उगीच शंकेला जागा नको म्हणून. अर्थातच कोराक लाइफ ही पारितोषिक प्राप्त कादंबरी ठरली. आणि अर्थातच पुस्तक प्रकाशन सोहळा कोराक मधे पार पडला. आणि त्या जाड्या माणसाला पुन्हा एकदा आपल्या पुस्तकाबद्दल आपल्याला हवा तसा रस लोकांच्या मनात निर्माण होत नाही याचा अनुभव आला.

पण या सगळ्या घडामोडींपेक्षा ज्या घटनेला सर्वांत जास्त प्रसिद्धी मिळाली ती होती त्या दाढीवाल्या पत्रकाराचा अंतिम संस्कार. ज्या कोणालाही त्याच्या आयुष्याबद्दल, त्याच्या लिखाणाबद्दल बोलण्याने, किंवा त्याच्या लिखित कामाच्या वाचनाचे कार्यक्रम आयोजित करण्याने काही फायदा मिळण्याची शक्यता होती, त्या प्रत्येकाने अश्रुपूर्ण नयनांनी टेलिव्हिजन वार्तांकनात सहभागी होऊन आपली संधी साधून घेतली. एकाने त्याचा उल्लेख साहित्यिक हुतात्मा असा केला, आणि तो उल्लेख नंतर त्या दाढीवाल्या पत्रकाराच्या वृत्तपत्रात ठळक मथळ्यात छापला गेला.

'साहित्यिक हुतात्म्याच्या सोबत हजारो चालत गेले'

आणि त्याच्या लगेच खाली देर्दाचे छायाचित्र. तो न्यायालयातून बाहेर पडत असताना काढलेलं. दोन्ही बाजूंना पोलीस. त्याच्या मनगटावर बेड्या अडकवलेल्या आणि त्यांना ओढत धरून चालणारे पोलीस. तो थेट कॅमेऱ्याच्या भिंगात रोखून पाहत होता, ओगुझ आणि अतयच्या वर. 'न्यायालयातलं कुप्रसिद्ध प्रकरण,' असं त्याच्या शेजारी लिहिलं होतं. आणि त्याच्या खाली, 'खुन्याची २४ वर्षांच्या जन्मठेपेवर सुटका.'

जरी पूर्ण न्यायालयीन खटल्यात सादर केले होते, तरीही आरोपीच्या मानसिक आरोग्यासंदर्भातले दाखले फार उपयोगाचे ठरू शकले नाहीत. लोकांच्या मतांचा आणि भावनांच्या उद्रेकाचा विचार करणे न्यायालयाला आधी महत्त्वाचे वाटले, त्यामुळे देर्दाला एखाद्या मानसोपचार रुग्णालयात पाठवण्याऐवजी, त्याची रवानगी जोवर तो १८ वर्षांचा होत नाही तोवर बालसुधार गृहात केली गेली. त्यानंतर त्याला नेहमीच्या तुरुंगात हलवले जाईल. मात्र २४ वर्षांच्या तुरुंगवासाबद्दल कोणीच समाधानी नव्हते. त्याला आयुष्यभर तुरुंगातच डांबले जावे अशी त्यांची इच्छा होती, पण आता २४ वर्षांनंतर त्याची सुटका होणार म्हणजे तो त्याचं उरलेलं आयुष्य मुक्तपणे जगू शकणार. अर्थात त्याची वर्तणूक चांगली असेल तरच. त्याची शिक्षा हे सामाजिक उन्मादाच्या परिणामाचे उत्कृष्ट उदाहरण होते. लोकांना उन्मादाच्या भरात वाटत होते की देर्दाला तीन वेळा जन्मठेपेची शिक्षा ठोठावायला हवी, प्रत्येक जन्मठेपेचा कालावधी ३६ वर्षे. म्हणजे मग देर्दा आयुष्यभर तुरुंगातच सडेल आणि त्याचा तिथेच मृत्यू होईल याची सर्वांना पक्की खात्री होईल, आणि मग लोक आपापल्या घरांमधे शांततेत, सुरक्षिततेच्या खात्रीने, आनंदात राहू शकतील. मात्र उन्मादाच्या भरात लोक हे विसरत होते की देर्दाने हे खून त्याच्या सतराव्या वाढदिवसाच्या एक आठवडा आधी केले होते, त्यामुळे त्याच्यावरचा खटला अल्पवयीन म्हणूनच चालवला गेला आहे. कदाचित जर त्याने अजून एक आठवडा आपली सहनशीलता पणाला लावून धीर धरला असता,

त्याच्या प्रौढ पाठीवर अपराधांचे ओझे चढले असते तर मग न्यायालयाला देर्दाचा खटला प्रौढ गुन्हेगार म्हणूनच चालवणे भाग पडले असते. कायद्याचे कॅलेंडर हे वेगळे असते आणि त्यामुळे अनेक जण नाराज राहतात.

दाढीवाल्या माणसाचा पुतळा त्याच्या वृत्तपत्राच्या इमारतीबाहेर उभारला गेला आणि पुतळ्याचे अनावरण करताना सभेतला वक्ता म्हणाला,

'हा हल्ला अभिव्यक्ती स्वातंत्र्यावर झाला होता. आणि त्याबद्दल फक्त २४ वर्षांची शिक्षा आरोपीला होणे म्हणजे या हल्ल्याला औपचारिक मान्यता दिल्यासारखेच आहे.'

या घटनेला दोन वर्षे झाली. आणि लोकांना जर त्याची स्मृती पुसून जायला नको असेल तर साहित्यिक हुतात्म्याची स्मारके उभारले जाणे आवश्यकच होते. त्यांना आपल्याच घरातल्या मुलाच्या हातून हे घडून आले याची टोचणी मनात ठेवून ती घटना लक्षात राहणे नको होते, त्याऐवजी एखाद्या गुप्त संघटनेकडून हा हल्ला आणि हत्या झाली यावर विश्वास ठेवणे सोयीस्कर होते. कुणालाच ही जी काही कल्पना मांडण्यात आली होती ती नाकारायची नव्हतीच म्हणा! तो दाढीवाला पत्रकार त्याच्या मूल्यांकरता शहीद झाला. बास. हेच खरं आहे. आणि बहुधा म्हणूनच त्यांनी तो प्रत्यक्षात कधीही दिसला नव्हता तसा, तरीही त्याचा पुतळा मात्र रुबाबदार दिसणाराच घडवला. लोकांना आपल्या मनात त्याची तशीच प्रतिमा जपायची होती. पण आपल्या आयुष्यात आपणही असं आपल्या नेहमीच्या कामापेक्षा वेगळं काहीतरी करायचा प्रयत्न करत असतोच ना? भूतकाळातला डिझायनर किंवा दिग्दर्शक या अशाच मानाच्या भूमिका असतात.

देर्दाने त्याला तय्यार आणि इस्राफिलने हनीफ कचरावालाला मारण्याच्या उद्देशाने पिस्तुल कसं दिलं याबद्दलचे सगळे तपशील आधीच सांगितलेले होते, मात्र न्यायालयाने त्या दोघांच्या खुनाबद्दल काहीही भाष्य करण्याचे टाळले. त्याचा उल्लेखच आपल्या निकालपत्रामधे केला नाही. देर्दाला सहानुभूती मिळू शकेल किंवा त्याच्या बचावाकरता उपयोगी पडू शकतो असे कोणतेही तपशील त्यांनी त्याच्या विरोधात फिरवले. अर्थात तसंही कोणी उठून टेलिव्हिजनवर जाऊन गळे काढले नाहीत की ती माणसं खूप चांगली होती वगैरे. फक्त एकदा देर्दाला न्यायालयाबाहेर नेत असताना इस्राफिलच्या मुलाने त्याच्यावर हल्ला करण्याचा प्रयत्न केला. पण पोलिसांनी त्याला धरून ठेवल्यामुळे तो त्या मुलापर्यंत पोचू शकला नाही. आपण केलेल्या खुनानंतर देर्दाने त्याच्या छायाचित्रासमोर गुडघे टेकून माफी मागितली होती आणि हिकमत चळवळीच्या सदस्यांबाबत बोलायचं तर त्यांनी या घटनेकडे एक संकेत म्हणून बघितले. तय्यारच्या बाबतीत जे घडले ते त्याने केलेल्या नियमबाह्य वर्तनामुळे, आणि म्हणूनच पुढील कितीतरी वर्षे त्यांनी आपल्या संभाषणांमधून संघटनेला धोका देण्याचा प्रयत्न केला की काय घडते याबद्दल एक उदाहरण म्हणून चर्चा केली. त्यांच्या मुलांकरता तो धडा होता.

शेवटची गोष्ट उरली होती, ती देर्दाच्या आईच्या तुकड्यांचे अवशेष खणून काढणे आणि वैद्यकीय विश्लेषणाकरता पाठवणे. देर्दाचा तिच्या मृत्यूशी काहीही संबंध नाही यावर शिक्कामोर्तब झाल्यावर ते अवशेष एका खोक्यात घालून सेलालकडे सोपवण्यात आले. देर्दाच्या आईच्या आता वय झालेल्या नवऱ्याने मुद्दाम टेलिव्हिजनच्या वार्ताहरांच्या पुढ्यातून चालत जाऊन ते स्वीकारले आणि हातात खोका घेऊन तो टॅक्सीत जाऊन बसला. मग दोन रस्ते पुढे गेल्यावर तो टॅक्सीतून उतरला आणि दिसलेल्या पहिल्या उकिरड्यावर त्याने तो खोका भिरकावून दिला, आपल्या चालण्याचा वेग जराही कमी न करता.

देर्दा तुरुंगात होता त्या काळात प्रत्येक वर्षी त्याच्या नावाने एक रहस्यमय भेट येत होती. तुरुंगाचे रक्षक गुपचूप त्याच्याकडे ती देऊन जायचे. कधी त्यात पैसे असत, कधी अमली पदार्थ. हनीफ कचरावाला त्याला ती पाठवत असे. तो या संपूर्ण खटल्यातील घडामोडींवर काळजीपूर्वक लक्ष ठेवून होता आणि त्याला हे माहीत होते की आज केवळ देर्दामुळेच तो या जगात श्वास घेऊ शकत आहे. कितीही पैसे त्याच्याकरता खर्च करण्याची त्याची तयारी होती, आयुष्यभराचे ऋणही फार मोठे होते. हनीफचे नाव कचरावाला उगीचच पडले नव्हते, त्याचे आयुष्य तो अक्षरश: रस्त्यावर जगला होता. अनेक वर्षं तो कचरा पेट्या धुंडाळून कागद गोळा करायचा, त्याचे गठ्ठे बांधायचा, जे अनेकदा त्याच्या उंचीपेक्षाही मोठे असत. मग ते ओढत न्यायचा आणि वजनावर विकून त्यातून जे पैसे मिळत त्यावर जगायचा. देर्दाच्याच वयाचा तो होता तेव्हा त्याने आयुष्यातला पहिला खून केला होता. झोपण्याकरता कोरडी जागा मिळावी म्हणून त्याने त्या माणसाला मारले होते. तुरुंग म्हणजे काय याची त्याला चांगलीच कल्पना होती. आणि म्हणूनच जगण्याची किंमतही. कचरा विकून त्यावर गुजराण करणाऱ्या मुलाचे आयुष्य कब्रस्तानातल्या मुलापेक्षा वेगळे नसणार हेही त्याला माहीत होते.

आपल्याला या भेटी नक्की कोण पाठवत आहे हे देर्दाला कधीच कळलं नाही. पहिली काही वर्षं त्याला खरोखरच असं वाटे की ओगुझ अतयकडूनच आपल्याला या भेटी मिळत आहेत. त्याच्या आत्म्याकडून. पण काही वर्षं उलटल्यावर त्याने असे विचार करणं बंद केलं. खरं तर त्याने काही विचार करणंच बंद केलं होतं. त्या दिवसापर्यंत, ज्या दिवशी त्याने भेटीदाखल आलेल्या खोक्यातला सेलफोन आपल्या हातात उचलून घेतला. तुरुंगातलं त्याचं ते एकोणिसावं वर्ष होतं.

***

आता असं कोणीही नव्हतं ज्याला तो फोन करू शकेल. त्यामुळे पहिले काही आठवडे त्याने त्या फोनला हातही लावला नाही. आणि मग एक दिवस, त्याने तो हातात

घेतला आणि उगीचच त्याची बटणं दाबायला लागला. आपल्या हातात असलेल्या तंत्रज्ञानाबद्दल त्याला शून्य माहिती होती, त्यामुळे आपण नक्की काय करत आहोत याची कल्पनाही नव्हती. त्यामुळे जेव्हा फोनच्या लहान पडद्यावर सिनेमा सुरू झाल्याचा आवाज यायला लागला तेव्हा तो आधी घाबरलाच. ही गोष्ट बंद कशी करून टाकायची हे समजेपर्यंत तो तसाच घाबरलेला होता. त्याकरता त्याने अक्षरश: तो फोन जमिनीवर आपटून पाहिला, संडासात फेकून दिला, पण काही उपयोग झाला नाही, शेवटी अपघाताने एका बटणावर बोट दाबले गेले आणि आवाज बंद झाला. त्यानंतर मात्र तो पडद्यावर चालू असलेलं दृश्य जरा लक्षपूर्वक पाहायला लागला. एक चित्रपट सुरू होता, कोणता तरी फालतू चित्रपट. तो हसला. आतमधे बावीस वर्षं घालवल्यावर आता बाहेरच्या जगात काय चालू आहे ते त्याला आपल्या हाताच्या तळव्यावर दिसत होते. त्याला इतकी मजा वाटायला लागली की आधी तो हसायला, मग चक्क खिदळायला लागला. स्वत:ला शांत बसवण्याकरता त्याला शेवटी आपल्या तोंडावर हात दाबून धरायला लागला.

हनीफ कचरावाला गेली तीन वर्षं देर्दाला भेट पाठवू शकला नव्हता. त्याचा खून झाल्याला तीन वर्षं झाली होती. तोही अगदी अकस्मात झाला होता. रस्त्यावर तुंबलेल्या रहदारीत झालेल्या भांडणादरम्यान त्याच्यावर गोळी झाडण्यात आली होती. ही भेट त्याच्या मुलाने पाठवली. आपल्या वडिलांच्या तोंडून त्याने देर्दाची गोष्ट परीकथेप्रमाणे अनेकदा ऐकली होती. त्याच्या दृष्टीने देर्दा परीकथेचा नायक होता. आपल्या वडिलांचा वारसा आता तो चालवत होता. खरं तर हनीफने त्याला कधीच असं सांगितलं नव्हतं की, 'मी गेल्यावर त्याला या भेटी तू पाठवत जा.' आपल्या मृत्यूची काही योजना त्याच्या मनात कधीच नव्हती म्हणूनही असेल. काही असो, त्याच्या मुलाला हे आपले कर्तव्य वाटले आणि तो आपल्या परीकथेतल्या नायकाला भेटी पाठवायला लागला.

पण त्याला काही केल्या ही कल्पना करता येईना की अशी कोणती गोष्ट असेल जी गेली एकोणीस वर्षं तुरुंगात काढलेल्या पस्तीस वर्षं वयाच्या माणसाला आनंद देऊ शकेल, म्हणून मग त्याने आपल्याला त्या माणसाच्या जागी कल्पून पाहिलं. शेवटी त्याने असं ठरवलं की तुरुंगात चार भिंतींच्या आत जाणवणारा भयाण एकटेपणा सुसह्य करण्याकरता एकमेव गोष्ट मदतीला येऊ शकेल ती म्हणजे फोन, ज्यात भरपूर सिनेमे आणि गाणी साठवलेली असतील. त्याने आपल्या आवडीनुसार सिनेमे आणि गाणी निवडली. हे इलेक्ट्रॉनिक उपकरण देर्दाने तुरुंगात कधीच पाहिलं नव्हतं, आणि तो या फोनचा उपयोग फोन म्हणूनही करू शकणार नव्हता, पण देर्दा खूश झाला. त्यामुळे अखेर हनीफ कचरावालाच्या मुलाची निवड अचूक ठरली.

हे यंत्र कसं चालतं ते एकदा कळल्यावर, आणि नंतर यात शेकडो चित्रपट साठवलेले आहेत हे समजल्यावर, देर्दाने आपल्या तळहातावरच्या पडद्यावर असलेल्या

अद्भुतरम्य सृष्टीत अक्षरश: डुबकीच मारली. तो तासन् तास त्यात डुंबत राही. अगदी कोठडीची सफाई करण्याच्या वेळात – जेव्हा त्यांना बाहेरच्या अंगणात घेऊन जात तेव्हाही – आपण कधी एकदा आत जाऊन त्या सिनेमांमधे स्वत:ला बुडवून टाकतो अशी तहान त्याला लागून राही.

बाहेरचं जग आणि त्यातली माणसं इतकी बदललेली आहेत यावर देर्दाचा विश्वास बसेना. आपल्या डोळ्यांवर त्याचा विश्वास बसेना. आणि एकोणीस वर्षांमधे पहिल्यांदाच आपल्या सुटकेच्या विचाराने त्याला कापरं भरलं. अर्थात अजून तसा काही निर्णय झाला नव्हता, पण देर्दाला ठाऊक होतं की त्याची चांगल्या वर्तणुकीच्या जामिनावर लवकर सुटका होणार आहे. तुरुंगात पाय ठेवल्यापासूनच्या त्याच्या वागणुकीच्या दाखल्यावर एकही काळा ठिपका नव्हता. त्याने कोणाचा जीव घेतला नव्हता, कोणासोबत झगडा केला नव्हता, तुरुंगाधिकाऱ्यांना साध्या शिव्याही त्याने कधी घातल्या नव्हत्या. तुरुंगातले त्याच्यासोबतचे कैदी त्याला जरासा पागल समजत, आणि त्यांच्या कानावर ज्या गोष्टी आलेल्या असत त्यावरून तो खरोखरच एखाद्या गुप्त संघटनेचा सदस्य आहे असे त्यांचे मत झालेले असे, त्यामुळे कोणीच त्याच्या फारशा भानगडीत पडत नव्हते. कोणी त्याला हातही लावत नसे. कोणाची हिंमतच नव्हती ओगुझ किंवा अतय सोबत पंगा घ्यायची. अशा गुणी आणि आदर्श वर्तणुकीमुळे त्याची लवकरच तुरुंगातून सुटका होणार यात काहीच शंका नव्हती. पण सुटका झाल्यावर जर तो त्या जगात पाय ठेवणार असेल, जे त्याला या सिनेमांमधून दिसत होतं, तर मग त्या जगाची सवय व्हायला त्याला पुढची चोवीस वर्षंही अपुरीच पडतील.

एक दिवस तो नाश्ता करून आला आणि त्याने बघून झालेल्या शेकडो सिनेमांनंतरचा रांगेत असलेला पुढचा सिनेमा त्याने सुरू केला. एक तरुण मुलगी पडद्यावर दिसायला लागली. आणि मग तिच्याशेजारी एक पुरुष आला. ही फिल्म कोणत्या प्रकारची आहे ते देर्दाच्या लगेच लक्षात आले कारण ते दोघेही नग्न होते. आणि ही गोष्ट सत्य होती की आजवर देर्दाने एकही लैंगिक सिनेमा बघितलेला नव्हता आणि एकाही स्त्रीला आजवर त्याने स्पर्शही केला नव्हता. पहिली आणि शेवटची नग्न स्त्री त्याने बघितली होती ती म्हणजे आपल्या आईचा तुकडे झालेला मृतदेह. सुरैयाला जमेस धरता येत नव्हते कारण जेव्हा कब्रस्तानातल्या घरात ती गादीवरून पटकन् उठली होती, तेव्हा देर्दाने आधीच आपली नजर वळवून घेतली होती आणि आपली पूर्ण पाठ वळवली होती. नजर दरवाजाकडे केली होती. कशाकरता माहीत नाही, पण त्या वेळी तो चावीच्या भोकाच्या आरपार बघत राहिला होता.

देर्दाने ते दृश्य तिथेच थांबवलं आणि तो फिल्म्सच्या यादीवर गेला. रांगेतली पुढची फिल्म सुरू करण्याकरता त्याने त्या फिल्मच्या नावावर बोट दाबलं. दोन स्त्रिया एकमेकींना कुरवाळत होत्या आणि चुंबन घेत होत्या. देर्दाने ती फिल्मही थांबवली आणि तो पुढच्या फिल्मकडे गेला.

आधी त्याला डोक्यावर एकही केस नसलेली मुलगी दिसली, आणि मग एक पुरुष दिसला. सोनेरी केसांचा. मग त्याला इतरही पुरुष दिसले. देर्दाने मान वळवली. त्याला ते काहीच पाहायचं नव्हतं. त्याला पुढच्या फिल्मकडे जायचं होतं, पण मान वळवल्यामुळे त्याच्या बोटांना काही दिसत नव्हतं, आणि ती कोणत्या बटणावर दाबली जात आहेत हे त्याला समजत नव्हतं. त्याची बोटं पडद्यावर सरकली आणि त्या मुलीच्या चेहऱ्याला त्यांनी स्पर्श केला. आणि मग तो थेट त्या केशविहीन मुलीच्या डोळ्यांमधे बघायला लागला.

आवाज अगदी अस्पष्ट होता. काही क्षण त्या मुलीचा चेहरा त्याच्या दृष्टीसमोरून नाहीसा झाला आणि तिच्या अंगावर झोपलेल्या एका पुरुषाची पाठ दिसायला लागली. आणि त्याच वेळी देर्दाने आवाज ऐकला. कॅमेरा हातात धरलेल्यानेही तो ऐकला असणार, कारण त्याच क्षणी त्याने तो झटक्यात ज्या दिशेने आवाज आला तिकडे नेला. किंचाळणारी, रडणारी मुलगी आता दृश्यचौकटीच्या मधोमध होती. देर्दाचा विश्वासच बसेना. मागे जाऊन त्याने पुन्हा ते दृश्य बघितलं. त्याने तो आवाज पुन्हा ऐकला.

'गेल बुराया! गेल!'

ती मुलगी तुर्की भाषा बोलत होती. जणू काही ती देर्दाला हाक मारत होती, तिच्याजवळ बोलावत होती. आता दुसरा पुरुष तिच्या मांडीच्या मधे घुसला. पण ती मुलगी देर्दाकडेच टक लावून पाहत होती. ती ओरडत होती. आधी ती शिव्या देत होती. पण मग ती म्हणाली,

'तू तिकडे असा नुसता उभा का राहिला आहेस? ये आणि काही तरी कर. मी इथे आहे, तू कुठे आहेस? अं? कुठे आहेस तू?'

अंगात भिनलेल्या सवयीने देर्दाच्या तोंडातून अनवधानाने प्रतिसाद निघून गेला, 'मी इथे आहे!' आपल्या तोंडातून निघालेल्या त्या शब्दांचा आवाज ऐकून देर्दा दचकला आणि त्याने ती फिल्म होती त्या दृश्यावर थांबवली. त्याला असं वाटलं की या फिल्ममधलं हे दृश्य इतर कोणाही करता नाही, फक्त त्यालाच आवाहन करण्याकरता चित्रित झालं आहे. अश्रूभरल्या नेत्रांनी त्याने त्या स्थिरावलेल्या दृश्याकडे पाहिलं. या केशविहीन मुलीच्या आक्रोशात त्याला तोच पुकार जाणवत होता, काही तरी कृती करण्याला उद्युक्त होण्याचं त्यात तेच आव्हान होतं, जे अनेक वर्षांपूर्वी त्याने अनुभवलं होतं आणि तो ओगुझ अतयच्या शोधार्थ वणवणला होता. आज त्याच्या छातीत धडधडणाऱ्या हृदयाने त्याला ती आठवण करून दिली, जिचा त्याला विसर पडला होता. त्या आक्रोशाचं स्पंदन त्याला त्याच्या बोटांच्या टोकांवर जाणवत होतं. आणि त्याच बोटांनी, त्याची नजर त्या मुलीवर खिळलेली असतानाच पुन्हा ते दृश्य जिवंत केलं.

मोजता न येण्याइतके आणखी अनेक पुरुष नंतर त्याला दिसले, आणि देर्दानेही त्या मुलीच्या नजरेतली मदतीची हाक ऐकताना तिच्यासोबत आक्रोश केला. तिला काही वेळाने सगळं असह्य झालं. ते पुरुष एकामागून एक तिच्या अंगावर झेपावत

होते, घाणेरड्या पावसासारखे, आणि देर्दा असहायतेनं ते बघत राहिला. त्याने दृश्य पुन्हा पहिल्यापासून बघायला सुरुवात केली.

ती मुलगी चीत्कार करत असताना त्याने पाहिलं, 'मी इथे आहे, तू कुठे आहेस?' अगणित वेळा आणि प्रत्येक वेळी तो तिला उत्तर देत होता. 'मी आहे इथे!'

'मी आहे इथे!'

***

त्यानंतर एकदाही, त्याने दुसरी एकही फिल्म पाहिली नाही.

तो फक्त त्या मुलीची हाक ऐकत राहिला.

त्या आक्रोश करणाऱ्या मुलीची.

ती मुलगी, जी आपल्या अंगावर झोपलेल्या पुरुषांना आपल्या निर्जीव हातांनी फटके मारत होती.

ती मुलगी किंचाळत असताना त्याने तिचा उच्चारव ऐकला.

त्याला ते करायचं नव्हतं, पण तरीही त्याने मोजलं.

बावन्न पुरुष, जे तिच्या मांड्यांमधे घुसले आणि बाहेर पडले.

त्याने डोळे बंद करून घेतले, आणि आपले हात कानांवर शिंपल्याप्रमाणे झाकून घेत तिचा चीत्कार त्याने त्यात सामावून ठेवला.

तिच्या आवाजातल्या वेदनांची स्पंदनं त्याच्या हृदयापर्यंत पोचली. त्याला ती वेगळी लक्षात ठेवायला लागणार नव्हती.

तिच्या ओठांनी उच्चारलेली अक्षरं त्याने त्याच्या मनाच्या भिंतीवर कोरून ठेवली.

अनेकदा बघत असताना त्याचे डोळे तुडुंब भरून येत. अनेकदा बघत असताना तो बोलत असे.

तो त्या मुलीशी बोलत असे, जसा एके काळी तो ओगुझ अतयच्या कबरीशी बोलत होता.

त्याला जे माहीत होतं, त्याने तिला सांगितलं.

त्याच्या मनात ज्या गोष्टींची भीती दाटून होती, त्या त्याने तिला एकेक करून सांगितल्या.

त्याच्या मनातल्या कल्पना त्याने अस्फुट स्वरात तिच्याजवळ बोलून दाखवल्या.

तो जे काही विसरून गेला होता, ते सगळं त्याला आठवत होतं.

त्याने जी स्वप्नं पाहिली होती, तिला सांगितली.

त्यानंतर त्याने तुरुंगाधिकाऱ्यांना विनंती केली.

त्याला लिहिणं शिकवायची.

कारण आता त्याच्याकडे लिहिण्यासारखं काही होतं.

अनेक महिने परिश्रम करून तो लिहायला शिकला.

आणि मग काही महिने त्याने आपलं अक्षरं वळणदार बनवण्याकरता परिश्रम केले.

आणि अखेरीला, त्याच्या लेखणीतून कागदावर शब्द उमटले. तो प्रत्येक शब्द म्हणजे एक देखणं चित्र होतं.

आणि ते प्रत्येक चित्र म्हणजे प्रतिज्ञा होती.

त्याकरताच त्याला लिहायला शिकायचं होतं.

कारण आपण जे लिहू ते कधीही पुसलं जाणार नाही अशी त्याला खात्री वाटत होती.

त्याच्या वर्तमानातून नाही आणि त्याच्या भविष्यातूनही नाही. (या आयुष्यातून नाही आणि आयुष्य संपल्यावरही नाही.)

तो चाळीस वर्षांचा झाला आणि त्याच्या तुरुंगातील सुटकेला आता चाळीस दिवसच शिल्लक राहिले होते.

तितकीच वर्षं झाली होती त्याने ओगुझ अतयची कबर शेवटची स्वच्छ केली होती त्याला.

पाच वर्षांनंतर, जी त्याने त्या केशविहीन मुलीकडे पाहत, रडत आणि तिला समजावण्यात घालवली, 'मी इथे आहे!'

देर्दने पत्र लिहिलं.

आपल्या मनातलं सारं प्रेम शब्दांमधे ओतून.

***

देर्दाचे पत्र

तू विचारलंस, मी कुठे आहे? तर, मी इथे आहे.

माझं नाव देर्दा. मी सोळा वर्षांचा होतो तेव्हा माझ्या हातून तीन खून झाले आणि दोघे कायमचे अपंग झाले. काही खून मी ओगुझ अतयकरता केले आणि काही स्वत:करता किंवा कदाचित मी पागल होतो. नंतर, माझ्या लक्षात आलं की कारणं कोणती यामुळे काहीच फरक पडत नाही. आता मी चाळीस वर्षांचा आहे आणि तुरुंगाच्या कोठडीत राहून मला चोवीस वर्षं झाली.

तू मला ओळखत नाहीस. माझ्या अस्तित्वाची तुला जाणीवही असण्याचे कारण नाही. पण मी तुला पाहिले. तुझ्यावर अत्याचार होत असताना पाहिले. तू त्यांच्याकडे सुटकेची भीक मागत होतीस हेही मी पाहिले. मी तुझ्याकडे गेली पाच वर्षं पाहत आहे. पाच वर्षांतला प्रत्येक दिवस.

माझी सुटका व्हायला चाळीस दिवस शिल्लक आहेत. तू कुठे आहेस ते मला माहीत नाही. तू जिवंत आहेस का हेही मला माहीत नाही. पण चाळीस दिवसांनंतर, माझा आणि या पत्राचा प्रवास सुरू होईल. हे पत्र आणि मी, आम्ही जगभर फिरू तुला शोधायला आणि हे पत्र आम्ही स्वत: तुझ्या हातात सोपवू. हा प्रवास तुझ्याशिवाय सुरू होईल, पण संपेल तेव्हा आपण सारे एकत्र असू. गरज पडली तर हा प्रवास मृत्यूपर्यंत सुरू राहील.

तुझं नाव काय असू शकेल यावर मी खूप विचार केला. मला माहीत असलेलं कोणतंही नाव तुझ्याकरता योग्य वाटलं नाही. तू मला भेटशील त्या दिवशी तुझं नाव मी तुझ्याच तोंडून ऐकेन. त्यामुळे आता मी तो अंदाज बांधत नाही. सध्या मी तुला फक्त प्रिय म्हणतो. तू त्यामुळे चिडणार नाहीस अशी आशा आहे.

मी तुझ्याकरता प्रतिज्ञा केली आहे. जगाच्या पाठीवर तू जिथे कुठे असशील,

मी तुला शोधून काढीन. तुझा जर मृत्यू झाला असेल, तर मी धावत तुझ्या मागोमाग येईन. मृत्यूनंतर जर जीवन नसेल, तर मी ते निर्माण करीन कारण मला तुला शोधून काढायचे आहे.

कारण मी तुझ्यावर प्रेम करतो.

देर्दा.

***

प्रवास

तुरुंगातल्या अखेरच्या रात्री तो झोपला. पहाटे त्याला जाग आल्यावर त्याने डोळे उघडले. वरच्या छताकडे बघितलं. त्याला खरं तर उठून त्या दिवसाची सुरुवात करायची होती – ज्याची स्वप्नं तो कित्येक वर्षं पाहत होता. त्याला उठून आपले पाय खालच्या थंडगार कोब्यावर टेकवायचे होते. पण त्याने तसे केले नाही. तो वाट पाहत थांबला. त्याच्या डोळ्यांमधे पाणी आलं तरीही त्याने पापण्यांची उघडमीट केली नाही. त्याचे गाल अश्रूंनी ओले झाले, आणि देर्दाला त्याच्या प्रियेचा चेहरा छतावर धुक्यात उमटलेला दिसला. त्याने त्याचा ओगुझ हात तिच्या दिशेने उंचावला – जसा तिच्या चेहऱ्याला स्पर्श केला. समुद्राच्या लाटांनी उसळत पोवळ्यांपर्यंत पोचावे तसा. त्याची बोटं तिच्या गालांपर्यंत पोचली. अमानवी अस्तित्वाला स्पर्श केल्यासारखा त्याने तिला हात लावला. जेव्हा त्याचे अश्रू दोन्ही बाजूंनी त्याच्या हनुवटीवर ओघळले तेव्हा देर्दा फुंकर घातल्यासारख्या हळू आवाजात म्हणाला 'मी येतो आहे' आणि मग मृतदेहात प्राण फुंकले जावे तसा तो हळू हळू उठून बसला.

तो उभा राहिला आणि आपल्या स्प्रिंगच्या गादीला पडलेल्या चिरेत हात घालून त्याने आपला फोन बाहेर काढला.

'तू बाहेर पडशील तेव्हा तुझी झडती घेतली जाणार नाही,' तुरुंगाधिकाऱ्यांनी त्याला सांगितलं होतं. 'आम्ही असं सांगू की त्या दिवशी वेगळंच कोणीतरी ड्यूटीवर होतं. त्यामुळे कशाचीही काळजी करु नकोस.'

देर्दाने अंगात पँट आणि शर्ट चढवला. आठवड्याभरापासून हे कपडे त्याच्याकरता तयार ठेवण्यात आले होते. नंतर त्यावर जॅकेट घातलं आणि फोन जॅकेटच्या आतल्या खिशात ठेवला. आपण कसे दिसतो यात त्याला कधीच रस नव्हता. आपले केसही तो कधी विंचरत नसे. त्याच्या मिशा वाढलेल्या राहत. आंघोळीशिवाय

तो शरीराची कोणतीही निगा राखत नव्हता. तुरुंगाधिकाऱ्यांनी त्याच्याकरता सूट आणला होता. रंगही त्यांनीच निवडला होता. त्यांनी काळा रंग निवडला कारण त्यांना माहीत होतं हनीफ– ज्याने त्यांना न्यायखात्याने दिले नव्हते इतके पैसे आजवर दिले होते– रस्त्यांवर भटकत असे तेव्हा कसा दिसत असे. हनीफ कचरावालाचा अमरत्वाकडे जाण्याचा मार्ग त्याच्या नावामधे लपला होता यावर त्यांचा विश्वास होता. कदाचित ते बरोबरही असेल. कदाचित नावांमधेच सगळी रहस्यं दडलेली असणार. मात्र तुरुंगाधिकाऱ्यांना मिळालेल्या सूचना स्वच्छ होत्या: 'देर्दाला कधीही आमचे नाव समजता कामा नये.' त्यामुळे आपण घातलेल्या सुटाचा रंग काळा का होता ही गोष्ट त्याला कधीच कळणार नव्हती.

समोर ठेवलेल्या काळ्या बुटांमधे एकेक करून त्याने आपली पावलं रुतवली. मग त्याने स्प्रिंगच्या गादीमधे लपवून ठेवलेलं आपलं पत्र बाहेर काढलं आणि जॅकेट बाजूला करत आतल्या खिशामधे फोनच्या शेजारी ठेवून दिलं. चार पावलं चालून जात त्याने कोठडीतल्या मोरीवर लावलेल्या आरशात दिसणाऱ्या स्वत:च्या प्रतिबिंबाकडे एक नजर टाकली. चाळीस वर्षांचा झाला होता तो, पण आधी कधीही वाटलं नव्हतं इतकं सशक्त त्याला वाटत होतं या क्षणी. हाताच्या मुठी वळवत त्याने व्यावसायिक मुष्टियोद्ध्याचा पवित्रा घेतला. मुठींवरच्या ओगुझ आणि अतयकडे पाहत त्याने स्मितहास्य केलं. मग त्याच्या चेहऱ्यावरचं हसू मावळलं आणि आपल्या मुठी खाली न वळवता तो वाट बघत थांबला. व्यावसायिक मुष्टियोद्ध्याच्या पुतळ्यासारखा. संपूर्ण पवित्र्यानिशी सज्ज होऊन आखाड्यात मधोमध एकट्याच उभ्या असलेल्या मुष्टियोद्ध्यासारखा, जगातल्या आपल्या सर्व प्रतिस्पर्ध्यांना एकएक करून नामोहरम करण्याच्या संधीची वाट पाहत. आरशामागची भिंत त्याच्या एका बुक्कीमधे जमीनदोस्त झाली असती आणि तुरुंग उद्ध्वस्त झाला असता जणू काही.

कोठडीचा दरवाजा उघडण्याचा आवाज येईपर्यंत तो त्याच स्थितीत उभा होता. त्याला ऐकायचं होतं, 'देर्दा बाहेर ये. तुझी सुटका झाली आहे.'

तुरुंगातले दोन रक्षक त्याला बाहेरच्या प्रवेशद्वारापाशी घेऊन गेले. मधल्या मार्गिकांमधून चालत, ते त्याला त्या जागेपाशी घेऊन गेले जिथे एके काळी त्याला ताब्यात घेतले होते त्यांनी. तुरुंगाधिकाऱ्याने त्याच्याकडे पाहिलं आणि तो म्हणाला, 'आता ते सगळं मागे पडलं आहे तुझ्या, हे लक्षात ठेव.'

देर्दा हसला.

'आणि आता पुन्हा ते घडून येणार नाही. आता एक नवी सुरुवात होईल.'

त्यांनी एकमेकांचा हात हातात घेऊन हलवला आणि देर्दाने दरवाजापाशी जायच्या आधी कैदी म्हणून एक शेवटचा श्वास घेतला.

प्रवेशद्वार चार मीटर उंच, पोलादाचं, भरभक्कम वजनदार होतं. जादूच्या

भिंतीसारखं ते उजव्या बाजूला सरकलं. दरवाजा उघडला आणि बाहेरचा जिवंतपणा आत झिरपला. सूर्यप्रकाश. देर्दाने त्या प्रकाशाच्या दिशेने पाऊल टाकलं, आणि त्याचे रुंद खांदे बाहेर पडू शकतील इतकं ते रुंदावल्यावर, त्याने बाहेर पाऊल टाकलं.

त्याच्या जीवनप्रवासातलं हे पहिलं पाऊल. दुसऱ्याच पावलाला त्याच्या समोर कोणीतरी आडवं आलं.

'तुमचं नाव देर्दा (बे)?'

देर्दाने काही उत्तर दिलं नाही. आपल्या डोळ्यांवर येणारा झळाळता सूर्यप्रकाश अडवून धरायला त्याने आपल्या हातांचा आडोसा केला, आणि त्या माणसाचा चेहरा ओळखण्याचा प्रयत्न केला. तो माणूस पुन्हा म्हणाला,

'मला थोडा वेळ तुमच्याशी बोलता आलं, तर मी मनापासून आभारी राहीन.'

त्या माणसाचा हात आपल्या जाकिटाच्या आत सरकत होता ते पाहाताच देर्दाने चपळाईने त्याचे मनगट घट्ट पकडले. बाहेर येताना त्या हातात नेमके काय असेल याचा त्याला अंदाज नव्हता. 'मी तुम्हाला फक्त माझं कार्ड देणार होतो.' देर्दाने आपल्या बोटांची पकड सैल केली आणि त्याच्या समोर केलेलं कार्ड हातात घेतलं, तो माणूस बोलतच होता,

'सेफेर बेलान, वकील. माझ्या अशिलांना तुम्हाला भेटण्याची खूप इच्छा आहे.'

देर्दाने हातातलं कार्ड परत केलं. त्यावरचं नाव त्याने आत्ताच ऐकलं होतं.

'तुम्हीच ठेवून घ्या ते प्लीज.'

देर्दाला आपण या कार्डाचं काय करावे कळेना, त्याच्या बोटांमधून निसटून ते जमिनीवर पडलं. बिझिनेस कार्डांच्या देवाण घेवाणीच्या शिष्टाचारांशी त्याची ओळख नव्हती. आपण काहीच बघितलं नाही असं दाखवत कायदेतज्ज्ञ हसला.

'देर्दा बे, माझी कार त्या तिथे लावलेली आहे. तुम्ही माझ्या सोबत आलात तर मला आनंद होईल. जास्त वेळ घेणार नाही मी तुमचा, खरोखरच.'

आपल्या प्रियतमेपर्यंत पोचण्याच्या मार्गात येणारे कोणतेही अडथळे दूर करण्याकरता काहीही कृती करण्याची देर्दाने मनाशी तयारी केली होती. मारामारी, झगडा, अगदी कोणाचा जीवही घ्यायला तो मागेपुढे पाहणार नव्हता. पण आपल्यासमोर असा वकील उभा ठाकेल याची त्याला अपेक्षा नव्हती. तोही त्याला नम्रपणे काही सुचवू पाहणारा वकील. आपण काय बोलावं त्याला सुचेना, आणि तसंही संवाद साधणं त्याला कधीच जमलं नव्हतं. आपल्याला प्रवासाची सुरुवात करायची आहे इतकंच त्याला या क्षणी माहीत होतं.

'मला जायला हवं.' तो म्हणाला. 'मला एका जागी जायचं आहे.'

'मी तुम्हाला विनंती करतो,' वकील म्हणाला, 'माझ्या अशिलांची तुम्ही आधी भेट घ्या, आणि मग मी तुम्हाला जिथे कुठे जायचे आहे तिथे घेऊन जाईन.'

देर्दाला अजून काहीही ऐकायची इच्छा नव्हती. दोन पावलं बाजूच्या दिशेने तो चालून गेला, सूर्यप्रकाश चेहऱ्यावर झेलत आणि मग त्याच्या कानावर ते वाक्य पडलं आणि सगळंच बदलून गेलं.

'देर्दा बे, हे बघा, हे खूप महत्त्वाचं आहे, ओगुझ अतयशी संबंधित आहे.'

देर्दा गर्रकन् मागे वळला आणि त्या माणसासमोर उभा राहिला.

'तुझी कार कुठे आहे?'

आपल्या डोक्यावर असलेल्या या जबाबदारीच्या ओझ्यातलं सर्वांत कठीण काम यशस्वी झाल्याचा आनंद त्या वकिलाच्या चेहऱ्यावरून निथळायला लागला, मनापासून प्रसन्न हास्य करत तो म्हणाला, 'होय सर, या बाजूने चला.'

देर्दा एके काळी ज्या रस्त्यांच्या कडेने सुसाट, जीव खाऊन धावत गेला होता, त्याच रस्त्यांवरून कार भरधाव चालली होती– ज्या पुलावर त्या घड्याळवाल्याने त्याला अटक केली होती त्याखालून जाताना त्याने विचारले,

'कोण आहे तो ज्याला माझ्याशी बोलायचे आहे?'

'ते माझा अशीलच तुम्हाला सांगेल, देर्दा बे,'

'माझी आजच सुटका होणार हे तुम्हाला कसं कळलं?'

'आम्ही तुमच्या खटल्याच्या घडामोडी काळजीपूर्वक पाहत होतो, सर. आणि खरंच सांगतो, तुमची सुटका झाल्याचा आम्हांला मनापासून आनंद झाला आहे.'

'का?'

या प्रश्नाचं काय उत्तर द्यावं हे न सुचल्याने वकिलाने विषय बदलला.

'या रहदारीतून एकदा आपण पार झालो की वेगात जाऊ शकू आपण, सर.'

'आपण कुठे जातो आहोत?'

'आलंच आहे आता जवळ ते ठिकाण, देर्दा बे. मला माफ करा, पण तुम्ही सिगारेट पिता का हे विचारायचं राहून गेलं. सिगारेट हवी आहे का तुम्हाला?'

तो एक उत्तम दर्जाचा बचाव वकील होता. तरुण होता, जास्त अनुभव नव्हता त्याला, पण आपल्या अशिलाकरता काहीही करण्याची त्याची तयारी होती. आपल्याला जरुरीपेक्षा जास्त बोलावे लागू नये, आपल्या तोंडून नको ते तपशील बाहेर निसटू नयेत, याकरता देर्दाच्या प्रश्नांना काही करून टाळणे त्याला आवश्यक वाटत होते. त्याने एक सिगारेट पेटवली. खरं तर आपल्या कारच्या अंतर्भागात त्याने आजवर कधीही सिगारेटचा धूर भरू दिला नव्हता. मात्र आपल्या अशिलाकरता हा त्याग त्याने आनंदाने केला.

वकिलाने हातात दिलेली सिगारेट देर्दाने त्याने पुढे केलेल्या लायटरने पेटवली, कारच्या चामड्याने मढवलेल्या छतावर त्याने धूर सोडला. त्याला अब्दुल्लाची आठवण

आली. 'ही सिगारेट पेटव!' तो म्हणत असे. कुठे असेल तो, कोणाला माहीत? कोण सांगू शकेल? व्हॅनमधे दोघेच असत तेव्हा दोघे सिगारेट पीत आणि बोलत राहत, काय माहीत, कोणाला जन्मल्याबद्दल पश्चात्ताप होत असेल? देर्दाला ते दिवस आठवून हसू आलं. सेफेरने मान वळवली तेव्हा त्याला देर्दाच्या चेहऱ्यावर हास्य दिसले. त्याला काही तरी विचारावंसं वाटलं.

'राग मानू नका माझ्या प्रश्नाचा सर, पण कसं वाटतं आहे नेमकं?'

'कशाचं?' देर्दाने विचारलं.

'चोवीस वर्षांनी पुन्हा स्वतंत्र आयुष्याची सुरुवात करताना?'

देर्दाने एका खोल झुरक्यात आपल्या बोटांच्या चिमटीत धरलेली अर्धी सिगारेट शोषली आणि म्हणाला.

'तू हा प्रश्न इतर कोणत्यातरी कैद्याला विचारायला हवा. मला जाण्याकरता कोणती जागाच नाही आहे बाहेर. त्यामुळे, आता जर तू मला इथे बाहेर उतरवलंस, तर मी तिथूनच पुन्हा परत मागे जाईन, आणि पुढची चोवीस वर्षंही तिथेच घालवीन.'

सेफेरला त्याच्या या उत्तराचं आश्चर्य वाटलं. त्याला देर्दाने उच्चारलेलं पहिलंच वाक्य आठवलं.

'पण तुम्हाला कुठेतरी जायचं आहे असं तुम्ही म्हणाला होतात ना मगाशी? म्हणजे मला तरी नक्की तसंच ऐकू आलं.'

'होय, तेच म्हणतो आहे.' देर्दा म्हणाला, 'मला तिथे जायचं आहे म्हणूनच केवळ तुरुंगवास कठीण वाटला. नाही तर मला काहीच फरक पडत नाही.'

सेफेर या उत्तराने विचारात गढला, त्याला कळेना आपलं अर्ध आयुष्य ज्याने तुरुंगाच्या चार भिंतींमधे काढलं, त्याला या खुल्या जगात उरलेलं आयुष्य काढायची संधी आता मिळाली आहे आणि तो म्हणतो आहे की त्याला त्यामुळे काहीच फरक पडत नाही.

देर्दाने लगेच तो रस्ता ओळखला. कब्रस्तानाकडे जाणारा हा रस्ता. काहीच बदललेलं नव्हतं. अर्थात रस्त्याकडेचा फूटपाथ, खडीचा रंग, भिंती, इमारत, लोक बदलले होते. पण एक गोष्ट अजिबात बदललेली नव्हती आणि त्यामुळे आजूबाजूचे हे बदल नगण्य वाटत होते. ती म्हणजे हा रस्ता अजूनही कब्रस्तानाकडेच जात होता. फक्त कब्रस्तानाकडे, दुसरीकडे कुठेही नाही. त्यामुळे त्याने हे विचारायचेही कष्ट घेतले नाहीत की, 'आपण कब्रस्तानात जातो आहोत का? त्या ऐवजी तो पुढे झुकला आणि समोरच्या काचेतून बाहेर बघत ओळखीच्या खुणा शोधायला लागला. डाव्या हाताच्या फूटपाथकडे त्याने पाहिलं. नेल नावाची पाटी दिसते आहे का हे तो बघत होता. पण त्याला ती दिसली नाही. संगमरवराचे कारखाने किंवा दारूचा गुत्ताही त्याला दिसला नाही. आपल्या बोटांवरच्या गोंदवलेल्या अक्षरांकडे त्याने पाहिलं, त्याला इसाची

आठवण झाली. आभारी आहे, मित्रा!' तो मनातल्या मनात म्हणाला, 'कुठे आहेस माहीत नाही, पण आभार!'

कब्रस्तानाच्या फाटकातून आत जाताना त्यांनी कारचा वेग कमी केला, देर्दाने यासिनचं खोपटं कुठे दिसतं आहे का ते वाकून पाहिलं. पण ते कित्येक वर्षांपूर्वीच पाडलं होतं त्यामुळे त्याला काही मागमूसही दिसला नाही. एक दुमजली इमारत, दर्शनी भाग पूर्ण काचेचा असलेली, तिथे नव्याने दिसत होती. लोखंडी गजांचं फाटकही नव्हतं आता. कब्रस्तान रात्री आपोआप बंद होत असे आता. एक स्वयंचलित अडसर आपोआप उघडला. देर्दाला पाहायला कोणीही जुन्या ओळखीतलं आसपास नव्हतं. मुलांना ते कसं काय बाहेर ठेवत असतील आता, त्याच्या मनात विचार आला. हा लहानसा अडसर पुरेसा असेल त्याकरता? आपण नक्की काय विचार करावा त्याला सुचत नव्हतं. त्याने कधी कल्पनाही केली नसती की कब्रस्तानाच्या भिंतीला चिकटून असलेल्या घरांचा शेजार आता पूर्ण उद्ध्वस्त करून टाकला आहे. देर्दा जेव्हा तिथे राहत होता तेव्हा त्याचं तिथलं आयुष्य अक्षरश: नरक होतं. आणि नरक कोण उद्ध्वस्त करू शकणार? निदान माणूस तरी नाही. पण अर्थात आता तो शेजार नामशेष झाला होता तिथून आणि त्यामुळे भिंतीवरून उड्या मारून, किंवा फाटकाखालून कब्रस्तानात कामाकरता येणारी कोणी मुलंही शिल्लक नव्हती. आता सगळी मुलं शाळेत जात होती. देर्दाला मात्र का कोण जाणे, शाळेत कधी जाताच आलं नव्हतं.

ते चौकात आले, तिथे पूर्वी कारंज होतं, वकिलाने तिथे आल्यावर आपली कार थांबवली आणि देर्दाकडे पाहिलं.

'यानंतर, मला वाटत तुला कळेल कुठे जायचं ते.'

कारचा दरवाजा उघडून देर्दा बाहेर पडला आणि क्षणभरात त्याच्या नजरेसमोरून त्याचं सारं बालपण तरळून गेलं. त्याने एक श्वास ओढून घेतला आणि एक सोडला, त्या दरम्यान त्याच्या बालपणातली प्रत्येक गोष्ट, प्रत्येक घटना जी या कब्रस्तानाशी जोडलेली होती ती त्याने आपल्या नजरेसमोरून पुन्हा घडून जाताना अनुभवली. एक अशी जागा आत्ता त्याच्या नजरेसमोर होती, जी त्याच्या चोवीस वर्षांच्या तुरुंगातल्या कालावधीत यत्किंचितही बदललेली नव्हती. त्याच कबरी, त्यांच्यावरचे तेच दगड, तेच वृक्ष. आता अजून वय झालं होतं त्यांचं कदाचित, देर्दासारखंच. पण तेवढंच.

'तुम्हाला भेटून खूप छान वाटलं!' वकिलाने मागून ओरडून त्याला सांगितलं. पण देर्दाला काहीही ऐकू आलं नाही. तो कब्रस्तानाच्या आत, अजून खोलवर चालत जात होता जिथल्या कबरी, त्यांवरचे संगमरवरी दगड आणि त्यांच्याखाली विसावलेले मृत या सगळ्यांना तो जवळून ओळखत होता. आपण कुठे जायचं आहे हे त्याच्या पावलांना माहीत होतं, पण तरीही देर्दाला आपण भानावर नाही असं वाटलं. आधाराकरता त्याने कबरींवरच्या दगडांना स्पर्श केला आणि झाडांच्या सावलीतून तो

पुढे चालत राहिला.

आणि मग त्याची पावलं अचानक थांबली, जमिनीमधे रुतून बसल्यासारखी. कारण ओगुझ अतयच्या कबरीच्या डोक्याशी एक स्त्री उभी होती, तिच्या हातात एक पांढरं पाकीट होतं. पांढरं पाकीट.

***

अनेक वर्षांपूर्वीच्या त्या काळात देर्दाने जे केलं ते आता केलं नाही. तो लपला नाही. मागच्या झाडांच्या गचपणात जाऊन त्याने स्वत:ला लपवून घेतलं नाही किंवा घाबरून आपला श्वासही रोखून धरला नाही. तो फक्त पुढे गेला. सरळ चालत ओगुझ अतयजवळ गेला आणि मग त्या स्त्रीजवळ.

देर्दाची सावली अंगावर पडल्यामुळे ती स्त्री मागे वळली आणि मग तिने त्याला विचारलं– त्याच्याभोवती स्वप्नांचे धागे विणत. पृथ्वीवर त्या क्षणी फक्त तेच दोघे आहेत असा भास त्याला करून देत.

'देर्दा आहेस तू, हो ना?'

आपले डोळे आकुंचित करत त्याने तिला उत्तर दिलं, 'होय.' त्याच्या नजरेत आता आपण जिवंत राहू शकू ही आशा होती, भरकटलेल्या खलाशाला क्षितिजावरच्या किनाऱ्यावर जमीन दिसल्यावर त्याच्या नजरेत तरळलेली आशा. ते दोन शब्द उच्चारताना त्याच्या कानांवर पडलेला तिचा तो आवाज, त्याच्या ओळखीचा होता, आणि त्याच्या नजरेत मिसळलेली तिची नजरही... हे अशक्य आहे असं देर्दा स्वत:ला समजावून सांगायला लागला. अक्षरश: स्वत:वर किंचाळून.

'मला माफ कर,' ती म्हणाली, 'तुला इथपर्यंत येण्याचा नक्कीच त्रास झाला असणार,'

देर्दाचे दोन्ही कान आणि दोन्ही डोळे यांना अजून काही ऐकू येणं आता शक्यच नव्हतं. काळ जरा स्थिरावला असता तर त्याला हे नक्की काय आहे हे समजावून घेण्याइतका अवधी मिळू शकलाही असता. पण तो देर्दाकडे लक्षही न देता पुढे पुढे धावत होता.

'तुला कोणत्या मन:स्थितीतून जावं लागलं याची मला जाणीव आहे,' ती अजून काही बोलत होती. आणि तिने देर्दाचा हात हातात घेतला. ओगुझ हात. तिने ते पाकीट त्याच्या हातात ठेवलं. 'हे जर वाचलंस, तर तुला सगळं समजेल. पत्र आहे हे. मी तुला लिहिलेलं.'

ओगुझ अतयच्या कबरीच्या पायथ्याशी देर्दा आपल्या गुडघ्यांवर कोसळला. अकरा वर्षांचा असल्यासारखा. आपल्या भोवती उडालेल्या मृत्यूच्या धुळीची जराही जाणीव त्याला नव्हती. आपल्या पायांवर उभं राहणं त्याला केवळ अशक्य होतं. त्या

क्षणी, त्याचा विश्वास बसू शकेल असं एकच वास्तव समोर होतं, ओगुझ अतयची कबर. नजरेला आणि जाणिवेला पटू शकणाऱ्या त्या एकमेव खऱ्याचा त्याने आधार घेतला. कबरीला टेकून बसल्यावर त्याला जरा बरं वाटलं. खोल श्वास आत ओढून घेत त्याने पाकटि उघडलं.

पाकिटातले कागद बाहेर काढताना त्याने मान वर करून तिच्याकडे पाहिलं, आणि बाजूच्या जमिनीवर हाताने थोपटून तिला शेजारी बसण्याची खूण केली. ती सुद्धा जमिनीवर, देर्दाच्या शेजारी बसली, ओगुझ अतयला रेलून. आपले गुडघे वर घेऊन तिने त्यांच्यावर हनुवटी टेकवली. आणि आपली दृष्टी दूरच्या एका झाडावर लावून ती स्तब्ध झाली. त्या झाडामागे एके काळी देर्दा झोपला होता आणि स्वप्नात रमला होता.

***

देर्दाचे पत्र

प्रिय देर्दा,

सुरुवात कशी करायची ते मला माहीत आहे पण या पत्राची अखेर कशी होईल याची मला कल्पना नाही. पण सर्वांत आधी, मी तुला तू म्हणणार आहे. मला काहीही औपचारिकता आपल्यात नको आहे हे नमूद करते. कदाचित मी तुला पहिल्यांदा पाहीन तेव्हा मला तसं करणं शक्यही होणार नाही. पण माझ्याकरता तू तूच आहेस, ज्याला मी खूप जवळून ओळखते. आणि तसंही, तुला मी जेव्हा पहिल्यांदा पाहीन, तेव्हा माझ्या मनात आजवर भरून राहिलेली उत्सुकता इतकी ओसंडून वाहत असेल, की बहुधा तुझं नावं काय आहे हेही मी विसरून जाईन. पण आज हे पत्र तुला लिहायचं धाडस मी करते आहे त्याचं कारण तेच आहे. माझं नाव. आपली नावं. कारण ती दोन्ही एकच आहेत. दोन्ही देर्दाच आहेत. असो.

माझा जन्म एका लहानशा खेड्यात झाला, त्याचं नाव यातिर्का. अकरा वर्षांची झाल्यावर माझं जबरदस्तीने लग्न लावून दिलं गेलं आणि मला लंडनला नेण्यात आलं. तिथल्या एका अपार्टमेन्टमधे मी पाच वर्षं बंदिवान होते, पण तिथून मी एका रात्री पळाले. त्यानंतर मी हेरॉइन ओढायला लागले, आणि मग त्या व्यसनाखातर मी काय वाट्टेल ते केलं. एक वेळ अशी आली की हेरॉइनकरता मी बावन्न पुरुषांसोबत झोपले. त्याचं चित्रीकरण केलं गेलं आणि मला माहीत आहे की लाखो लोकांनी मला तसं पाहिलं आहे त्या फिल्ममधून. मी तुला हे सांगते आहे कारण तू मला जाणून घ्यावंस असं मला वाटतं. पूर्णपणे, अंतर्बाह्य. आजवर, मी कधीच कुणाला हे सर्व असं सांगू शकले नाही, खुलेपणाने आणि साधेपणाने. पण आता असं वाटतं आहे की मी हे

मलाच सांगते आहे आणि म्हणूनच हे सर्व मी इतक्या शांतपणे लिहू शकते आहे. कदाचित मी मला सांगते आहे त्यापेक्षाही जास्त शांत आहे. तुला हे लिहीत असताना माझ्या मनात एक अनोखी शांतता भरून राहिलेली आहे. असो...

सोळा वर्षांची होते तेव्हा मला ॲनी भेटली, एका व्यसनमुक्ती केंद्रामधे आमची भेट झाली जिथे मी माझं हेरॉइनचं व्यसन सोडवण्याकरता भरती झाले होते. ती तिथली निवृत्त परिचारिका होती. तिने उपचार करत असताना माझ्यावर जो प्रेमाचा वर्षाव केला त्याला मी त्या दिवसापर्यंत संपूर्णतया पारखी होते. ती मला तिच्या घरी घेऊन गेली. त्यानंतर अनेक वर्षं लोटली. मी आता तिची मुलगी होते. ॲनीची मुलगी. तिचं नावं ती असं लिहीत असे, जसं तुर्की भाषेत आई लिहितात. लिहीत असे असं मी आता म्हणते कारण दोन वर्षांपूर्वी ती मेंदूतील रक्तस्त्रावामुळे वारली. आणि मी, तिला हरवून बसले. माझं सर्वस्व हरवून बसले.

आपण अजून जिवंत आहोत याचं भान आल्यावर मी पहिली गोष्ट केली, ती म्हणजे तिने लिहिलेल्या डायऱ्या वाचणं. एखाद्या गुप्तधनाप्रमाणे ती तिच्या डायऱ्या लपवून ठेवत असे. तिच्या एका डायरीमधे मी वाचलं की ॲनी एके काळी लंडनमधे विंबल्डन येथील ॲटकिन्स मोर्ले रुग्णालयात काम करत होती.

डिसेंबर २२ या तारखेला, ॲनी २८ वर्षांची असताना, एक दिवस अतिदक्षता विभागात रात्रपाळी करत होती, आणि एक रुग्ण तेथे दाखल झाला. त्या रुग्णावर नुकतीच शस्त्रक्रिया करण्यात आली होती. त्याच्या मेंदूत झालेली गाठ काढून टाकली होती. तो तुर्की होता. आणि कोण होता तो, तुला माहीत आहे? कदाचित तुला ते माहीत झालंही असेल. त्याचं नाव तुझ्या बोटांवर तू गोंदवून ठेवलेलं आहेस तसंही. तो होता ओगुझ अतय.

रुग्णालयाच्या अतिदक्षता विभागात ओगुझ अतय ३१ डिसेंबर पर्यंत राहिला, आणि त्या संपूर्ण कालावधीत ॲन सतत त्याच्यासोबत होती. पहिली गोष्ट ओगुझ अतयने तिला सांगितली ती ही–

'तुर्की भाषेत आई जसं लिहितात तसंच तुझं नाव लिहिलं आहे.'

डोक्यातल्या भयानक वेदनांमुळे ओगुझ अतय झोपू शकत नसे. अशा वेळी तो आपल्या डोक्याला मजेने तुर्की भाषेत 'अगॅरी दार्ग' म्हणत असे, त्याचा अर्थ वेदनेचा डोंगर, मिस्टर आरारातच्या तुर्की भाषेतील नावाचाही तोच अर्थ होता. अर्थातच ॲनला तो अर्थ उलगडणं शक्य नव्हतं पण तिने ओगुझ अतयला विनंती करून तो शब्द कागदावर लिहायला सांगितला आणि मग तिला न कळणाऱ्या भाषेतलं ते वाक्य तिने आपल्या डायरीमधे जसंच्या तसं नकलून काढलं.

आठही रात्री त्यांनी गप्पांमधे घालवल्या, रोज रात्री पहाटेपर्यंत ते बोलत राहिले. सुरुवातील ॲन फक्त ऐकायची. कारण त्या दिवसांमधे तिच्या डोक्यात फक्त मृत्यूचाच

विचार घोळत असे. आत्महत्या. त्याकरता कोणतंही एक असं विशिष्ट कारण नव्हतं. कारणीभूत होतं तिचं तोपर्यंतचं आयुष्य, संपूर्ण आयुष्य. असतात असे काहीजण. इतरांच्या मानाने ते खूप जास्त संवेदनशील आणि भावनाप्रधान असतात. सदैव पाठीवर मृत्यूचं गाठोडं लादूनच त्यांचा प्रवास चालू असतो आणि मग ते थकतात, खूप थकतात. अशा वेळी मन मोकळं करायला मिळाल्यावर पहिल्यांदा ते ती गोष्ट करतात जी त्यांच्या या थकव्याला कारणीभूत ठरलेली असते, पाठीवरचं गाठोडं फेकून देणं. असो..

का कोण जाणे, पण ओगुझ अतयला ॲनच्या मनातल्या या विचारांची जाणीव होत होती, काहीही कारण नसतानाही त्याला ते जाणवत होते आणि म्हणूनच तिच्याशी बोलताना त्याचा मुख्य विषय असायचा तो जीवन, आपल्या जगण्याबद्दल तो बोलत असे, त्याच्या जिवंत राहण्याच्या दुर्दम्य इच्छेबद्दल बोलत असे. त्या आठ रात्री इतक्या परिणामकारक ठरल्या की आयुष्यात पहिल्यांदाच ॲनच्या मनात जीवन भरभरून जगण्याचा अंकुर रुजला. कारण तिच्या समोर मृत्यूशी झगडा देत जिवंत राहण्याकरता धडपडणारा, जीवन उपभोगण्याच्या लालसेने भारलेला माणूस होता, डॉन किहोतेसारखा. आणि तो त्याच्या हृदयात आजवर जमा झालेलं शब्दभांडार तिच्यावर रितं करत तिला जीवन कसं जगावं ते सांगत होता.

ॲन त्याच्या इंग्लिश भाषेबद्दल लिहिते:

'जणू माझ्यासमोर शेक्सपीयर बसला आहे असं मला वाटलं. त्याचं बोलणं ऐकत असताना मला मी पुस्तक वाचत असल्याचा भास होतो. मला त्याचे शब्द इथे लिहिता येत नाहीत. ज्या सुंदर शब्दांमधून त्याने माझा विश्वास जागवला ते शब्द माझ्या लेखणीतून कागदावर उमटताक्षणी निष्प्रभ ठरतील. तो बोलत असतो आणि माझ्यासमोर त्याच्या शब्दांवर विश्वास ठेवण्यावाचून दुसरा पर्यायच उरत नाही, मी त्याहून वेगळं काही करूच शकत नाही.'

ओगुझ अतय रुग्णालयातून बाहेर पडल्यानंतर ते एकमेकांना पुन्हा कधीच भेटले नाहीत, पण ॲन त्याला विसरू शकली नाही. मला विचारशील तर, माझी खात्री आहे की ती ओगुझ अतयच्या प्रेमात पडलेली होती. पण तिने तिच्या डायरीत तसा थेट उल्लेख कधी केला नाही. त्यात फक्त एक वाक्य होतं: 'माझ्या आयुष्यात मला भेटलेला हा एकमेव पुरुष ज्याच्या प्रेमात मी पडू शकेन याची खात्री वाटते.'

त्यानंतर मग खूप वर्षं लोटली, आणि ॲन एक दिवस तुर्कस्तानला आली. आणि मग ती त्याच जागेवर आली, जर तू हे पत्र वाचत असशील तर ज्या जागेवर या क्षणी तू असशील, त्याच. द एदिर्नेकापि सेहित्लगी कब्रस्तान. तिथल्या ओगुझ अतयच्या कबरीच्या डोक्याजवळ. तिने आपल्या डायरीत एका पत्राचा उल्लेख केला होता. तिने ओगुझ अतयला लिहिलेलं पत्र. तिने त्यात काय लिहिलं होतं काय माहीत? असो...

आपलं ते पत्र ओगुझ अतयच्या कबरीजवळ पुरण्याकरता ॲन तिथे आली होती. तिने तिच्या डायरीमधे लिहिलं ते असं:

'मी त्याच्याजवळ आज ते पत्र पुरलं. कदाचित अनेक वर्षांनी तेही मातीत मिसळून नष्ट होईल. किंवा कदाचित मी तिथून गेल्यावर लगेचच त्याचा आत्मा ते पत्र वाचेल. मी तिथे उभी असताना एक मुलगा माझ्याजवळ आला. इतका गरीब आणि सैरभैर झालेला दिसत होता तो. बहुधा कब्रस्तानामधे तो कबरी धुण्याचं काम करत असावा. तो मला उद्देशून काही तरी म्हणाला. पण मला अर्थातच ते काहीही कळलं नाही, कारण त्याची भाषा मला समजणारी नव्हती. मी खुणेने त्याला समजावलं की तो ही कबर धुऊ शकतो. मी त्याला थोडेफार पैसे द्यायला हवे होते. पण माझ्या मनात त्या क्षणी इतकं दु:ख भरून आलं होतं! मला रडू यायला लागलं आणि मी तिथून धावत बाहेर पडले. मागे वळूनही मी पाहिलं नाही.

तू कब्रस्तानात काम करत होतास असं मला कळलं. तो मुलगा म्हणजे तूच असशील का? मला शंका आहे. पण कोणी सांगावं, असूही शकतोस.

ॲनच्या डायऱ्या वाचल्यावर माझ्या लक्षात आलं की माझं आयुष्य वाचवायला ती एकटीच कारणीभूत नव्हती. कदाचित त्यात ओगुझ अतयचाही तितकाच सहभाग होता. मला त्या नरकातून बाहेर काढायला तोही होता. कारण ओगुझ अतयमुळेच ॲन जिवंत होती. आणि जर ॲन नसती, तर माझं आयुष्य उद्ध्वस्त झालं असतं.

आणि मला हे सगळं कळल्यावरही ओगुझ अतय हा माणूस कोण होता याची मला कल्पनाही नव्हती. असा एक माणूस अस्तित्वात आहे याचीही जाणीव मला तोपर्यंत नव्हती. आणि मी इथे एडिन्बरा विद्यापीठात होते, साहित्याची प्राध्यापक म्हणून काम करत होते. माहीत आहे? तो कोण आहे हे माहीत नसणं माझ्याकरता किती शरमेची गोष्ट ठरली होती! आणि आता मला या जागी माझ्या तुर्की भाषेकरता माफी मागायलाच हवी. आयुष्यात पहिल्यांदाच मी तुर्की भाषेत पत्र लिहिते आहे. आणि गेल्या एकोणतीस वर्षांमधे मी पहिल्यांदाच तुर्कस्तानला परत आले आहे, तुला माझं हे पत्र वाच असं सांगण्याकरता.

ॲनच्या डायऱ्या वाचून झाल्यावर मी ओगुझ अतयने लिहिलेलं सगळं वाचायला सुरुवात केली, आणि त्याच्या संदर्भातल्या सगळ्या बाबींवर संशोधन सुरू केलं. आणि मग माझ्या समोर तू अवतरलास. तुझ्या संदर्भातल्या सगळ्या बातम्या. तुझी छायाचित्रं, न्यायालयीन खटल्यादरम्यान तू जे बोललास ते. आणि माझा विश्वासच बसेना. विशेषत: जेव्हा मी तुझं नाव वाचलं तेव्हा.

आता मी हे पत्र पुन्हा पहिल्यापासून वाचून पाहते आहे आणि मी ते किती वाईट पद्धतीने लिहिलं आहे हे मला समजून येत आहे. प्रत्येक परिच्छेदानंतर असो.. घातलं आहे. आणि ते लिहितानाही शुद्धलेखनाच्या चुका झाल्या आहेत. जर त्या प्रत्येक

असो.. ला टाळून मी लिहीत गेले तर हजारो कथा अजून लिहाव्या लागतील, जे मला शक्यच नाही, तेव्हा, असो...!!

मला खूप तरुण असल्यासारखं वाटत आहे. नाही तरी एका अकरा वर्षांच्या मुलीलाच मी हे जे काही लिहिलं आहे तसं लिहिता येणं शक्य आहे. नाही का?

या पत्राच्या सुरुवातीलाच मी लिहिलं आहे की आपण आपल्या आयुष्याच्या अशा वळणावर एकमेकांसमोर आलो आहोत की तिथून पुढे आपण नेमका कुठला रस्ता घेणार हे कुणालाच माहीत नाही. जो रस्ता आपण आजवर चालत आलो तो संपला आहे. एक नवा प्रवास सुरू करायचा आहे, पण कोणत्या दिशेने? कुणाबरोबर? काहीच माहीत नाही. तुझ्याकडून मला काय हवं आहे मला सांगता येत नाही, मलाच ते माहीत नाही. पण तरीही, तू आहेस, आणि मी आहे. मला काय सांगायचं आहे माहीत नाही.

जर अजूनही तू हे वाचत असशील, तर अजूनही तू माझ्या शेजारीच असशील. पण जर तुला हा सगळा केवळ एक योगायोग वाटत असेल, तर तू लगेच, या क्षणी उठून जाऊ शकतोस. आपण आपापल्या मार्गांनी निघून जाऊ या आणि हे सगळं विसरून जाऊ या.

नाही, मला खोटं बोलता येत नाही. मला असंच उठून निघून जाता नाही येणार, पुढचा नवा मार्ग चालून जाता नाही येणार आणि मला सगळं विसरताही नाही येणार.

कारण मी सुद्धा ओगुझ अतयला वाचलेलं आहे, आणि तुला भेटलेली आहे.

कदाचित तू म्हणशील, छायाचित्रांवरून आणि बातम्यांमधून एखाद्याला पूर्ण ओळखता येणं शक्य आहे का? तुझं बरोबर आहे. कदाचित खूप कमी जाणून घेता आलं असेल. तसं असेल तर, मी तुला सांगते की, मला तू खूप कमी माहीत आहेस, अगदी कमी, केवळ अ पासून ज्ञ पर्यंत.

तुलाही हे समजतंय का? अज्ञ. किती लहानसा शब्द आहे हा? फक्त अ आणि ज्ञ ही दोनच अक्षरं. पण त्यांच्या दरम्यान संपूर्ण अक्षरांचा पसारा. त्या अक्षरांपासून बनलेले हजारो, लाखो शब्द आणि ते वापरून लिहिलेली कोट्यवधी वाक्यं..तरीही माहीत नसणे, परस्परांबद्दल अज्ञान बाळगून असणारे आपण. आणि या पूर्ण पत्रामधे मला जे सांगायचं आहे, जे मी सांगू शकलेले नाही ते सगळं या दोन अक्षरांमधे सामावलेलं आहे. एक आरंभ करणारं अक्षर आणि दुसरं अखेर करणारं. पण असं वाटतं आहे की ही दोन अक्षरं एकमेकांकरताच जन्मलेली आहेत, त्यांना एकत्र येता यावं आणि एकत्र वाचता यावं म्हणूनच केवळ या मधल्या शब्दांचा पसारा. असं वाटतं की या सगळ्या मधल्या अक्षरांच्या अडथळ्यांना ओलांडून ही दोन अक्षरं एकमेकांजवळ येण्याचा प्रयत्न करत आहेत, तुझ्या आणि माझ्यासारखाच.

आणि म्हणूनच कदाचित हे सगळं खूप लहान आहे, कमी आहे, आणि

त्यापेक्षाही खूप अधिक शिल्लक आहे. कदाचित जीवन आणि मृत्यू या अ आणि ज्ञच्या दरम्यान भरून आहे. आणि कदाचित मी तुला इतकं कमी ओळखते याचा अर्थ मी तुला माझ्यापेक्षाही जास्त ओळखते. आणि कदाचित मला माहीत नाही याचा अर्थ मी काहीही करून ते माहीत करून घेईन, शिकेन. कदाचित कमी म्हणजेच सर्व काही असू शकेल. आणि कदाचित मला तुला जे सांगायचं आहे ते इतकंच असू शकेल.

तुला पहिल्यांदा भेटण्याकरता ओगुझ अतयच्या थडग्यापेक्षा वेगळी आणि चांगली अशी कोणतीच जागा मला सुचत नाही. कारण जर तू हे वाचलंस आणि त्यानंतरही मागे वळून न पाहता तू निघून गेलास, तर हे पत्र मी या मातीत पुरेन.

देर्दा

***

9788171854936
FCW - #0148 - 061026 - C0 - 216/140/17 - PB - 9788171854936 - Matt Lamination